MANUEL

DES

ÉCOLES PRIMAIRES

OU

SIMPLES NOTIONS SUR LES SCIENCES

A L'USAGE DES JEUNES ÉLÈVES DES ÉCOLES DE L'ADMINISTRATION
DE LA BASSE-COCHINCHINE

PAR

P.-J.-B. TRƯƠNG-VĨNH-KY.

1ᵉʳ VOLUME :

1º SYLLABAIRE QUỐC-NGỮ ; 2º HISTOIRE ANNAMITE ; 3º HISTOIRE CHINOISE.

SAIGON
IMPRIMERIE DU GOUVERNEMENT.
—
1877.

MANUEL
DES
ÉCOLES PRIMAIRES
OU
SIMPLES NOTIONS SUR LES SCIENCES

A L'USAGE DES JEUNES ELEVES DES ÉCOLES DE L'ADMINISTRATION
DE LA BASSE-COCHINCHINE

PAR

P.-J.-B. TRƯƠNG-VĨNH-KY.

_____

1ᵉʳ VOLUME:

1° SYLLABAIRE QUỐC-NGỮ; 2° HISTOIRE ANNAMITE; 3° HISTOIRE CHINOISE.

SAIGON
IMPRIMERIE DU GOUVERNEMENT.
—
1876.

Le quôc-ngữ doit devenir l'écriture du pays — Il le faut pour le bien et le progrès. On doit donc chercher à répandre cette écriture par tous les moyens, et l'on ne saurait trop imiter la mission dont l'imprimerie, que j'oserais appeler infatigable, fournit chaque jour de nouvelles productions.

A mon tour, j'apporte à cette œuvre mon modeste tribut de vulgarisation par mon *Manuel des Écoles primaires*. J'ai cru devoir consacrer le 1er volume de ce travail à l'étude, à la prononciation et à des exercices de lecture. Cette partie renferme :

1° Le syllabaire quôc-ngữ, suivi des exercices sur la prononciation, les accents et l'orthographe ; 2° l'histoire d'Annam, depuis son origine jusqu'à l'avénement de Gialong sur le trône de tout l'Annam ; 3° la chronologie chinoise jusqu'à la dynastie des Thanh, qui règnent actuellement en Chine. Bien que l'utilité absolue de l'histoire chinoise soit contestable ici, j'ai cru devoir l'y introduire à cause de la sorte de popularité dont elle jouit, et parce que jusqu'ici il n'a été possible de l'étudier qu'à l'aide des caractères chinois, ce qui est un obstacle décourageant pour les enfants. Du reste, les livres d'histoire en caractères chinois se font rares dans le pays.

Dans le second volume, je donne de simples notions sur les sciences, pour préparer les élèves à suivre plus tard, en français, des cours plus importants.

P.-J.-B. TRƯƠNG-VĨNH-KÝ.

Sách nầy là sách rút tóm lại những đều đại-cái người-ta phải học, để cho con trẻ mới vô trường, học những đều đại lược mà phá ngu, cho đặng đến sau khi vào trường chung nghe dạy nghe giải rộng các đều ấy thì mau hiểu hơn là một; hai nữa là để mà tập coi, tập đọc, tập viết tiếng Annam trong chữ quốc-ngữ cho trứng tiếng, cho nhằm giọng, phân biệt ra cho rõ-ràng.

Khuyên các trò hãy bớt tính ham chơi, mà chuyên việc học-hành, chữ-nghĩa, văn-chương cho được vào đường công-danh với người-ta cho sớm, trước là cho đặng đẹp mặt nở mày cha mẹ, giúp đời dạy dân, sau là cho mình được công thành danh toại, thơm danh, tốt tiếng ở đời.

P. TRƯƠNG-VĨNH-KÝ.

Thơ thị tùy thân bổn,
Tài thị quốc gia trân.

Tạo chúc cầu minh, tụng thơ cầu lý.
Ngọc bất trác bất thành khí,
Nhơn bất học bất tri lý.

Huình kim mãn dinh, bất như giáo tử nhứt kinh,
Tứ tử thiên kim, bất như giáo tử nhứt nghệ.

Chí lạc mạc như độc thơ,
Chí yếu mạc như giáo tử.

Học tắc thứ nhân chi tử vi công khanh.
Bất học tắc công khanh chi tử vi thứ nhân.

PHAN THỨ NHỨT
Về phép học-tập chữ quốc-ngữ:

CHỮ QUỐC-NGỮ,
NGHĨA LÀ CHỮ LATINH DÙNG MÀ VIẾT TIẾNG ANNAM RA.

a b c d đ e (f) g h i (j) k l m
n o p q r s t u v x y (z) .

A B C D Đ E (F) G H I (J) K L
M N O P Q R S T U V X Y (Z)

a b c d đ e (f) g h i (j) k l m
n o p q r s t u v x y (z)

a à ă e ê i (y) o ô ơ u ư
Ba bà bă be bê bi bo bô bơ bu bư
Ca cà că ke kê ki co cô cơ cu cư
Cha chà chă che chê chi cho chô chơ chu chư
Da dà dă de dê di do dô dơ du dư
Đa đà đă đe đê đi đo đô đơ đu đư

1.

Ga	gà	gã	ghe	ghê	ghi	go	gô	gơ	gu	gư
Gia	già	giã	gie	giê	gi	gio	giô	giơ	giu	giư
Ha	hà	hã	he	hê	hi	ho	hô	hơ	hu	hư
Kha	khà	khã	khe	khê	khi	kho	khô	khơ	khu	khư
La	là	lã	le	lê	li	lo	lô	lơ	lu	lư
Ma	mà	mã	me	mê	mi	mo	mô	mơ	mu	mư
Na	nà	nã	ne	nê	ni	no	nô	nơ	nu	nư
Nga	ngà	ngã	nghe	nghê	nghi	ngo	ngô	ngơ	ngu	ngư
Nha	nhà	nhã	nhe	nhê	nhi	nho	nhô	nhơ	nhu	như
Pha	phà	phã	phe	phê	phi	pho	phô	phơ	phu	phư
Qua	quà	quã	que	quê	qui	quo	quô	quơ	quu	quư
Ra	rà	rã	re	rê	ri	ro	rô	rơ	ru	rư
Sa	sà	sã	se	sê	si	so	sô	sơ	su	sư
Ta	tà	tã	te	tê	ti	to	tô	tơ	tu	tư
Tha	thà	thã	the	thê	thi	tho	thô	thơ	thu	thư
Tra	trà	trã	tre	trê	tri	tro	trô	trơ	tru	trư
Va	và	vã	ve	vê	vi	vo	vô	vơ	vu	vư
Xa	xà	xã	xe	xê	xi	xo	xô	xơ	xu	xư

CHỮ SAU RỐT TIẾNG ANNAM.

A. — ac. ach. ai. am. an. ang. anh. ao. ap. at. au.
  â. ân. âc. âm. ân. âng. âp. ât. âu. ây.
  ă. ăc. ăm. ăn. ăng. ăp. ăt.

E. — em. en. eng. eo. ep. et.
  ê. êch. êm. ên. ênh. êng. êp. êt. êu

I. — ia. ich. iêc. iêt. iêu. im. in. inh. ip.
iêm. iên. iêng. ít. iêp. yêu. iêu

O. — oa. oac. oăc. oanh. oai. oan. oăn. oang.
oăng. oap. oăp. oat. oc. oe. oct. oi.
om. on. ong. op. ot.
ô. ôc. ôi. ôm. ôn. ông. ôp. ôt.
ơ. ơc. ơi. ơm. ơn. ơng. ơp. ơt.

U. — ua. uân. uc. uê. ui. uit. um. un. ung.
uôc. uôi. uôm. uôn. uông. uôp. uôt.
uât. up. ut. uy. uya. uyên. uyệt uynh.
uinh.
ư. ưa. ưc. ưm. ưn. ưng. ươc. ươi.
ươm. ươn. ương. ươp. ươt. ươu. ưp.
ưt. ưu.

á à ạ ạ ã

▌ dấu sắc ▌ dấu huyền • dấu nặng ? dấu hỏi ～ dấu ngã.

CHỮ VIẾT SỐ.

1	2	3	4	5	6	7	8	9	0	10	12
I	II	III	IV	V	VI	VII	VIII	IX		X	XII
30	40	50	60	70	80	90	100	301		400	
XXX	XL	L	LX	LXX	LXXX	XC	C	CCCI		CD	
500	600			900	1100	1500.				CCCC	
D	DC hay là ICC		CM	MC	MD.						
	DM										

Học trò học thuộc rồi thì bắt nó tập viết và tập đọc sách.

BÀI TẬP ĐỌC.

TẬP NÓI SỮA.

Ăn thịt chồn đèn ngon riết, mút hột mít ướt ngọt điên.

Chơn bén đất lật-đật lần-lướt.

Còn toan liệu tính toán, thoát đâu nó đâm đơn kiện cho mấy khoản.

Nó toan khoan cái bàn toán, tính choán lấy đất loán chơi, nên mới sinh oán thù ra làm vậy.

Con thằn-lằn cắn con rắn-môi.

NÓI ĐỚT.

Ước các hạng cũng được ích, song quăng ngang quăng dọc không đặng ích mà lại uổng.

Ngũ quảng là Quảng-nam, Quảng-ngãi, Quảng-bình, Quảng-trị, Quảng-đức.

Việc người thì sáng, việc mình thì quáng.

Đi táng xác, có mặc đồ tang.

Mang tráp đi đường váng, gặp kẻ cướp lấy của quăng tráp, tát quáng vô quán mướn buồng, lên giường ngủ thẳng một giấc tới tảng sáng.

ui, uôi, im, iêm. iu, iêu
dấu hỏi, dấu ngã.

Vỏ địa lập chùy, tùy thì mà ở.

Chùi cho sạch, lủi cho mau.

Lui-cui đồn củi, té nhủi vào hang.
Phui-pha cho vui, vùi đầu chúi mũi.

Lấy muỗi bỏ vô bẹ chuối.
Một buổi chuyến được mười cái chuỗi.
Con muỗi đậu lưng con ruồi, bay ngang qua suối, đụng tàu lá chuối, mắc kẹt cái đuôi, trong bụi rau muối, muỗi ơi là muỗi!

Cuối tháng nó đuổi ra ruộng muối; thằng con nít mới ba bốn tuổi, có đeo cái chuổi, ở cho một buổi, dám đói luổi.

Vai vác bó củi, đi lui lủi, và khóc và tủi, mình mẩy những bụi, đen thui thui, bước xuống mũi ghe, cúi đầu chun vào trong mui.
buổi mai ruồi bu, buổi tối muỗi cắn, già quá tám chục tuổi, xách chuổi đi lần; ăn thì ăn chuối; ăn nhàu với muỗi.
Con chim nó nằm chiêm bao, nó thấy nó chết chìm; vô tiệm tìm bạn kiếm rủ đi chơi.
Khúc-khắc cười hi-hi hịch-hịch, lúc-thúc gánh nặng thở è-è ạch-ạch.

Run-rẩy, giấy đầy-đầy, mình-mẩy dơ-dáy; mặt-mũi đã rỗ chằng, lỗ tai lắng xo, xách rổ lỏng-lẻo, nhảy qua mương lổng-khổng, té phứt dưới ao, gãy chân gãy cẳng, bể đồ bể đạc, cằn-nhằn cằn-nhằn.
Túy-kiều không phải là đĩ, cực chẳng đã vật-vã mình, bị gả cho gã Mã-giám-sanh, vẫn là người phàm-phu vất-vả.
Đố ai vẽ đặng cái vẻ người quân-tử.
Lấy chảo gang xáo gan. — Kìa con muỗi đậu trên lỗ mũi. — Dao bằng sắt rèn sao không sắc. — Dọn đường cho quang để quan lớn đi; quan quách đi cũng lọt, quang

gióng đi cũng rộng. — Các đứa con nít hay vọc cát. — Nắm đuôi thằng chệc đui. — Nó đã nhác việc mà lại nhát gan.

Dỗ dúi nhủi dưới gốc duôi.

Thằng a-dua đứng dựa cây dừa, dục đầu vô bụi dưa có buộc dây dụi nơi gốc dứa, dây dùn lại dùng-dằng dụng-dịu, đứng-dừng lại dửng-dừng-dưng.

Chẳng nên dể-duôi con dê con dề, dầu cho khéo-léo bực nào cũng không ai dễ làm cho được vậy.

Ai dè dì ghẻ nó ghé tai lại dỉ lời, đụng cái dép đồ dĩa dầu làm gì-giớm cái gì khăn đi rồi còn gì?

Nó gia quan-gia nơi chốn sẵn dã, đi có võng-dá dù-lọng, quân đi dàn mặt, cầm cây dà còn dác.

Một lũ đàn-ông dại-dột, dơ-dáy, dã-dượi dắc-díu dìu nhau dặt-dừ đi một đoàn dài-dài dặc-dặc.

KHUYÊN HỌC CA.

Nầy lời thầy y học-trò :
đem thân đi học phải so vắn dài.
  Bây nay thầy đã một hai,
khuyên cần học-tập kẻo hoài công đi.
  Học là học-tập lễ-nghi,
trước là học lễ, sau thì học văn.
  Văn-chương phải khá lập thân,
học nhi thời tập ân-cần một khi.
  Con ơi chơi ác làm chi,
muốn cho hay chữ học thì phải lo.
  Rừng nhu biển thánh khôn dò,
bé mà chẳng học, lớn mò sao ra.

Sẵn-sàng áo mẹ cơm cha,
khôn thì học lấy kẻo mà than-van.
 Xin cho biết với thế-gian,
kẻo mà cha mẹ kêu-van chẳng tày.
 Cám ơn cúc dục cao dày,
sao cho đẹp mặt nở mày mẹ cha.
 Học thì như gấm thêm hoa,
có văn có chất mới ra lịch người.
 Cơm tiền đã biết mấy mươi,
e sau lại dốt thế cười chẳng nên.
 Khôn thì ăn trước ngồi trên,
dại thì ra đứng hai bên cột đình.
 Khôn thì học lấy vào mình,
dại thì trồng hồng như hình nộm-nan.
 Xưa thì quyền thưởng lộc ban,
văn chương học đặng tiền ngàn khó mua.
 Những người vực nước phò vua,
cũng đều lấy chữ mà mua tước quờn.
 Khó mà hay chữ còn hơn,
giàu mà hay chữ như sơn thếp vàng.
 Cha mẹ cho học chẳng màng,
lớn khôn ra làng vác bồi thui trâu.
 Gẫm trong đạo học rất mầu,
tứ dân tứ thú hồi đầu thế gian.
 Khôn thì học lấy làm ngoan,
Mai sau lỡ vận ở làng cũng thương.
 Phước dầu áo gấm hồi hương,
sáng danh cha mẹ như gương trên trời.
 Cho hay thành bại ở trời,
Hoàng thiên đâu có phụ người đọc thơ.
 Ắt là có gái đợi chờ,
xin cho hay chữ vợ tơ thiếu gì?

Thầy đà giác lý thị phi,
mấy lời thầy dạy, nên ghi vào lòng.
Chớ đừng lấy đấy làm vong,
học cho có lòng thì mới nên thân.
Học cho biết ngãi biết nhân,
biết trung biết hiếu, quỉ thần cũng kiêng.
Thầy đâu dám sánh thánh hiền,
mấy lời thầy dạy nên biên để đời.
Thầy răn thầy dạy mọi lời,
hỏi lại dân trời có phải cùng chăng.
Rày thêm hòa cốc phong đăng,
ca ngâm một bức nguyện tăng thái bình.

ĐỔ TẬP ĐỌC.

Ngon là mật mỡ, tốt vàng son,
Vì học mà nên hỡi ớ con!
Kinh sử ca-kệ là của tốt,
Văn chương gòi-ghém ấy mùi ngon,
Cơm cha áo mẹ sâu tày biển,
Lộc chúa công thầy nặng tợ non.
Hai chữ phương tri tua nắm giữ,
Cho hay con thảo phước nhà còn.

Ôn cổ tri tân mới gọi trò,
Rộng dò đàng cả bữa hằng lo,
Chuyên rèn nấu sử tua tìm-tòi,
Hằng tập xôi kinh phải gắng đua,
Cung quế một mai dầu rỡ tiết,
Thang mây có thuở đặng thơm-tho.

Vào đâu chí toại nhờ an phận,
Sư phụ, lòng thương tiếng dặn-dò.

———

Ăn ngủ làm chi hỡi các trò !
Có công đi học phải toan-lo.
Chơi-bời hoa nguyệt đừng mơ tưởng,
Học nghĩa rừng nhu phải gắng đua,
Dầu những ruộng-nương năm bảy mẫu,
Chi bằng kinh sử một hai pho ?
Trời xanh đâu phụ người văn học ?
Bảng hổ đề tên mới sướng cho.

———

Có vóc có thân phải có siêng,
Hễ là đi học học cho chuyên,
Sân Trình nấu sử lòng chi mỏi ?
Cửa Khổng xôi kinh dạ chẳng phiền.
Câu ngọc lời vàng hằng dốc chí,
Tin ong sứ điệp mựa tình riêng.
Hoàng thiên đâu phụ người văn học,
Có thuở bảng vàng đặng rỡ duyên.

———

Từ ngày *viễn chí* học Ngưu-giang,
Lòng tưởng *châu sa* lụy mấy hàng.
Cám nghĩa *cốt bì* xao dạ ngọc,
Chạnh lòng *liên nhục* héo gan vàng.
Xa-xuôi *hương phụ* xa đơn quê,
Cách-trở *hoài sơn* cách độ đường.
Cũng muốn *đương qui* vầy một mối.
Sa nhơn còn dối đạo Trình Nhan,

Ra không há dễ trở về không?
Cái nợ trần hưỡn phải tính xong.
Rắp mượn viên điền vui tuê nguyệt.
Dở đam thân-thể hẹn tang bồng,
Dã sanh cái phận trong trời đất,
Phải có danh gì với núi sông,
Dứng giữa trần ai ai có biết.
Sau ra mới rõ mặt anh-hùng.

Quân thần hai chữ chí hằng trông,
Những mảng xôi kinh phút rạng đông.
Ngày lụn đâu rời cây bút ngọc,
Dêm trường dở phí ngọn đèn hồng.
Sa nhân ví bằng ong sa nhụy,
Nêm ngãi dường như bướm nêm bông.
Đăng hoả mây thu nhờ một hội,
Ngõ may ắt đặng ngọn đai rồng.

Óng óng đua nhau những dại khôn,
Chẳng biết ai là dại ai là khôn.
Khôn mê tửu sắc là khôn dại,
Dại chôn quyền môn ấy dại khôn.
Khôn ấy không tiền là khôn dại,
Dại mà nhiều của ấy dại khôn.
Dò ai có biết trong khôn dại?
Mới gọi rằng người biết dại khôn.

CÁCH DẠY.

Hễ trò nào mới vô thì phóng vở theo đã ra trước nầy, giao cho nó, cắp cho một trò cũ đã biết rõ mà nhác-biểu chỉ-vẽ cho nó.

Phân lớp ra mà dạy cho dễ : Như học-trò đã biết viết, biết đọc thì bắt nó viết mò, bắt đọc một đoạn sách cho lẹ cho xuôi.

Viết mò thì lấy những tuồng, văn, thơ, phú, mà nói cho nó viết, viết rồi thì thầy coi mà sửa lại cho nó, cho chính câu chính chữ.

Còn mỗi bữa học, bắt nó kiếm câu hát, câu đối, lời phương ngôn tục ngữ, diều ngôn vân vân, mà viết ra một đôi câu chẳng hạn, đem tới nộp cho thầy sửa, góp những cái ấy lại, để một nơi.

Dạy toán thì trước hết dạy bốn phép, cọng, trừ, nhơn, chia, cho rõ. Rồi cứ ra bài đồ cho nó mần cho quen. (Như có làm ra một ít thứ ấy sau nầy để làm mẫu.)

Dạy phép đo cũng vậy.

Sau hết cứ theo trong mẹo dạy học tiếng Langsa tờ thứ 6, 7, 8, 9. mà dạy nó đọc vần tiếng Langsa cho quen.

Những tập nó học nó viết mỗi bữa học thì thầy sửa rồi để ngày vô cho nó, cho dễ xét đứa nào trễ-nải, đặng như quan có đòi thì thầy có sẵn mà nộp cho quan.

LẠI CHO HỌC TRÒ ĐỌC SÁCH SƠ-HỌC VẤN-ĐÁP.

Thêm vô đây cái nhựt trình từ Chụt ra Quảng-nam, và từ Thừa-thiên, (Kinh-đô) ra tới phố Vạn-ninh, từ Thừa-thiên vô tới cửa Cần-giờ, chỉ đàng ghe bầu đi biển cùng các cửa biển tự nam chí bắc, để cho học-trò tập đọc và coi cho biết địa đồ.

NHỰT TRÌNH ĐÀNG BIỂN NƯỚC ANNAM.

Từ *kinh-đô cho tới phố Vạn-ninh,*
TỪ VẠN-NINH KỂ VÔ CHO TỚI CỬA CẦN-GIỜ.

Trên thì vua ngự ngai vàng,
dưới thì văn võ hai hàng đai cân.
 Chín châu bốn bề xa gần,
khang cù kích nhưỡng muôn dân thanh-nhàn.
 Tôi nay là khách bán-buôn,
nhựt trình xin kể na-nôm mặc lòng.
 Con thuyền phàm lệ thong-dong,
bão nơi nương-dựa mặc lòng vào ra.
 Mảng nay án hải thanh hà,
tự Thừa-thiên-phủ tới hoà Vạn-ninh.
 Trong nhựt trình địa đồ xin kể:
phủ Thừa-thiên lạch Thuận (1) nhà đài.
 Trình đồn các việc thành-thơi,
sửa-sang thuyền-bá tới lui hải tân.
 Gió tôn (2) phong buồm tiên phưởng-phất?
đã gần chừng lạch Lập Cát-bay.
 Bảy-phường chín-xóm là đây,
buồm giong ba cánh sóng rày lao-xao.
 Cây dừa cửa Việt càng cao,
vẻn-vòng phải lấy ra vào làm tiêu.
 Vui chơi Quảng-trị dập-dìu,
thấy Tùng hải khẩu lắm chiu quanh-co.
 Vũng Bang trông đã sờ-sờ,
trông ra hòn Cỏ mù-mù mới hay.

(1) Cửa Thuận-an.
(2) Gió nam.

Múi Lài nầy lớ chưng tam thánh,
xin phù-trì cát khách kẻo âu.
　　Chân (1) phong đầu đã ngạt-ngào,
cát bay một bãi dài sao thế nầy?
　　Quảng-bình đây kim thành thổ bích,
khách bộ-hành gọi đó Đồng-quan.
　　Dấu-mẩu núi ấy là ngàn,
Hải-môn Nhựt-lệ nghênh-ngang ra vào.
　　Sóng đầu Phục-địa xôn xao,
gò lèo kéo lái cận vào không nên.
　　Côn Chùa hòn Náu bên trên,
Lý-hoà Dá-nhảy kế liền Linh-giang.
　　Tân đây có trạm có đồn.
rạn đầu sóng bồ lạch Ròn trông ra.
　　Tây nam gió thổi êm hoà,
phút đâu đã tới vũng La ngoài giò.
　　Trong vũng Chùa múi Dao là đó,
núi Đèo-ngang lộ-lộ mọc lên.
　　Sơn-dương coi đó hòn Chim,
dưới thì vũng Áng, ở trên Dinh-cầu.
　　Nào ngàn Ba-đọ ở đâu,
kim ngân hành lờ bây lâu đã truyền?
　　Phất-phơ đôi cánh buồm tiên,
tỏ chừng hòn Nhượng, Yến Miên Man kề.
　　Ngoài Sập gic, trong thì cửa Nhượng,
thuyền ngư-ông ngày tháng tiêu-dao.
　　Phút đâu đã tới hòn Hươu,
đã qua lạch Sót hồi nào Dấu-cân.
　　Ngoài con mắt trừng là chừng Hà-tịnh?
lạch Đò-cương thủng-thỉnh vào ra.
　　Láp, Nồm kể vuối hòn Ngư,

(1) Ció đông.

Ngệ-an của Hội lẻ hòa nhà ông.
 Cồn khơi sóng bỏ ỳ-âm,
kìa Lan-chú đó, mà Rồng xa đây.
 Lạch Lò đang lúc tỉnh say,
Chuồng-gà ai để đó rày hiền nhân.
 Sóng cồn Chà ngập-ngừng mặt nước ;
trong khe Hầu thuở trước bầy ra
 Thuyền dần-dà đầy là Bãi-láng.
Lèn hai vai lạch Vạn trông vô.
 Mù-mù đó hẳn hòn Câu,
Tràng-sa bãi cát một màu như in.
 Hung-thè sao đứng bên trên,
Hóa-công không dịch kế liền lạch Thơi ?
 Hòn Dịu, hòn Kiền sóng giội,
Chó-nằm Sành-bắc, là nơi lạch Quèn.
 Ngoài lạch Quèn trâu voi giữ cửa,
cáo bắt gà một ổ đầu non.
 Ông bà còn đứng Chân-sơn,
thiên thu vặc-vặc hấy còn như xưa.
 Kim ngân đẳng vật dâng ra,
lòng thành lễ bạc gọi là khách thương.
 Mình rồng chơn đã gác ngang,
đã qua hàm Ếch lại sang Bạc-đầu.
 Cột Nanh đàu ấy đến đuôi rú,
nào, kim, ngân, cháo nờ bưng ra.
 Tè rồi vui chến an hà,
uống say đến Ói (1) mới ra nói Càn. (2)
 Lễ nhà quan vua bà phù-hộ,
Rồng-tráp (3) chào ; tỏ rạn Nồi-rang. (4)

(1) HònÓt.
(2) Cửa Càn.
(3) Cửa Rồng-tráp.
(4) Cửa Nồi rang.

Cù nằm dưới bái Châu-sơn,
vách thành cao ngất, đã sang An-hòa. (1)
Sực trông ra thành nào trên núi, (2)
hay là thành tấn thủ đóng đây?
Biện-sơn vũng Ngọc tốt thay!
mà trên vũng Biện lặng rày như ao!
Trình đốn ta sẽ lấy neo,
mừng nay gặp hội Dường Nghiêu lo gì?
Ngoài hòn Mê, Miếu, Bung, Níu, Núc,
trong bái dài ngựa giục trường sa,
Núi đâu trông đã tà-tà,
ấy là hòn Bạng cũng là hải môn.
Qua đây Câu-chứ là hòn,
anh-linh hiển-hách kình côn thường về.
Ngồi mà nghe sóng đâu đã sủi,
tới hòn Chay phải hỏi rạn đâu?
Bái Hlu cát trắng một màu,
trèo vòng chất-ngất biết cao mấy trùng?
Thỏa tâm lòng xoang tay Chỉ-vọc,
lụng (3) Anh-hàn ghép đúc cho nguyên.
Hổ đâu gầm hét bên trên,
tha hương ngộ-cố anh-em hỏi chào.
Ngoài côn Châu xôn-xao sóng bổ,
tới chốn nầy chớ có đi vô.
Mà đây là xứ Thanh-hoa,
vào Tràng (4) mà đổ mua bò ăn chơi.
Vắt chơn lên sập ta ngồi,
mà ngoài hòn Nẹ là nơi dựa thuyền.
Lưới câu thì ở bái Riềm,

(1) Cửa An-hoà.
(2) Biện-sơn.
(3) Vũng.
(4) Cửa Tràng.

lạch Sung đã tới thẳng lên Thần-phù.

Lên Thần phù lô-xô chớn-chở,
người Ninh-bình ăn ở cũng xinh.

Tây nam thì chạy bãi Sành,
là miền Nam-định ráp ranh lạch Dài.

Ai vào lạch ấy phải coi,
nom xuống Tràng, Nẹ, một vài đường dây.

Ấy là chính lạch xưa nay,
buồm giong ba cánh chạy rày như tên.

Cồn Đen thì ở bên ngoài,
trải qua lạch Lác, Man-đời chớ âu.

Nào cồn Ba-lạt ở đâu?
lạch đồn tân thủ thẳng vào đấu Rô.

Tới lui cửa ấy vẫn là,
tân quan thương biện hỏi đà căn-do.

Trình đồn nạp lễ chớ lo,
qua đồn Thông-chê phái dò trước sau.

Cồn Châu một lũ gie ra,
Minh hương bãi Nổi, ấy là Khách trưng.

Cửa Lân rồi đến cửa Trà,
thú vui phô khách, tàu đò bán-buôn.

Chạy qua một bãi dặm trường,
cửa Hộ đã tới Quan-lang bãi dài.

Tới đây là cửa Thái-bình,
Thái-bình cửa ấy là miền Hải-dương.

Chạy lên ngoài núi Dấu-sơn,
tám con theo mẹ chẳng hơn chút nào.

Dấu non chơn núi thấp cao,
dấu ai lui tới cũng vào dựa đây.

Qua rồi cửa Triệu, cửa Úc liền đây.
thẳng trông cửa Cấm cột cao là chừng.

Lạch cửa Cấm ra vào buôn-bán,

chốn thích tình tứ thú vẻ thay!
 Nghiêu phong trai gái xinh thay!
Phượng-hoàng hải khẩu ấy thành Quảng-yên.
 Thành xây đỉnh núi cao cao,
bể sông ba mặt ra vào nghỉ-ngơi
 Thẳng buồm mà chạy cho khơi,
Cát-bà tới đây là nơi đỗ-nhờ.
 Ngoài thì bảy-vách dựng lên,
mà trong Na-trới buồm tiến qua rồi.
 Trông ra ngoài hòn Nang hòn Chuột.
thuyền-bè thương-mãi lắm người minh nhân.
 Bài-thơ (1) cửa Lục trải qua,
lần lần mà chạy là-đà cho xa.
 Hòn Ngọc đâu đã tỏ chừng,
Thác Hàn đã khỏi tới chưng thác Bà.
 Vạn-ninh phố-xá nguy-nga,
anh em sắm-sửa để mà gieo neo.
 Mừng nay gặp hội nhà Nghiêu,
thuận tình thương-mãi ít nhiều mà chi.
 Bán-buôn ai có vụng gì?
mới hay vật thạnh ắt thì dân khang
 Dẫu ai đi bắc về nam,
nhựt-trình phải biết để làm chân sau
 Hãy xem tự vỉ chí đâu,
ba mươi bảy tân tôi hầu bảo cho.
 Dẫu đi sông nước chớ lo,
trở vào tôi lại kể cho đặng tường.
 Kể đây từ chốn kinh đô,
kẻ vào Gia-định, kẻ đàng lên Mên.
 Kẻ ra khắp hết mọi miền,
ngày no tháng đủ thường-thường âu-ca.

 (1) Núi Bài-thơ.

2.

Khi xưa nhựt-trình kể ra,
bây-giờ ta lại dần-dà kể vô.
　Trong địa-đồ nhựt-trình mới dặn,
phủ Thừa-thiên lạch Thuận ở đây.
　Đồn-ong cột tháp thành xây,
trình đồn múc nước rạng ngày mà ra.
　Gío đông ba cánh êm hòa,
chạy xuống một đỗi đó là lạch Ông.
　Ngó vào trong vũng Chùa mới đặt,
thuận êm vừa chạy bắc mũi Giung.
　Ai-vân chất-ngất ngàn trùng,
hòn Hành thấy đó là trong vũng Hàn.
　Trong vũng Hàn gía còn phơi cánh,
ngoài Nghê nằm đủng-đỉnh thừa nhang.
　Sơn-trà, vũng Dắng dặm trường,
kìa hòn Non-nước thiên chương địa đồ.
　Ngó mù-mù cù-lao nằm án,
lạch Đái-đam lai-láng minh-mông.
　Thuận buồm ba cánh thẳng giong,
Bàn-than cửa Xuê là trong Hiệp-hòa.
　Trong Hiệp-hòa chùa Liễu, chùa Ồ,
mũi Sung-bình lộ-lộ non cao.
　Nam-Châu sóng bổ ỳ-ào,
Sa-kỳ vũng vịnh ra vào nghỉ-ngơi.
　Chôn nghỉ-ngơi nhiều nơi phong cảnh,
ngoài cù-lao thủng-thỉnh mọc lên.
　Xưa nay qua đó đã truyền,
chạy ngoài hòn Rượu gác miền cho khơi.
　Thành-thơi ba cánh thành-thơi,
buồng xuống Quảng-ngãi một thôi dặm trường.
　Chạy qua bãi ấy dặm đường,
kìa hòn Mí-á, Sa-hoàng đã trông.

Lạch Kim-bồng, Tân-quan là đó,
chốn thanh-nhàn vui-vẻ thừa dư,
Nào ai đi sớm về trưa,
liếc trông trên núi thấy dừa Tân-quan.
Qua Tân-quan tỏ ngàn Tài-phú,
chạy một hồi lô-xô Hà-da.
Nam-châm, bãi Mới đã qua,
hòn Lang, Nước-ngọt đó là Cát-bay.
Hòn Khô, Nước-ngọt là đây,
kìa hòn Nhọn-bún đã bày vũng Tô.
Khen ai khéo tạc địa-đồ,
con thuyền phàm lệ giang hồ thảnh-thơi!
Anh em trò-chuyện vui-cười,
lác trông lên núi thấy người bồng con.
Trông chồng ngồi giữa đỉnh non,
trăng thu vắc-vặc dạ còn như in.
Đã gần miền hòn Cân hòn Cỏ,
chạy gác ngoài chớ có đi vô.
San-hô chợ Gía địa-đồ,
cù-lao xanh-ngắt bốn mùa tốt-tươi.
Đã gần vời Cù-mông là cửa,
hai mũi đều chớn-chở gie ra.
Trên mũi Móm dưới mũi Rà,
qua hai mũi ấy vũng La đã gần.
Ngoài vũng La, trong thì vũng Lấm,
lạch Xuân-đài thăm-thẳm coi vô.
Nước non khéo tạc địa-đồ!
cù-lao bãi cát bốn mùa như ao!
Lác trông vào Mái-nhà là vũng,
mà Cao-biền một đống trên khô.
Lênh-lang mặt nước như tờ,
non cao chót-vót là chùa Ma-liên.

Qua Ma-liên cho liến Ma-lập,
núi Cà-dán cột tháp thửơ xưa,
　Linh-lang mặt nước như tờ,
anh em chèo quê giang hồ thảnh-thơi.
　Trà-nòng thì đã tới nơi,
bãi Tiên thẳm-thẳm là vời vũng-Môn.
　Nào ai chèo ngát bát khôn,
lá buồm Ngư-tủ nước non dần-dà
　Dầu gành mũi Nẹ gie ra,
qua hai mũi ấy đó là Ô-rò.
　Vũng Ô-rô bốn mùa cũng khuất,
dựa mặt nồm mặt bắc cũng hay.
　Sơn-xuyên phong-cảnh là đây,
non cao bia tạc đá xây nghìn từng.
　Đá chập-chồng Non-bồng, Nước-ngọt,
tạc bia truyền thửơ trước Hùng-vương.
　Chạy qua đỗi ấy dặm trường,
hùm nằm giữa bãi rõ-ràng sóng kêu.
　Chạy qua đỗi ấy lận theo,
non cao chót-vót là đèo Ngư-nhân.
　Thảnh-thơi mồi ngọc gieo câu,
Đồi-mồi chớn-chở lần-lần gie ra.
　Liệu chừng chốn ấy đã qua,
một đoàn trâu mẹp phì-phà sóng kêu.
　Chạy qua đỗi ấy lận theo,
cửa Lớn cửa Bé rẽ eo ra ngoài.
　Chốn Khe-đào, nhà Rò, mũi Mác,
gành Khe-gà tục-tác bò ra.
　Xóm đò ngọn khói đã qua,
lăn buồm dựa Chụt đó là Nha-trang.
　Chốn Nha-trang vẻ-vang tứ thú,
sẵn quán-hàng vui thú bán-mua.

Tháng đông thì dựa bãi Chùa,
nồm nam dựa Chụt bốn mùa như ao.
   Ngoài cù-lao đá dừng như vách,
mặc chìu lòng qúi khách nghỉ-ngơi.
   Túi thơ bầu rượu dong chơi,
buồm giung ba cánh bắt vời chạy vô.
   Ngó mù-mù hòn Nồm là nó,
qua bãi Tàu mới tỏ Cam-binh.
   Vũng Găng đá vách như thành,
vũng Găng rồi lại núi quanh như phòng.
   Trông vào Giá-vọng bán-mua,
nào ai đình chỉ thẳng luôn mặc lòng.
   Ngó vào trong hòn Giung bãi Giữa,
qua Ma-vàng mới tỏ Phan-rang.
   Vũng Tròn lai-láng minh-mang,
trông xa thẳm-thẳm là ngàn mũi Gin.
   Qua mũi Gin cho liền Ba-giải,
đè mặt trời gác lái chạy ra.
   Liệu chừng chốn ấy đã qua,
tây phướng chỉ mũi lái đà gác đông.
   Thuận buồm ba cánh thẳng giong,
mũi Gin đã hết Phú-ông đã gần.
   Nước non bâng-lâng muôn phần,
bãi tiên hớn-hở, bãi Tân hê-ha.
   Lang-song, Cà-ná là đây,
cù-lao Cau đó, thẳng ngay La-gàn.
   Tròng vào thuyền đậu minh-mang,
thuyền câu trải lưới xenh-xang làm nghề.
   Cửa Duống thì đã gần kề,
hòn Râm ở đó bốn bề xinh-xang.
   Hòn Hồng, mũi Né xanh cao,
ở trong có vũng như ao lặng-bằng.

Đứng xa ngó dặm trông chừng,
phô Giày, Phan-thít đã gần trạm Lung.
  Sóng giồ bãi cát ỳ-ầm,
sơn lâm một gánh chập-chồng đôi vai.
  Khe Gà thì đã tới nơi,
hòn Lang núi Cát thảnh-thơi một gò.
  Gió ù-ù buồm giong ba cánh,
qua hòn Bà thủng-thỉnh đã an.
  Dã gần miền Mali cửa Cạn,
chạy một hồi giáp án Thùy-vân.
  Ngoài Thùy-vân trong thì Giêng-bộng,
ngàn Vũng-tàu lộng-lộng cao phong.
  Thuận buồm ba cách thẳng giong,
Ba non xấp-xỉ là đồng Vũng-tàu.
  Nước nón thú vật mọi màu,
Bãi-tiên, Giêng-ngự nước trong cam tuyền.
  Lăn buồn mà dựa cho yên,
Ba non thẳng lái chỉ ngay Cần-giờ.

. . . .

NHỰT-TRÌNH
từ Chụt sắp ra Đà-nẳng.

Kể từ dựa Chụt mà ra,
Mũi-mác, Chà-là là cửa Nha-ru.
  Buông lèo một đỗi mù mù,
Nha-ru đã rồi, cửa Bé lại qua.
  Đồi-mồi chớn-chở gie ra,
bên trong có bãi Bà-gia vịnh vào.
  Hòn Gầm sóng bổ lao-xao,
bát mặt xem vào đò dặm xông ngang.
  Thương con nhớ vợ ghe đàng,
nước mắt hai hàng châu lụy thâm biên.
  Đá chồng rựng-rựng mọc lên,
tạc để bia truyền nối đời Hùng-vương.
  Buông lèo một đỗi dặm trường,
Ô-rô núi tân bốn phương như nhà.
  Đầu gành mũi Nạy gie ra,
bên trong có vũng hiệu là Vũng-môn.
  Các lái buôn-bán chín khôn,
buồm giương ba cạnh thẳng luôn đêm ngày.
  Bãi-tiên than-thán xinh thay,
buông lèo một đỗi đá bày Trà-nông.
  Biển hồ lai-láng xinh thay,
ngó lên thấy tháp kia dinh Thần-rần.
  Ma-liên, Ma-nứt làm ngần,
Sơn-đài Vũng-lầm đã gần Vũng-la.
  Gành-bà Gành-móm gie ra,
  Chẳng bến cột cứng thẳng xông,
phới-phới cánh hồng gác ngoài San-hô.

Nước-mặn thì ta chớ vô,
hòn Cân, hòn Cỏ tạc đồ trong tranh.
 Ngó lên hòn núi cao xanh,
bồng con mà đợi tạc hình Vọng-phu.
 Tròng chống giữa đành ngao-du,
tư bề sóng bổ chín thu danh đồn.
 Bát gà mà lỡ một con,
lạy bà bà thôi nôm luôn đêm ngày.
 Vũng-tò, Suôi-bún xinh thay,
hòn Lang nước Ngọt cát bay lấp chừng.
 Ban mai bạch-táng tưng-tưng,
đứng dậy trông chừng Gành-gạo làng Xăm.
 Buông lên một đỗi tăm-tăm,
kìa là Tài-phú hỏi thăm Kim-bồng.
 Sa-huình ta chẳng còn tròng,
khô nướng rượu nồng ba chén hê-ha.
 Đời ông chí những đời cha,
đến cửa Mĩ-á thì ta chớ vào.
 Gác ngoài Lò-rượu cho cao,
ta sẽ buông vào tới mũi Nam-châm.
 Bàn-than sóng bổ ầm-ầm,
Hiệp-hòa cửa Xẻ đã gần Đại-chăm.
 Hội-an là Hội-an hề,
trai đi có vợ, gái về có con.
 Hội-an ba mươi sáu phường,
chẳng ai có giống người thương đâu là.

TÓM LẠI
VỀ SỰ TÍCH CÁC ĐỜI VUA NƯỚC ANNAM (1).

Nước Annam nguyên thuở đầu là đất Giao-chỉ, (là nơi Hà-nội, Nam-định với Hưng-yên, bây-giờ) có ra từ thuở Ngũ-đế, Tam-đại bên Trung-quốc, tính ra trước chúa Cứu-thế ra đời 2874 năm.

Ta chia (như ta đã làm ra tiếng Tây) truyện Annam ra làm ba phần :

1º Từ 2874 cho tới chúa Cứu-thế ra đời (đời vua Ai-đế gần rốt đời Tây-hán);

2º Từ chúa Cứu-thế ra đời cho tới năm 968 đầu nhà Đinh.

3º Từ 968 đầu nhà Đinh, qua Lê, Lý, Trần, Lê cho tới nhà Nguyễn đang trị bây-giờ.

PHẦN THỨ NHỨT.
TỪ 2874 CHO TỚI CHÚA CỨU THẾ RA ĐỜI.

Từ có nước Annam ra cho đến khi chúa Cứu-thế ra đời, thì có ba nhà vua cai trị đất Giao-chỉ :

(1) Nguyên trước hết ông Tôn-thọ-tường, là quan Đốc-phủ-sứ bày đầu ra lấy sử-ký mà làm ra tiếng nôm trong Gia-định-báo, ta nhờ đó mà nương theo ; lại ta cũng đã coi trong Nam-việt-sử-kí cũ và trong Khâm-định-việt-sử-thông-giám-cang-mục là của ông Đốc-phủ cho mượn mà coi mà học cho rõ-ràng hơn, rồi ta mới nhón lấy mà làm ra đây.

1. DÒNG NHÀ HỒNG-BÀNG.
(20 đời vua trị đặng 2622 năm).

1° Kinh-dương-vương, năm thứ 10 đời vua Đế-nghi bên tàu, là 2879 trước Chúa-cứu-thế ra đời, Lộc-tục là con vua Đế-minh là chắt vua Thần-nông, đi tuần qua phía nam đến núi Ngũ-lãnh lấy con tiên mà đẻ ra, lớn lên thì phong cho làm vua phương-nam, là nước đặt tên là Xích-quỉ, hiệu vua là Kinh-dương-vương.

Vua cưới Động-đình-quân là con dòng rồng, sinh ra Sùng-lạm.

2° LẠC-LONG-QUÂN.

Ông Sùng-lạm lên nối quờn cha đặt hiệu là Lạc-long-quân, vì là dòng-dõi rồng nên hay ở nước, khi ấy bên Tàu vua Đế-lai, đi tuần phía nam, dân Giao-chỉ mắc phải cung đốn nặng cực khổ; nên ra mé nước mà kêu-van với vua. Vua liền lên, đi tới chỗ hành-điện; vua Đế-lai đi chơi khỏi, thì trai gái với bà Mụ-cơ là cung-nữ yêu của vua Đế-lai, dỗ đem về ở với mình; sau đẻ bọc được một trăm trứng, nở ra một trăm con trai. (chuyện tuy là hoang-đàng đó chúc mà có gốc trong sử truyền lại làm-vậy).

Đến sau vua nói với Mụ-cơ: tao là dòng rồng, mầy là dòng tiên, lửa nước khắc nhau, nên ở với nhau không được. Liền phân-rẽ nhau ra, một đàng là tiên lãnh 50 con về núi, một đàng là rồng thì đem 50 con vô dưới biển Nam-hải.

Lạc-long-quân, truyền ngôi lại cho con đầu lòng.

3º HÙNG-VƯƠNG THỨ I.

Vua đóng đô tại bộ Văn-lang, nên tên nước khi ấy cũng kêu là Văn-lang.

Phía đông giáp Nam-hải.
Phía tây giáp Vân-nam, Lão-quà, Ba-thục.
Phía nam giáp nước Hồ-tôn hay là Chiêm-thành.
Phía bắc giáp đất Quảng-đông, nơi hồ Động-đình.

Nước Văn-lang chia ra làm 15 bộ :

1º Văn-lang, (chỗ kinh-đô vua ở.)
2º Giao-chỉ, (— Sơn-nam. — Hà-nội, Nam-định, và Hưng-yên.)
3º Châu-nhai, (— Sơn-tây.)
4º Võ-ninh, (— Thuận-hóa. — Thừa-thiên, Quảng-bình, Quảng-trị.)
5º Phước-lộc, (— Kinh-bắc. — Bắc-ninh.)
6º Việt-thường, (— An-bang. — Quảng-yên.)
7º Ninh-hải, (— Hải-dương.)
8º Dương-tuyền, (— Lạng-sơn.)
9º Lục-hải, (— Thái-nguyên, và Cao-bằng.)
10º Võ-định, (— Nghệ-an.)
11º Hoài-hoan (Thanh-hóa).
12º Cửu-chơn (Hưng-hóa, Tuyên-quang).
13º Bình-văn }
14º Tân-hưng } Truy chưa ra nó thuộc về đâu.
15º Cửu-đức (Hà-tịnh).

Đời vua nầy thấy dân-sự hay lặn-lội đi đánh cá mà ăn, hay bị rắn rít, loài thủy tộc cắn-mổ, thì dạy dân vẽ mình cho có rằng-rực ra cho nó tưởng là đồng loại với nó mà bớt làm hại đi. Cái tục vẽ mình thể ấy (như người Miên-điện, cùng nhiều dân thổ khác) có luôn cho đến đời vua Anh-tông nhà Trần, vua mới bỏ thói' vẽ mình; mà ngoài dân cũng còn, cho nên đời Minh qua choán Annam 10 năm, bắt để tóc, cấm vẽ mình etc...

4⁰ Hùng-vương thứ II.
5⁰ Hùng-vương thứ III.
6⁰ Hùng-vương thứ IV.
7⁰ Hùng-vương thứ V.
} Trong sử làm thinh không có biên sự gì về mấy đời vua nầy.

8⁰ Hùng-vương thứ VI. Đời vua nầy có giặc; mà giặc mạnh hơn mình, nên vua cho sứ đi cầu tài, rao trong dân ai có tài đánh được giặc, thì vua sẽ trọng thưởng.

Thuở ấy trong bộ Võ-ninh, nơi làng Phù-đổng có một đứa con-nít đã nên ba tuổi, mà bấy lâu không nói, cũng không cười; đến khi sứ đi ngang qua, nó liền mở miệng kêu mẹ biểu mời sứ vô. Nó nhảy mũi ba cái, vùng hóa ra người lớn mạnh-mẽ; nó liền chịu ra đánh dẹp giặc cho vua. Sứ đem nó về dâng vua, vua hỏi muốn dùng đồ khí-giái gì thì nói. Nó xin một con ngựa, một cây gươm mà-thôi. Ngựa gươm nào chịu cũng không lại sức nó. Nó mới biểu đúc ngựa sắt; nó cầm gươm, nhảy lên ngựa chạy a vô giặc, chém tứ-tung tinh-tang, giặc khiếp vía tháo lui vỡ-chạy, chém thôi đã gãy gươm đi; rút tre làng-ngà cả bụi mà đánh; rượt theo giặc, đuổi miết dài. Rồi cỡi ngựa lên núi Võ-ninh, tàn hình biến đi mất.

Vua bèn lập miếu tại làng tổ quán nó mà thờ. Qua đời nhà Lý phong là Xung-thiên-thần-vương. Ngoài dân-gia kêu là ông thánh Gióng.

9° Hùng-vương thứ VII
10° Hùng-vương thứ VIII
11° Hùng-vương thứ IX
12° Hùng-vương thứ X
13° Hùng-vương thứ XI
14° Hùng-vương thứ XII   } Sử bỏ qua, không có nói tới việc các vua nầy.
15° Hùng-vương thứ XIII
16° Hùng-vương thứ XIV
17° Hùng-vương thứ XV
18° Hùng-vương thứ XVI
19° Hùng-vương thứ XVII

Thuở ấy (không chắc là ông Hùng-vương thứ mấy). Đời nhà Châu, vua Thành-vương năm thứ 6. đất Việt-thường ở phía nam Giao-chỉ, có sai sứ đi qua Trung-quốc mà dâng con Trĩ trắng cho vua nhà Châu.

Đến khi lo trở về, không biết đường nào, thì ông Châu-công dạy làm năm cái xe, có địa-bàn chỉ hướng nam cho sứ đi về. Đi ngang qua nước Phù-nam, nước Lâm-ấp trót năm về mới tới nước mình.

Gần rốt đời Hùng-vương, vua có con gái tên là Mị-nương nhan-sắc xinh-tốt, lại có tài có đức nữa. Vua nước Thục nghe, thì sai sứ đến xin làm sui. Mà các quan lạc hầu đều bàn rằng: vua nước Thục muốn dòm-hành nước ta, nên dùng mưu cầu hôn thể ấy mà-thôi, nên vua không chịu gả. Lại rao trong nước có ai tài đức cân xứng thì gả cho. Sơn-tinh vuối Thủy-tinh hai người tới một lượt mà xin làm rể, thì vua nói không lẽ có một con mà gả cho hai người được. Vậy vua dạy sáng ngày mai ai trong hai người đem đủ lễ cưới tới trước, thì người ấy được. Sơn-tinh đem lễ tới trước, được vợ đem về trên núi Tán-viên mà ở. Thủy-tinh hụt đi, nên oán Sơn-tinh đem thủy-tộc, dâng nước lên mà phá núi Sơn-tinh ở mà cướp công-chúa; mà làm hết sức không lại.

Sơn-tinh nói đó, là con bà thần kia, động lòng phàm mà trai-gái vuôi người thế-gian, sanh ra được ba tuổi, đem cho lão tiều kia. Lớn lên, mạnh-mẽ, dạn-dĩ đi đốn củi trên rừng; đốn dưới thấp hết, lần lên núi cao, mới gặp được cây Trác cao lớn, liền mầng kê rìu vào lụi-cụi đốn một ngày thằng-thét, mà chưa đứt. Bỏ đó trở lộn xuống, mai sáng sẽ lên mà hạ. Chẳng ngờ bữa sau thấy liền da lại như cũ, cũng không ngã lòng cứ nai-lưng đốn nữa. Tôi lại bỏ gia-đồ ra về, mà núp trong bụi rậm gần lối đó. Tôi lại thấy một bà già tốt-lành, cầm gậy, lấy đầu gậy và đi và chỉ xung-quanh cái đường đốn, chỉ tới đâu, liền da lại tới đó. Anh ta chạy a ra, xốc lại giành cây gậy vuôi bà già. Bà ấy kêu nói mình là mẹ, biểu đừng có đốn cây trác thần ấy cũng là loại thần vuôi mình, thì bả cho cái cây gậy phép ấy. Nói rồi biến đi mất. Chú nghĩ được gậy rồi, bỏ nghề làm củi, xách gậy đi chơi ngoài mé biển, thấy một con-nít đập chết con rán, đang xúm lại coi với nhau. Dòm thấy con rắn ngộ, nói với con-nít mà xin, đem xuống bãi biển lấy đầu cây gậy chỉ nó, nó ngo-ngoe sống lại chạy ngay xuống nước.

Qua bữa sau, Sơn-tinh lại đi ngang qua chỗ đó nữa, thấy có nhiều người bưng đồ lễ-vật, lại có một người còn trai, lịch-sự nói mình là thái-tử Long-vương, bị nạn hôm-qua mà nhờ Sơn-tinh cứu tử, hườn sinh, nên vua cha dạy đem châu-báu mà đền ơn. Sơn-tinh cười mà nói rằng : « làm ơn, ai có trông trả ơn, lại ta là người ở
« thế-gian, chẳng biết dùng của châu-báu ấy mà làm gì.
« Nên ta xin kiếng lại cho Long-vương; như thái-tử kể
« ta là người ân, thì xin đem ta về theo dưới thủy-phủ
« mà chơi một chuyến thì hay hơn. » Đi dọc đàng Sơn-

tinh hỏi dưới ấy có cái gì quí, lạ hơn trên đời hay không? Thái-tử nói có một bộ *kì-thơ,* sách ước, coi đó mà làm phép gì cũng được.

Tới nơi vua Long-vương rước đãi tử-tế quá. Sau Sơn-tinh xin coi sách kì-thơ, lại mượn về coi ít lâu. Vua Long-vương dùng-dằng không muốn cho, mà vì người có ơn, nên cũng ép bụng mà cho mượn.

Anh ta coi thấy hay, thì lấy đi không thèm trả lại. Coi rồi để lên trên cái hòn đá ở giữa sông Cửu-đầu-giang, là hòn đá cao đã khỏi mặt nước chừng vai ba thước, mà hễ nước lụt lên bao cao, thì hòn đá cứ mực nổi lên theo bấy cao. Nên Long-vương giận, hiệp với Thủy-tinh dâng nước lên làm lụt mà hại Sơn-tinh ở núi Tán-viên, mà Sơn-tinh nhờ phép sách ước ấy mà chống lại, đàng kia làm gì chẳng nổi.

Lại thêm vua nước Thục giận vì cưới không được công-chúa Hùng-vương, dặn con cháu lo mà đánh lấy cho đặng nước Văn-lang mới nghe.

20° Hùng-vương thứ XVIII.

Đã nhiều khi vua nước Thục đem binh qua đánh Văn-lang, mà đánh không lại, thua hoài. Đến đời Hùng-vương thứ XVIII, bởi kiêu-ngạo nên bỏ việc võ-bị, quên cang-thường luân-lý, mê tửu sắc, yến-ẩm luôn-luôn. Vì vậy nên khi binh Phán là vua nước Thục qua áp vây thành, thì vua còn say chưa tỉnh. Khi hãm được thành, giặc đã ạo vô, vua tỉnh dậy mà đã cùng nước, hết phương, bèn gieo mình xuống giếng mà chết.

Quan quân thấy vua đã mất, liền đầu vua Thục.

II. NHÀ THỤC.

Vua An-dương-vương trị 50 năm.

———

Năm giáp thìn, trước Chúa Cứu-thế 256, bên Tàu, nhà Châu vua Nân-vương năm thứ 58; Phán là vua nước Thục gồm được nước Văn-lang, cải tên lại là Âu-lạc, đóng đô tại *Phong-khê* (bây giờ là Bắc-ninh, huyện Đông-ngạn), làm vua lấy hiệu là An-dương-vương.

Bước qua năm thứ 3, tháng 3, vua xây thành Loa-thành tại Đông-ngạn huyện, đất Phong-khê (Bắc-ninh), hình nó có khúc đi cong quẹo như con ốc, nên kêu là Loa-thành sau cải là Tư-long-thành; Tàu lại kêu là Côn-lôn thành nghĩa là cái thành cao như núi Côn-lôn. Mà thành hễ xây lên gần đúng mực thì nó lại lở xuống hoài. Vua cầu khẩn trời đất núi sông xin cho xây được. Thì có một ông tiên đứng chỉ cửa thành cười mà nói rằng: « Thành nầy xây biết đời nào xong? » Các quan nghe liền mời vô, vua hỏi vì cớ sao biết thành xây không đời nào xong, thì ông thần-tiên nói đến nữa có Thanh-giang-sứ tới thì sẽ nói cho mà biết, rồi biến đi mất. Bữa sau vua gặp con rùa vàng ở dưới nước bò lên, biết nói tiếng người, lại xưng là Thanh-giang-sứ, thì vua mầng đem về rộng trong chậu vàng. Vua hỏi, thì rùa Kim-qui nói là con cháu vua nước Văn-lang oán mà khuấy đó, lại thần sơn xuyên trên núi Thất-diệu là hồn những kẻ đờn thổi đời trước hiệp nhau mà báo thù cho nước Văn-lang; nên trên ấy có ông quán tên là Ngộ-không có đứa con gái, nuôi con gà trắng, qui-ma hay nhập vô đó mà hại người-ta.

Vậy vua đem rùa Kim-qui theo, giả dạng lên tại nhà quán tới xin ngủ đậu một đêm. Ông quán nhám-nhía tướng-mạo vua, rồi biểu đi đi, vì ở đó thì sẽ bị qui-ma nó làm hại. Vua nói không hề gì, vua ngủ đó; qui-ma tới phá mà nhờ có rùa Kim-qui nó sợ; gần sáng vua theo dấu nó lên núi Thât-diệu, nó tản ra nhập vào đó hết.

Ong quán sáng ra xách cuốc tới đặng có chôn, vì quyết làm sao vua cũng đã bị qui giết không khỏi được. Ai dè tới thấy còn sống. Vua xin con gà trắng mà tế; làm thịt con gà thì con gái ông quán cũng chết nữa. Vua dạy sai lên núi đào xương đốt đổ xuống sông. Rồi về xây thành nội trong nửa tháng hoàn-thành hết.

Khi ấy rùa Kim-qui từ-giã vua mà đi, thì vua xin cho vua phép gì mà giữ thành cho vững. Rùa Kim-qui rút cái móng rùa, đưa cho để làm cái lẩy ná mà cự giặc, thì giặc phải thua. Thần Kim-qui xuống nước lặn đi mất.

Vua An-dương-vương, mới dạy ông Cao-lỗ làm cái ná tra móng rùa làm cái lẩy, kêu là Linh-quang-kim-trảo-thần-nỏ.

Năm nhâm-tí là năm thứ 9 vua An-dương-vương, bên tây trước Chúa giáng sanh 249 năm, bên tàu nhà Châu mất nước đi. Các nước chư hầu nhà Châu phong ra, là Trần, Sở, Yên, Triệu, Ngụy, Tề, đánh nhau hoài mà giành làm vua Trung-quốc, nên kêu đời ấy là đời *Chiến-quốc*

Đến năm 37 vua An-dương-vương, thì bên tàu nhà Tần đã gồm được các nước hầu rồi lên tức-vị hoàng-đế (là năm 26 vua Tần-thỉ-hoàng), bên nước Giao-chỉ, tại huyện Từ-liêm, có một người Annam tên là Lý-ông-trọng, (sách đời Đại-thanh lại biên là Nguyễn-ông-trọng), cao 2 trượng 3 thước, thuở trai làm lại trong huyện, bị quan đốc đánh đòn; giận bèn bỏ qua bên Tàu học-hành thêm, làm quan nhà Tần. Vua Tần-thỉ-hoàng, sai làm quan *Hiệu-úy* đem binh giữ đất Lâm-đào, oai rúng nước Hung-nô. Đến sau già yếu về làng, chết rồi vua Tần-thỉ-hoàng thương tiếc,

3.

dạy đúc tượng đồng lớn, có máy trong bụng mười người vô được, dựng ngoài cửa Hàm-dương, Tư-mã. Khi có Hung-nô vô chầu thì dựt máy cho tay chơn máy động, con mắt gườm-ngó, quân Hung-nô tưởng quan Hiệu-úy còn sống, mà sợ không dám phạm bờ-cõi Tần. Đến đời nhà Dường, ông Triệu-xương, là quan cai Giao-châu đô hộ, thường đêm thấy Lý-ông-trọng, ứng mộng giảng sách Xuân-thu, nên lập miểu ra mà thờ. Qua đời Cao-biển đánh phá Nam-chiếu, cũng hay hiển-ứng mà giúp nên tu-bồ miểu lại, lại tạc hình bằng gỗ mà thờ, đặt là miểu Lý-hiệu-úy. (tại Hà-nội, huyện Từ-liêm, làng Toại-hương bây-giờ hãy còn.)

Năm 44 vua An-dương-vương, (bên Tàu vua Tần-thỉ-hoàng 33.) Vua nhà Tần ham của châu-báu bên nước Nam, nên sai Dồ-thơ làm quan hiệu-úy qua Lãnh-nam, lo lập Quế-lâm (1) Nam-hải (2) Tượng-quận (3); đặt Nhâm-ngao làm Nam-hải-úy, còn Triệu-đà làm Long-xuyên-lệnh, đem mười vạn dân tới choán có ý muốn xâm lấy qua Annam. Mà người nước Việt không chịu theo, lại đặt Kiệt-tuấn làm tướng, giết Dồ-thơ đi.

Qua năm 48 vua An-dương-vương, (37, Tần-thỉ-hoàng), vua Tần cho Nhâm-ngao, Triệu-đà qua xâm. Triệu-đà đem binh nơi Bắc-giang, núi Tiên-du, đánh với vua An-dương-vương mà bị cái ná linh vua bắn phải thua chạy về, còn Nhâm-ngao, đi đạo thủy tới Tiểu-giang mắc bệnh cũng trở lại. Nhâm-ngao, nói với Triệu-đà rằng: nhà Tần sẽ mất nước, dịp tốt quá sức cho được lập nước riêng; nên trước hết thì giao quờn lại cho Triệu-đà. Mà Triệu-đà kinh oai sức cái thần nỏ vua An-dương-vương,

(1) Quế-lâm (là Quảng-tây.)
(2) Nam-hải (là Quảng-đông.)
(3) Tượng-quận (là Giao-chỉ, và chỗ giáp Vạn-tượng.)

không dám đánh nữa. Tháo lui về giữ núi Võ-ninh (Võ-ninh huyện), cùng sai sứ qua xin hòa: vua cho hoà phân giái từ sông Bình-giang (1) sắp về bên bắc, là địa-phận Triệu-đà; còn từ đó sắp về phía nam là địa-phận của vua. Triệu-đà dùng kế cầu hôn, sai con là Trọng-thủy qua làm con tin, và làm rể. Vua không dè là mưu, gả con là Mị-châu cho Trọng-thủy. Trọng-thủy lần-mò tăn-măn hỏi vợ về cái phép nhiệm cái ná thần nỏ của vua cha. Lạ gì đờn-bà hay nghe lời, nhứt là vợ chồng còn đang mới với nhau, liền nói thật là tại cái móng rùa làm cái lảy ná, linh là tại đó.

Trọng-thỉ lần-hồi vô-ra gỡ lấy phứt cái ấy móng rùa giấu đi, để sau đem về cho cha. Bữa kia vô tâu vua xin về viếng cha, kẻo đã lâu ngày cách mặt, tình cha con thương nhớ. Vua cho về. Khi từ-giã ra đi, thì hỏi nhỏ Mị-châu rằng: như chẳng may nguy biên có giặc-giã, mà em có tản-lạc đi, thì anh biết lấy dấu gì mà tìm cho được em? Mị-châu thiệt tình nói: tôi có cái áo cầu lông ngỗng, có như vậy, tôi chạy đi đàng nào, thì tôi sẽ rơi lông ngỗng đàng ấy, thì cứ đó mà theo dấu.

Trọng-thỉ về tỏ hết sự tình vuối cha. Triệu-đà mầng, cứ theo lời Nhâm-ngao trối, tụ binh lại giết các quan Tần đi, ngăn giữ các ngả ải bên Tần. Rồi kéo binh qua đánh với vua An-dương. Vua giận: chà! Triệu-đà chưa tởn sức cái thần nỏ ta à! Liền cầm cung ra, ai dè phép-tắc đi đâu mất hết, móng rùa cũng không còn, cung lại liệt lại gãy đi nữa. Binh Triệu-đà áp tới, vua với nàng Mị-châu hai cha con lên ngựa chạy; chạy ra tới mé biển, kêu thần Kim-qui. Kim-qui hiện lên nói giặc ở sau lưng sao không chém đi. Ngó lại thấy có một mình nàng Mị-

(1) Bình-giang là sông Thiên-đức, trên là Lư-giang, Đông-ngạn, dưới là Bình-nẵn giang.

châu, rút gươm chém đi; cầm cái sừng tây nhảy a xuống biển mất đi. (1) Trọng-thủy nom theo dấu lông ngỗng tới đó gặp xác vợ, ôm khóc, để trên lưng ngựa đem chôn một bên thành Loa; mà bởi thương tiếc vợ qúa, nên thơ-thẩn ra vô tới cái giếng chỗ Mị-châu khi trước hay tắm, buồn-bả qúa đâm đầu xuống giếng chết đi.

III. NHÀ TRIỆU.
5 đời vua trị được 97 năm. (Từ 207 tới 111 T. G. S.)

1º TRIỆU-VÕ-VƯƠNG HAY-LÀ NAM-VIỆT-VƯƠNG-VÕ-ĐẾ.

Năm giáp ngọ, bên Tàu nhà Tần vua Nhị-thế năm thứ 3, trước Giáng sanh 207 năm, Triệu-đà lấy được nước Annam khi ấy kêu là Âu-lạc nhập với Qúê-lâm, Nam-hải, Tượng-quận làm một nước, lên làm vua xưng hiệu Triệu-võ hay-là Nam-việt-vương.

Vua đóng đô tại Phiên-ngu trong quận Nam-hải (hay-là tỉnh thành Quảng-đông); Vua mở lần bờ-cõi ra, lấy nước Đông-âu (bây giờ Phước-kiên) Tây-việt (tỉnh Quảng-đông) và các xứ nhỏ-nhỏ xung-quanh nhập vào nữa.

Vua Triệu-võ lên làm vua được một năm, kế lấy bên Tàu mất nước; nhà Tây-hán lên trị vì thiên-hạ.

Qua năm thứ 12 vua Triệu-võ, bên Tàu vua Hán-cao-hoàng-đế (năm thứ 11) sai Lục-gia làm sứ qua đem ân phong cho vua, giao ước với nhau thông sứ qua lại.

Vua Triệu-võ-vương kiêu-ngạo, chẳng có tiếp đãi sứ theo phép thường, nằm tréo-mảy đòi sứ vô. Lục-gia thấy vậy thì lấy lẽ mà trách vua, nói phép, nói phải chẳng cho

(1) Miễu Thục-vương bây-giờ còn tại Nghệ-an, núi Mộ-dạ, xã Hương-đông-thành.

vua nghe; vua mới lồm-cồm ngồi dậy, mà nói cùng sứ rằng: « gìa ở xứ mọi-rợ đã lâu, quên hết lễ-phép, xin « sứ chớ chấp » rồi dần-lân hỏi sứ, chớ mình mà sánh với Tiêu-hà, Hàn-tín ai hơn? Thì sứ nói có khi có lẽ vua hơn được. Vua lại hỏi rằng: « còn ta với hoàng-đế bên « Hán ai hơn? » Lục-gia nói: « hoàng-đế bên Hán là « đấng nối lấy đời *Ngũ đế*, *Tam-vương*, trị dân kẻ bá « vạn, đất rộng lớn kể muôn dặm, giàu có trong bốn « biển, thuở nay chưa có ai được vậy. Nay vua bất quá « quân chưa được mười vạn, ở lộn-lạo theo dọc núi mé « biển, sao có dám sánh với vua nhà Hán đặng? » Vua cười mà nói rằng: « ta tiếc không có làm giặc bên ấy, « ai dám chắc ta không bằng vua Hán? »

Vua cầm sứ ở lại và tháng, vì nói ở bên nầy không có ai mà nói chuyện; trọng đãi cho của-cải, châu-báu gía đáng ngàn lượng vàng; lại khi sứ ra về, cũng đưa của như vậy nữa.

Qua năm thứ 25, bên nhà Hán bà Cao-hậu (Lữ-hậu) 5 năm, vua giận sao bà Lữ-hậu nghe lời nịnh thần mà cấm không cho thông-thương buôn-bán, nghi là bởi chú vua đất Trường-sa gièm mà ra, nên vua xưng là *hoàng-đế*, cất binh qua đánh đất Trường-sa.

Năm thứ 27, bà Hán-cao-hậu có sai binh qua đánh trả báo cho đất Trường-sa mà quan quân bị bệnh phải trở về. Thì vua Triệu-võ lại lấy thêm cho mình đất Mân-việt, Tây-âu.

Năm thứ 29, bên Tàu vua Hán-minh-đế mới lên ngôi, nhơn-đức hay vỗ-về người-ta; nên trước hết vua Văn-đế cho quan coi-giữ thờ-phượng mồ-mả của Triệu-võ, trong đất Chơn-định; những anh-em bà-con vua Triệu-võ còn lại, thì đòi ra cho làm quan tử-tế. Rồi sai Lục-gia làm sứ đem thơ qua cho vua Triệu-võ. Trong thơ vua Tàu nói nhiều điều tử-tế, lại trách khéo sao có xưng hiệu *hoàng-đế*, sao có đánh đất Trường-sa làm cho dân đồ-khổ; lại xin giao ước lại thông sứ với nhau như cũ. Lại gởi đồ hàng áo cho vua.

Vua Triệu-võ gởi thơ lại xin lỗi, kể cớ vì sao đánh đất Trường-sa, cùng nói mình xưng hoàng-đế trong nước, cùng các nước lân-cận, chớ không dám địch thể với hoàng-đế bên Tàu đâu..... Lại gởi dâng Hán-văn-đế những đồ nầy nữa:

Ngọc Bạch-bích.	Chim Sả.
Dồi-môi.	Chim Công.
Sừng-tây.	Cà-cuông.
Lông-sả.	Và đồ khác nữa vân vân.

Vua trị được 71 năm, đến năm giáp-thìn bên Tàu Hán-võ-đế năm thứ 4, vua Triệu-võ-vương băng, khi ấy đã 121 tuổi; chôn trên núi Ngu-sơn.

2º TRIỆU-VĂN-VƯƠNG.
(Trị 12 năm, sống 52 tuổi, từ 136 tới 124 T. G. S.).

Trọng-thỉ là con Triệu-võ-đế, nhờ vợ chỉ mà làm cho cha mình lấy được nước, thì mình cũng chẳng nhờ chẳng hưởng được, vì mắc phiền-não vì mình làm cớ cho vợ mình chết, nên nhảy xuống giếng mà chết đi, may còn để một đứa con trai lại tên là Hồ.

Hồ là con Trọng-thỉ, thì là cháu nội vua, lên làm vua hiệu là Triệu-văn-vương. Cách một năm, qua năm sau, vua nước Mân-việt tên là Sính qua xâm bờ-cõi nước Nam. Triệu-văn-vương giữ ước với vua nhà Hán, sai sứ đem thơ qua mà báo với vua Tàu mà-thôi. Hán-võ-đế liền sai quan quân đi đánh giết vua Sính đi; rồi sai Trang-trợ qua thông tin lại với vua hay. Vua mừng và cảm đức vua nhà Hán, nên sai con mình là Anh-tề qua ở chầu làm con tin ; lại nói với sứ rằng : « bây-giờ nước mới bị giặc-giã, « xin sứ về trước, sau ta sửa yên trong nước ta sẽ qua « chầu hoàng-đế. »

Khi sứ về rồi, thì đình-thần gián vua, biểu đừng có đi; có thờ Hán thì cứ dùng lễ mà thờ, đừng cho thất lễ thì thôi; chớ như đi qua bển như vua nói, thì sẽ về không được đâu. Vua nghe liền kiếu bệnh mà không có đi.

Năm thứ 11, Anh-tế từ triều nhà Hán mà về; kế lấy qua năm sau vua cha là Triệu-văn-vương thăng hà.

3º TRIỆU-MINH-VƯƠNG.
(*Trị được 12 năm.*)

Triệu-minh-vương là Anh-tế đi ở con tin với triều nhà Hán về, lên nối ngôi. Trước hết đặt ông Lữ-gia làm chức *thái-phó*. Qua năm sau, muốn cầu mị với nhà Hán, thì gởi thơ mà xin lập mụ Cù-thị (là người Hán cưới làm thiếp, khi qua làm con tin bên ấy, ở với nhau sinh được một đứa con trai tên là Hưng), lên làm hoàng-hậu, và con thứ tên là Hưng lên làm thế-tử.

Vua nhà Hán sai sứ qua dụ vua tới chầu như các chư hầu; mà vua có đi qua chầu, theo phép nhà Hán, mình sánh ra cũng như hầu, nên cáo bệnh không đi, mà sai con là Thứ-công qua làm con tin.

Vua trị được 12 năm rồi băng; thì con thứ tên là Hưng đã lập làm thái-tử lên ngôi thế vị.

4º TRIỆU AI-VƯƠNG.
(*Trị 1 năm.*)

Thái-tử Hưng lên làm vua hiệu là Ai-vương, phong bà Cù-thị lên làm *Thái-hậu.*

Thuở ấy bên vua nhà Hán sai An-quốc Thiếu-qúi làm sứ qua dụ vua vuôi Thái-hậu về chầu; lại sai Chung-quân qua bồi thêm mà giúp lời vuôi Thiếu-qúi cho được việc; còn binh thì đóng đồn Quế-dương mà chờ sứ.

Vua thì còn nhỏ tuổi, bà thái-hậu nguyên thuở trước chưa đụng lấy Anh-tề là con vua Minh-vương, thì có trai gái vuôi anh sứ Thiếu-qúi ấy, nên nay ngựa quen đàng cũ, gặp nhau cũng thông dâm như cũ; người trong nước đều hay, bà Cù-thị sợ loạn, nên muốn nhờ oai nhà Hán, khuyên vua cùng quần thần đầu Hán đi cho xong. Rồi chạy tờ chịu sánh như chư hầu, ba năm về chầu một lần, vì xa-xuôi cách-trở. Vua nhà Hán chịu, ban ấn bạc cho vua và cho quan thừa-tướng là ông Lữ-gia, vân vân

Vua cùng bà thái-hậu đang lo sắm-sửa về chầu; khi ấy ông Lữ-gia đã già, làm tướng đã ba đời vua, mà có quyền thế lớn, trong nước dân hết thảy đều phục, can vua biểu đừng chịu đi chầu; vua không nghe. Lữ-gia nhiều phen kiếu bệnh không chịu ra mắt sứ nhà Hán, sứ giận lo mưu muốn hại Lữ-gia, bà thái-hậu mới làm tiệc rượu đãi yến sứ-giả, các quan đại thần đến dự yến, bà thái-hậu gạy hỏi sao Lữ-gia lại không chịu nội phụ nhà Hán, Lữ-gia bỏ ra, bà thái-hậu giận muốn rút giáo đâm đi, mà vua can đi. Lữ-gia ra, cáo bệnh không đi chầu, để lo lập binh làm loạn. Bà thái-hậu muốn giết mà làm không nổi, vua nhà Hán nghe Lữ-gia làm vậy, thì sai Hàn-thiên-thu với em Cù-hậu là Cù-lạc đem 2,000 binh qua.

Khi ấy Lữ-gia mới rao trong nước rằng: vua thì còn nhỏ tuổi, mà bà Cù-hậu thì là người Hán, nên thông sứ muốn đem của báu trong nước tóm-thâu mà dâng cho nhà Hán.

Bèn hiệp vuôi tướng em đánh giết vua và bà thái-hậu, lại các sứ nhà Hán đi hết; rồi rước con đầu lòng vua Minh-vương là Kiến-đức tôn lên làm vua, hiệu là Thuật-dương-vương.

5º THUẬT-DƯƠNG-VƯƠNG.
(*Trị 1 năm. — Năm 111 T. G. S.*)

Lữ-gia tôn vua Thuật-dương-vương rồi, lo đi đánh giết bọn sứ Hàn-thiên-thu vuôi Cù-lạc ráo đi hết. Bên Tàu vua nhà Hán nghe liền sai năm đạo binh qua vây hãm thành Phiên-ngu đánh lấy nước Annam. Vua và tướng Lữ-gia chạy đi ra biển, chạy không khỏi, vua bị Tô-hoàng, Lữ-gia bị tay Đô-kê.

Thưở ấy nhà Tây-hán lấy được nước Nam-việt, thì chia ra làm 9 quận:

1º Nam-hải   6 huyện   (1)
2º Thương-ngô 10 huyện   (2)
3º Uất-lâm   12 huyện   (3)
4º Hiệp-phố   5   »   (4)
5º Giao-chỉ   10   »   (5)
6º Cửu-chơn   7   »   (6)
7º Nhựt-nam   5   »   (7)

(1) Nam-hải. (— Quảng-đông).
(2) Đời nhà Tần là quận Quế-lâm. — Bây-giờ là Ngô-châu.
(3) Đời nhà Tần là quận Quế-lâm. — Bây-giờ là Quảng-tây.
(4) Đời nhà Tần là Tượng-quận. — Nay là Liêm-châu-phủ.
(5) Giao-châu, đời Ngô đặt là Quảng-châu. — Đời Dường đặt là Annam đô-hộ.
(6) Cửu-chơn (bộ Cửu-chơn. — Hưng-hóa và Tuyên-quang).
(7) Nhựt-nam thuở đầu là bộ Việt-thường. — Đời Tần làm ra Tượng-quận. — Đời Triệu thuộc về Cửu-chơn. — Đời Hán chia ra sau Ngô, Tấn, Tống cũng theo đó. — Sau bị Lâm-ấp lấy. — Nhà Tùy dẹp Lâm-ấp lấy lại đặt là Than-châu. — Đời hậu Hán lại về Chiêm-thành. — Bây-giờ là Quảng-bình, Quảng-trị.

8º Châu-nhai (đời Đường = Nhai-châu; đời Thanh nay là Quỉnh-châu phủ. (1)

9º Thiêm-nhĩ (Đường cải Thiêm-châu; đời Thanh bây giờ phủ Quỉnh-châu). (2)

Năm Tân-vì (111 T. G. S.) nhà Hán lấy nước Annam; sai Thạch-đái qua làm quan thái-thú 9 quận Annam, lúc còn Tây-hán thì lấy Long-biên (3) còn Đông-hán thì lấy Mê-linh (4) làm chỗ chánh phân trị. (5)

Năm ất sửu (105) bên Tàu gần hết đời *Vương-mảng* soán, thì đầu mục đất Giao-chỉ là Đặng-nhượng, cùng các quận đóng ngăn bờ-cõi lại mà giữ lấy nhau, năm ấy sai sứ qua đi cống bên nhà Hán, nhà Hán khen lại phong tước hầu cho các quan thái-thú, bên Giao-chỉ.

Nhà Hán sai Nhâm-diên qua làm thái-thú đất cửu-chơn. Bên Cửu-chơn dân chuyên nghề săn-bắn, chài lưới, không hay cày bừa, nên Nhâm-diên rèn đồ cày dạy dân mở đất làm ruộng; lại trong dân Lạc-việt nghèo khổ, không tiền cưới vợ, thì góp bổng lộc mình cùng các quan, mà giúp dân nghèo hơn 2,000 người cưới vợ được; sau sanh con ra hay lấy tên Nhâm mà đặt cho nó. Nhâm-diên ở được 4 năm, bên tàu đòi về thì dân Cửu-chơn lập miễu mà thờ.

(1) Châu-nhai ở ngoài biển. — Đời Đường đặt là Nhai-châu. — Nay thuộc Quỉnh-châu-phủ.
(2) Thiêm-nhĩ. — Đời Đường là Thiêm-châu. — Đời nay nhà Thanh, về Quỉnh-châu-phủ.
(3) — Long-biên tên huyện kia quận Giao-chỉ. — Sau đời nhà Lý đóng đô đó cải là Thăng-long, đời Lê cũng cứ tên ấy. — Bây-giờ là Hà-nội.
(4) Mê-linh. — Sơn-tây, An-lang. — Phước-thọ. — Phong-châu. (tại huyện Phước-lộc và Đường-lâm.)
(5) Chỗ phân trị đổi hoài: *Dinh-lâu*, (về Giao-chỉ. — Bắc-ninh, huyện Triệu-loại, Lũng-khê xã) huyện Quảng-tín đất Thương-ngô, — Huyện Phiên-ngu, Quảng-châu, Long-biên vân vân.

Còn như Giao-chỉ thì nhờ có Tích-quang là quan thái-thú dạy dân lễ-nghĩa có công lắm.

PHẦN-THỨ 2.
(Từ Chúa giáng sinh cho đến năm 968 sau G. S.)

Năm Tân-dậu bên tàu gần rốt đời Tây-hán, vua Ai-đế thăng hà, vua Bình-đế lên ngôi, ấy là năm đầu Chúa-cứu-thế ra đời bên nước Judêa tại thành Bethlehem.

Bà Trưng-trác đánh với Mã-viện.

Năm Canh-tí, sau Chúa-giáng-sanh 40 năm, là 7 năm sau Đức-chúa-Gi-giu (Jésu) thăng thiên, tháng hai bà nữ vương Trưng-trác là con gái ông quan lạc tướng ở huyện Mê-linh xứ Giao-chỉ, nguyên là vợ người Thi-sách ở huyện Châu-diên, (1) bị người Tô-định là quan Thái-thú lấy phép riêng mà giết đi, nên giận lo trả thù cho chồng, bèn hiệp với em gái là Trưng-nhị cùng kẻ tâm-phúc lập binh dấy giặc kéo tới hãm thành. Người Tô-định chạy riết về Nam-hải về tàu đi. Khi ấy Cửu-chơn, Nhựt-nam, Hiệp-phố đều ứng theo, phía Lãnh-nam 65 thành cũng đều phục hết, thì bà Trưng-trác xưng vương đóng đô tại Mê-linh.

Qua tháng chạp năm sau bên Đông-hán (kiến-võ-17,) sai ông tướng Mã-viện kéo binh bộ thủy qua đánh. Qua đến tháng 3 năm sau nữa (nhâm dần, 42 S. G. S.) quân ông Mã-viện tới *Lang-bạc*, (2) bà Trưng-trác thấy binh

---

(1) — Đời Lê là phủ Tam-đái. — Đời nay là phủ Vĩnh-tường, tỉnh Sơn-tây.

(2) — Đầm tại thành Đại-la, phía tây cái đường Tây-nha. — Đời Lê cải tên là Tây-hồ, bây giờ là Tây-hồ tại thành Hà-nội.

nghịch mạnh lắm, liền lui về giữ Cẩm-khê (1). Sau ra cự chiến thua đi chết cả hai chị em. Dân có lập miểu tại tỉnh để thờ hai chị em, là nữ anh-hùng.

Ông Mã-viện lấy lại được nước Annam, thì lập một cái đồng trụ tại đất Khâm-châu nơi Cổ-lâu-động; mà có khắc lời thệ rằng: « Đồng trụ chiết, Giao-chỉ diệt » nên kẻ qua người lại sợ nó ngã, lấy đá, lấy gạch, miểng sành, mà ném vào dưới chơn nó cho vững, hóa ra lâu đời biệt tích mất đi, bây-giờ không biết chắc chỗ nào mà nhìn.

Bị bên tàu nhà Đông-hán lấy lại mà trị 144 năm.

Khi đã về tay nhà Hán lại rồi, thì vua nhà Hán sai quan qua mà hay lấy các châu. Cũng đã ghe phen người Annam nổi dậy đánh giết quan Tàu, mà lấy đất lại và tách riêng ra cũng không được. Dậy mà đánh giết quan làm-vậy là cũng tại các quan tham-lam vật lạ của báu nước Annam, mà bắt dân lặn hột trai, hột châu, kiếm sừng tây, lông sá, ngà voi, đồi-mồi, cây danh mộc, trầm, kì-nam và các thứ hương lạ mà nộp. Vì vậy nên dân ở châu Hiệp-phố, là nơi có hột châu, hột trai nhiều, bị mắc xâu đi lặn cực-khổ, bỏ làm ăn, bèn cất gánh dời qua Giao-châu mà ở, thì châu cũng đi mất đi. Đến sau nhờ có quan Mạnh-thường là người thanh-liêm, chánh-trực, hay thương dân nên dân phục lần-lần qui về chồn cũ Hiệp-phố, thì châu lại lộn về, có nhiều lại, cũng như trước vậy.

Thuở ấy người trong châu dẫu có thi đậu, thì bất quá cũng cho làm quan nhỏ tại xứ; chớ không được sai đi nơi khác; vì triều nhà Hán kể là mọi, nên không cho bày vai vuối người Trung-quốc. Sau nhờ có tờ Lý-tần tâu, lại có Lý-cầm ở tại triều, nhờ ngày chánh-đán, bữa các

---

(1) — Kim-khê ở tại địa hạt Vĩnh-tường, tỉnh Sơn-tây. — Sử cũ chỉ về Nghệ-an, thì không nhằm.

nước chư-hầu hội, ra lạy trước mặt vua nhà Hán mà tâu rằng: ơn vua ban chẳng được đều. Hỏi vì cớ làm sao? Thì Lý-cầm tâu: là vì đất Nam-việt ở xa-xôi chẳng được trời che đất chở, nên mưa ngọt chẳng xuống, gió mát không bay.

Từ ấy về sau vua cùng triều-đình mới cho người An-nam làm quan lớn, cũng như người Trung-quốc vậy.

VUA SĨ-VƯƠNG.
Trị 40 năm (từ 186 tới 226).

Thuở ấy là đời nhà Hán mà đã suy, nên Trung-quốc chia ra làm ba nước (gọi là Tam-quốc) là nhà Ngụy, nhà Thục, nhà Ngô. Lúc ấy ông Sĩ-nhíp, (Ngạn-oai) vốn người nước Lỗ, đến khi Vương-mãng soán, bèn qua đất Giao-chỉ đã 6 đời làm quan Thái-thú, nhà Hán cho lên làm Giao-chỉ thái-thú, sau phong lên Trung-lang tướng đồng đốc 7 quận.

Người ta kêu là Sĩ-vương vì thuở Hán và Ngô đang loạn ông ấy làm chúa một cõi; nên cũng như là vua vậy Lại vì ông ấy hay chữ lắm, dạy dân học chữ nhu, học sách nhu, bắt dùng chữ nhu. Người-ta thường kể nước Nam học theo chữ Trung-quốc cả nước là từ khi ấy.

Ong Sĩ-nhíp làm vua thể ấy được 40 năm, mà qua đời đi rồi thì con là Sĩ-huy cũng tự xưng là Giao-chỉ thái-thú. Mà bị Lữ-đại là tướng nhà Ngô gạt ra đầu mà giết đi cả sáu anh em.

Annam lại bị nhà Ngô, Ngụy, Tấn, Tống, Tề, Lương lấy mà cai trị 314 năm (từ năm 226 tới 540 sau G. S.)

Sĩ-huy, và năm người em bị mưu Lữ-đại, mà mất đi rồi, nhà Ngô đặt quan thú-sứ mà quản lấy quận Giao-chỉ.

Đời ấy trên núi quận Cửu-chơn có bà Triệu-mụ vú dài ba thước, từ bé tới lớn không thèm lấy chồng, cứ tụ đảng mang dép sắt, cỡi voi đi đánh phá các quận huyện mà thôi.

Năm 263. Lữ-hưng là người giúp việc quận Giao-chỉ, thấy quan thái-thú là Tôn-tư làm khổ dân, bắt thợ khéo cả ngàn người mà đem về Kiến-nghiệp là kinh đô nhà Ngô, lại gặp người Đặng-tuần, là quan khâm sai đi soát đồ binh khí đòi 3000 con công bắt dân phải điệu về Mạc-lang nữa, thì xui dân dấy giặc giết cả hai quan dữ ấy đi. Rồi bỏ nhà Ngô mà xin phụ về với Ngụy, nhà Ngụy mới cho Lữ-hưng, làm quan thái-thú quận Giao-chỉ.

Năm 365. bên Tàu nhà Tần soán nhà Ngụy, sai người Dương-tắc, làm thái-thú quận Giao-châu. Qua năm 271 nhà Ngô sai Đào-hoàng, đem binh qua đánh Dương-tắc, mà giành đất Giao-châu lại được rồi, nhà Ngô đặt ông ấy lên làm quan thú-sứ Giao-châu. Đến sau nhà Ngô thua mà phải đầu nhà Tần, thì nhà Tần cũng để cho Đào-hoàng coi lấy Giao-châu nữa, được 30 năm mới chết.

Năm 380. Lý-tôn, là quan thái-thú quận Cửu-chơn làm phản, thì Đỗ-viện, là người Châu-diên nước Nam khi ấy đang làm quan thái-thú Giao-châu đánh giết Lý-tôn, mà dẹp yên đi nên nhà Tần thăng chức cho Đỗ-viện, lên làm quan thú-sứ.

Năm 399. Nước Lâm-ấp nguyên đời nhà Hán thì nó là một huyện Tượng-lâm thuộc quận Nhựt-nam, nhơn lúc nhà Hán suy, thiên hạ cả loạn, có quan công-tào tên là Khu-đạt, giết quan huyện mà xưng mình là vua, nối truyền nhau. Khi cháu ngoại là Phạm-hùng, lên làm vua thì bị Phạm-văn soán, binh gia được bốn năm vạn xâm lấn các xứ xung-quanh. Đến năm nay cháu Phạm-văn, là Phạm-hồ-đạt làm vua, đánh lấy được hai quận là Nhựt-nam, với

Cửu-chơn. Quan thú-sử Giao-châu là Đỗ-viện, đem bịnh đánh đuổi vua Lâm-ấp mà lấy lại được cả hai huyện. Đỗ-viện mất đi rồi, thì nhà Tần biết ơn bèn đặt Đỗ-tuệ-độ, là con người lên nối quờn thú-sử cho cha mà coi lấy quận Giao-châu.

Năm 420. Đỗ-tuệ-độ noi gương cha, đánh phá nước Lâm-ấp chém giết hơn nửa phần. Vua Lâm-ấp chịu đầu, đem tấn-công đồ quí-báu, vàng, bạc, đồi-mồi, cùng voi lớn, thì Đỗ-tuệ-độ, mới tha mà trả quân bắt được về.

Ông Đỗ-tuệ-độ, là người thanh-cao tử-tế, ăn-ở tiết-kiệm, hay thương dân, hay lập trường dạy dân, cấm chùa miễu, nhịn bổng-lộc mà phát cho dân, năm mất mùa đói khát; nên dân phục lắm, trong quận đâu đó an-nhàn thái-bình.

Nhà Tống (thắng được nhà Tần) vì công-nghiệp cha, bèn phong cho Hoằng-văn là con lên làm quan thú-sử thế cho cha, khi Đỗ-tuệ-độ chết; sau lại đòi về làm quan Đình-úy.

Năm 436. Nhà Tống sai Đàn-hòa-chi, làm quan thú-sử Giao-châu, qua đánh Lâm-ấp. Phạm-dương-mại, là vua Lâm-ấp từ Đỗ-tuệ-độ chết đi rồi, nó cứ nó xâm-phá luôn, nó lại kiêu-ngạo xin với nhà Tống cho nó cai-quản lấy cả xứ Giao-châu mà nhà Tống không cho.

Đàn-hòa-chi dọn sang, thì có ông Tông-xác tình-nguyện đi đánh, nhà Tống cho làm tướng-quân, cất binh đi tiên phong đạo Đàn-hòa-chi. Bị voi Lâm-ấp binh đồ hoài, Tông-xác, đan hình sư-tử mà tấn cự với voi, voi thất-kinh rông mà chạy tan-tác. Tông-xác, đuổi dài theo đánh lấy được nước Lâm-ấp. Vua nó là Phạm-dương-mại, trốn đi được khỏi. Đàn-hòa-chi, lấy đồ báu lạ không biết là bao nhiêu, lại phá hình bụt bằng vàng của nó thờ mà lấy hơn mấy muôn cân. Có một mình Tông-xác không thèm lấy một

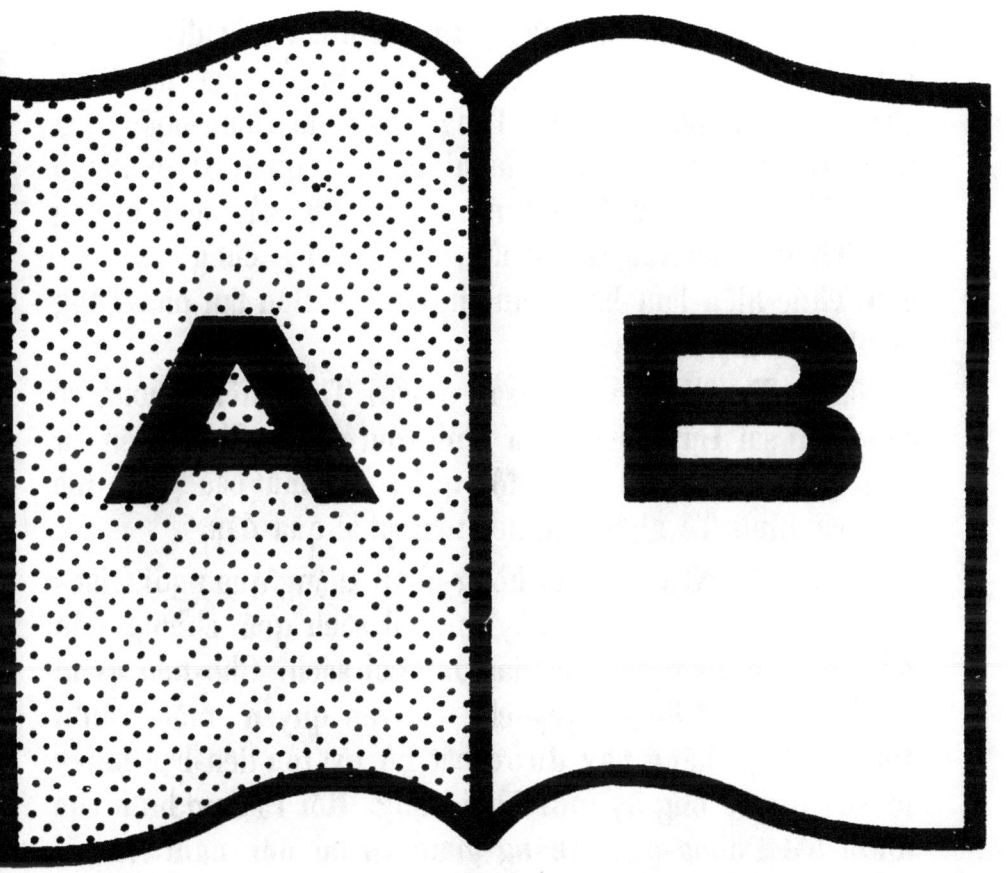

vật gì hết: đi làm sao về làm vậy, không thèm một món nào sốt.

Quân Lâm-ấp giữ đạo Mẻ-cần, nên hay thờ tượng bụt lớn đúc bằng vàng thiệt. Mà Dàn-hòa-chi, về bị cách chức lại bị bệnh, mà hằng thấy hình mấy tượng ấy hiện ra trước con-mắt hoài cho tới chết.

Năm 479. Quan thú-sử Lý-tường-nhân mất đi rồi, thì con tên là Lý-thúc-hiến, lên thế lấy. Sai đi qua nhà Tông chưa kịp tới nơi, thì nhà Tông đã có sai Thầm-hoán, qua ngồi thú-sử, còn cho Thúc-hiến, làm quan tư-mã mà thôi. Thúc-hiến cự đem binh ngăn giữ các nẻo không cho Thầm-hoán vào Giao-châu. Nhà Tông cũng phải để cho Thúc-hiến làm lấy quan thú-sử. — Bên tàu nhà Tông bị nhà Tề lấy nước.

Năm 485. Nhà Tề giận sao ngươi Thúc-hiến, không có công, thì sai Lưu-khải đem binh qua đánh. Thúc-hiến sợ liền dâng cho nhà Tề 20 đội quân đội mũ bạc thiệt mà xin bãi binh Tề không nghe, nên phải qua đầu.

Năm 487. Nhà Tề sai Phòng-pháp-thặng qua ngồi Giao-châu thú-sử. Anh quan nầy mê coi sách quá chừng đến đỗi bỏ việc quan, gia-đồ đau mà coi sách. Cho-nên quan trưởng-sử là Phục-đặng-chi chuyên quyền một mình. Phòng-pháp-thặng hay được bắt bỏ tù; tốn tiền-bạc nhiều lo với em rể ông ấy mới khỏi đặng. Rồi ra đem binh của mình bắt Phòng-pháp-thặng giam tù lại nói nghi va có bệnh làm việc quan không được. Ngồi giam buồn Phòng-pháp-thặng năn-nỉ xin sách mà coi, thì Phục-đặng-chi, không cho. Lại tâu dối với nhà Tề rằng Phòng-pháp-thặng điên. Vua nhà Tề tuy không lấy làm thật mà cũng phải để cho Phục-đặng-chi làm quan thú-sử.

Năm 502. Nhà Tề mất nước, nhà Lương lên.

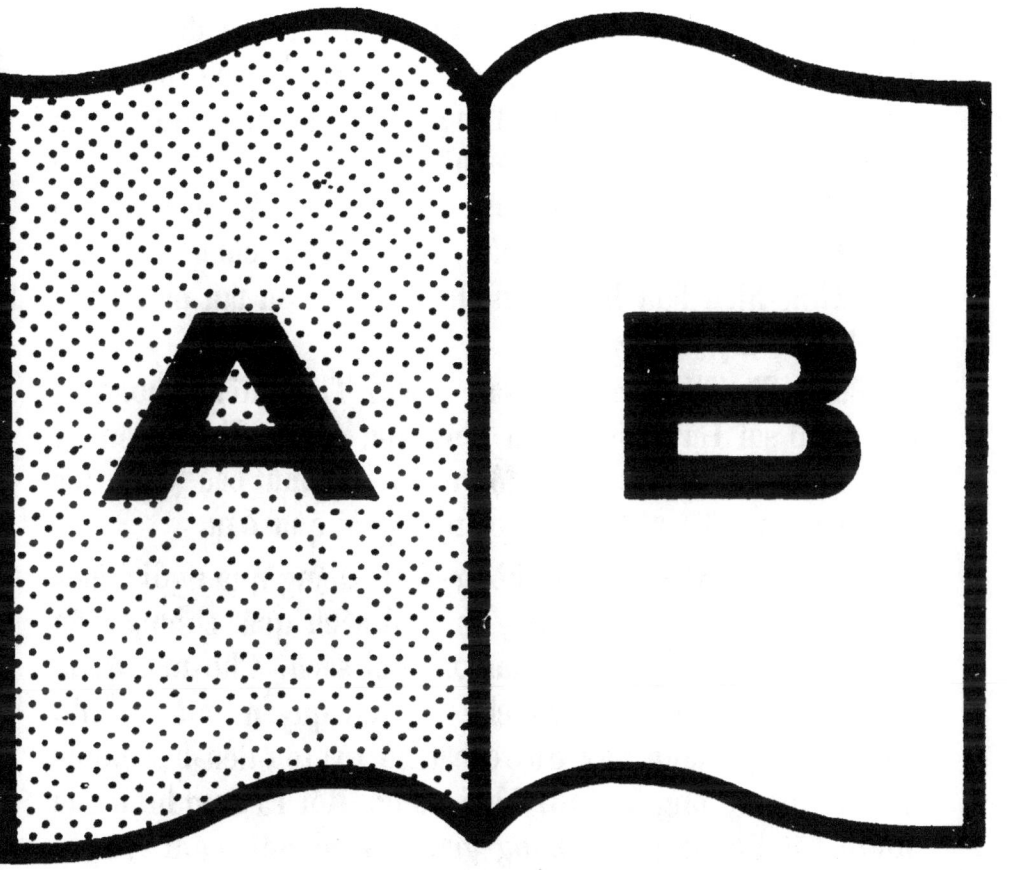

vật gì hết: đi làm sao về làm vậy, không thêm một món nào sốt.

Quân Lâm-ấp giữ đạo Mê-càn, nên hay thờ tượng bụt lớn đúc bằng vàng thiệt. Mà Dàn-hòa-chi, về bị cách chức lại bị bệnh, mà hằng thấy hình mấy tượng ấy hiện ra trước con-mắt hoài cho tới chết.

Năm 479. Quan thú-sử Lý-tưởng-nhân mất đi rồi, thì con tên là Lý-thúc-hiến, lên thế lấy. Sai đi qua nhà Tống chưa kịp tới nơi, thì nhà Tống đã có sai Thầm-hoán, qua ngồi thú-sử, còn cho Thúc-hiến, làm quan tư-mã mà thôi. Thúc-hiến cự đem binh ngăn giữ các nẻo không cho Thầm-hoán vào Giao-châu. Nhà Tống cũng phải để cho Thúc-hiến làm lấy quan thú-sử. — Bên tàu nhà Tống bị nhà Tề lấy nước.

Năm 485. Nhà Tề giận sao ngươi Thúc-hiến, không có công, thì sai Lưu-khải đem binh qua đánh. Thúc-hiến sợ liền dâng cho nhà Tề 20 đội quân đội mũ bạc thiệt mà xin bãi binh Tề không nghe, nên phải qua đầu.

Năm 487. Nhà Tề sai Phòng-pháp-thặng qua ngồi Giao-châu thú-sử. Anh quan nầy mê coi sách quá chừng đến đỗi bỏ việc quan, giả-đò đau mà coi sách. Cho-nên quan trưởng-sử là Phục-đặng-chi chuyên quyền một mình. Phòng-pháp-thặng hay được bắt bỏ tù; tốn tiền-bạc nhiều lo với em rể ông ấy mới khỏi đặng. Rồi ra đem binh của mình bắt Phòng-pháp-thặng giam tù lại nói nghỉ va có bệnh làm việc quan không được. Ngồi giam buồn Phòng-pháp-thặng năn-nỉ xin sách mà coi, thì Phục-đặng-chi, không cho. Lại tâu dối với nhà Tề rằng Phòng-pháp-thặng điên. Vua nhà Tề tuy không lấy làm thật mà cũng phải để cho Phục-đặng-chi làm quan thú-sử.

Năm 502. Nhà Tề mất nước, nhà Lương lên.

NHÀ TIỀN LÝ.
Lý-nam-đế trước trị 7 năm (từ 541 tới 603.)

Ông Lí-Bí hay là Bôn, người quê-quán tại xứ Thái-bình nhơn lúc quan thú-sử Tiêu-tư ăn-ở khổ-khắc, độc-dữ bị dân oán, lại nhờ có Lý-bân, là con nhà gia-thế hào-hữu, mà ra làm quan không đặng, nên không bằng lòng; lại có người Tinh-thiều, người văn-vật chữ-nghĩa, thi đỗ; mà triều nhà Lương nói họ Tinh bấy lâu không có danh-tiếng, nên cho làm quan giữ cửa thành mà-thôi, lấy làm xấu-hổ, nhờ hai người ấy giúp Lý-bôn mới dấy binh làm giặc mà giết quan thú-sử.

Tiêu-tư hay được bèn đem của hối-lộ, cuốn gói chạy trốn về Tàu mất.

Đánh đuổi quan quân Tàu đi rồi, Lý-bôn, mới xưng là Nam-việt-đế, hiệu thiên-đức, đóng đô tại Long-biên thành đặt tên nước là nước Vạn-xuân.

Qua năm bính-dần (547) nhà Lương sai quan tướng giỏi là Trần-bá-tiên, kéo binh qua đánh, vua Nam-việt-đế, cự không lại, lại tính ngăn không nỗi, bèn giao việc nước cho tướng là Triệu-quang-phục coi, mà vô Lào lo lập binh đem về mà đánh, chẳng ngờ bị nước độc mà chết đi.

VUA TRIỆU-VIỆT-VƯƠNG.
Trị được 23 năm.

Ông Triệu-quang-phục, liệu bề đánh không lại với Trần-bá-tiên, liền đem hai vạn binh vô đóng giữa lõm cái bưng

4.

Nhứt-dạ-trạch (1) tại xứ Châu-diên (2) mà ở đó. Lâu ngày sợ hết lương mà chết đói, đặt bàn vọng thiên mà khấn vái trời, đất, quỉ, thần. Bỗng đâu lúc nửa đêm có thần xưng là Sử-đồng-tử cỡi rồng vàng xuống, mà rút một cái móng rồng đưa cho vua, dặn giắt trên mũ mà ra trận thì quyết thắng.

Bên Tàu khi ấy nhà Lương bị giặc Hầu-cảnh, liền đòi tướng Trần-bá-tiên về, để Dương-sàn làm tướng ở lại đánh vuôi Triệu-việt-vương bị thua mà chết, binh nhà Lương vỡ chạy về tàu hết.

Ông Lý-thiên-bửu là anh vua Nam-việt-đế, thưở trước đem Lý-phật-tử là quan tướng chạy vô Ai-lao, nhóm những quân tản-lạc lại hơn muôn người nơi đồng Dã-năng, lập ra một nước ở đó, xưng hiệu là Đào-lang-vương, người mất đi rồi, thì Lý-phật-tử lên ngôi.

Lý-phật-tử đánh vuôi Triệu-việt-vương đã 5 trận, mà không lại, bèn xin phân giái-hạn tại Quân-thần-châu mà giao hòa. Đến sau kết sui-gia vuôi nhau. Nhã-lang là rể tần-mần hỏi Kiều-nương là vợ: chớ vua cha có phép gì, mà đánh đâu thắng đó hoài? Vợ tình thiệt lấy mũ móng rồng đưa cho chồng coi. Lần-hồi ăn-cắp được lộn lưng đem về cho cha. Cha ruột va kéo binh qua đánh cha vợ

(1) Đời Hùng-vương, có một con gái tên là Tiên-dong, đi chơi ngoài cửa biển về tới cái cù-lao đi bộ chơi ngang qua chỗ rậm nơi bưng ấy, gặp người con trai là Sử-đồng-tử, ở truồng mà tắm, phải lòng bèn nhận làm chồng, nên trốn ở lại đó không về. Vua giận sai binh đi bắt, hai vợ chồng tính lần lần sẽ ra chịu tội, ai ngờ nửa đêm bỗng dông mưa vụt đến, trốc nhà, bay cột, văn người đi hết. Còn lại một cái nền đất không ở giữa, xung-quanh hóa bưng lớn. Nên người-ta đặt cái nền là Tự-nhiên-châu, còn cái bưng thì kêu là Nhứt-dạ-trạch.

(2) Bây-giờ tỉnh Hưng-yên, phủ văn-giang, huyện Đông-an xã Vĩnh-hưng.

va lấy nước nhập lại làm vua. Vua Triệu-việt-vương thua chạy cùng đường nhảy xuống biển mà chết tại cửa Đại-nha. (trước là cửa Đại-ác; bây-giờ là cửa Liêu-hải).

LÝ-NAM-DẾ SAU (LÝ-PHẬT-TỬ).
Trị đặng 32 năm.

Lý-phật-tử lấy nước lại được đem về dòng-họ mình, lên làm vua hiệu là Lý-nam-đế sau ở tại Ô-diên thành, dời kinh đô qua Phong-châu. Tuy nhờ móng rồng của Triệu-việt-vương trị nước yên khá lâu, mà sau cũng chẳng được toàn danh trọn tiếng : vì qua năm nhâm-tuất nhà Tùy sai Lưu-phương đem 27 dinh quân qua đánh : Lưu-phương sai sứ trước đến bàn lợi hại cho vua nghe. Vua sợ liền xin đầu, lại về theo bên Tàu mà chết bên ấy. Dân nó ghét nó lập miểu tại Tiểu-nha đôi vuôi miểu vua Triệu-việt-vương bên cửa Đại-nha.

NƯỚC ANNAM LẠI BỊ NHẬP VỀ TRUNG-QUỐC,
lần thứ 4, 336 năm. (Từ 603 tới 939.)

Năm 605. Các quan nhà Tùy nói nước Lâm-ấp có nhiều đồ báu lạ, nên vua nhà Tùy dạy Lưu-phương lấy binh đã đánh lấy được nước Nam đó mà đi đánh Lâm-ấp. Phạm-chí là vua Lâm-ấp đem binh và voi ra mà cự, mà bị Lưu-phương đào hầm thả chông, trá bại; quân Lâm-ấp đuổi theo bị sụp ngã. Bắn ná thì voi, chạy trở lại đạp binh Lâm-ấp vỡ tan thua. Lưu-phương đuổi dài theo, qua khỏi đồng-trụ ông Mã-viện, hơn 8 ngày đường, mới tới kinh đô nước Lâm-ấp; chém giết nó kể muôn, vô thành lấy thần-chủ bằng vàng của vua nó 18 cái.

Rồi chạm đá ghi công rút binh về. Binh bị sưng chơn lên mà chết hơn trót nửa, mà Lưu-phương cũng bị bịnh chết đi nửa.

Cách 13 năm là năm 618, vua Cao-tổ nhà Đường đánh được Tùy lên làm vua, đặt người Khâu-hòa lên làm Giao-châu-đại-tổng-quân, lại cho tước Đàm-quốc-công.

Năm 650 vua nhà Đường đặt xứ Giao-châu lên làm Annam-đô-hộ-phủ, thông quản 12 châu:

1º Giao-châu lãnh 8 huyện
{
1 Tống-bình.
2 Nam-định.
3 Thái-bình.
4 Giao-chỉ.
5 Châu-diên.
6 Long-biên.
7 Bình-đạo.
8 Võ-bình.
}

2º Lục-châu lãnh 3 huyện (Quảng-đông tỉnh Khâm-châu.)
{
1 Điểu-lôi.
2 Hoa-thanh.
3 Ninh-hải.
}

3º Phong-châu lãnh 5 huyện (Sơn-tây tỉnh.)
{
1 Gia-ninh.
2 Thừa-hóa.
3 Tân-xương.
4 Cao-sơn.
5 Châu-lục.
}

4º Aí-châu lãnh 6 huyện (Thanh-hóa tỉnh.)
{
1 Cửu-chơn.
2 An-thuận.
3 Sanh-bình.
4 Quân-ninh.
5 Nhựt-nam.
6 Trường-lâm.
}

6º Hoan-châu lãnh 4 huyện (Nghệ-an tỉnh.)
- 1 Cửu-đức.
- 2 Phô-thang.
- 3 Việt-thường.
- 4 Hoài-hoan.

6º Trường-châu lãnh 4 huyện.
- 1 Văn-dương.
- 2 Đồng-thái.
- 3 Trường-sơn.
- 4 Kì (tử) thường.

7º Phước-lộc châu lãnh 3 huyện (thuộc Thanh-hóa.)
- 1 Nhu-viễn.
- 2 Đường-lâm.
- 3 Phước-lộc.

8º Thang-châu lãnh 3 huyện.
- 1 Thang-tuyền.
- 2 Lục-thủy.
- 3 La-thiều.

9º Chi-châu lãnh 7 huyện (Quảng-tây tại Khánh-viễn phủ.)
- 1 Hân-thành.
- 2 Phú-châu.
- 3 Bình-tây.
- 4 Lạc-quang.
- 5 Lạc-diêm.
- 6 Đa-vân.
- 7 Tư-long.

10º Võ-nga-châu lãnh 7 huyện.
- 1 Võ-nga.
- 2 Như-mã.
- 3 Võ-nghĩa.
- 4 Võ-di.
- 5 Võ-lục.
- 6 Võ-lao.
- 7 Lương-sơn.

11º Diên-châu lãnh 7 huyện (Nghệ-an tỉnh Diên-châu phủ.)
  1 Trung-ngãi.
  2 Hoài-hoan.
  3 Long-trì.
  4 Tư-nông.
  5 Võ-lang.
  6 Võ-dong.
  7 Võ-kim.

12º Võ-an-châu lãnh 2 huyện.
  1 Võ-an.
  2 Lâm-giang.

Lại còn những châu ngoài hơn 40 châu nữa, cũng do tại Annam (1) đô-hộ-phủ đặt người thổ mà coi quản lấy.

Đồ thổ sản 12 châu phải cống cho nhà Đường là:

Vàng.	Vàng-nhựa.
Bạc.	Bạch-đậu-khấu.
Chuối-cau.	Sừng-tây.
Da-cá-nhám.	Đuôi-công.
Mật-trăn.	Bạch-lạp.
Lông-sả.	Ngà-voi.
Vảy-trắng-bông.	The-là.
Đồi-mồi.	Lượt-bùng.
Trầm-hương.	Vải-triêu-hà.
Dầu-tô-hạp.	Tử-khoán.
Mây-sợi.	Kim-lạc.
Tre-bông.	Huỳnh-tiết.

(1) Có ít châu không rõ nó là chỗ nào: Vì sách nầy nói khác sách khác không biết đâu mà cứ như:

Trường-châu sách nhà Tống chép nói cũng là đồng đất Cửu-chơn, thì là gần đất Thanh-hoá bây-giờ. Mà trong sách nhà Thanh thì tại Khâm-châu có 3 huyện là Diểu-lôi, Hoa-thanh và Ninh-hải, còn trong Phan-huy-chú thì rằng: Hưng-hoá nhà Đường đặt là Chi-châu; Tuyên-quang đặt là Thang-châu; Thái-nguyên đặt là Võ-nga-châu; An-bang bây-giờ là Quảng-yên thì Đường đặt là Võ-an. Không biết lấy đâu mà chứng cứ.

Thuở ấy nhà Đường ham thì ham của báu lạ đất An-nam, mà lấy xứ Giao-châu làm chỗ xa-xôi, dữ ma độc nước lắm, nên ít kẻ tử-tế chịu đi làm quan xứ ấy, những kẻ lãnh ra đi thường là người có bụng tham của liều mạng mới đi. Bởi vậy nên năm 628 vua Thái-tông nhà Đường, nghe Lý-thọ, là đô-đốc xứ Giao-châu tham-lam quá, đòi về làm tội, chọn người khác tử-tế văn võ song toàn tên là Lư-tổ-tượng, mà đặt làm thú-sử. Ông ấy trước chịu đi sau nghĩ xứ xa-xuôi độc-dữ thì làm bệnh cáo mà không đi. Vua giận bèn chém đi, sau nghĩ lại thương mà ấm cho con ông ấy.

Năm 687. Các lái bộ nước Nam bị Lưu-diên-hựu, làm nghiệt bắt đóng trọn thuế, nên toan dậy giặc, mà lậu ra quan đô-hộ bắt kẻ chủ mưu là Lý-tự-tiên, mà chém đi. Mà Đinh-kiên, làm đầu bọn ấy nhóm chúng lại vây đô-hộ bắt Lưu-diên-hựu, giết đi mà báo thù. Ông Tào-huyên-tịnh, là quan tư-mã châu Quế-châu đem binh dẹp lũ ấy mới yên.

Năm 722. Mai-thúc-loan, là người xứ Hoan-châu, nổi dậy xưng là hắc-đế, cứ 32 châu, cột quân nước Lâm-ấp, nước Chơn-lạp, nước Kim-lân, được bốn mươi vạn binh. Vua nhà Đường sai Dương-tư-húc, hiệp với Nguyên-sở-khách, là quan đô-hộ đánh tan đi.

Năm 767. Quân Côn-nôn, Chà-và nó xâm-nhập cướp-phá. Ông Trương-bá-nghi, là kinh-lược viện binh ông Cao-chính-bình, là quan đô-úy Võ-định, đánh đuổi nó tại Châu-diên, luôn dịp ấy mới xây La-thành.

Năm 757. Vua Đường Túc-tông cải tên Annam đô-hộ-phủ ra Trân-nam đô-hộ-phụ, cách 11 năm là năm 768 lại bỏ chữ Trân mà đặt lại Annam như trước.

Năm 784. Có hai anh em người ở quận Cửu-chơn, là Khương-công-phụ, với Khương-công-phục thi đỗ tấn-sĩ, cớ danh, bên Tàu cũng sợ. Cả hai đều làm quan lớn.

Năm 791. Lúc ấy ông Cao-chính-bình, coi đô-hộ, xâu góp nặng lắm, dân oán nổi loạn lên. Phùng-hương, là người huyện Đường-lâm, con nhà hào-phú, lại mạnh-mẽ lắm, nhơn dịp loạn xưng mình là đô-quân, em là Phùng-hải xưng là đô-bảo, kéo binh vây đô-hộ-phủ, quan Tàu là người Cao-chính-bình, tức giận phát bịnh mà chết.

Phùng-hưng, choán lấy ở chẳng đặng bao lâu cũng chết. An là con lên nối làm đô-phủ-quân, tôn cha là Bô-cái-đại-vương.

Nhà Đường sai Triệu-xương, qua làm đô-hộ, cho sứ dụ Phùng-an, thì Phùng-an, đem chúng ra đầu. Triệu-xương, lo xây thêm thành Đại-la, ở trị dân bình-yên hơn 10 năm; rồi nhơn bệnh đau chơn, chạy sớ xin về, thì vua nhà Đường sai Bùi-thái, qua thế.

Cách 3 năm sau lại sai Triệu-xương, qua làm đô-hộ-phủ lại nữa. (801.)

Năm 808. Trương-châu, ngồi đô-hộ-phủ xây thêm thành Đại-la, đóng thuyền mông-đồng 300 chiếc, (mỗi chiếc 23 người chèo, 25 người đánh giặc, nhẹ lắm).

Vua Hườn-vương nước Chiêm-thành loán cướp châu Hoan, châu Ái, đặt quan đô-thông mà chuyên trị lấy. Trương-châu, sai binh đi đánh bắt được quan nó, giết nó hơn 30,000 lấy thành lại bồi-bổ xây-đắp lại.

Năm 819. Người Lý-tượng-cổ, bị Dương-thanh là bộ tướng phản, khi sai nó đem 3,000 binh đi dẹp an mọi Huỳnh-động, nó trở nó hãm thành mà giết đi. Mã-tòng, qua làm đô-hộ-phủ, người thanh-liêm tử-tế có xây 2 cái đồng-trụ tại Khâm-châu, động Cổ-sum.

Năm 824. Lý-nguyên, là quan đô-hộ coi địa-lý thấy dòng nước nghịch thủy, nên dời thành qua bên sông Tô-lịch.

Năm 843. Quan kinh-lược-sứ là Võ-hồn, bắt binh-lính xây

thành đắp lũy nặng-nề, nên nó đốt cửa thành, cướp phá kho-tàng. Võ-hồn chạy qua Quảng-châu nhờ quan Đoàn-sĩ-tắc dẹp mới yên.

Năm 858. Nhà Dường sai Vương-thức, qua sửa-sang lại tử-tế.

Thuở Lý-trắc, coi Annam đô-hộ, thì quân Nam-chiều nó đã gầm-ghé ướm thử nhiều phen cướp-phá bờ-cõi. Trước cho quân đi thú địa-đầu mà giữ sau cho Lý-do-độc, là người thổ có công lo việc phòng-ngự đó. Quan tướng Nam-chiều viết tờ dụ va, làm sui với va mà lần lần dỗ về đầu Nam-chiều. Mà tới khi Vương-thức, qua mà cai-trị, thì nó không còn dám rục-rịch nữa. Có một lần quân hoang đồn huyền rằng: nhà Dường sai quân Huỳnh-đầu qua đánh giết dân Annam hết. Dân đêm lại bèn kéo nhau tới gióng trống reo, kêu xin đưa Vương-thức về Tàu, vô đóng trong thành cự với quân Huỳnh-đầu.

Vương-thức đang ăn, tin báo cũng cứ ăn, ăn rồi mặc đồ phẩm-phục kéo binh, dựng cờ, lên mặt thành quở-trách dân, thì nó mới yên hết chộn-nhộn đi,

Năm 860. Bên xứ Tích-đông, có giặc Cửu-phù, nên đòi Vương-thức về, cho Lý-vu qua thế, làm mới có 1 năm 6 tháng, rồi vua nhà Đường sai Vương-khoan qua thế. Dầu Lý-vu đã đánh lấy các thành quân mọi lấy lại rồi, mà cũng mắc tội khích-biến, và thất-thủ nữa.

Năm 862. Quân Nam-chiều (1) lại vào cướp-phá. Vương-khoan, chạy tờ cáo cấp thì nhà Đường sai Thái-tập đem 30,000 binh qua tiếp. Nam-chiều thấy binh đông rút về.

---

(1) Mọi nước Ai-lao ở Đào-châu, nam giáp Giao-chỉ, tây giáp Thổ-phồn. — Nó có Sáu nước, là Mông-tuần, Việt-tích, Lãng-khung, Trừng-đàm, Thi-lãng và Mông-xá, Bì-la-kháp, dụ mà nhập làm một nước. Kêu là Nam-chiều, vì chiều nghĩa là *vua* là *nước* mà bởi vua nó ở phía nam nên kêu như vậy.

Mà bởi Thái-kinh, là quan coi xứ Lãnh-nam ganh Thái-tập nên chạy tờ về triều nói mọi đã rút hết đi rồi, để binh tồn, xin triệt về. Triều đình nghe mà đòi về hết, nên qua tháng 10 quân Nam-chiều hiệp với các mọi hơn 50,000 kéo đến hãm thành đô-hộ. Báo thì có cho binh qua mà không kịp, nó vây thành, đóng cửa cô-thủ mà chịu. Thái-tập giải vây ra không gặp ghe-thuyền thì nhảy xuống nước mà chết. Còn bốn năm trăm binh ra không gặp thuyền-bè, liền trở lại đánh liều mạng với mọi, cho đến chết hết thì thôi, không để bắt sống được một ai.

Lần nầy là lần thứ 2, quân Nam-chiều, hãm được thành xứ Giao-châu, nên các mán mọi đều tùng-phục theo nó hết.

Vua Nam-chiều để lại 20,000 binh cho Dương-tù-tân, Đoàn-tù-thiên mà cai-trị nước Annam.

Vua nhà Đường đặt quân-thứ nơi Trần-hải-môn, sai binh và Trương-nhơn qua lo đánh lấy lại; mà Trương-nhơn nhát-sợ không dám tấn binh.

Năm 864. Vua nhà Đường sai Cao-biền, qua đánh lấy Giao-châu lại. Cao-biền, đem 5,000 binh đóng Phong-châu, đánh bắt binh Nam-chiều đoạt lúa-gạo nó, rồi thắng luôn nhiều trận nữa.

Sau hãm thành được, giết Đoàn-tù-thiên, Phạm-nắc-tà, Triệu-nắc-mi và quân nó hơn 30,000.

Cao-biền dẹp yên quân Nam-chiều rồi, xây thành Đại-la:

Châu-vi . . . . 1982 trượng, 6 thước.
Bề dày dưới chơn . . . 2 » 5 »
Nữ-tường trên mặt . . 0 » 5 » 5 tấc.
Lầu vọng-địch . . . . . 55 cái.
Cửa ùng-môn . . . . . . 6 »
Thủy cừ . . . . 3 chỗ.

Đắp bờ đê, và cất nhà cửa hơn 40 vạn căn.

Cao-biền cai-trị được 13 năm, rồi thuyên qua trấn xứ Thục. Năm 880 quân Nam-chiêu lại tới đánh hãm thành Annam đô-hộ nữa.

Vua nhà Đường dùng chước hòa-thân đem công-chúa (tông thất) mà đưa cho Tù-pháp, là vua Nam-chiêu, vua Nam-chiêu sai ba anh tể-tướng đi rước; mà bởi Cao-biền tâu xin thuốc ba anh mưu-thần của Nam-chiêu đi, thì mới yên, nên bị thuốc mà chết đi. Từ ấy về sau hết giọc-giạch nữa.

Qua năm 906 nhà Đường đã suy đi, bên Annam loạn lên, quan Tàu qua thì bỏ thành chạy về ráo. Có người Khúc-thừa-hựu, nổi dậy làm tiết-đạt-sứ, rồi sai người xin vua nhà Đường phong cho, thì nhà Đường cũng phong cho.

ĐỜI NAM BẮC PHÂN TRANH, 32 NĂM.

Năm 907. Nhà Đường suy, nhà Lương dấy.

Nhà Lương.

Nhà Lương cho quan tiết-đạt-sứ xứ Quảng-châu, là Lưu-ẩn, kiêm lấy chức tịnh-hải-quân và Annam đô-hộ tiết-đạt-sứ, mà phong là Nam-bình-vương, ở tại huyện Phan-ngu. Còn bên Annam thì có Khúc-hạo, là người Annam ở thành xứ Giao-châu, mà xưng là tiết-đạt-sứ.

Lưu-ẩn qua đời đi, thì em là Lưu-nghiễm, lên mà thế lấy (917) lại tiêm xưng mình là hoàng-đế nước Nam-hán.

Bên Annam Khúc-hạo sai con là Thừa-mĩ đi qua tàu thám coi tình hình sự thể, giả-đò đi giao hảo.

Thừa-mĩ, về kế lấy cha mất đi, thì lên nối ngôi, rồi sai đi cầu nhà Lương phong cho quản hạt 12 chậu.

{Nhà hậu Đường}

Lưu-nghiễm, vua Nam-hán giận mà sai Lý-khắc-chánh, kéo binh qua đánh, bắt Thừa-mĩ đem về Tàu.

Lý-khắc-chánh, ở lại giữ Giao-châu lại bị Dương-đình-nghệ, là tướng của Khúc-hạo' đánh đuổi đi. Vua Nam-hán phong cho Dương-đình-nghệ vì sợ, mà lại cho Lý-khắc-chánh với Lý-tấn-hiệp ở bảo-hộ giữ thành Giao-châu cho.

Dương-đình-nghệ, có nuôi hơn 3000 con nuôi làm kẻ tâm-phúc, toan lo khôi-phục. Thật nội năm Dương-đình-nghệ hãm thành lấy đi. Lý-tấn chạy tuốt về Tàu. Trần-bửu kéo binh tiếp tới vây lại, mà bị thua trận chết đi.

{Nhà hậu Tấn}

Vậy Dương-đình-nghệ mới chuyên trị lấy nước Annam một mình (936) mà chẳng được bao lâu. Vì bị bộ tướng mình là Kiều-công-tiện giết đi. Rồi (938) Ngô-quyền xứ Ái-châu là bộ tướng Dương-đình-nghệ đánh Kiều-công-tiện sao có giết quan-thầy. Kiều-công-tiện sai đem của qua cầu-viện vua Nam-hán là Lưu-nghiễm giúp. Lưu-nghiễm sai con là Hoằng-tháo qua mới tới sông Bạch-đằng thì Ngô-quyền đã giết Kiều-công-tiện đi rồi.

Ngô-quyền mới hàn sông đóng cừ bịt sắt, nhử tới, trá bại rồi nước dựt ròng trở lại đuổi nà Hoằng-tháo, bị cừ lủng ghe chìm chết hơn nửa phần, bắt được Hoằng-tháo chém đi. Lưu-nghiễm đóng binh tại trấn Hải-môn nghe tin con chết, thì sợ rút về mất.

ĐỜI NHÀ NGÔ (939).

1 Tiền-ngô-vương (Ngô-quyền) (939 tới 945).

Ngô-quyền giết được Kiều-công-tiện rồi lên làm vua nước Annam kẻ được 6 năm, sống 47 tuổi. Phong vợ là

Dương-thị con ông Dương-đình-nghệ lên làm hoàng-hậu. Lập phép-tắc triều-đình v. v.

2 DƯƠNG-TAM-CA HIỆU BÌNH-VƯƠNG.
(Soán ngôi 6 năm) (645 tới 951.)

Tiên-ngô-vương khi ngặt mình có di mạng biểu Tam-ca là anh vợ lo giúp cho con mình là Ngô-xương-ngập còn nhỏ-dại thơ-ấu.

Vua băng rồi, Tam-ca soán ngôi lên làm vua ngay. Ngô-xương-ngập thấy cậu mình tham làm-vậy, thì sợ bỏ trốn vào sông Nam-sách, (1) ở ngụ nhà ông Phạm-lịnh-công, tại làng Trà-hương. Ngô-xương-văn là em còn lại nhà thì Tam-ca nuôi làm con nuôi. Vua Bình-vương (Tam-ca) sai quan đi tìm-kiếm Ngô-xương-ngập rước về. Mà ông Phạm-lệnh-công sợ đem giấu trong hang núi đi rồi.

Bên tàu, năm 943 hậu Tần bị hậu Hán lấy nước. Cách ba năm Tam-ca sai Ngô-xương-văn với Vương-các-lợi và Đỗ-cảnh-thạc đi đánh giặc trong xứ Thái-bình. Tới huyện Từ-liêm Ngô-xương-văn mới nói với hai tướng về sự cậu mình soán, mà xin hai tướng trở cho người khôi-phục cơ-nghiệp cha người lại. Hai tướng liền chịu kéo binh về đánh bắt Tam-ca, giáng xuống làm Trương-dương-công, cho ăn lấy thuế đất Trương-dương.

3 HẬU NGÔ VƯƠNG
Nam-tân-vương.
Thiên-sách-vương.

(Trị 15 năm).

Vua tức-vị rồi liền cho đi rước anh là Ngô-xương-ngập

(1) Bây-giờ nơi tỉnh Hải-dương, phủ Nam-sách.

tị nạn trong núi, đem về lo chung việc nhà-nước, đặt hiệu là Thiên-sách-vương, mà vua nầy giúp em được có 4 năm mà chết.

Trong động Hoa-lư (1) có người tên là Đinh-bộ-lãnh ỷ thế hiểm không chịu làm tôi; vua tính cất binh đi đánh. Đinh-bộ-lãnh sợ liền sai con là Liên vào làm con tin. Mà vua bắt đem theo treo lên đòi giết đi, nộ cho cha nóng ruột mà ra đầu cho mau. chẳng ngờ Đinh-bộ-lãnh lại gan hơn, chẳng để cho vua giết con mình cho uổng, liền cho mười tên đem cung tên ra biểu bắn đi. Vua thấy vậy chịu thua gan rút binh về.

Qua năm thứ 4. Vua Thiên-sách là vua anh mất đi. Trước vua Nam-tấn thấy anh chuyên lấy oai-quờn thì giận lẩy mà không thèm dự vào việc nước, nay vua anh chết đi rồi thì vua mới coi việc nhà nước lại. Sai sứ qua cầu phong với nhà Hậu-hán.

Cách 9 năm, đời vua Tống-thái-tổ bên Tàu, hiệu càn-đức 3 niên, vua Nam-tấn đem binh đi đánh giặc trong đất Thái-bình bị tên giặc bắn chết đi.

---

4 NGÔ-SỨ-QUÂN (2 năm).

Ngô-sứ-quân là Ngô-xương-xí con vua Thiên-sách (Ngô-xương-ngập) cháu kêu vua Nam-tấn là chú ruột, choán xứ Bình-kiều. Thuở ấy trong 12 châu đâu đó mạnh ai đâu choán lấy ấy đó. Nên kêu là đời 12 sứ quân.

(1) Tại huyện Lê-bình bây-giờ Gia-viễn trong tỉnh Ninh-bình.

PHẦN THỨ BA.
TỪ NĂM 968 CHO DẾN BÂY-GIỜ.

I. NHA DINH.
1º DINH TIÊN-HOÀNG (DINH-BỘ-LÃNH).

Làm vua 12 năm, sống 56 tuổi, niên-hiệu: Thái-bình.

Đinh-bộ-lãnh con ông Dinh-công-trứ, mẹ là Đàm-thị, đánh dẹp 12 sứ quân trong 12 châu lên tức-vị làm vua, đặt hiệu là Vạn-thắng-vương, (Đại-thắng-minh-hoàng-đế), đặt tên nước là Đại-cù-việt; đóng đô ở tại động Hoa-lư. Sai sứ đi bên Tàu giao hảo với vua nhà Tống.

Lập thành Kinh-đô, định chức quan văn võ, triều-đình; đặt những kẻ công-thần phò mình từ thuở nhỏ, như Nguyễn-bặc, làm Định-quốc-công, Lưu-cơ, Dô-hộ-phủ-sĩ-phủ, Lê-hoàn, Thập-đạo-tướng-quân, Triệu-tú, Đinh-điền.

Người chia trong nước ra làm 12 đạo.:
    Mỗi đạo binh 10 quân.
    1 quân 10 lữ.
    1 lữ 10 tốt.
    1 tốt 10 ngũ.
    1 ngũ 10 người.

Vua có ba con trai, con lớn là Đinh-liên, thuở chưa làm vua cho làm con tin nơi vua Hậu-ngô-vương, còn hai con sau còn nhỏ. Mà khi đã làm vua rồi thì yêu con út là Hạn-lang hơn nên phong làm thái-tử. Đinh-liên con đầu lòng, phải hoạn-nạn thuở còn hàn-vi, sau nhà Tống phong là Giao-chỉ-quận-vương, thấy cha nịch ái con sau mà không nghĩ tới mình, thì thuê người lớn mà giết Hạn-lang đi. Đến sau và cha và con đều bị Dỗ-thích thí đi.

Đỗ-thích bữa kia nằm mát trên cầu ban đêm thấy cái sao sa xuống trong miệng, thì lấy làm điềm tốt, bèn lén vô trong nội, thí vua Đinh-tiên-hoàng đi, rồi cũng giết luôn Đinh-liên đi nữa. Mà người-ta tầm bắt nhặt lắm, nên anh ta nằm núp trên máng-xối mà chịu đã ba bữa, khát nước gần chết. Vừa may có mưa xuống, giơ tay ra hứng nước mà uống, trong cung các mụ thấy hô lên, bắt chém, xương tán ra tro, thịt xắt cho thiên-hạ ăn.

2º DINH-PHẾ-DẾ (TRIỀU).
(Ở ngôi 8 tháng).

Khi vua cha bị thí, thì ông hoàng Vệ-vương nầy là con thứ mới có 6 tuổi. Nguyễn-bặc, Lê-hoàn, Đinh-điền, tôn Vệ-vương lên tức-vị. Mà Lê-hoàn, làm Thập-đạo-tướng-quân-điện-tiền-chỉ-huy-sứ, quyền nhíp ngôi và làm vua phó. Bà hoàng-hậu Dàm-thị có tư tình với ông ấy, nên để làm-vậy.

Ông Nguyễn-bặc, lo cự kẻo Lê-hoàn soán, mà đánh không lại phải chết với Đinh-điền.

Nhựt-khanh nguyên là con cháu Ngô-quyền tranh vương bá lúc 12 sứ quân bị vua Đinh-tiên-hoàng dẹp yên, yêu thế phải đầu ; dầu vua đã phong mẹ nó làm hoàng-hậu, cưới em nó cho Đinh-liên, lại gả công-chúa cho va, mà va cũng còn oán, nên đem công-chúa đi tới giáp giái rạch mặt, nhiếc máng đuổi về, mà vô ở với Hời (Chiêm-thành). Khi va nghe vua Đinh-tiên-hoàng mất rồi, thì đem đàng cho vua Chiêm-thành đi hơn 1000 chiếc thuyền đi ngả biển ra đánh thành Hoa-lư. Mà khỏi Đại-nha tới cửa Tiểu-khương (Càn-hải-khẩu, huyện An-mô, tỉnh Ninh-bình) bị bão chìm chết hết, có một mình vua Hời sót lại thâu quân sót kéo trở về.

Thuở ấy nhà tông sai Hầu-nhơn-bứu đem binh qua đánh Annam. Bà Hoàng-thái-hậu dạy ông Lê-hoàn chọn quan binh ra cự-địch, mới đặt Phạm-cự-lượng làm Đại-tướng-quân, mặc đai mảng võ rồi nói vua còn nhỏ lắm, không ai xét công cho quan quân, nên xin tôn Lê-hoàn lên làm vua, bà Hoàng-thái-hậu với các quan văn võ trong triều đều ưng theo mà tôn Lê-hoàn, giáng vua Phế-đế xuống tước Vệ-vương lại như xưa. Từ ấy nhà Dinh mới sang cho nhà tiền Lê.

II. NHÀ LÊ (Tiền).
1º LÊ ĐẠI-HÀNH HOÀNG ĐẾ (LÊ-HOÀN).

(Trị 24 năm sống 65 tuổi).

Niên-hiệu :
{ Thiên-phước.
Hưng-thông.
Ứng-thiên.

Lê-hoàn là con ông Minh và bà Đặng-thị người trí-dõng, trước theo phò hoàng-tử Dinh-liên, sau lần-lần làm lên tới chức Thập-đạo-tướng-quân cai binh cả nước, nhờ có Phạm-cự-lượng xin tôn làm vua, bà Hoàng-thái-hậu nhà Dinh cùng cả triều các quan lớn thờ, cả quờn đều ưng mà hô vạn-tuế.

Vua nầy trí-huệ, quỉ-quyệt, mạnh-mẽ đánh giặc giỏi, nhà Tống cũng kiêng sai sứ qua lại giao hảo. Tính khí nghiêm-khác tàng nhẫn; lại xa-xí lập cung điện báu tốt.

Người tức-vị cách một năm, rồi nhà Tống sai Hầu-nhân-bứu, kéo binh qua Lạng-sơn, còn Trần-khâm-tộ đem binh tới xứ Tây-kiết, có ý đánh lấy Annam. Vua dạy hàn sông, ngữ các ải quan rồi vua làm tướng kéo binh ra đánh. Binh Tông thua; bắt được Hầu-nhân-bửu giết đi. Trần-khâm-tộ nghe tin nao rút binh chạy về. Vua cho đuổi theo, giết hơn nửa phần, lại bắt sống được 2 tướng là Quách-quân-biện với Triệu-phụng-huân điệu về kinh (Hoa-lư). Sau có sứ nhà Tông qua mới trả lại cho vua Tàu. Vua lập lên 4 bà Hoàng-hậu, lại lập thêm bà mẹ vua Phế-đế là vợ vua Đinh-tiên-hoàng lên làm Hoàng-hậu nữa là năm bà.

Vua nước Chiêm-thành tên Xá-lợi-đà-bàn, có Ngô-nhựt-hoàng theo phò, khi trước có làm sái phép, bắt sứ vua Annam sai mà giam lại. Nên vua giận, xuất binh đem đi đánh nó. Đi thẳng tới thành vua nó, vua nó bỏ thành chạy mất. Vua vào lấy của châu-báu, rồi đốt phá thành-trì nó đi, bắt sống con hát gái nó cả trăm và 1 anh thầy chùa Thiên-trước đem về kinh.

Vua có 11 người con :

1º Long-du, phong Kính-thiên đại-vương.
2º Long-tích, » Đông-thành-vương.
3º Long-việt, » Nam-phong-vương.
4º Long-đinh, » Ngự-mang-vương.
5º Long-đỉnh, » Khai-minh-vương.
6º Long-ngân, » Ngự-bắc-vương.
7º Long-tung, » Định-phiên-vương.
8º Long-tương, » Phó-vương.
9º Long-cảnh, » Trung-quốc-vương.
10º Long-mang, » Nam-quốc-vương.
11º Long-đề, » Hành-quốc-vương.

Con đầu lòng đã mất sớm đi. Khi vua băng thì thái-tử Long-tích, Long-việt, Long-cảnh, Long-đỉnh giành nhau mà lên ngôi quờn đã 8 tháng không xong. Long-tích và

Long-cảnh bị thua chết đi; còn Long-đỉnh là em một mẹ nên đề sống.

Long-việt mới tức-vị hiệu Trung-tông-hành-đế được có 3 ngày bị Long-đỉnh mướn quân hoang giết đi. Các quan thấy anh em giành-xé nhau dữ-tợn làm-vậy thì trốn đi hết. Có một mình Lý-công-huẩn ở lại ôm lấy thầy vua bị giết mà khóc.

2° LÊ-NGỌA-TRIỀU (Long-đỉnh) ou (Chí-trung).
Trị 4 năm sống 24 tuổi.

Niên-hiệu : Kiểng-thoại.

Vua nầy giết anh soán ngôi làm vua. Mà bởi mê-đắm tửu sắc quá chừng, nên mắc bịnh trỉ ngồi không đặng. Khi ra triều cũng nằm, nên thành tên là Ngọa-triều. Vua độc-dữ quá chừng, hay vui coi máu-mủ, việc đâm-chém gớm-ghiếc. Nên hay giành mà thọc huyết, đâm, đập trâu bò lục súc, khi ai có làm thịt; quân giặc thì đánh khảo cho cực-lực. Tù tử thì khi thì bắt vấn rơm, đốt cho nó kêu la van-siếc, nghe coi chơi cho vui ; khi thì trói bỏ vô rọ làm dưới đáy sông, cho nước ngập chết ngột méo miệng nhăn răng, coi chơi cho khoái. Khi lại bắt tội nhơn tù tử leo cây, rồi dứt gốc cho nó té giập đầu, gẫy chơn mà chết cho mà coi cho vui. Khi lại bắt thầy-sãi quì gôi giơ đầu trọc cho vua kê mía trên đầu mà róc ; giả đò trật tay lác đầu chảy máu, rồi cười ngắt-nga ngắt-nghẻo.

Ông Lý-công-uẩn nguyên làm tôi vua Trung-tông-hành-đế, khi các quan khác bỏ chạy đi hết, thì ở lại ôm xác vua mà khóc. Long-đỉnh là vua Ngọa-triều thấy thì lấy làm người trung nghĩa, nên cho làm quan Điện-tiền-chỉ-huy-sứ. Lại khi vua băng thì vô ra phò con thừa-tự còn nhỏ tuổi quá.

III. NHÀ LÝ (Hậu lý).
1º LÝ-THÁI-TỔ (LÝ-CÔNG-UẨN).

(Trị 18 năm sống 56 tuổi, niên-hiệu : Thiên-thuận).

Lý-công-uẩn người xứ Bắc-giang (bây giờ Bắc-ninh) châu Cổ-pháp (Đông-ngạn huyện), không biết rõ cha người là ai, mẹ người là Phạm-thị, sanh ra rồi cho ông Lý-khánh-văn nuôi làm con nuôi, nên đặt là họ Lý. Nhân bởi có ông thầy chùa Lục-tổ tên là Vạn-thạnh lấy lời phù sầm cắt nghĩa cho Lý-công-uẩn biết là mình có số mạng làm vua ; lại nhờ có ông Đào-cam-mộc thêm đồ vô mà giục mà khuyên vua, nhân khi ngôi tự-quân còn thơ-ấu, mà tính lên ngôi đi cho rồi. Đào-cam-mộc liền ướm với các quan, rồi tâu với bà Hoàng-thái-hậu cách khôn-khéo trung-hậu. Bà ấy cũng ưng liền với Lý-công-uẩn vô bàn việc rồi tôn lên làm vua ngay. (1010). Vua bỏ thành Hoa-lư, đặt là phủ Trường an, mà dời qua đóng đô tại thành Đại-la, đặt lại là Thăng-long vì khi nghe vua ngự qua Đại-la, người ta có thấy con rồng vàng dưới nước đoanh theo ghe vua. Lập cung-điện sửa-sang lại tử-tế; còn trong nước 12 đạo thì chia lại làm 24 lộ, định thuế lệ các hạng trong nước. Người cai-trị bình-yên, có đi đánh giặc có một lần là tại đất Diên-châu, thắng trận khởi huờn về mà-thôi. Đến tháng 3 năm 1028 người băng, di chỉ lại cho thái-tử Phật-mã lên ngôi.

2º LÝ-THÁI-TÒNG (Phật-mã).
(Trị 27 năm, từ 1028 tới 1054).

Niên-hiệu :
1. Thiên-thành.
2. Thông-thoại.
3. Cần-phù-hữu-đạo.
4. Minh-đạo.
5. Đại-cảm-thánh-võ.
6. Sùng-hưng-đại-bửu.

Khi các quan đem thái-tử Phật-mã vô mà tôn lên tức-vị; thì ba em vua là ông Đông-chinh, Dực-thánh, và Võ-đức đem quân thuộc phủ vô mà toan chặn mà làm loạn. Tự-quân vô điện Càn-nguyên hay sự làm vậy thì dạy đóng cửa phân binh phòng ngự; mà hãy còn lưỡng-lự chưa quyết cho đánh; vì trong thì vua cha chưa liệm, ngoài thì anh em làm hỗn, túng thế sau mới cho các quan cứ phép mà ra binh trừ giặc. Khi ấy ông Lê-phụng-hiểu, người làng Băng-sơn xứ Ai-châu (là Nghệ-an) rút gươm trần xốc tới và chạy và la lên rằng : « ba vị-vương trên quên ơn Tiên-đế, dưới lỗi đạo nhơn thần mà lờn-dể ngôi Tự-quân, nên tội phải dùng gươm mà dâng cho ba vị-vương. » liền chạy tới chém được ông Võ-đức vấp ngựa mà té xuống. Quân ba ông hoàng thất kinh vỡ chạy, đuổi theo chém ráo. Còn hai ông hoàng kia chạy khỏi, qua bữa sau về chịu tội, thì vua tha cho phục tước lại như cũ. Vua trị nước được lâu, mà trong ngoài cũng bình-yên, lập Nhựt-tôn làm thái-tử sớm; sửa-sang trong nước, lập thể-lệ khuôn-phép hẳn-hòi.

Vua thân-chinh đi đánh giặc lầy; để thái-tử ở nhà giám quốc : (1030) đất Ái-châu làm loạn vua đi đánh (1032) vua đi dẹp yên người xứ Hoan-châu phản (1033 tháng 2) vua đi đánh đất Định-nguyên nó dậy nó phản. (tháng chín) châu-nguyên dậy giặc vua cũng đi đánh. (1036 tháng 2) vua ra đi đánh xứ Lâm-tây, qua tháng 3 mới về, (1037 tháng 9) Ái-châu dậy lại nữa, vua thân-chinh đi đánh. (1038 tháng chạp) ở trên châu Quảng-nguyên, có quan thổ tù tên là Nùng-tôn-phước giết em là Nùng-tôn-lộc, tiếm xưng hoàng đế, vua đem binh đi đánh, bắt được cha là Tôn-phước và con là Trí-hiểu, còn vợ là A-nùng và con là Trí-cao thì chạy khỏi. Nùng-trí-cao dậy giặc, (1048) mà thua thì lại ra đầu. Qua năm 1052 Nùng-trí-cao xưng mình là Nhơn-huệ-hoàng nước Đại-nam, xâm lần bờ-cõi nhà Tống bên tàu, qua tới Quảng-đông, Quảng-tây. Đầu hết tàu thua, sau Nùng-trí-cao thua xin vua Annam giúp mà vua không chịu, một biểu phải đầu đi mà-thôi.

Lại năm 1043 quân Chiêm-thành cướp-phá dọc biển Annam, vua Lý-thái-tông đem binh đánh nó, nó đóng binh bên kia sông Ngũ-bồ, binh vua đóng bên nầy, sông thì cạn, nên thình-lình vua ra hiệu-lệnh binh liền ó lên reo mà chạy ngang qua sông. Chiêm-thành thấy dữ làm-vậy liền chạy nhàu, rược theo giết hơn 30,000, bắt sống 5,000 ; còn vua nó bị chém tại trận, lại bắt được 30 con voi. Vua Lý-thái-tông kéo thẳng tới thành kinh-đô nó là Phật-thệ, bắt được vợ vua là Mị-e và cung phi mĩ nữ nó đem về.

Vua lại hay khâm-sùng đạo Phật, đúc chuông, cất chùa, thỉnh kinh phật, lại hay làm ơn làm phước, tha thuế, giảm thuế cho dân. Sửa luật-lệ lại, cấm buôn người bán mọi, lập dịch-đình nghỉ mát dọc đường các nơi các xứ. Năm 1054, tháng 10 vua băng.

3º LÝ-THÁNH-TÔNG (Nhựt-tôn).
(Trị 17 năm, sống 50 tuổi).

Niên-hiệu :
- Long-thoại-thái-bình.
- Chương-thánh-gia-khánh.
- Long-chương-thiên-tự.
- Thiên-huông-bửu-tượng.
- Thần-võ.

Thái-tử, Nhựt-tôn lên nối ngôi cha, sau thành hiệu là Lý-thánh-tông. Bấy lâu kêu tên nước là Đại-cù-việt. Vua nầy đổi lại kêu là Đại-việt. Vua nầy bày ra lệ đội mão phúc đầu, đi hia cho các quan vô chầu. Người dạy lên cốt ông Khổng-tử, ông Châu-công, và 4 ông phối hưởng là ông Nhan-hồi, Tăng-tử, Tử-tư và Mạnh-tử mà thờ, còn 72 sĩ hiền thì vẽ tượng ra mà kính. Vua lại có lập cái tháp Báo-thiên 12 từng cao 300 thước (1). Vua hay thương dân, bữa kia trong mùa đông lạnh vua nhớ lại những kẻ bị giam trong ngục rét, đói thật thường thì dạy cấp chiếu mền, gạo cơm cho chúng nó.

Chế-củ là vua Chiêm-thành làm trái phép bắt cầm sứ của vua lại, thì vua Thánh-tông đem binh đi đánh. Đi đã 9 tháng trời mà về không xong việc ; còn ở nơi hành cung, xứ Liên-châu, nghe tin dân khen bà Nguyên-phi là vợ lớn vua ở nhà giúp việc nội trị, lại đạo đức, dân bằng

---

(1) Người ta thuở ấy kể 4 vật lạ trong nước Annam :
1º Tháp Báo-thiên, (còn dấu tích tại Hà-hội, huyện Thọ-xương, làng Tiên-thị.)
2º Tượng Phật ở trong chùa Quỳnh-lâm.
3º Cái vạc lớn tại chùa Phổ-minh.
4º Cái chuông ở làng Qui-điền.

lòng khen-ngợi kêu là Quan-âm-nữ, thì vua nghĩ lại đàn bà mà còn làm được thơm danh tốt tiếng mà mình đàn-ông có lẽ nào thua đàn-bà, liền kéo binh trở lại đánh bắt được vua Chế-cử và hơn 50,000 dân, mà điệu về Kinh-thành. Vua Chế-cử dâng đất Địa-rí, Ma-linh và Bô-chánh (2) mà xin chuộc tội, thì vua tha cho về.

Vua khi đã quá 40 tuổi mới sinh ra con trai là ông Càn-đức, là con bà Ý-lan-phu-nhân là người con gái làng Thượng-lỗi, khi vua ngự ngang qua đó; thì người không chợp-rợp chạy theo chúng bạn mà đi coi, một đứng dựa bụi lan xách dỏ đi hái dâu, vua thấy phải lòng cưới về hậu cung.

4º LÝ-NHÂN-TÔNG (Càn-đức).
(Trị 56 năm, sống 63 tuổi, từ 1072 tới 1128).

Niên-hiệu :
- Thái-ninh.
- Anh-võ-chiêu-thắng.
- Quang-bửu.
- Hội-phù.
- Long-phù.
- Hội-tường-đại-khánh.
- Thiên-phù-duệ-võ.
- Thiên-phù-khánh-thọ.

Lý-nhân-tông làm vua lâu mà lại có danh-tiếng lớn vì việc đánh giặc với nhà Tống. Nhưng mà người có thất đức một đều là nghe lời mẹ ruột hay ganh, mà giết mẹ ghẻ và 76 người cung nữ.

(2) Địa-rí (Quảng-bình, Quảng-ninh, trước thuộc Nhựt-nam quận) Ma-linh (Minh-linh, Địa-linh 2 huyện Quảng-trị) Bô-chánh (Bình-chánh, Minh-chánh, Bô-đạo 3 huyện Quảng-bình.)

Vương-an-thạch là quan lớn triều nhà Tông nghe quân đạo-thính đô-thuyết rằng: nước Annam bị giặc, Chiêm-thành, mọi đã hư tàn, nên giục vua Tông đánh mà lấy đi. Vua Lý-nhơn-tông nghe được liền sai Lý-thường-kiệt với Tông-đảng đem 10 vạn binh qua đánh nhà Tông. Hãm được các thành xứ Khâm-châu, Liêm-châu, Ưng-châu, giết tướng giặc, chém hơn 10 vạn người nhà Tông, đã nên là việc võ-công thứ nhứt. Rồi trở về Annam.

Vương-an-thạch tức mình bèn sai Quách-qùi, Triệu-tiết với 9 tướng quân, 87 vạn binh, qua hiệp với Chiêm-thành, Chơn-lạp mà đánh Annam. Lý-thường-kiệt đem binh ra mà cự tại sông Như-nguyệt (tại tỉnh Bắc-ninh, huyện An-phong) đánh một trận chém hơn trót ngàn quân giặc. Quách-qùi liền lui binh về choán xứ địa-đầu là Quảng-nguyên, không dám tới nữa.

Vua Annam cho đem trả 1000 quân bắt được lại cho nhà Tông, mà có thích-chữ trên trán, cánh tay cho sỉ-nhục, vua Tông dạy trả 4 châu 1 huyện, 6 huyện sứ Bảo-lạc, 6 động xứ Túc-tan; lại nhơn vua Annam trước có cho vua nhà Tông 5 con voi, nên bèn tâu làm câu thơ mà biếm vua Tông rằng: Nhơn tham Giao-chỉ-tượng, thất khước Quảng-nguyên kim. Vì châu Quảng-nguyên có nhiều mỏ vàng, nên tâu tiếc lắm. Khi ấy sứ tâu qua giao trả đất lại, thì vua sai Lê-văn-thạnh ra giao giái. Sau về vua phong làm chức Thái-sư. Mà lần-lần càng sanh lòng tham muốn thí vua đi, nên vua dạo chơi dưới hồ-tây va dùng phép thuật hoá ra cọp tính nhảy chụp vua. Mà may có Mục-thận đang chài cá, vãi chài chụp trên đầu va liền hoá người-ta lại. Vua không nỡ giết, bèn đày ra xứ Giao-giang. Còn Mục-thạnh thì vua phong quan và cho ăn lấy thuế đất Hồ-tây. Vua không có con, nên chọn ông Dương-hoán là con em ruột vua, kêu mình là chú, mới có 2 tuổi mà phong làm Hoàng-thái-tử.

Cách 10 năm là năm 1127 vua băng, di chỉ trao quờn lại cho cháu là Dương-hoán nối ngôi.

Cũng năm ấy, bên tàu nhà Kim đánh bắt vua Huy-tông vuá Khâm-tông mà đem về bên bác. Triệu-cầu là con vua Huy-tông trốn qua Giang-nam mà tức-vị hiệu là Cao-tông.

5° LY-THÂN-TÔNG (Dương-hoán).
Trị 10 năm, sống 23 tuổi, (từ 1128 tới 1138).

Niên-hiệu : { Thiên-thuận.
Thiên-chương-bửu-tự.

Dương-hoán lên tức-vị thuở 12 tuổi ; đại xá thiên-hạ, xuống chiếu trả những của tịch kí nhập quan lại cho chủ, tha những người có tội bị biên vô sổ điền-nhi, sổ lộ-ông ; dạy lính phân phiên, lớp thú lớp về làm ruộng. Cách 4 năm vua mang bệnh cứ hù nhảy muốn hoá ra cọp, nhờ ông thầy chùa Nguyễn-minh-không cứu khỏi.

Dời nhà Lý hay khâm-sùng đạo Phật, nên có nhiều thầy chùa hiền danh như : Dương-không-lồ (người Quế-dương huyện, thuộc tỉnh Bắc-ninh), Nguyễn-giác-hải (người Gia-viễn tỉnh Ninh-bình).

1128 tháng 2. Chơn-lạp (Cao-mên) kéo hơn 2 vạn ra đánh Nghệ-an, vua sai Lý-công-bình đánh bắt được tướng nó.

Tháng 8, Chơn-lạp ra đánh Nghệ-an nữa, đi hơn 700 chiếc thuyền, sai Nguyễn-hà-viêm ở Thanh-hoá với Dương-ổ ở Nghệ-an ra đánh đuổi nó đi.

1132. Tháng 8, quân Chơn-lạp với Chiêm-thành, tới đánh xứ Nghệ-an, sai Dương-anh-nhĩ đánh đuổi nó vỡ tan cả.

1136 tháng giêng, Chơn-lạp ra khuấy Nghệ-an nữa, Lý-công-bình dẹp yên.

Khi trước vợ lớn vua chưa có con trai, thì vua phong Thiên-lộc là con vợ nhỏ làm hoàng thái-tử; đến khi vua se nặng, ngặt mình, thì vợ lớn khóc xin cho con mình mới có 3 tuổi, là Thiên-tộ được nối ngôi, thì vua truyền ngôi lại cho Thiên-tộ.

6° LÝ-ANH-TONG (Thiên-tộ).
Trị 37 năm sống 40 tuổi, (từ 1138 tới 1175).

Niên-hiệu :
- Thiệu-minh.
- Đại-định.
- Chánh-long-bửu-ứng.
- Thiên-cám-chí-bửu.

Thiên-tộ mới 3 tuổi tức-vị, đặt niên-hiệu là Thiệu-minh, (sau miếu hiệu là Lý-anh-tông); bà Hoàng-thái-hậu giúp coi việc chánh.

Đời vua nầy, (1148) có tàu-bè ngoại quốc tới buôn-bán, như Xiêm, Qua-sa (Chà-và) Lộ-lạc (Miến-điện) tới cửa Hải-đông, xin lập hàng buôn. Vua cho lập ngoài cù-lao gọi là phố Vân-đồn (ngang Vạn-ninh tỉnh Quảng-yên).

Năm 1142 có tên Thân-lợi thầy chùa xưng mình là con vua Nhơn-tông, tiếm hiệu Bình-vương, nó có phép thuật, có phù-pháp nên thiên-hạ tin theo nó nhiều. Trước vua sai Lưu-võ-nô ra đánh thua nó, nó được lừng tỉnh vô đánh kinh-đô, mà bị Đỗ-anh-võ chận đánh, thua chạy qua xứ Lục-linh; bị quan Lượng-châu bắt nộp, Đỗ-anh-võ điệu về kinh chém đi.

Năm 1153, có anh hoàng đất Chiêm-thành tới xin vua lập nó lên. Vua sai quan binh đưa nó về, mà bị thua quân vua Chế-ri-bút, phải kéo về. Chế-ri-bút sợ e vua Anh-tông có cho vô đánh chăng, thì sai sứ tới đem con gái, và vàng bạc của châu-báu dâng vua. Vua chịu mà bãi binh đi.

Năm 1164, trong binh nổ' dậy làm loạn, nhờ có Phí-công-tiêu đem 10 vạn binh ra mà dẹp mới yên.

Thuở ấy các quan trong triều ganh-tương tranh trưởng cứ lo hại nhau. Như Đỗ-anh-vô ỷ thế có thân với trong nội cung vua, kiêu-hành bị quan Chỉ-huy-sứ tên là Võ-đái làm tội bỏ tù và đày đi; sau nhờ bà Lê-thái-hậu lo cho về khôi-phục lại được. Lập phụng-quốc-vệ-đô hại lại Võ-đái và các quan khác.

Năm 1169, có hai sứ bộ bên tàu qua, sứ nhà Kim và sứ nhà Tống. Vua thông sứ với Tống hơn; vua nhà Tống có cậy mua 5 thớt voi mà làm lễ tế-nam-giao, vua Annam gởi qua cho không lấy tiền; nên Tống cho sứ tới chầu tại triều. (Bấy lâu nay có đi công thì đem qua Quảng-tây giao đó mà về mà-thôi); lại ban thưởng cũng trọng.

Nguyên đầu hết vua phong con đầu lòng trưởng nam là Long-xưởng lên làm thái-tử đông cung; mà bởi vô loạn dâm trong hậu cung vua cha; nên phải tội mà bỏ đi. Vậy vua hội các quan lại lập Long-cán là con thứ 6 còn nhỏ tuổi lên làm thái-tử; cho ông Tô-hiến-thành phong tước vương để dạy thái-tử và giúp-đỡ trong việc chánh.

Năm 1175 vua băng.

7º LÝ-CAO-TONG (Long-cán).
Trị 35 năm sống 38 tuổi, (từ 1176 tới 1211).

Niên-hiệu :
{ Trinh-phù.
Thiên-tư-gia.
Thiên-gia-bửu-tợ.
Trị-bình-long-ứng.

Vua nầy lên ngôi thuở mới có 3 tuổi, ông Tô-hiến-thành phụ chánh. Bà thái-hậu thì muốn làm việc phế lập mà sợ Tô-hiến-thành, nên cho đem vàng bạc mà cậy Lữ-thị là vợ Tô-hiến-thành nói giùm ; mà Tô-hiến-thành trung giữ theo lời di-chiếu mà làm. Cách 2 năm, mãn tang vua Lý-anh-tông rồi ; thì bà thái-hậu đãi yến các quan, mà lo lập Long-xưởng thái-tử cũ, không mời ông Tô-hiến-thành, các quan đều tâu việc tại Tô-hiến-thành, các quan không dám. Qua năm sau Tô-hiến-thành mất. Thái-tử cũ là Long-xưởng (anh vua) cho quân tâm-phúc đi chiêu binh toan làm loạn mà hạ em, lên làm vua. Mà vua dùng ông Lý-kính-tu làm thầy, ông Ngô-lý-tín làm thượng-tướng-quân nên vững, không ai dám rục-rịch. Trong nước yên cũng được mươi năm. Sau vua lo lập cung điện, bắt xâu nặng, dân-sự cực-khổ ; giặc-giã nổi lên loạn-lạc hoài cho tới khi vua chết.

Bô-trì cháu Bô-điến vua Chiêm-thành, chạy qua đất An-nam tới ngụ cửa Kỳ-la, xin Annam giúp mà báo thù chú mình là Bô-điến tiếm vị của mình — Quan tỉnh Nghệ-an có ông nghi nó, thì nó đánh thình-lình bỏ mà chạy, hư-hại trong tỉnh lắm ; nó cướp của bắt người rồi rút về mất. — Nơi sông Đại-hoàng dân làm phản, sai quan quân ra đánh cũng thua. — Binh nhà Tống cũng qua cướp-phá bờ-cõi ngoài địa-đầu. Người Phạm-du sai vô hay châu Nghệ-an trở lòng làm phản ; vua sai Phạm-bỉnh-di vô đánh. Va trốn đi, nên Phạm-bỉnh-di tịch nhà-cửa của-cải đốt-phá. Phạm-du về kinh vô chúa mình cách nọ thế kia, cáo Phạm-bỉnh-di. — Vua nghe, đến khi Phạm-bỉnh-di về vô chầu, vua bắt cha con Phạm-bỉnh-di mà cầm tù lại. Quách-bốc và tướng-tá Phạm-bỉnh-di hay tin làm-vậy, thì gióng trống kéo binh thẳng vô thành. Vua thấy việc đã rập tới, thì đòi cha con Phạm-bỉnh-di mà đâm chết đi rồi vua chạy. Quân Quách-bốc vô lấy xe vua chở xác ra, rồi vào tôn con thứ tư vua tên là Thầm lên làm vua. Vua chạy ra sông

Qui-hóa, còn thái-tử chạy đến xứ Hải-à. Ở đó gặp con gái họ Trần-lý xinh-tốt, cưới làm vợ. Sau nhờ họ Trần-lý lập quân mà cứu đánh đuổi giặc, lại đem vua về kinh-đô. Còn thái-tử còn ở nhà Tô-trung-từ, là cậu vợ. Đến năm 1210 vua cho đi rước thái-tử về. Nội năm ấy vua băng, thái-tử cho đi rước vợ, mà Trần-khánh-tự là anh vợ, nói còn giặc-giã chưa cho đi. (Cha vợ là Trần-lý chết bị quân hoang giết. — Con là Trần-khánh-tự lên thế.)

8° LY-HUỆ-TÔNG (Sam).
(Trị 14 năm, sống 33 tuổi từ 1211 tới 1225).

Niên-hiệu : { Kiến-gia, Thiên-chương-hữu-đạo.

Vua tức-vị rồi, cho đi rước vợ đem về đặt là *Nguyên-phi*; phong cho Tô-trung-từ là cậu vợ làm thái-úy, còn anh vợ là Trần-khánh-tự, thì phong tước chương-thành-hầu.

Năm thứ 3, (1213) có người con bà vú nuôi vua, tên là Dàm-thượng bị tội triều hạch khi đi mộ binh, nên ra xứ Hồng-châu xưng mình là vua, cướp-phá dân sự. Mà triều-đình suy-nhược không làm gì được.

Trong nước loạn-lạc, qua năm 1215 Trần-khánh-tự thấy loạn, thì đem quân tới rước vua. Mà bởi trước có một lần cũng có tới rước vua đi tị-loạn, mà bị vua nghi dạy bắt, nên lần nầy vua càng nghi, bèn vua cùng bà thái-hậu và ngự-nữ là vợ (họ Trần) chạy ra xứ Lượng-châu. Qua năm 1217 bà thái-hậu giận họ Trần, biểu Trần-thị là vợ vua phải lo mà tách mình ra, vua không cho cứ đi đâu đem theo đó. Bà thái-hậu có khi dạy đem thuốc độc biểu Trần-thị uống mà chết đi, vua lại ngăn đi. Rồi nội đêm vua đem Trần-thị mà trốn đi. Tìm tới chỗ Trần-khánh-tự, thì Trần-khánh-tự rước về. Khi ấy vua mới tin mà phong vợ lên tới chức hoàng-hậu, Trần-khánh-tự là thái-úy. Nhờ có Trần-khánh-tự và Phan-lân, sửa-sang tập-rèn việc võ mới khá-khá lại.

Năm 1218, vua phát chứng điên, cứ lấy mình làm tướng trời, giắt cờ trên đầu nhảy múa tối ngày; uống rượu say li-bì. Việc chánh-sự để cho Trần-khánh-tự lo lấy hết. Nguyễn-nộn hùng cứ xưng vương đất Phò-đồng; vua mắc điên không chế-trị được.

Đến năm 2223, Trần-khánh-tự mất đi, thì anh tên là Trần-thừa lên thế lấy mà lo việc nước. Qua năm sau (1224) bệnh vua càng ngày càng nặng, mà không có con trai, nên nhường ngôi cho con gái là Chiêu-thánh-công-chúa; rồi vua lên chùa Thuyên-giáo mà tu.

9° LÝ CHIÊU-HOÀNG.
(Tên tục là Phật-kim sau cải là Thiên-hinh.)

Bà vua nầy làm vua chưa được hai năm rồi nhường ngôi cho Trần-cảnh lấy làm chồng; sang qua dòng nhà Trần.

Bà Chiêu-hoàng kén con các quan vào hầu-hạ trong nội cung, giao cho Trần-thủ-độ coi việc binh-lính trong ngoài hết thảy.

Trần-cảnh là con Trần-thừa, là cháu Trần-thủ-độ (kêu bằng chú) vô hầu-hạ bà vua; bà vua phải lòng, sau lần lần chắc việc rồi, thì Trần-thủ-độ đóng cửa, bảo các quan vô chầu rằng: nay vua đã ưng có nơi rồi; thì các quan xin chọn ngày mà triều-kiến.

Bữa ấy bà Chiêu-hoàng đãi yến các quan, rồi luôn địp nhường ngôi cho chồng là Trần-cảnh.

Trần-thủ-độ là chú mới bày mời thánh-phụ (là Trần-thừa) ở ngôi-nhíp, vì Trần-cảnh mới chưa quen thuộc.

IV. NHÀ TRẦN.
1. TRẦN-THÁI-TÔNG (Trần-cảnh).

Trị 32 năm sống 60 tuổi, từ 1225 tới 1258.

Niên-hiệu.
{ Kiên-trung.
Thiên-ứng-chánh-bình.
Nguyên-phong.

Vua nầy 13 năm đầu thì tinh những mắc lộn-xộn trong triều và trong bà-con. Năm 1226 Trần-thủ-độ đem vua Huệ-tông nhà Lý về chùa Bửu-quang trong thành, cắp quân hầu-hạ mà giữ, lại kiếm chước làm cực cho người, thì người tắm-rửa chúc dữ cho họ Trần, rồi thắt cổ mà chết; thì cũng như là Trần-thủ-độ giết. Khi ấy Trần-thủ-độ lấy bà vợ vua Huệ-tông làm vợ mình.

Còn vua Trần-thái-tông cũng bị Trần-thủ-độ và bà Thiên-cực-công-chúa giục, thì choán lấy vợ anh ruột mình (Hoài-vương-liễu) là bà Thuận-thiên-công-chúa là chị ruột bà Chiêu-hoàng: Vì khi ấy bà Chiêu-hoàng không có con, mà bà chị đã có thai 3 tháng. Làm-vậy mà mạo lấy con. Anh vua giận ra tụ quân hoang làm loạn. Vua mất-cỡ thẹn-mặt bèn trốn lên trên chùa núi An-tử. Trần-thủ-độ lên rước không về; sau nhờ có lời thầy chùa Phù-vân nằn-nỉ, thì vua mới chịu về. — Khi về thì anh vua là Liễu giả người đi câu chồng xuống lại ghe vua ngự mà đầu; mắng nhau chưa dứt, bỗng đâu Trần-thủ-độ nghe được, rút gươm tới hầm-hầm đòi chém. Vua can, giâu anh dưới khoang ghe, Trần-thủ-độ giận ném gươm la-hét. Vua vỗ-về êm đi.

Trần-thái-tông nhơn người bên nhà Tống có hay xâm bờ-cõi, cướp-phá chỗ địa-đầu, nên cất binh xuống thủy qua đất Khâm-châu, Liêm-châu của tàu mà đánh. Tàu thất-kinh vỡ chạy, sau hồi-tâm lại, biết là vua Annam, đem lòi-tói sắt giăng sông đón bắt. Chẳng ngờ vua ra phá hàn lấy lòi-tói neo-nọc hết mà về.

Quân Chiêm-thành lúc nhà Lý suy, nó hay cướp phá ngoài biển quen, nên nó tuy-là sợ mà tới cống, mà nó cũng cứ chứng cũ, nên vua kéo binh vô đánh, bắt được vợ vua nó tên là Bồ-da-la, và quan quân nhiều mà đem về.

Năm 1258, Nhà Tống bị nhà Nguyên đuổi ép lần gần tới phía nam. Binh Nguyên muốn dọa Annam, liền kéo thẳng qua chun vào đất Annam. Tướng nó là Ngột-lương-hiệp-ngại sai ba đội sứ tới vua Annam biểu phải đầu; vua bắt cầm lại, nên nó tấn binh riết tới. Vua chịu không nỗi tháo lui lại, lại nhờ Lê-phụ-trần mà thoát khỏi. Rồi lui binh đóng nơi sông Thiên-mộ. Vua sợ hỏi các quan, hỏi Trần-thủ-độ thì nói : « còn đầu tôi thì vua chớ sợ ». Thái-tử đem binh viện tới, mới đánh riết, quân Nguyên thua liền rút về hết, (nên kêu là giặc phật).

Vua biết ơn Lê-phụ-trần liền đem bà Chiêu-hoàng là hoàng-hậu cũ là vợ mình mà gả cho ông ấy.

Năm 1259 vua sai Lê-phụ-trần làm sứ qua nhà Nguyên, giao 3 năm đi cống 1 lần.

Vua nầy ra thuế lệ, lại lấy thuế mà ban lộc cho các quan văn võ. Người lại dạy đắp đê quai vạc theo sông mà ngăn lụt.

Đời ấy có ông Nguyễn-hiền đậu trạng-nguyên (1247)

Trần-quốc-lạc đỗ kinh-trạng-nguyên ; Trương-xán đỗ trại-trạng-nguyên (1257).

Qua năm sau (1258) Trần-thái-tông nhường ngôi cho con đầu lòng tên là Khoán là con thứ bà Thuận-thiên-thái-hậu (trước là vợ ông hoàng anh là Hoài-vương-liểu). Vua cha lên làm chức Thái-thượng-hoàng.

2. TRẦN-THÁNH-TÔNG (Khoán).
Trị 21 năm sống 51 tuổi, từ 1258 tới 1279.

Niên-hiệu. { Thiệu-long. Bửu-phù.

Vua nầy lên trị-vì 21 năm bình-yên, nhờ có cha là Thái-thượng-hoàng và ông chú là Trần-thủ-độ bày-biểu vẽ-vời cho ; ở với cha mẹ anh em thuận-hoà.

Dòi vua nầy dạy Lê-văn-hưu tu sử-kí từ đời Triệu-vô-đế cho tới rốt đời nhà Lý, làm ra 30 cuốn. — Triều bên bắc hay sai sứ qua hỏi chỗ Mã-viện đồng trụ. — Nhà Nguyên lần ép nhà Tống gần mất, nên quan quân đem vợ-con gia-dịch xuống đi hơn 30 chiếc tàu qua đậu xin ở nước Annam.

Trần-thủ-độ chết. — Vua bắt-chước nhường ngôi lại cho con là Khâm (1279) mà lên làm Thái-thượng-hoàng 13 năm mới chết.

3 TRẦN-NHƠN-TÔNG (Khâm).
Trị 14 năm sống 51 tuổi, từ 1279 tới 1293.

Niên-hiệu. { Thiệu-bửu. Trùng-hưng.

Đời vua cha vua nầy bằng-an là bao nhiêu, thì đời vua

nầy lại mắc giặc-giả dứ-tợn là bây nhiêu. Nhưng-mà trong ba bốn mũi giặc ấy vua thắng trận luôn hết cả. Bị chú ruột là Trần-ích-tắc có bụng trái mà ra. Mà có trong tông-thất và ngoài nhiều tướng giỏi như : Trần-quốc-tuấn, Trần-nhựt-duật, con ông Trần-liễu, Dỗ-khắc-chung, Quan-khải, Hà-đạt, Hà-chương, Khánh-dư.

Thuở ấy nhà Tông bị nhà Nguyên đuổi nhảy xuống biển chết hết cả nhà. Nguyên-thái-tổ cho sứ qua mời vua An-nam qua chầu. Vua đáp sứ mà không đi, vua nhà Nguyên giận bèn hạ Trần-nhơn-tông đi mà đặt Trần-duy-ái là sứ lên làm vua, cho quan tướng và một ngàn binh đưa về mà lập, vua Trần-nhơn-tông không chịu. — Qua năm 1282, vua nhà Nguyên cho một đạo binh 50 vạn kéo qua địa đầu đất Annam, nói mượn đàng qua đánh Chiêm-thành. — vua Annam không cho, lo sắm cự. Vua đặt Trần-quốc-tuấn coi hết cả binh trong nước mà đánh. Cách một năm rưỡi (1284) Trần-phu đi sứ về nói Nguyên-thái-tổ sai Thoác-hoang đem binh đông lắm qua quyết đánh hạ nhà Trần. Vua đãi yến, mời kẻ già-cả tuổi-tác trong nước hỏi nên đánh lại hay-là phải đầu đi ? Thì ai nấy đều xin đánh giặc mà-thôi.

Ngày 26 tháng chạp năm 1285, binh nhà Nguyên qua đánh-phá các cửa ải. Binh Annam đóng lui bên bờ sông Vạn-kiếp ; còn vua xuống xứ Hải-đông. Đạo binh Ômanhi đánh Annam phải lui khỏi Vạn-kiếp và lên choán đóng trên núi Pl -lại. — Trong cánh tay lính Annam bị bắt đều có chạm chữ sát-thác, nên quân Nguyên giận lắm. Vua sai Dỗ-khắc-chung làm sứ tới với tướng Ômanhi phân giải trong đục, mà nó không nghe ; nó cứ tấn binh tới. Nó lại cho một đạo tướng Toa-đô vỏ phía nam ; nên phải chia binh. Trần-quốc-tuấn sai Quang-khải vô Nghệ-an mà đánh với tướng Toa-đô. Ông hoàng Thoác-hoang cai quản các đạo binh Nguyên, phân binh ra đánh tứ phía vua cùng Thái-thượng-hoàng phải dời đi tị-loạn nơi Tam kì. Binh Nguyên tràn vô khắp mọi nơi, thiên-hạ đầu nhiều. Chú vua là Trần-ích-tắc đầu giặc có ý được làm vua. Mà ông Trần-nhựt-duật cho binh Annam mình mặc đồ binh nhà Tống đánh cũng được trận. — Vua đánh thắng Nguyên nơi phủ Trường-an. — Quan-khải đánh thắng Thoác-hoan nơi Chương-dương. Hai tướng Nguyên kia là Toa-đô và Ômanhi, không hay ông hoàng Thoác-hoan thất trận, kéo vô kinh-đô, bị hai anh em Hà-đạt, Hà-chương đánh nơi huyện Phò-ninh. Quân Nguyên thua luôn; Trương-hiển tướng Nguyên phải hàng đầu. Vua lại xáp trận với Toa-đô và Ômanhi. Toa-đô bị chém tại trận, Ômanhi lội qua sông Thanh-hoá, xuống ghe nhỏ chạy ra biển, bắt sống quân Nguyên hơn 5 vạn người. Khi vua thấy đầu tướng Toa-đô thì động lòng mà phán rằng : Kẻ làm tôi vua hết ngay dường ấy, thật nhà Nguyên đáng thương tiếc !

Còn ông Quốc-tuấn lại đánh đặng đạo Thoác-hoan hiệp với Lý-hằng nơi sông Vạn-kiếp nữa. Lý-hằng bị tay Quốc-tuấn, Thoác-hoan may băng bộ trốn được khỏi. Nguyên bị giết nhiều quá, sông Vạn-kiếp dám đỏ những máu binh nhà Nguyên. Nguyên thua mọi nơi, giặc tan, vua và đức thái-thượng-hoàng lại trở về kinh-thành.

Vua Nguyên-thái-tổ nổi xung, tức-mình bị thua vua An-nam, muốn lập Trần-ích-tắc thế cho Trần-nhơn-tông cho bõ ghét, mà không được ; (phải ban 500 mẫu ruộng cho Trần-ích-tắc ăn ở bên Tàu); bèn cho đòi binh đi đánh bên Nhựt-bổn về hiệp làm một đạo đông quá chừng đặng qua đánh Annam. Vậy (1286) ông hoàng Thoác-hoan kéo binh qua đàng bộ một đạo, còn Trương-văn-hổ đem binh thủy và chở lương-thực khí-giái đi đàng biển một đạo. Nguyên trên bộ thua trận Lĩnh-kình, thủy thua nơi Đa-mỗ. Nhưng mà nó hội nhau lại kéo riết tới gần kinh-thành. Hai cha con vua ra ngả biển vào phía nam với Trần-quốc-tuấn, để Khanh-dư ở lại mà ngăn giặc. Trước làm cũng không lại, sau chia làm hai đạo, một đạo giữ giặc, một đạo đi đón binh thủy Nguyên mà đánh; lấy được khí-giái lương-phạn, và bắt được người nhiều; mà vua dạy tha cho nó về nó nói lại nó đồn mình là mạnh. Trần-quốc-tuấn nghe Khánh-dư thắng trận lại biết thủy bộ nó toan hiệp nhau lại, thì người như nó khi nước lớn, đánh chầm-chơn, đợi nước dựt ròng trở lại rược nà, nó chạy xuôi dòng mắc hàn, chìm chết, bị đâm chém không biết là bao nhiêu; trôi bèo sông, máu đỏ nước cả. Tướng Ômanhi, Phan-tiếp, Tích-lộ, Kì-ngạc đều bị bắt; có một mình Thoác-hoang băng đồng chạy, mà dọc đàng quân chết hơn nửa phần.

Khi ấy vua cha con dắc nhau về kinh-thành. Đại xá thiên-hạ, có Trần-ích-tắc thì bỏ ra ngoài sổ tông-thất. Còn bao nhiêu tờ giấy bắt được kẻ can án về việc đầu giặc thì vua đốt đi không tra mà làm tội làm chi. Vua ban thưởng xong rồi, mới tính cho khỏi oán, dạy trả các tướng bắt được lại cho nhà Nguyên. Ai nấy xin giết, vua không nghe. Người ta ghét nhứt là Ômanhi, nên khi đưa về Annam đục cho tàu chìm cho nó chết đi.

Bị hai chuyến giặc ấy, dân-sự mất mùa đói khát lắm. Vua mở kho phát cho dân. Qua năm 1292, vua nhà Nguyên sai sứ mà biểu vua phải qua chầu, vua sai Nguyễn-đại-phạp qua lấy đều mắc tang vua cha mà cáo đi. Vua tàu sai sứ mà ép ngặm như vua không chịu đi, thì sẽ đánh; vua cáo bệnh không chịu đi, vua nhà Nguyên giận cầm sứ lại, đòi binh toan đem qua đánh, chẳng ngờ kẻ lấy vua đã 80 tuổi chết đi.

Vua Nguyên-thành-tông lên tức-vị lại cho sứ về. Vua Trần-nhơn-tông, nhường ngôi lại cho Thuyên là con đã 18 tuổi.

4. TRẦN-ANH-TÔNG (Thuyên).
Trị 21 năm sống 45 tuổi, từ 1293 tới 1314.

Niên-hiệu. Hưng-long.

Thuyên tức-vị thuở 18 tuổi, mà hay ham tửu sắc, nên khi đi chơi đêm bị chúng ném gạch là đầu ra có vít có thẹo. Có một lần vua uống rượu say mê-mết, qua bữa sau cũng chưa dậy được. Bữa ấy vua cha ở Thiên-trường về vào đến kiếm không thấy vua. Nội cung lay-giặc hết sức cũng không dậy được. Thái-thượng-hoàng bỏ về, dạy đình-thần sáng tới chầu tại đền người. Vua Trần-anh-tông tỉnh say rồi nghe nói lại, mắt-cỡ thẹn-thuồng, lo sợ quá sức, ra đi khan may gặp anh học-trò là Đoàn-nhũ-hài, vua cậy làm sớ chịu tội xin lỗi cùng vua cha. Đoàn-nhũ-hài làm rồi đi với vua, vua không dám vô, để cho người học-trò vô sân chầu qùi. Vua cha cho vời vua vô quở-trách răn-dạy rồi tha lỗi, dạy đình-thần về chầu như cũ.

Từ đời vua nầy mới hết thói vẽ mình. Vì vua cha có dạy phải đem đồ mà chạm hình rồng nơi trái-vế cho Trần-anh-tông; mà vua không muốn, lừa khi vua cha ngó lảng mà lớn đi mất thì thôi, không ép nữa.

Ai-lao làm loạn (1293) thì vua cha đi phạt Ai-lao. Sầm-tứ-sách làm phản, (1296) và Ai-lao cướp-phá choán lấy đất Long-giang, vua sai Phạm-ngũ-lão đánh lấy lại. Vua Chiêm-thành tên là Chế-mân, sai sứ cầu hôn, cưới bà Huyền-trân-công-chúa, dâng đất Ô-rí sau cải là Thuận-châu, Hoá-châu. Vua gả; về nội năm vua Chiêm-thành mất, theo phép nó, thì vợ phải lên giàn thiêu, mà chết theo chồng. Mà Trần-khắc-chung quan sứ Annam dụng mưu gỡ được rước Huyền-trân-công-chúa về. Chế-chí lên nối quờn cho

Chế-mân muốn bội ước, thì vua Trần-anh-tông phân binh làm ba đạo, vua một đạo đi đường bằng, Trần-quốc-chân một đạo, kéo đi đường núi ; còn Trần-khánh-dư một đạo đi ngả biển. Ba đạo kéo thẳng tới kinh-đô Chiêm-thành đi đến đâu thắng đó. Chế-chí bị bắt, vua Annam đặt em Chế-chí lên thế (1311). Cách một năm Chế-chí mất; lúc ấy Xiêm đánh phá Chiêm-thành, vua Annam phải sai binh đi giúp. Trong nước khi ấy bình-yên, vua Trần-anh-tông cũng noi thói nhà truyền ngôi cho con là Manh (1314). Mà lên làm thái-thượng-hoàng được 6 năm nữa mới băng.

5. TRẦN-MINH-TÔNG (Manh).
Trị 15 năm sống 58 tuổi, từ 1314 tới 1330.

Manh 15 tuổi lên ngôi, sau cưới con ông Trần-quốc-chơn làm hoàng-hậu. Vua nhờ có vua cha giúp-đỡ được 7 năm, sửa-sang trong nước, cầm binh vỗ mình. Khi vua cha mất đi rồi (1321) thì vua bị nghe lời Trần-khắc-chung quá đi, nên đã giết ông Trần-quốc-chơn là cha vợ mình đi : Thuở ấy hoàng-hậu không có con (mà trông sẽ có). mà vợ bé vua đã sanh được một con trai đặt tên là Vượng, Có hai phe, một phe bà hoàng-hậu, một phe ông quan Văn-hiến-hầu, ông nầy với Trần-khắc-chung, thì giục vua phong cho Vượng làm thái-tử.

Mà bà hoàng-hậu trông cậy sẽ có con, nên không chịu. Vì-vậy nên Trần-khắc-chung, muốn hại hoàng-hậu thì lo hại cha hoàng-hậu là Trần-quốc-chơn, mới mướn thằng đầy-tớ ông ấy tên là Trần-phẩu, 100 lượng vàng, mà cáo ông ấy rằng : lo làm phản cùng vua. Vua nghe lời Trần-khắc-chung, bắt cha vợ cầm tù, bỏ nhịn đói nhịn khát.

Vua có một đôi khi lương tâm chẳng yên, thì Trần-khắc-chung lấy lời nầy mà dọa vua: « Bắt được cọp thì dễ, mà tha đi thì hiểm-nghèo. » Bà hoàng-hậu thấy cha làm vậy vô thăm thầm nước vô áo vắt ra cho uống; đói khát đã quá, uống vào rồi chết đi.

Cách 2 năm, việc ấy mới ra chắc là oan, vì là việc phao-vu, nên vua lột chức Trần-khắc-chung, đuổi về dân. — Thằng Trần-phẩu thì xử lăng-trì. — Trần-khắc-chung chết không đi chôn, bị quân đầy-tớ ông Trần-quốc-chơn kéo lôi vầy-đạp phần thây ra, vì nó thương chủ nó chết oan mà trả thù cho bõ-ghét. Nhưng vậy mà bà hoàng-hậu cũng không có con, nên Vượng được phong làm thái-tử, đến năm nay 1330, vua trao quyền cho lên làm vua, còn vua ở ngôi Thái-thượng-hoàng còn được 28 năm nữa mới mất.

6. TRẦN-HIẾN-TÔNG (Vượng).
Trị 12 năm sống 22 tuổi, từ 1330 tới 1342.

Niên-hiệu: — Khai-hựu.

Thái-tử Vượng mới nên 10 tuổi, thì Trần-minh-tông là vua cha đã trao quờn làm vua cho; làm thì làm có vị đó, mọi việc vua cha lo giúp cả.

Trần-nhựt-duật và Trần-khắc-chung chết. Nước Ai-lao (1331) xâm phá đánh lấy Nam-nhung trong xứ Nghệ-an, vua Thái-thượng-hoàng đau con-mắt mà cũng muốn cầm binh đi đánh. Ong Đoàn-nhũ-hài bị sương mù ơ-hờ kéo binh tới, bị binh Ai-lao dần ngựa voi giăng vây-phục tứ phía, tới nơi chạm nó tá-hoả, binh Annam hoảng vỡ chạy thôi lại nhảy lội sông chết hết nhiều. Ông Đoàn-nhũ-hài cũng chết trận ấy nữa.

Năm 1337, sai Hưng-hiển-vương đánh mọi Ngưu-hầu nội có ít tháng đặng trận Định-kì. chóm vua nó là Xá-phần

Em vua tên là Cảo đi ghe chơi trong Tây-hồ té xuống nước, đã gần chết, vớt lên xóc nước hết sức mà không lại, nhờ có Trâu-canh là người thầy-thuốc Tàu, khi Nguyên thua tình-nguyện ở lại, làm thuốc khá khỏi chết, mà nói hư ngọc-hành liệt đi.

Vua Trần-hiến-tông (1342) chết mà không con mà truyền ngôi. Nên Thái-thượng-hoàng phong ông hoàng Cảo bị té hồ lên làm vua, bỏ ông hoàng anh đi, vì ông ấy khờ ít trí.

---

7. TRẦN-DŨ-TÔNG (Cảo).
(*Trị 28 năm sống 34 tuổi, từ 1342 tới 1370*).

Niên-hiệu : — Thiệu-phong.

Cảo mới 6 tuổi lên làm vua 28 năm, mà 15 năm trước, có thái-thượng-hoàng là vua Trần-minh-tông lo việc chánh-sự, sửa-sang việc nước giúp cho, cho đến khi người bị con ong đánh nơi má đau mà chết.

Đời vua nầy nhiều năm đại hạn mất mùa đói khát. Vua hay làm phước, tha thuế, giảm thuế, chần-bần, ban phát bạc-tiền, gạo-lúa, thuốc uống, lúc dân khốn-khó bệnh-hoạn đói-khát.

Quân hoang tựu làm loạn trên núi An-phu-luôn 2 năm (1344, 1345) và quân Ai-lao, đánh dẹp yên được cả.

Khi vua tức-vị, thì Chế-a-nan là vua Chiêm-thành chết, mà con vua ấy là Chế-mỗ bị anh rể là Trà-hoa-bồ-đề tiếm vị đi. Nên Chế-mỗ xin vua Annam giúp mà lấy quờn lại. Triều-đình Annam hứa đó mà mùa kia qua mùa nọ không thấy gì hết, thì Chở-mồ nói chuyện nầy với Hưng-hiên-vương rằng : có ông vua kia có con khỉ vua yêu lắm, mà vua muốn cho nó biết nói tiếng người. Có anh kia chịu dạy cho khỉ biết nói, mà đòi mỗi tháng là 100 lượng vàng, mà mua các vị mà làm thuốc ; nội trong 3 năm thì biết nói. Nó chịu bốc làm-vậy là vì nó tính trong 3 năm hoặc là vua băng, hoặc là con khỉ, hay là mình sẽ chết. Vua nghe vậy, thì mới cho binh vô đánh Chiêm-thành mà lập nó lại, chẳng ngờ đạo binh bộ đi tới Cồ-lũy, mà đạo thủy chở lương-phạn khí-giái ra bị dông-bão phải trở lại.

Còn bên Tàu phía nam Trần-ích-tắc mất đi rồi, thì con là Trần-hữu-lượng đánh lấy các tỉnh nam có ý tách ra làm vua một nước, có cho sứ qua xin vua nhà Trần bên Annam giúp mà triều-đình không chịu giúp. Bên bắc thì nhà Minh nổi đánh triệt nhà Nguyên đi rồi, sai sứ qua Annam mà báo. Vua Minh-thái-tồ dẹp yên trên bắc, đem binh xuống phía nam đánh Trần-hữu-lượng thua tại Giang-xuyên, lấy lại hết cả nước bên Tàu.

Bên nam nước Nam, quân Chiêm-thành ra cướp-phá, bờ biển, lại xâm vô đất Annam cướp người lấy của phá rối nhiều phen ; vua sai Trần-thế-hưng và Đỗ-tử-bình đem binh vô đánh mà thua, Trần-thế-hưng bị nó bắt được. Đỗ-tử-bình rút binh về.

Dời ấy tàu ngoại-quốc qua lại xứ Vân-đồn buôn-bán đông.

Thuở ấy người bên Tàu qua ở Annam giàu-có nhiều của đem về Tàu không hết, không tiện, nên hay chôn của, mà lại hay mua con-gái mà chôn sống theo để làm thần giữ của. Việc ấy xem ra là Trâu-canh thầy làm thuốc cho vua Dũ-tông, đã bày đầu ra, rồi người-ta bắt-chước theo.

Ngày 25 tháng 5 năm 1368, vua băng, mà không có con nối dòng.

8. TRẦN-NGHỆ-TÔNG (Phủ).

Trị 3 năm từ 1370 tới 1373. sống 74 tuổi.

Niên-hiệu : — Thiệu-khánh.

Từ tháng 5 năm 1368 cho tới 1370, thì có Dương-nhựt-lễ là con trưởng-tử anh ông vua Trần-dũ-tông đã mất đi rồi; mà nguyên bà mẹ va khi trước theo hát-bội đã có chửa va rồi mới lấy ông Hoàng-cung-túc-đại-vương, tại bà hoàng-thái-hậu là mẹ vua Dũ-tông tưởng phải tôn va lên, nên va ở ngôi được trót năm.

Chánh là em vua Trần-dũ-tông tên là Phủ là con thứ 3 vua Trần-minh-tông lên làm vua mới phải. Ông nầy dụ-dự, mà bà Thiệu-minh là chị nói khuyên-giảng lẽ hơn thiệt cho mà nghe; sau mới ra tay mà lấy quờn mình lại. Vậy người bỏ phủ cũ người ở mà lên núi lập binh, để Hoàng-canh và nhiều quan tâm-phúc ở lại theo Nhựt-lễ, như Trần-ngô-lan tuy là sai binh đi đánh, mà dặn biểu binh theo về bên kia hết. Có một lần hai cha con Nguyên-trác, và Nguyên-tiết với hai người con bà Thiệu-minh công-chúa vô tính giết Nhựt-lễ ban đêm; mà Nhựt-lễ lén thoát ra leo lên vách thành mà tuột xuống nằm núp đó tới sáng. Vì việc ấy Nhựt-lễ bắt giết hết 8 người. Qua ngày 13 tháng 10 chính vua (Phủ) là Trần-nghệ-tông, kéo ngay binh vào thành, Nhựt-lễ, đã trốn ra khỏi thành, sau về đầu, bị giáng và cầm cầm-cô. Mà va tức mình bị Trần-ngô-lan phản thì muốn trả thù; bèn nhắn biểu Trần-ngô-lan vào cho va nói chuyện riêng về của giàu chi đó. Trần-ngô-lan tin xợt-xợt vô, Nhựt-lễ nhảy đùa lại đánh và bóp họng chết đi. Vua dạy đánh trả lại Nhựt-lễ cho chết và cha và con.

Vua Trần-nghệ-tông lên tức-vị, qua năm sau, mẹ Nhựt-lễ trốn vô Chiêm-thành, xúi nó ra đánh, thì Chiêm-thành đem binh ra cửa Đại-an, rồi lên kinh-đô vây. Vua trốn qua bên kia sông thấy nó đốt phá lầu-đài, kho-tàng rồi nó bắt người cướp của mà về, (ngày 27 tháng 3). Tới tháng 4, Trần-nghệ-tông nhường ngôi cho ông hoàng em tên là Cạnh (1373) rồi ở ngôi thái-thượng-hoàng 27 năm tới 74 tuổi mới chết.

9. TRẦN-DUỆ-TONG (Cạnh).
Trị 4 năm từ 1373 tới 1378.

Niện-hiệu : — Long-khánh

Cạnh con thứ 11 vua Trần-minh-tông tức-vị rồi sửa sang binh-lính, đóng thuyền-bè để chở lương đi đánh giặc — tu võ tu văn cả hai đường. Mà khi ấy vận nhà Trần đã suy đi rồi; nên khiến quân Chiêm-thành phá-phách làm hại : Tháng 5 năm 1375, vua Chiêm-thành tên là Chế-bồng-nga vào phá đất Hoá-châu (Huế). Vua sắm thân chinh mình làm tướng đi đánh nó. Triều-đình can không được, xin một hai vua ở lại, để sai quan cầm binh đi đánh mà thôi, mà vua không nghe. Vậy vua đem 120,000 binh kéo vô phạt Chiêm-thành. Chế-bồng-nga nghe sợ đã gởi dâng 10 mâm vàng, mà ông tướng Đỗ-tử-bình tham lấy lấy cho mình, và dâng sớ tâu nghịch vua Chiêm-thành; nên vua cứ hàm-hầm thẳng tới. Còn đạo thủy, binh lương thì giao cho Lê-quí-ly đem đi ngả biển vô cửa Di-luân; đạo bộ vua đi thì đi tới cửa Nhựt-lệ. Rồi hiệp nhau vô cửa Thị-nại, đóng binh nơi cầu đá Ỷ-mông gần thành Chà-bàn là kinh-đô vua Chế-bồng-nga. Chế-bồng-nga làm kế sai quan lớn nó tên là Thâu-ba-ma ra giả đề xin đầu mà nói vua nó đã bỏ thành không mà trốn đi rồi. Vua mới tính vô thành, vậy vua mặc áo đen cỡi ngựa ô, còn em vua mặc áo tráng cỡi ngựa kim, các quan và binh đi theo sau, ơ-hờ như đi chơi, chẳng ngờ là đi vô chỗ tử-địa ; khi vô đã chun vào cửa thành, tức-thì quân Chiêm-thành nó phục nó ó lên xốc vào phải chém giết hết nhiều quá ; vua chết, em vua là Úc, bị bắt sống. Lê-qúi-ly coi thủy trở về. Khi Đỗ-tử-bình về thiên-hạ mắng-chưởi vác đá gạch liệng ghe ; lột chức cho đi tiền-quân hiệu-lực. Vua anh là Trần-nghệ-tông mới chọn cháu tên là Kiên là con lớn vua Trần-duệ-tông lên làm vua.

10. TRẦN-PHẾ-ĐẾ (Kiên).

Trị 12 năm từ 1378 tới 1390.

Niên-hiệu : — Xương-phù.

Kiên mới 16 tuổi tức-vị, sau kêu là Trần-phế-đế, làm vua thì làm có vị đó, mọi sự thì có bác là Trần-nghệ-tông lo làm.

Nhà Trần càng ngày càng suy, nên quân Chiêm-thành thừa thắng kéo vô cửa Đại-an, thấy có đồn-bảo giữ đó, thì bỏ ra cửa Thần-phù, mà sau léo-hánh nữa bị thua vỡ chạy ra biển bị dông bị bão chìm chết nhiều lắm. (1377). Vậy nó tính mưu khác : Ông hoàng Úc bị bắt tại kinh-đô Chiêm-thành ; Chế-bồng-nga đưa con gái cho, nên phò mã va ; vậy va đặt rể làm vua tại xứ Nghệ-an. Thiên-hạ theo nhiều. Trần-nghệ-tông sai Đỗ-tử-bình ra đánh đuổi tột tới kinh đô nó, lấy của mà về. Vua Annam sợ chôn của trên núi Thiên-kiện (sau kiếm không ra) lập đồn và hành-cung trên Lạng-sơn. Mà sợ cũng phải (1382) quân Chiêm-thành bắt

người Tân-bình Thuận-hoá đem ra phá Nghệ-an, rồi ra Thanh-hoá. Vua Nghệ-tông sai Lê-qúi-ly coi đạo thủy, Đỗ-tử-bình coi đạo bộ, hẹn nhau tới Ngô-giang. Tới đó có binh thủy Chê-bồng-nga đó đông lắm. Nguyễn-kim-ngao sợ muốn quày chạy đi, Lê-qúi-ly chém quách đi làm oai. Binh liền ó lên riết vào. Chê-bồng-nga dầu giỏi chịu cũng không lại, binh nó đổ, chạy tan-tác, lội lên bờ trốn trên núi trên non mất hết. Annam kéo binh về. Chiêm-thành rán gan cứ lèo-đèo tới cướp-phá đánh hoài. Vua sợ dời lăng đi chỗ khác. Lê-qúi-ly với Nguyễn-đa-phương ra đánh với giặc đang xâm đất Thanh-hóa. Đánh đuổi nó rồi đốt tàu-bè ghe-cộ nó, đuổi miết-dài nó vô cho khỏi thành Nghệ-an, mới trở về. Vua nó là Chê-bồng-nga, ít lâu lại ra tại Quảng-oai, Không-mục, gần kinh-đô; Trần-nghệ-tông sai Lê-mật-ôn ra bị nó bắt được, nên phải sai Nguyễn-đa-phương ra thế. Vua sợ xuống ghe qua bên kia sông kiếm chỗ tị-nạn, bị tên học-trò là Nguyễn-mộng-hoa, lội theo níu ghe, xin vua ở lại cầm binh mà đánh giặc, vua mắc sợ quá không nghe, đi lướt đi. Chê-bồng-nga đóng đó hơn 6 tháng trời hãm kinh thành không nổi, hết lương phải rút binh về. — Phía-nam yên yên được một chút, kẻ phía bắc vua nhà Minh sai sứ qua, khi thì xin lương cho binh đi đánh Vân-nam, khi thì xin thầy chùa, thầy sãi, khi thì xin giống cau, dừa, mít, nhãn, trái- vải đem về trồng vân vân.

Vua bác là Nghệ-tông trở về, phong cho Lê-qúi-ly chức lớn, cai quản trong triều ngoài quận, lại đi hơi trên vua Trần-phê-đế nữa. Vua nầy toan mưu hạ va đi mà lậu ra, va hay, va tới vua bác là Nghệ-tông mà nói giềm và nói thà để con vua Nghệ-tông lên làm vua thì phải lẽ hơn, vì là chính dòng vân vân... Trần-nghệ-tông nghe Lê-qúi-ly mà giáng vua Phê-đế đi. Mời tới tính việc nước nơi Ansanh-lăng, vua bác chảo rồi, dạy đem vua cháu vô chùa Tứ-phước cầm lòng đó. Trần-nghệ-tông nói vua cháu còn nhỏ dại hay chơi-bời, nghe dua nịnh nên cất chức đi mà đặt con lớn mình là ông hoàng Chiêu-định lên thế. Sau họ đem vua Phế-đế tới phủ Trái-dương thắt cổ đi. Lê-quí-ly có bụng xấu gấm-ghé muốn tiếm ngôi, đang oai quờn lắm, nên khiến cho vua Trần-nghệ-tông hay nghe lời va. Vậy va ưa ông hoàng nhì là Ngung hơn thì va nói với vua Nghệ-tông xin đặt lên làm vua thế cho ông hoàng nhứt Chiêu-định, vua Nghệ-tông cũng nghe mà làm theo như vậy.

11. TRẦN-THUẬN-TÔNG (Ngung).
Trị 9 năm, từ 1390 tới 1399,

Niên hiệu. — Quang-thái.

Trần-thuận-tông (Ngung) con thứ 2 vua Trần-nghệ-tông, nhờ Lê-quí-ly đặt lên, mới có 13 tuổi. Lê-quí-ly lại đưa con gái mình cho vua làm vợ. Khi ấy cả vua cha cả vua con cũng đều phải nghe lời Lê-quí-ly. Các việc lớn nhỏ đều ở tại một tay Lê-quí ly lấy tên vua Nghệ-tông mà làm cả.

Nguyễn-thanh người đất Thanh-hóa, nổi lên xưng mình là vua Phế-đế, nhiều người phò. Nguyễn-cậy làm đầu đảng tại Nông-cô cướp phá các châu huyện. (Tháng 8 năm 1309). Tháng 10 Chế-bồng-nga vua Chiêm-thành đánh đất Cổ-vô trong Thanh-hóa. Lê-quí-ly đem binh vô đánh chia binh làm 2 đạo, Chiêm-thành trá bại, rược theo mỏng binh đi thì quân Chiêm-thành, núp phục nơi bờ đê dậy chém binh Annam chết hết nhiều lắm, quan chết trót 70 ông. Lê-quí-ly về xin binh tiếp, để Nguyễn-đa-phương lại chịu đó với giặc. Cự chừng chừng đó, rồi tháo rút về được. Sau sai

Trần-khắc-chơn vô đóng nơi sông Hải-triều. Có ông hoàng Nguyên-diệu là anh ông Phế-đế, đem quân gia thuộc qua ở với giặc.

Khi ấy Lê-quí-ly xin chém ông Nguyễn-đa-phương đi, mà vua không cho, phạt nhẹ-nhẹ mà thôi, Lê-quí-ly tâu nếu không giết ổng đi, thì ổng sẽ làm như Nguyên-diệu, qua đầu Chiêm-thành hay là qua đầu Minh, nên vua Nghệ-tông phải tứ tử cho Nguyễn-đa-phương. Trong nước cả loạn, ngoài thì giặc Chiêm-thành, trong thì loạn: Phạm-sư-ôn là thầy chùa làm loạn, kéo binh vô phá cửa thành, hai vua chạy, nó chiếm-cứ đó 3 ngày, nhờ có Hoàng-phụng-thế đem binh đánh đuổi được nó mới yên.

Trần-khắc-chơn đánh thắng được Chiêm-thành: Chế-bồng-nga với Nguyên-diệu, đi cả trăm chiếc thuyền trước đoàn thủy, nhờ có Ba-lậu-kê là quan nhỏ có tịt với Chế-bồng-nga, qua đầu Annam, chỉ thuyền võ sắc xanh là thuyền vua nó đó, nên Annam châu bắn vô đó, Chế-bồng-nga bị đạn giẹp vở be nghe mà chết, ông hoàng Nguyên-diệu thấy vậy nhảy chém đầu vua Chiêm-thành xách chạy qua Annam, vô chưa tới cửa quan tướng, ở ngoài đội nó đã chém phứt anh ta đi. Binh Chiêm-thành vỡ chạy. Tướng nó là La-khải cỡi voi chạy; Annam theo riết nhiều khi phải bỏ chăn hun, bạc nén ném lại cho nó ham lượm cho mình chạy cho khỏi. La-khải về soán ngôi lên làm vua phứt đi. Chế-ma-nô-chi-nan và Chế-san-nô là chính con dòng Chế-bồng-nga bị soán chạy qua ngụ bên Annam. Annam thết-đãi tử-tế, ban tước-quờn.

Lê-quí-ly càng ngày càng lộng, mướn quân hoang giết ông hoàng Thích, xin vua Nghệ-tông giết Trần-nhựt-chương cũng là ông hoàng nhà Trần, vì dòm-xem gièm-chê việc va làm chẳng phải vân vân...

Khi vua Trần-nghệ-tông gần chết, thì hội đình-thần lại

bắt thề phò vua vực nước cho hết ngay hết thảo, rồi vua phán cùng Lê-qúi-ly rằng : ta đã có bụng tin cậy nhà ngươi lắm. nay ta đã gần đất xa trời, ta một mai có khuất đi, thì hãy giúp con ta với ; bằng như con ta có làm chẳng nổi, thì hãy coi lấy việc nước. Thì Lê-qúi-lý làm bộ, lột mão, sắp mình xuống khóc mà tâu rằng : tôi mà chẳng có làm tôi hết ngay cùng bệ-hạ cho được vững-bền thì trời đất qủi thần hại tôi đi.

Vua Thái-thượng-hoàng Nghệ-tông băng ngày 15 tháng chạp (1394.) — Lê-qúi-ly lên làm phụ-chánh, thái-sư, quân quốc trọng sự trung vệ quốc đại vương, ân kì-làn vàng, ở thì ở tại tịnh-đài. Lập giấy dùng thay vì tiền (1397.) chia nước ra lộ, phủ, châu, huyện. — Lê-qúi-ly tính lập kinh-đô mới (Tây-đô Tây-giai) tại tỉnh Thanh-hóa trên núi An-tôn (núi Đinh). — Sai Đỗ-tỉnh vô lập ba tháng thì rồi. Tháng 11. Lê-qúi-ly ép vua dời vô kinh mới mà ở, còn nơi kẻ-chợ (Đông kinh) thì va đặt Lê-hán-thương là con va làm chức Thái-bảo lãnh Đông-đô-lộ-phủ. — Vua vô Thanh-hóa, thì có tướng Chiêm-thành là Chế-da-biệt, và con là Chế-gìa-diệp và anh là Chế-mộ-hoa ra đầu, vua phong tước cho về Hóa-châu. Rồi Lê-qúi-ly ép vua nhường ngôi cho con (là cháu ngoại va) tên là An, là Trần-thiếu-đế (ngày rằm tháng 3 năm 1398.)

---

12 TRẦN-PHẾ-DẾ (AN.)
(Trị 2 năm từ 1399 — 1401.)

Niên hiệu. — Kiến-tân.

Lê-qúi-ly bây-giờ cờ đã về tay đã lăm-le muốn phất, mà trong lòng còn ngặt cái lời thề trọng vuối Nghệ-tông, nên còn lưỡng-lự một hồi. Đến khi lòng tham đã khỏa-lấp đi rồi, thì mới lo thể thuốc vua Trần-thuận-tòng mà không đặng, nên phải dùng người Phạm-khả-vĩnh mà thí vua đi

Vua Trần-thiếu-đế còn nhỏ mới có 3 tuổi. — Cái bữa hội lại mà thể, thì các quan lớn như Trần-khác-chơn toan giết Lê-qúi-ly đi, nên mời lên lầu uông rượu; hiệu-lịnh gần ra mà rồi giựt-mình nhập-nhứ, nên va biết ý tuốt xuống về đi. — Sau bắt chém 370 người, tịch-kí gia-sản, vợ con phát vi nô, con trai chôn sống, quăng dưới sông vân vân... Thiên-hạ kinh-tâm sợ-hãi quá. Còn Trần-khác-chơn thì đem chém trên núi Dún, sau hiển-linh trong việc đảo-võ.

1399. Lê-qúi-ly một mình múa gậy rừng hoang, dọn vô ở đền Nhơn-thọ, con va ở cái các bên hữu. Bây-giờ đã hết giấu nữa, đặt mình là quốc-tổ-thượng-hoàng, mặc áo sắc vàng đi 12 tản. — Qua 28 tháng 2 năm 1402, quốc-tổ-thượng-hoàng mới truất vua Thiếu-đế xuống mà đặt mình lên làm vua ngay.

HỒ-QÚI-LY. (1402)

Lê-qúi-ly tiếm vị rồi đổi họ Lê ra họ Hồ là chính họ va, lại đặt tên nước lại kêu là Đại-ngu. — Vua Thiếu-đế may nhờ còn nghĩ chút tình ông cháu, nên va không giết, giáng xuống tước Bảo-minh-đại-vương. — Xem ra Hồ-qúi-ly muốn lên ngự ngai vàng chơi cho biết mùi đời; không mấy ngày lại muốn thôi đi, nên qua tháng 3 thì phong Hồ-hán-thương là con thứ lên làm thái-tử, sửa-sang việc trong nước theo ý mình, rồi nhường ngôi cho con là thái-tử Hồ-hán-thương, mà ở ngôi Thái-thượng-hoàng.

HỒ-HÁN-THƯƠNG.

Hai cha con họ Hồ phân tay nhau mà lo việc nước: nhất diện thì sai sứ qua nhà Minh bên Tàu về dòng-họ Trần đã tiệt tự đi rồi; nhất diện thì dùng dịp La-khải tiêm vị vua Chiêm-thành chết đi mà để quờn lại cho con là Ba-dịch-lai, mà đem binh đi đánh. (tháng 7 1403). Hồ-hán-thương chính thân kéo 150,000 binh vô Chiêm-thành. Ba-dịch-lai thất kinh, đem lễ dâng đất xin đầu. (đất Cổ-lũy làm ra Thăng-hoa — Quảng-nam, Tư-nghĩa — Quảng-ngãi) — cho dân vô ở — mà cũng không yên được — Hồ lại đem 200,000 binh vô nữa, đặt châu, huyện các nơi. Tới thành Chà-bàn nó cự già — Sau hết lương phải rút về.

Chiêm-thành sai sứ qua Tàu than rằng, Annam ăn hiếp, lại nói có gởi voi dâng hoàng-đế mà Annam chặn lấy đi cho mình vân vân. Nên vua bên Tàu cho 9 chiếc tàu qua giúp Chiêm-thành; lại sai sứ qua hoặc đòi voi, hoặc hỏi việc khác vân vân. Hồ-qúi-ly sợ sứ về có tâu các việc mình bên nầy, nên lo sai kẻ lớn giết sứ đi, chẳng ngờ sứ mau chơn đi tuốt về tâu tự-sự rằng, Hồ-tiếm. — Vua Minh sai sứ qua đòi đất, trả thì trả mà cũng biết làm sao cũng không khỏi giặc; nên hội triều đình-thần văn võ lại mà hỏi có phải đầu hay là đánh — Rồi xây thành Đà-bàn lại, hàn sông Bạch-hạc lại nữa.

Qua năm sau, Hàn-quan với Hoàng-trung đem 100,000,

lại có đem Thiêm-bình là người qua nói mình là dòng Trần, xin nhà Minh lập lại, qua đánh với Hồ, đánh nơi Lình-kình thì thắng ; mà sau thì thua, giao Thiêm-bình cho Hồ mà rút binh về Tàu. Hồ lại sai sứ qua mà cắt nghĩa về Trần-thiêm-bình là Trần giả vân vân. Vua nhà Minh không thèm nghe cầm sứ lại, rồi sai Trương-phụ với Mộc-thạnh, Lý-bân đem 400,000 binh qua đánh quyết (1406) — Binh đóng tại sông Bạch-hạc. Hồ-hán-thương sửa-sang binh khí, voi ngựa, tàu-bè, nghe-thuyền — Ngày 20 tháng chạp năm 1406, binh nhà Minh kéo đi đánh khắp nơi ; mà thua Annam tại Thiên-mộ ; mà tướng Minh làm oai chém quân chạy trốn ít nhiều, nên binh vững lại ; lại dán yết-thị, khắc vô ván thả trôi sông cho dân Annam biết, nhà Minh có ý qua đánh Hồ tiếm vị mà lập nhà Trần lại mà-thôi.

Hồ-hán-thương bị thua tại Mộc-hoang, thủy bị đốt ; binh Minh qua khỏi Thiên-mộ hãm thành Dà-bàn, cự không lại hai cha con Hồ-qúi-ly chạy về Tây-đô — Sau đem 70,000 binh ra đánh nữa cũng không lại, thủy bị đốt, bộ bị thua thất tán. Thượng-tuần tháng 4 năm 1407, Minh làm yết-thị mà hỏi tìm con cháu nhà Trần mà đặt lên — Thì Annam bị giặc lâu ngày cực-khổ nói Hồ đã giết hết Trần đi rồi, nên xin đầu Minh. Minh đặt 12 quan coi việc trị dân — Rồi binh theo bắt họ Hồ, choán các cửa Điều-canh, Kì-la vân vân. — Hồ-qúi-ly 70 tuổi bị bắt tại bải Chỉ-chỉ, còn Hồ-hán-thương và Hồ-nhuễ bị bắt tại trên núi Cao-vọng, cả thảy điệu về Kim-lăng bên Tàu. — Trương-phụ với Mộc-thạnh về Tàu để việc trị dân cho Lữ-nghị với Hoàng-phước.

13. GIẢN-ĐỊNH-ĐẾ (Ngồi).
2 năm từ 1407 tới 1410.

Niên-hiệu. — Hưng-khánh.

Họ Hồ bị Minh bắt đi rồi, thì quan Minh tưởng đã hết lo, mà lầm : Vì tháng 10 1407, Ngồi là con thứ vua Trần-nghệ-tông nhờ ông Trần-triệu-cơ tôn lên làm vua, hiệu là Giản-định-đế. Vua trú tại Nghệ-an, cho các tướng lo lập binh-gia.

Thưở ấy trong xứ Hoá-châu (Huế) ông Đặng-tất lập quân đem ra phò vua, đánh-phá binh Minh rải-rác chỗ nọ chỗ kia. Tướng Minh là Trương-phụ lại qua đem binh vô đánh Diễn-châu — Nên vua cùng Đặng-tất phải chạy vô Hoá-châu — Trương-phụ rược theo tới cửa Bố-chính — Phạm-thế-căn đầu Minh, thì Minh đặt mà coi xứ Tân-bình. Vua và Đặng-tất trở về Nghệ-an (tháng tư) — Tháng 6 Đặng-tất đánh bắt Phạm-thế-căn đem về nạp, vua chém đi.

Tháng 10 vua cùng Đặng-tất thâu binh Thuận-hoá, Tân-bình, Diễn-châu, Nghệ-an, Thanh-hoá kéo thẳng ra Thăng-long (Hà-nội, Đông-đô) — Trương-phụ với Mộc-thạnh hiệp binh Minh lại xáp một trận nơi Bồ-cô-cán. Vua Giản-định-đế ra cầm binh đánh từ giờ thứ 9 sớm mai cho đến giờ thứ 5 chiều — Binh Minh hơn 10 vạn, vỡ-tan đi hết, chết cũng nhiều lắm. Mộc-thạnh may thoát khỏi chạy vô thành Cổ-lộng — Khi ấy vua muốn kéo thẳng tới đánh Đông-quan chỗ kinh-đô Hà-nội, mà Đặng-tất can đi, xin để nghỉ binh và bắt quân Minh đang chạy trốn đã.

Tháng giêng năm 1409, có đơn người học-trò kia cáo Đặng-tất và Nguyễn-cảnh-chơn rằng cậy quờn hiếp dân, vua vội nghe không xét, dạy chém hai ông tướng giỏi ấy đi — Nên con cái 2 ông ấy oán, bỏ vua mà theo Trần-qúi-khoán là cháu nội vua Trần-nghệ-tông mà tôn lên làm vua, lấy hiệu Trùng-quan-đế.

14. TRÙNG-QUANG-ĐẾ (Trần-qúi-khoán).
Trị 4 năm, từ 1410 tới 1414.

Niên-hiệu. — **Trùng-quang.**

Các tướng là Nguyễn-Soái, Nguyễn-cảnh-dị và Dặng-chi tôn Trần-qúi-khoán lên làm vua tại xứ Chi-la, ngày 17 tháng 3 năm 1410. Bên kia Giản-định-đế chiếm-cứ thành Ngự-thiên, và cứ đánh với Minh. Sau bị Nguyễn-Soái bắt được đem về Nghệ-an; vua Trùng-quang bèn để tướng ra rước chào là Thái-thượng-hoàng. Cả hai hiệp nhau lại cự với Minh, phân nhau ra; Giản-định đóng tại Hạ-hồng, còn Trùng-quang đóng tại Bình-nan. Bên Tàu vua nhà Minh lại sai Trương-phụ, gởi binh qua thêm. Vua Giản-định đi ngã bộ mà chận binh Minh qua, trong xứ Thiên-quan (Ninh-bình) đánh thua bị Trương-phụ bắt được giải về Kim-lăng. Rồi Trương-phụ kéo binh tới xứ Bình-nan là chỗ Trùng-quang-đế đóng binh mà vây giữ binh Minh đó. Cầm chừng nhau đó ít lâu, sau binh Annam hết lương liền rút về Nghệ-an. Trương-phụ là tướng độc-dữ chém giết người-ta mổ ruột móc lên cây, nấu lấy mỡ, bắt leo cột đồng đốt đồ thoa mỡ (hình bào-lạc); còn đờn-bà có thai, thì mổ bụng, rút con ra vân vân (1411) vua có ra đánh tại Hạ-hồng (Bên-lá) thắng trận được, giết, đuổi, đốt thuyền-bè, ghe-cộ Minh đi hết nhiều. Trương-phụ lại kéo binh vô Diễn-châu nữa, binh vua tháo-lui về Nghệ-an.

Trùng-quan-đế trước sai sứ qua Minh, mà Minh bắt giết đi — Lần nầy lại sai Hồ-ngạn-thân với Bùi-nạp-ngôn đem 1 tượng người vàng, 1 tượng người bạc mà đến sở phí giặc, lại xin 6 năm công một lần, lại xin cầu phong. Minh cho được nuốt tượng vàng tượng bạc cho trơn, thì phong cho vua làm chức Giao-chỉ-bô-chánh-sứ. Mà bên nầy giặc thì cứ đánh. Trương-phụ theo bắt vua trong Nghệ-an gặp tại Dò-mo, vua thua chạy ra ngả biển. Bên tàu lại sai quan Hàn-quan qua lo việc trị dân. — Trương-phụ nhẹ bớt một gánh, cứ kéo binh đi đánh Diễn-châu, Thanh-hoá, Nghệ-an — Vua Annam trốn chui trốn nhủi nay chỗ nầy mai chỗ khác — Vua lại sai Nguyễn-soái, Nguyễn-cảnh-dị ra Vân-đồn đốt phá cho nó rút về — Vua lại về Nghệ-an. Trương-phụ kéo đến thì vua chạy vô Hoá-châu, rồi sai Nguyễn-liêu qua Minh công và xin cầu phong cho thiệt. Trương-phụ chặn bắt lại, quan sứ giận chưởi-mắng là quân nói láo, nói qua mà lập nhà Trần lại, mà nói ra rồi lại ăn lời nói vân vân. Trương-phụ giận đem giết đi.

Trương-phụ vô theo trong Hoá-châu đánh một trận với Nguyễn-soái tại cửa Thai-gia. Đặng-dung kéo binh tới tiếp Nguyễn-soái xông a vào giá giặc, nhảy qua thuyền Trương-phụ mà bởi không biết mặt Trương-phụ nên Trương-phụ lẻn xuống xuồng chạy trốn đi mất. Trương-phụ lại bỏ binh đánh nữa, Annam đã hết sức, thôi-lui. Nguyễn-cảnh-dị với Đặng-dung bị bắt. Nguyễn-cảnh-dị chưởi-mắng Trương-phụ làm sỉ-nhục nó cho đến cho nó giết đi cho rồi, thì nó giết, nó lấy gan nó ăn đi. Vua Trùng-quang-đế hết vây cánh trốn lên Ai-lao. Trương-phụ tìm theo trên Lão-thác ; chúa Ai-lao sợ đem vua ra mà nộp cho nó, nó đem về Hoá-châu ; rồi cho điệu vua Trùng-quang, tướng Nguyễn-soái tình nguyện ra nộp mình theo vua, và ông Đặng-dung, đem về Yên-kinh (Bắc-kinh) vua nhảy xuống biển mà chết, Đặng-dung cũng nhảy theo, ông Nguyễn-soái thì sau, để báo-thù nó cho được một chút rồi hãy chết theo vua.

Bữa kia đang ngồi đánh cờ tướng với quan Minh, vùng giựt bàn-cờ phang ngang trên đầu nó, rồi nhảy xuông biển mà chết.

Nhà Minh cai-trị nước Annam.

Nhà Minh khi đầu nói rằng : qua đánh họ Hồ tiếm mà lập con-cháu họ Trần lại ; chẳng ngờ là bụng tham muốn lấy nước nhập về mình. Vì vậy nên bắt để tóc dài, đờn-bà con-gái bận áo rộng tây, cấm võ mình, dạy học chữ nho, sách thuốc, tứ-thơ, ngũ-kinh, sử tàu… Ra thuế lệ ruộng lúa, vườn dâu.

Các quan Minh bắt xâu dân nặng quá, khai mỏ bòn vàng, dụ voi kiếm voi trắng, lấy-ngà, bắt lặn mò lấy châu trai…..

Mà Trưởng-phụ bị cáo rằng : muốn tách nước riêng, nên vua Minh đòi về mà cho Trần-phước qua thế.

GIẶC 10 NĂM.
Lê-lợi đánh giành nước lại.

Niên-hiệu : — Bình-định vương.

Lê-lị (Lê-lợi) cũng không làm quan cho Trần hồi mạt suy, cũng không chịu ra làm quan với Minh, cứ rút vô ở núi Lam-sơn, tập võ, lập binh ứng nghĩa mà cứu quê-hương chó khỏi ách ngoại-quốc. Mà bởi binh còn ít, nên cứ chận đánh lẻ Minh hoài. Minh hao nhiều phen như vậy, thì giận, nên mồng 9 tháng giêng năm 1418, Mã-kì là tướng Minh kéo binh thẳng đến đánh Lam-sơn.

Lê-lợi động ở rút lét lên Lạc-thủy, rồi sai tướng là Lê-thạch, Đinh-bồ, Lê-liên, Lê-ly... xuống cự Minh. Minh thua, bắt hơn 3 ngàn binh Minh, lại lấy đặng khí-giái cũng nhiều. (13 tháng giêng 1418). Qua 16 sau Lê-lợi bị thằng Ái đem đường cho Minh tới vây, hao quân nhiều, vợ con thân-thích bị giặc bắt, Lê-lợi chạy khỏi lo thâu quân lập binh lại ; rồi sai Lê-lễ, Lê-náo, Lê-xí, Lê-đạt, trở về Lam-sâm lập lại. Rồi cứ đón đánh giặc chồm giặc khóm lấy lương của Minh đem về nuôi quân. Đã hơn 6 tháng như vậy, thì Lý-bân kéo binh Minh vô Yên-mang đánh, mà bị Lê-lợi bắn tên thuốc giã lắm, Minh chết nhiều thua rút về. Lúc tháng 4, 5, 7 năm ấy, Lê-lợi vô xứ Lạc-bảo chém quan Minh đặt đó đi, lấy hơn 300 thủ cấp đem về. Phan-liêu làm tri-phủ cho Minh tại Nghệ-an bỏ Minh về với Lê-lợi, đem binh-gia thủ-hạ nhập về hết. Lý-bân mắc máng chiêu an xứ Nghệ đã hết hơn 7 tháng mới yên.

Bên Tàu vua Minh nghe hơi không yên được, nên sai Trần-trí qua phụ với Lý-bân mà đánh với Lê-lợi. Lúc ấy có Lê-ngã khi trước ở mọi với bà công chúa nhà Trần, xưng mình là chắt vua Trần-duệ-tông, ở xứ Lạng-sơn chúng theo hơn trót muôn, đúc tiền, xưng vua, xưng hoàng-đế. Mà rồi bị Lý-bân đánh, mất và người và tên tuổi đi, không nghe lại trong sử nữa. Mà Lê-lợi chẳng phải như vậy đâu, Minh tưởng đánh Lê-lợi cũng dễ như đánh Lê-ngã, vậy mới lầm. Kéo binh tới, Lê-lợi chực sẵn tại Bồng-tân, đánh Minh cho một trận chết quá hung, thả tán chạy mất đất, Lê-lợi đóng binh làm đồn tại Thôi-qui. — Lý-bân mắc-cỡ vì mạnh đông mà thua yếu ít thì hổ-ngươi, bèn thâu 10 vạn binh vô đánh. Đại binh đông thể ấy ước lý thì nhai sống ba thằng quân rải của Lê-lợi đi còn gì. Mà không, chả khiếp đông số, lấy gan đánh liều

— 110 —

binh Minh chịu không nổi vỡ chạy tan-tát, tướng ra đàng tướng, binh ra đàng binh; bị quân Lê-lợi chém giết không biết là bao nhiêu.

Lê-lợi đóng trong đồn Ba-lâm gần bờ sông Sỏi, Minh rút vô thành Tây-đô, không dám khêu chiến nữa. Lê-lợi với Lê-sát, Lê-hào theo đánh Minh, đánh luôn một ngày một đêm lấy được hết các đồn, và khí giái nhiều. Từ ấy Minh hết nhóc-nhách, ở đâu ở đó giữ trót một năm, (từ tháng 11, 1420 cho đến tháng 11, 1421).

Trận nầy Trần-trí đem 10 vạn binh Minh tới đánh Lê-lợi nơi Ba-lâm; binh Minh đông như vậy mặc lòng đánh cũng thua: Minh chết trận hơn trót ngàn. Vua Ai-lao làm mưu cho 3 muôn binh với 100 voi tới, nói đem giúp Lê-lợi. Ai hay nửa đêm nó dậy nó đánh thình-lình trở tay không kịp; nhưng-vậy mà nó phải thua, chết tại hỗn trận hơn một muôn, bắt được 14 coi voi. Lê-lợi rượt theo nó xa lắm; 4 ngày mới về. Rồi tháng sau kéo binh lên phạt chúa Ai-lao, nó xin đầu, Lê-lợi không chịu; nên quân Ai-lao ra đầu giúp Minh. Lê-lợi đóng binh tại Quan-gia nghe tin binh Minh với Ai-lao kéo tới, thì rút qua Sộc-hộn, giặc đuổi theo 7 bữa nó bủa binh vây tứ-phía. Lê-lợi nói với tướng nói với quân rằng: « Một là thắng hai là chết mà-thôi, nên ta phải liều mạng mà trốn chết ». Nên binh-lính quan quân hăng đánh liều mạng giải vây được. Tướng Minh là Mã-kì và Trần-trí rút vô thành Quan-đồng, còn quân Ai-lao vỡ chạy tan đi hết.

Lê-lợi thắng thì thắng mà nội 2 tháng mắc kẹt ở đó, (núi Linh-sơn) hết lương cho quân, đói phải ăn măng tre, và gốc rau củ chuối. Lê-lợi làm thịt con ngựa của mình cỡi và 4 con voi cho quân ăn kẻo đói. — Các tướng biểu xin hoà đi kẻo quân nó trốn lắm. Sơn-thọ, Mã-kì, Trần-trí tướng Minh mắng, bèn gởi trâu, bò, ngựa, gạo lúa cho Lê-lợi. Lê-lợi không chịu thua hơi, sai Lê-trăn đem vàng bạc mà cho tướng Minh. (1423) mà tướng Minh cầm Lê-trăn lại. Nên Lê-lợi giận mà thôi hoà, lo đánh lại. Mà từ tháng giêng cho đến tháng 9 năm 1424, Lê-lợi để cho quân nghỉ. Mà kế lấy vua nhà Minh mất, thì Lê-lợi nhơn lấy dịp mà đánh lấy đồn Da-can-bảo mà đốt đi binh tiếp tới không kịp phải rút vô thành Tây-đô còn vợ con tướng Minh bị bắt thì Lê-lợi dạy tha đi mà trả lại hết. Khi ấy triều Minh sai Trần-hiệp qua thế cho Hoàng-phước. Lê-lợi vào xứ Nghệ-an, đi ngang qua núi Bồ-liệp bị 2 anh quan làm cho Minh chặn đánh, lại có Trần-trí rượt theo nữa. Mà Lê-lợi bủa binh hai mặt, lại đặt binh phục rồi lùa ép nó vô giữa ; đánh vỡ tan tướng Minh tên là Trần-trung với 2,000 binh Minh tử trận, bắt được hơn trót trăm con ngựa. Lê-lợi cứ kéo tới mãi, đến Trà-lân bị quân Minh chặn, mà đi đại qua khỏi, tới chặng khác gặp đạo binh Trần-trí, mà bởi mới bị đó nên sợ mà rút vô thành Nghệ-an, mà để cho Lê-lợi đi bằng-yên. Binh Minh giựt mình, thấy giặc Lê-lợi không phải dễ đâu, nên thả Lê-trăn là người Lê-lợi sai đem vàng bạc khi trước mà cầm lại, trở về lại sai sứ cầu hoà (14 tháng 4, 1424) và xin mở vây cho Càm-bành. Lê-lợi nói mình muốn ra Thanh-hoá là xứ-sở mình mà ở yên mà-thôi. Nói thì nói vậy chớ ý là có ý đánh Nghệ-an. Mà Minh cầu hoà cũng là làm qua buổi mà đợi binh tiếp.

Lê-lợi biết binh tiếp Minh gần tới nên phân binh-ngũ sẵn-sàng rồi cả, lựa chỗ cao mà đóng. Cách ít bữa binh Minh kéo tới đây đồng nơi xứ Khả-lưu. Lê-lợi ít binh dụng mưu, ban ngày kéo cờ, diễu binh tăng-bàng, ban đêm thắp đèn đuốc tứ giăng; lại đem binh đặt hờ phục bên mé sông. Trời mới hừng đông, binh Minh đã áp lên hãm đồn. Lê-lợi trá bại giả-đò rút binh nhử-nhử Minh tới chỗ binh phục ở dậy đánh tứ phía chém giết chết nằm làn-khan hơn cả muôn. Giặc thua rút về đắp lũy thêm ở trong ấy. Lê-lợi tuy lương còn chừng đủ ăn 10 bữa, nói phải lấy của giặc mới được; vậy liền chất lửa đốt đồn đi mà kéo đi, không phải là đi đi, song có ý phục binh. Minh ngờ là Lê-lợi sợ rút đi, nên sáng ra cho quân choán chỗ đồn Lê-lợi bỏ, đang lo tu bổ lại, ai hay Lê-lợi kéo binh lại đánh, Minh trong đồn cái kéo ra, nhử ra như ong rồi binh phục vùng dậy chém giết thôi đã mỏi tay; chạy khỏi mũi gươm mũi giáo thì lại mắc chết chìm chết trôi, đầy sông lình-ghình làng-gàng. Tướng Hoàng-thành chết tại trận, còn Châu-kiệt lại với 1,000 lính Minh bị bắt. (tháng chạp 1424). Còn Trần-trí chạy khỏi vô thành Nghệ-an đóng cửa lại mà chịu.

Qua năm sau tháng giêng 1425, Lê-lợi tới đóng Dà-lôi, dàn sự, anh-hùng, hào-kiệt đâu đâu tuôn đến đầu phục cả. Cầm-qúi đem 8,000 binh với 10 con voi — Lê-lợi thấy dàn có lòng tin-cậy, thì cầm quân lính không cho đá-động của dàn, ai giỏi thì cướp lấy của giặc mà-thôi. Trong binh không ai dám phạm; có một lần lính đói hơn 3 ngày, mà không phá không cướp của dàn; dàn đi lấy của tại phủ tại kho của Minh mà đem dâng cho Lê-lợi.

Lê-lợi cụ-bị lương-thực đủ kéo thẳng tới vây thành Nghệ-an, hai bên bờ sông Lam-thủy đều có binh hờ binh phục cả. Minh coi vọi binh tiếp ngoài bắc đã kéo vô, thì ra đánh Lê-lợi mà mở đàng, chẳng ngờ bị thua chết chém chết chìm lại hơn trận trước nữa. Rồi rút vô đồn, Lê-lợi vây lấy đó. Qua tháng 5, Lê-lợi nghe tin có đoàn tải lương ngoài Diễn-châu vô Nghệ-an thì sai Lê-lễ chận đánh lấy được 300 chiếc, lại rượt quân nó chạy tới thành Tây-đô. Rồi dạy Lê-lễ đem 2,000 quân với 2 con voi mà vây thành Tây-đô. Minh ra cự chém lấy hơn 300 thủ cấp nó, nó mới vỡ bồ môn mà chịu vậy. Ở ngoài đâu đó dân tới đâu Lê hết — Tháng 7 Lê-lợi sai Trần-cán, Lê-nỗ đem 1 con voi với 1,000 mà vô ngữ xứ Thuận-hoá, Tân-bình vân... tới sông Bô-chánh đụng giặc đông số lắm, mà cũng cứ sấn tới, nó đang qua nó đánh phải thua, binh tiếp Lê-lợi cho vô không kịp; vô tới nơi thì sự đã rồi, nhưng-mà cũng bảo thủ được; vì Lê-ngân, Lê-bôi kéo binh thẳng tới thành các xứ ấy đánh Minh rút vô đóng cửa thành mà chịu. Ở ngoài thiên-hạ rùng-rùng theo Lê. Các tướng đều dâng cho Lê-lợi tước Đại-thiên-hành-tạo. Lê-lợi vây binh tướng Minh các chỗ cả trót 1 năm từ tháng 7 năm 1425, cho tới tháng 8 năm 1426.

Lê-lợi biết binh giỏi của Minh thì đã bị vây tại Nghệ-an rồi, nên sai binh ra vây các xứ xung-quanh Hà-nội, 3,000 binh và 1 con voi ngữ các ngã đường Trương-trường, Quốc-oai, Tuyên-quang vân.. Lê-khuyển với 2,000 binh, 1 con voi ngữ các nẻo qua Quảng-đông, Quảng-tây, mà hờ mà ngăn binh tiếp bên tàu qua. Lại lập một đạo binh kị để lo việc phi báo chỗ nầy qua chỗ kia khi có việc gấp. Binh tới đâu dân-xã đem trâu-heo, gạo lúa, rượu thịt mà đãi, vì Lê-lợi cầm nhặt sự đá động đến của dân. Khi (tháng 8 1426) Lê-triện đem binh bủa vây thành Đông-quan thì Minh ra đánh, bị thua tại Ninh-kiều chết hơn 2,000, vô thành chịu vây; nó chạy tờ vô cho Lý-an, Phước-chánh đem binh vô tiếp Nghệ-an về mà cứu. Trong kia Lê-lợi hãm được lũy ngoài Nghệ-an rồi, để cho các tướng coi lấy đó mà qua Tây-đô coi vây cho chắc.

Binh bên tàu kéo qua tiếp, ngày 20 tháng 9 số là 10,000 ở Vân-nam kéo xuống Xa-lộc-kiều bị Lê-khả đánh chết hơn ngàn, và lại chết chìm nữa, nên phải rút vô đồn Tam-giang. Còn 1 đạo khác bị Lê-triện cũng hao vài ngàn, tướng lại bị bắt. Ấy là mấy đạo tiền. Qua tháng 10 Vương-thông với Mã-anh đem binh Kim-lăng qua binh bộ 5 vạn, binh mã 5 ngàn qua tiếp cứu Đông-đô. Vương-thông góp binh lại cả thảy hơn 10 vạn, chia ra 3 đạo kéo tới Cổ-sở bắc cầu độ binh, các tướng cũ Minh ở Annam mầng, sai ra đóng Sa-đôi, Sơn-thọ, Mã-kì ra ngừ Thanh-oai, cho thông đường từ ngoài ải vô tới Đông-đô cho binh tiếp vô được. Coi ra như tuồng nó phá binh Lê-lợi như chơi. Mà Lê-lợi cũng được mà-thôi. Lê-triệu với Lê-bí đem binh đóng trên nỗng Cổ-lãm gần Thanh-oai, mà nhử đánh Sơn-thọ, Mã-kì. Kéo binh tới cầu Thanh-oai chỗ binh Minh đóng, Minh vủ ra như ong, Annam thôi-lui lần-lần, tới chỗ binh-phục nổi dậy tứ phía đánh Minh tan-tác, chết hơn ngàn lại bắt sống được 500 ; kẻ lấy tôi chụp hết đánh. — Binh Minh hội nhau lại nơi cầu Cổ-tích và Ngoại-trại. Sáng bữa sau Lê-triệu với Lê-bí kéo binh tới đánh ; mà voi nó bị chóng Minh thả trân đồng phải lui lại mà chờ binh viện Lê-lũ, Lê-chiến, Lê-xí ở Thanh-đầm sai qua 3,000 với 2 con voi nữa núp sau đồn Cao-vã. Mà biết súng lớn Minh nhiều lắm, nên lên khổ-hiệu bỏ 3 chỗ mình đóng đi mà bò bò lần tới gần sông An-duyệt chỗ Minh đóng. Ở lên ba phía ào vô đánh nà, Minh đổ chạy tan ráo. Tướng Minh là Trần-hiệp và Lý-lượng lại với 5 vạn binh chết tại trận, không kể quân chết trôi dưới sông, bắt sống hơn 1 vạn người, lấy được khí-giái súng ống, gươm-giáo ; sổ-sách quá nhiều. Anh tướng Phương-chanh chạy trốn trong đồn Cổ-sở, còn Vương-thông là tướng cả và Mã-kì bị thua nơi Chôt-động, mất hết súng-ống, khí-giái, chạy tuốt vô thành Động-quan ; mới lấy cái chuông lớn chùa Qui-điển và cái vạc đồng chùa Phổ-minh mà đúc súng lại.

Lê-lợi đi miết ra cho gặp các tướng mới thắng Minh đó nơi sông Rồng sông Sét — Rồi tới Tây-phò-liệt sai Trần-cán với Lê-bị đi 100 chiếc thuyền đi ngã Đại-rồng,

Hát-giang, Lư-giang (Bồ-đề) đóng tại Đòng-bộ mà đợi lệnh cùng ngừ coi chừng thành Đông-quan, Lê-lễ kéo 1 vạn binh ngừ tại cầu Tây-dương, còn Lê-lợi kéo tại Đại-la-thành, ngoài thành Đông-đô (Hà-nội) — Rồi đốt nhà phố ở giữa Đại-la, với Đông-đô cho Minh rút vô cho hết, mà mình ép lần vô nữa.

Lê-lợi (tháng 11), lấy hiệu Thiên-khánh mà tôn Trần-kiểu là con ông Hồ-ông (dòng nhà Trần) lên làm vua, dọn cho ở tại Võ-ninh, và cho Trần-quốc-hưng theo phò. — Mà Trần-kiểu có tên là vua vậy mà cũng như là cái cờ, cán Lê-lợi cầm ấy mà thôi.

Lê-lợi khi ấy ép riết vô vây Đông-đô. Minh ra cự giả mà không lại, đánh cả ngày đêm, Minh thua hoài ; đợi trông binh viện hết sức không thấy tăm-dạng. Khi ấy tướng cả là Vương-thông với Sơn-thọ sai sứ xin hoà, xin giao lại cả thảy cho Lê-lợi, mà đem binh về tàu.

Lê-lợi chịu, vậy mới nhóm và tướng và binh Minh lại tại thành Đông-quan, rồi mà cho về tàu. — Lại các tướng đi mở vây cho quan binh Minh bị vây các tỉnh khác cho nó ra nó đầu. Khi ấy cho dân tới lui buôn-bán với người Minh, chẳng dè có người Annam bấy lâu làm quan cho Minh thấy vậy sợ cho mình đến sau, nên lén nói với Vương-thông biểu đừng có tin Lê-lợi lắm, mới nhắc tích Ô-ma-nhi bị bắt sau trả về tàu bị đục tàu mà chết, vân vân...

Vương-thông nghe giựt-mình, liền đào hào, đắp lũy ngoài thành Đông-quan và sai hơn 20 quân đem tờ báo về tàu. Mà rủi Annam bắt được, Lê-lợi hay đặng, đặt binh phục vây lại như cũ — Minh kéo ra đi do, bị giết hơn 3,000 và 500 binh mã — Rồi Lê-lợi cho quan quân đi các thành đã mở vây mà giữ lại như cũ. Lê-lợi cứ đặt binh vây cả Đông-đô — Làm tháp tre cao bằng tháp Báo-thiên dưới sông Bồ-đề ; làm thang hãm thành, đúc súng thêm, lại đòi tre Tỉ-can làm thủy thành cao bằng Đông-quan-thành. Còn ở ngoài các xứ các nơi, quan Minh hàn đầu hết; có một hai chỗ cự mà chẳng thầm chi. Những quan Minh đã đầu rồi thì Lê-lợi dạy phân-sáp ra cho ở rải-rác hết, lại nghe tin có binh viện bên tàu qua tiếp thì Lê-lợi cầm chờ muôi lên ngả Rạch-lầm.

Thật ngày 19 tháng 5 Liễu-thăng kéo 1 đạo 7 vạn binh qua, mồng 10 tháng 6 quan tổng-đốc Quảng-tây là Cô-hưng-tồ lại kéo 1 đạo khác 5 vạn binh bộ và 5 ngàn binh mã qua nữa. Đạo sau đây qua tới ải Đông-quan bị các tướng sai chặn đánh chết hơn 3,000 binh bộ, và 500 binh-kị — Binh vỡ tan bậy-bạ, Cô-hưng-tồ bỏ trốn về tàu. Liễu-thăng thâu binh tán-lạc ấy nhập với 7 vạn đạo mình kéo đến. Lê-lợi đóng 1 đồn cho binh ở hờ nơi Cơ-xá — Nội tháng 7, 8, tới 18 tháng 9, sứ Chiêm-thành, Ai-lao tới mầng dâng đồ cống cho Lê-lợi. — Các tướng xin Lê-lợi hầm thành Đông-đô trước đi cho rồi, đặng mà có đánh với Liễu-thăng, thì Lê-lợi nói không nên làm mệt quân; hễ mà mình tuyệt được binh viện, thì Đông-đô chắc phải đầu, có lo gì. Nên mới lo nhứt diện vây đó cho chặt, nhứt diện ra ngữ binh viện đừng cho thông được với b.nh bị vây.

Qua 18 tháng 9 đạo binh Liễu-thăng 10 vạn binh bộ, 3 vạn binh mã, và đạo Mộc-thạnh 5 vạn binh bộ, 1 vạn binh mã ào qua như nước. — Lê-lợi không nao-núng chút nào; bèn sai Lê-sát đem 1 vạn binh với 5 con voi phục nơi Chi-lăng mà hờ đó — Còn Lê-lựu thì sai ra cự với đại binh Liễu-thăng mà dặn thôi lui lại hoài mà nhử nó tới. — Sáng ngày ra xáp trận, Liễu-thăng giục binh tới cả mà hủy ba thằng Annam rải đi cho rồi. Ai hay Lê-lựu và cự và thôi lui, tới chỗ binh phục Lê-sát ứng dậy tứ phía nhíp lại, Lê-lựu xốc tới, Minh ở giữa xáp đầu thương binh Minh chết hơn 1 vạn, tướng Liễu-thăng tử trận tại núi Yên-ngựa. Binh Minh tản trên núi thâu quân lại cứ đánh hoài. Qua 28 Lê-lợi sai Lê-ly và Lê-văn-an đem 3 vạn binh tới tiếp — Minh mới thua chắc lại mất 2 quan tướng tại trận. — Còn lại 2 tướng là Thôi-tụ với Hoàng-phước thâu binh còn lại mà đánh gượng, bị thêm 1 trận nữa bao hết hơn 2 vạn nữa, Annam bắt được ngựa, lừa, trâu, bò, khí giái, lương phạn nhiều quá. Các ảnh chạy ra đồng trống có ý nhập với binh Minh ở đồn Xương-giang; ai hay Lê-lợi đã cho đi đánh lấy đồn ấy đi rồi. Các ảnh bắn súng lớn cho các đồn gần, Chí-linh, Đông-quan nghe mà tiếp, mà mưa lớn cả đêm, dông gió ầm ầm, chẳng thấu đâu là đâu. Hoàng-phước hết nước mới sai sứ xin hoà; mà Lê-lợi không chịu, liền thâu binh lại 5 vạn kéo tới đánh đạo Hoàng-phước, giết hơn 5 vạn người, bắt sống hơn 3 vạn, với 2 tướng là Thôi-tụ với Hoàng-phước, còn ngựa lừa, súng ông, khí giái, lương phạn, vàng, bạc, lụa, hàng vân... tóm thâu lấy ráo.

Ấy là cái đạo đại binh Liễu-thăng đó. — Còn đạo Mộc-thạnh chưa hay binh cả bại nên còn cự hoài. — Mà Lê-lợi dạy các tướng đừng đánh, để lấy sắc, ấn, gươm, cờ của Liễu-thăng mà đem cho va thấy. — Mộc-thạnh thấy thì biết quả là đạo binh nhứt đã bị rồi, nên thất-kinh rút binh chạy miết-dài, binh Annam đuổi theo chém hơn 1 vạn, còn nó té hồ té hang chết không biết là bao nhiêu. Mộc-thạnh một mình cỡi ngựa chạy tuốt đi được.

Thôi Minh hết trông binh tiếp nữa. — Lê-lợi dẫn 2 tướng Minh là Thôi-tụ, Hoàng-phước, cờ xí, binh khí hết thảy kéo đi ngoài Đông-quan-thành Vương-thông và Vương-thọ chắc không còn trông cậy làm gì nữa được, liền bó tay ra hàn đầu, xin một đều là cho phép mình đem binh về tàu.

Lê-lợi cho đầu và hẹn qua 12 tháng chạp thì cho quan

quân Minh về. Vậy 29 tháng 11 Lê-lợi gởi tờ xin cầu phong cho Trần-kiểu (là Cảo) thì vua Minh sai 2 quan sứ đệ sắc phong qua. — Lê-lợi lại chạy tờ xin vua bên tàu tha tội cho các quan tàu. Đến 12 tháng chạp cho quan quân Minh ra về. — Giao đủ 2 vạn binh bộ, và 2 vạn binh kị đã bắt được cho Mã-anh lãnh lấy đem về. — Nửa về bộ, nửa về tàu. Lại chạy tờ các xứ cho quân Minh đã hàn đầu về mà về theo nhau một đoàn.

Minh về rồi, Lệ-lời ra dụ chiêu an trong cả nước.

Qua năm sau (1428) các tướng và các quan triều xin hại Trần-kiểu đi mà tôn Lê-lợi lên làm vua, vì Trần-kiểu dân không phục, lại công nghiệp khôi phục nước thì là của Lê-lợi mà-thôi. Mà Lê-lợi không cho. Nhưng vậy mà Trần-kiểu thất-kinh lén trốn đi ngả biển vô Nghệ-an ; song bị quan Lê-lợi bắt đem về thành Đông-quan, thì Trần-kiểu uống thuốc độc mà chết đi (ngày mồng 10 tháng giêng (1428). Qua 18 tháng tư, khi đã ban phát thưởng công cho các tướng sĩ rồi, mới sai sứ qua Minh mà cáo Trần-kiểu mất và tiệt dòng nhà Trần.

PHẦN THỨ 3.
NHÀ LÊ, NHÀ NGUYỄN. TỪ NĂM 1428 CHO TỚI 1875.

---

1. LÊ-THÁI-TỔ (Lê-lợi).
(Trị 6 năm, sống 51 tuổi, từ 1428 tới 1434).

Niên-hiệu : — Thuận-thiên.

Ngày rằm tháng 4 năm 1428 — Minh đã thua về hết, Trần-kiểu đã mất rồi, sai sứ qua Minh báo dòng nhà Trần đã tận-tiệt đi rồi, các tướng và quan lớn trong triều đều rập một tiếng mà tôn Lê-lợi lên làm vua, tại thành Đông-đô đổi tên lại kêu là Đông-kinh, đặt hiệu là Thuận-thiên.

Vua bèn tâu cứ sai sứ qua biểu tìm con cháu nhà Trần mà phong. Triều đông-kinh nằng-nằng quyết một rằng không còn, nên xin vua tàu nhìn mà phong cho Lê-lợi. (ngày 29 tháng 10 1429) — Triều Minh cũng khiến kiếm Trần hoài, qua mồng 5 tháng 4 năm 1431, mới sai sứ đem sắc phong cho Lê-lợi làm vua đỡ lấy đó. Đến mồng 1 tháng 11 sau, mới phong chắc cho Lê-thái-tổ. Vậy vua sai sứ đem 5 muôn lượng vàng qua tạ ơn, cứ 3 năm tân công một kì. Tuy là có công khai-sáng ra mà chính làm vua hưởng thái-bình không được bao lâu ; mà vua lo sửa-sang lại trong nước ; lập triều chánh, ra luật-lệ, mở mỏ vàng mỏ bạc ra, vì nước bị giặc-giả trót hơn 10 năm nghiêng nghèo đi — ra thuế-lệ lại cho hẳn, lập đền vạn-thọ, kính-thiên, cần-chánh vân... Tiền một tiền làm lại còn 50 đồng (khi trước là 70). Từ 1430 tới 1443, Lê-thái-tổ cũng mỗi năm mỗi có đi dẹp giặc Thái-nguyên, Phục-lễ-châu, Ai-lao ; dẹp đâu yên đó — Qua tháng 8 năm rốt hết, vua truất thái-tử Tư-tề vì ăn-ở hoang-đàng, lại cũng không có trí-hoá cho mấy, mà đặt con thứ là Lê-nguyên-long lên làm thái-tử đông-cung, khi ấy mới 11 tuổi — Ngày 20 tháng 8 Lê-thái-tổ băng.

2. LÊ-THÁI-TÔNG (Lê-nguyên-long).
Trị 9 năm, (từ 1434 tới 1443).

Niên-hiệu : { Thiệu-bình 6 năm.
Đại-bửu 3 năm.

Lê-nguyên-long lên tức-vị mới có 11 tuổi, mà đã biết

lo việc nước nhà kỉ-cang. Người ra luật-lệ, dạy việc chi nhỏ mọn trước phải thưa xã-trưởng, sau không xong, mới lên lần-lần... Cân thước đặt ra cho đúng lệ, lụa hàng cây phải cho đủ 30 thước, vải-bô phải cho đủ 22, 24 thước, giấy trăm thì cho đủ 100 tờ vân... Tiền làm lại một tiền là 60 đồng. Người thấy dân sự đi buôn xứ nầy qua xứ kia, hay bắt người bán mọi, gạt dỗ con trai, con gái còn khờ đem đi chỗ khác xa mà bán, thì vua dạy đi phải có tờ có phái, thì đồn thủ mới cho đi.

Vua lại nghiêm phép không hay dung-túng. Có một tên đầu bếp vua, ra chợ hay mua hiếp trả rẻ của con buôn, thì người dạy bắt thích-tự, xiềng lại, xử trượng 80, đóng gông đem già hạn 3 ngày ở giữa chợ.

Ông Nguyễn-trại (là quốc-sư, quan già theo phò Lê-lợi đầu tới cuối) tâu xin lập lệ thi lại, 3 năm khai hội một lần.

Năm ấy trong nước tai hại nhiều, mất mùa, đại hạn, dân nghèo ; vua dạy thả tù, giảm thuế, xây tháp Báo-thiên lại. — Có tên thợ đang coi việc làm cung điện, thấy vậy thì nói : Làm làm chi, đào làm chi ; tại nơi ngôi vua không có đức, nên sinh ra tai biến như vậy mà-thôi. Lê-sát bắt đem chém đi.

Lê-sát là tướng đánh giặc giỏi, chữ nghĩa ít, lại thêm hay tin dị-đoan. Có thầy thiên-văn kia nói sẽ có nhựt-thực là vì con vượn sẽ ăn mặt-trời, là điềm dữ quá, nên phải bắt cho được vượn sống cho anh ta tế thì mới khỏi, Lê-sát nghe mà truyền cho Tuyên-quang, Thái-nguyên tìm bắt cho được vượn — Ngày nhựt-thực thì đem vô buồng kín mà tế. — Lê-sát già-cả mà bởi quan triều ganh nên giềm người rằng có ý nghịch vua, nên vua gởi lụa điều, thuốc độc và gươm cho dạy chết đi.

Vua Chiêm-thành là Bô-đề, vô đánh-phá bờ-cõi Hoá-châu vì quân Đạo-luận là mọi chạy qua Annam cầu cứu

— Vua sai Lê-liệt đem binh đánh bắt được trót ngàn người và trót chục con voi. Qua tháng 9 vua Chiêm-thành sai sứ ra cống. Thưở ấy tàu Qua-oa hay qua buôn-bán ngoài bắc, đem đồ báu-lạ dâng vua; có một lần nó dâng gỗ bạch-đàn-hương lớn làm cột nhà được. Nước Ai-lao, La-la-kì-tuần, Qua-man, Chiêm-thành, Bồn-man, tới chầu vua Annam, đem voi, vàng, bạc nén, chén-bát, vàng, sừng-tây, ngà voi vân .. Tàu Xiêm cũng ra buôn-bán, lại có sứ Xiêm ra cống. — Vua Annam gởi tặng-hảo vua Xiêm 20 cây gấm, 20 bộ đồ trà, còn hoàng-hậu Xiêm 3 cây gấm, 3 bộ đồ chè (1436).

Bà chánh hoàng-hậu là Dương-thị đã đẻ được ông hoàng Nghi-dân tháng 10 (1433). Khi đã được 7 tuổi phong làm thái-tử, mà bởi bà mẹ hay rầy-rà ghen-tương làm cực-lòng vua, thì vua truất xuống và mẹ và con (1444). — Rồi năm ấy vợ thứ sinh ra Bang-kì, thì đặt làm thái-tử.

Vua ở với triều nhà Minh cũng bình-yên, sứ Minh qua điếu tế vua Lê-thái-tổ (1434). Năm 1437 có sứ Minh qua đem sắc phong và ấn vàng hình lạc-đà nỗi 100 lượng. — Mà sứ Minh hay tham-lam lắm, mỗi khi qua thì đem hàng-hóa theo mà bán nhiều qúa, cả ngàn dân khiêng đồ cho sứ mới đủ; bán không hết, thì cậy các quan mua giùm. Lại khi đem vàng-bạc mà cho thì sứ sợ nhau nên không dám chịu, mà cho lén đừng cho ai thấy thì bao nhiêu cũng lấy.

Từ đời vua Lê-thái-tông hễ ai đậu tấn-sĩ thì có tạc bia đá (bây-giờ hãy còn tại thành Hà-nội).

Đến năm ấy tháng 7 vua đi với Nguyễn-trại phía thành Chí-linh. Tháng 8 tới huyện Gia-định vô nhà vườn Nguyễn-thị-lộ là vợ ông Nguyễn-trại. — Sử nói vua mắc bệnh mà chết. Mà giả-sử thì nói khác rằng, bữa kia Nguyễn-trại chiêm-bao thấy một người đàn-bà xinh-tốt hiện ra xin người cứu, vì người-ta muốn giết 13 mẹ con nó đi. Khi thức-dậy Nguyễn-trại ra đi chầu. Bữa ấy ở nhà trẻ nó phát vườn chém đứt con rắn cái có chứa 12 con trong bụng. — Sau khi người nằm võng coi sách, máu ở đâu trên trần nhỏ xuống trên sách thắm đến 3 tờ; Nguyễn-trại bàn là điềm phải tru-di-tam-tộc. — Bữa kia người đi chầu về dọc đường, gặp một người đàn-bà tốt lành khác lại lạy xin người thương-xót đem về mà nuôi làm phước, thì người đem về mà nuôi. — Vua hay tới lui đó thấy đàn-bà có sắc có tài thì hay lân-la. — Lúc đi tuần tới ở đó, Nguyễn-trại đi khỏi, vua ở nhà bà Nguyễn-thị-lộ pha trà cho vua giỏ nước miếng vô chén trà đưa cho vua uống; vua bị Nguyễn-thị-lộ cắn lưỡi mắc độc phù mình lên mà chết. Nguyễn-trại về thấy vua chết, chở xác đi 6 bữa về tới kinh-thành. Nổi trống lên báo các quan.

Ngày 12 tháng 8 triều tôn Bang-kì lên nối ngôi. — Ông Nguyễn-trại là thái-sư; xin triều-đình làm tội mình, vì vua chết tại nhà mình. Thì triều nói xin người xử lấy, các quan không dám. Thì Nguyễn-trại xử mình phải tru-di-tam-tộc; bèn uống thuốc độc mà chết. — Lại xử cả ba tộc. — Mà các quan lén giấu con trai ông Nguyễn-trại đem lên trên ải mà nuôi. Còn Nguyễn-thị-lộ khi ra quì mà chịu chém, thì mây vây-phủ, dông mưa nổi lên, thì biến đi mất.

3. LÊ-NHƠN-TÔNG (Bang-kì).
Trị 17 năm, từ 1443 tới 1406.

Niên-hiệu. { Thái-hoà. Diên-ninh.

Bang-kì lên tức-vị thuở có 2 tuổi, bà thái-hậu coi lấy

việc chánh. Còn việc ngoài nhờ có các tướng. — Sứ Minh qua tế vua Lê-thái-tông. — Sai sứ đi tạ và cầu phong. Minh sai Tông-kiệt qua phong.

Năm sau, vua Chiêm-thành đánh Hoá-châu phá-phách dân. Lê-bôi, Lê-khả đem 10,000 binh đánh. Một năm sau nữa nó cũng còn tới phá Hoá-châu 2 lần nữa. — Lê-thận, Lê-chức, Lê-khả vô đánh, nó lại rút về.

Bước qua năm bính dần (1446). Bí-cai vua Chiêm-thành cứ chứng cũ, thì Lê-thọ, Lê-khả đem 6 vạn binh vô Ly-giang, Đa-giang, Cổ-lũy đánh nó thua, rượt theo vô Thị-nại, vây hãm Chà-bàn thành vua nó ở ; bắt được Bí-cai, vợ, hầu, voi ngựa, khí-giái... Mahaqui-lai cháu Chê-đế là vua cũ nó sai Chê-cựu-ma, Thúc-bà-bi tới đầu xin lập nó lại. — Lập rồi, đem Bí-cai, vợ hầu nó về kinh cầm đó. — Còn quan tướng nó đầu, thì cho về cả. — Sau nhờ có vua nhà Minh gởi thơ cho vua Annam, thì vua tha Bí-cai về. — Thì Mahaqúi-lai Annam lập, đã bị Ma-haqúi-do là em giết đi mà tiếm quờn. — Qúi-do có sai sứ tới vua Annam, mà vua không chịu đổ nó công, rằng tội thí vua, em giết anh xưa nay là xấu lắm, biểu về. — Rồi sai Nguyễn-hữu-quang vô mà dụ, mà tính việc cho nó. — Sứ về nó lại cho Bô-sa, Bo-tham-tốt ra theo nữa. Vua Annam sai Trịnh-dục, Trịnh-kiên vô đem Annam ở trong ấy hơn 70 người về, cùng gởi thơ bắt tội nó rằng... Hễ có nước nhà, thì có vua tôi, là đạo cang thường. Sao bay trái đạo thể ấy ? Khi trước Chê-đế vua bay chết, bay không tôn con lên, bay lập Bí-cai, bay không cấm để nó làm giặc bậy hư-mất. Bay xin lập Qúi-lai chưa mấy ngày, bay bỏ mà lập Qúi-do. Bay là tôi bất trung, bay coi vua bay như con ngựa thì nào đạo-nghĩa gì bay ?... Lúc ấy Chiêm-thành (quan lớn) đem gia thuộc xin qui phụ, vua cho đất-đai phân cho ở các lộ. — Bồn-man dâng vàng, bạc, voi ba ngả vân... Chiêm-thành (Bí-cai) sai sứ tấn-cống liền liền.

Bên nhà Minh vua Anh-tông nghe lời Vương-chân đi thân-chinh giặc mọi Bắc-lỗ, bị nó bắt được. — Sau giao hoà nó mới trả lại đưa về Yên-kinh.

Đến cuối năm Qúi-dậu (1453) vua được 13 tuổi mới thân chánh cải nguyên-hiệu là Diên-ninh. — Vua dạy Phan-phù-tiên tu sử-kí từ Trần-thái-tông tới Lê-thái-tổ.

Thuở ấy (1456) Bồn-man, Lang-cha, Mộc-man, Tuyên-úy, Xala-thuận, Việt-châu, Đạo-la, Ngọc-ma, Quan-sát đến dâng đồ phương-vật.

Tuy rằng trong nước yên, mà dân cực, vì mất mùa đại-hạn, lụt, động-đất, dân đói. — Vua cùng bà thái-hậu, ra cầu đảo, tha tù, giảm thuế, làm phước lại mở kho phát lúa gạo cho kẻ khó. Cấm cờ bạc, đá gà... Vì nó hại việc canh-nông, nghề-nghiệp.

Năm 1458 Nghi-dân (Lạng-sơn-vương) là anh vua, vì mẹ mà phải bỏ ra không được làm vua, đêm phân quân 3 đạo lên cửa Đông-môn lén vào thành giết bà thái-hậu và vua đi. (mồng 3 tháng 10). — Mồng 7 lên tiềm vị, sai sứ qua Minh công lệ, và cầu phong. — Tiềm như-vậy được 8 tháng Các quan nuốt giận ngậm sầu, chịu không đặng, bắt được quân quan đảng dữ Nghi-dân mà giết đi. — Hạ Nghi-dân xuống, rồi ép chết đi. — Mới tôn Bình-nguyên-vương là Tư-thành lên thể vị.

---

4. LÊ-THÁNH-TÔNG (Tư-thành).
Trị 38 năm, từ 1460 tới 1498.

Niên-hiệu. { Quang-thuận — 10 năm.
Hồng-đức — 28 năm.

Tư-thành là con thứ tư vua Lê-thái-tông, (tước là

Bình-nguyên (Gia-vương), giết Nghi-dân đi rồi, các quan đại-thần rước về tôn, tức-vị ngày mồng 6 tháng 6 (1460).

Vua nầy sáng-láng minh-mẫn, văn cũng hay mà võ cũng tài. Sáu bảy năm đầu lo sửa-sang trong nước-nhà, lập luật-lệ phép-tắc, ban phần lộc điền cho các quan, làm sách thủy-bộ-trận-pháp ra chiếu-dụ khuyên dân canh-nông cày-cấy, trồng dâu để tằm, lập đền-đài cung-điện thêm, mở khoa thi văn võ kén anh-tài giúp nước, tập binh tập trận thủy bộ cho từng-trải. Làm bản đồ cả nước, trước chia nước ra làm 12 đạo thừa-tuyên :

1º	Thanh-hoa	(1)	—	4 phủ	16 huyện	4 châu.
2º	Nghệ-an	(2)	—	8 »	16 »	2 »
3º	Thuận-hóa	(3)	—	2 »	7 »	4 »
4º	Thiên-trường (Sơn-nam).	(4)	—	11 »	42 »	0 »
5º	Nam-sách (Hải-dương.)	(5)	—	4 »	18 »	0 »
6º	Quốc-oai (Sơn-tây).	(6)	—	6 »	24 »	0 »
7º	Bắc-giang (Kinh-bắc.)	(7)	—	4 »	19 »	0 »
8º	An-bang	(8)	—	1 »	3 »	4 »
9º	Hưng-hóa	(9)	—	3 »	4 »	17 »
10º	Tuyên-quang	(10)	—	1 »	2 »	5 »
11º	Thái-nguyên (Ninh-sóc).	(11)	—	3 »	8 »	7 »
12º	Lạng-sơn	(12)	—	1 »	0 »	7 »

(1) Bây-giờ Thanh-hoá với Ninh-bình — Nguyên thửơ Hùng-vương là bộ cửu chơn ;
Tần, Tượng-quận.

Hán, Cửu-chơn.
Ngô, Tấn, Tống, Tùy, Cửu-chơn, và Cửu-đức 2 quận ;
Lương, Dinh Lê cải là Ái-châu.
Dường cải là Ái-châu, Cửu-chơn 2 quận.
Lý-thái-tông, cải là Thanh-hoá-phủ
Hồ-qúi-ly, cải là Thiên-xương-phủ.
Trần, cải là Tây-đô.
Minh, cải là Thanh-hoá-phủ.
Lê, cải là Hải-tây-đạo, Thanh-hoá thừa-tuyên, Thanh-hoá-trấn, chia Thanh-hoá nội, Thanh-hoá-ngoại — 2 trấn.
Tây-sơn, cải là Thanh-hoá-ngoại kêu là Bắc-thành.
Gia-long, cải là Thanh-hoá-ngoại, kêu là Thanh-bình-đạo.
Minh-mạng, kêu Ninh-bình-đạo, rồi trấn, rồi Minh-mạng 12 biệt ra hai tỉnh.

---

(2) Bây-giờ Nghệ-an tỉnh, Hà-tịnh-đạo, thuở đầu đời Hùng-vương thì thuộc đất Việt-thường ;
Tấn, thì thuộc Tượng-quận.
Hán, Ngô, Tấn, Tống, thì thuộc Cửu-chơn, Cửu-đức quận.
Lương, chia ra làm Đức-châu, Lợi-châu, Minh-châu.
Tùy, nhập Đức-châu, Hoan-châu, Lợi-châu, làm Tri-châu, rồi nhập kêu Hoan-châu, là Nam-quận.
Dường chia Nam-quận, làm Nam-đức-châu, Liêu-châu Minh-châu, Hoan-châu, rồi lại hiệp lại kêu Hoan-châu, rồi Nhựt-nam-quận, Diễn-châu, Long-trì-quận.
Lê, kêu Hoan-châu.
Lý, kêu Nghệ-an, tách Diễn-châu ra.
Trần, kêu Diễn-châu-lộ, Nhựt-nam-lộ..... Nghệ-an-phủ, đời Trần-thuận-tông, Nghệ-an kêu là Lâm-an-trấn, Diễn-châu kêu Vọng-an-trấn.
Minh, làm 2 phủ Diễn-châu-phủ, Nghệ-an-phủ.
Lê, đầu vở Hải-tây-đạo rồi đặt là Nghệ-an-thừa-tuyên, rồi cải làm xứ làm trấn.
Tây-sơn, kêu là Trung-đô, Ngãi-an-trấn.
Gia-long, kêu là Nghệ-an-trấn.
Minh-mạng-kêu, là Nghệ-an-tỉnh, Hà-tịnh-tỉnh.
Tự-đức, 6, kêu là Nghệ-an-tỉnh, Hà-tịnh-đạo.

(3) Quảng-bình, Quảng-trị, Quảng-đức, thuở đầu đời Hùng-vương là nước Việt-thường.

Tấn, là Tượng-quận.

Hán, kêu là Nhựt-nam-quận

Tần, kêu là Lâm-ấp.

Tùy, kêu là Bắc-kiểng-quận, rồi Lâm-ấp.

Đường, kêu là Nam-cảnh-châu.

Tống, kêu là Chiêm-thành, Địa-rí, Ma-linh, Bố-chánh, Diễn-ô, Lý-châu.

Lý-thái-tông đánh lấy :
{ Địa-rí.
Ma-linh.
Bố-chánh.

Lý-nhơn-tông cải :
{ Lâm-bình-châu.
Minh-linh-châu.
Bố-chánh-châu.

Trần-anh-tông, cải Ô-châu, Lý-châu kêu là Thuận-châu, Hoá-châu. — Trần-duệ-tông cải lại là Tân-bình-lộ.

Minh, kêu Tân-bình-phủ, Thuận-hoá-phủ.

Lê, kêu lộ, rồi kêu Thuận-hoá Thừa-tuyên.

Gia-long, làm 3 dinh Quảng-bình, Quảng-trị, Quảng-đức.

Minh-mạng, cải Quảng-đức, làm Thừa-tuyên-phủ, bỏ dinh kêu trấn, rồi cải kêu là tỉnh.

Tự-đức, cải làm Quảng-bình-tỉnh, Quảng-trị-đạo.

---

(4) — Nam-định, Hà-nội, Hưng-yên. Nguyên-thuở đời Hùng-vương thuộc quận Giao-chỉ.

Tần, thuộc quận Tượng-quận

Hán, thuộc quận Giao-chỉ-quận.

Ngô, thuộc quận Giao-châu.

Tấn, đặt là Nam-định-huyện.

Lương, Tùy, đặt là Ninh-hải-quận.

Đường, Tùy, đặt là Lục-châu, Tổng-châu, rồi ra 2 huyện Tổng-bình, Nam-định. Dinh cải đạo.

Lê, Lý, cải lộ.

Trần-thái-tông. — 1º Thiên-trường-lộ. — 2º Kiến-xương-lộ, An-lạ-lộ. — 3º Hoàng-giang, Sơn-nam, Long-hưng, Khoái-châu, Trần-thuận-tông làm ra trấn.

Minh, làm ra Trấn-nam, Phụng-hoá Kiến-xương, Giao-châu 4 phủ.

Lê. — Thiên-trường-thừa-tuyên. — 2º Sơn-nam-thừa-tuyên, rồi kêu là xứ, Tương-dực-đế kêu là trấn.

Mạc, làm 4 lộ là Thái-bình, Kiến-xương, Long-hưng, Khoái-châu, mà sáp vô Hải-dương.

Lê-thế-tông, làm ra 2 lộ. — Sơn-nam-thượng, Sơn-nam-hạ, lấy Trường-an, Thiên-quan 2 phủ làm ra Thanh-hoa ngoại-trấn.

Tây-sơn, cải làm 2 trấn, Sơn-nam-thượng, Sơn-nam-hạ.

Gia-long, kêu 2 trấn ấy là Bắc-thành.

Minh-mạng 3, cải Sơn-nam-thượng, là Sơn-nam-trấn, còn Sơn-nam-hạ là Nam-định-trấn.

Minh-mạng, 13 lấy 3 huyện là Hưng-nhơn, Diên-hoà, Thần-khê, Cứu-phủ, Tuyên-hưng; 2º 5 huyện là Đông-an, Kim-động, Thiên-thi, Tiên-lữ, Phù-dung, của phủ Sơn-nam, lấy Khoái-châu mà làm tỉnh Hưng-yên;

Lấy 3 phủ là Ứng-hoà, Lý-nhơn, Thường-tín trong Sơn-nam, lấy Từ-liêm huyện trong Sơn-tây, Quốc-oai cải làm Hoài-đức-phủ, mà làm ra tỉnh Hà-nội;

Lấy 4 phủ là Thiên-trường, Nghĩa-hưng, Kiến-xương, Thái-bình trong Nam-định; còn phủ Tiên-hưng, huyện Thanh-quan trong Sơn-nam thì cải làm Kiến-xương phủ mà làm ra tỉnh Nam-định.

---

(5) Hải-dương-tỉnh (Nam-sách) Nguyên xưa đời Hùng-vương, là Dương-tuyên-bộ.

Tấn, thuộc Nam-hải-quận.

Hán, thuộc Giao-chỉ-quận.

Ngô, thuộc Giao-châu.

Đường đặt là Hải-môn-trấn, sau kêu là Hồng-châu.

Đinh, Lê, Lý làm ra đạo.

Trần, cải làm lộ Thượng-hồng, Hạ-hồng, Nam-sách-thượng, Nam-sách-hạ.

Trần-thuận-tông, cải làm Hải-đông-trấn.

Minh, làm ra 2 phủ, Lạng-sơn, Tân-an.

Lê-thái-tổ, đặt là Đông-đạo.

Lê-nhơn-tông, đặt là 2 lộ, Nam-sách-thượng, Nam-sách-hạ.

Lê-thánh-tông 7, đặt là Nam-sách-thừa-tuyên.

Lê-thánh-tông 10, Hải-dương-thừa-tuyên, rồi kêu xứ, trấn.

Mạc, lấy Dương-nghi làm Dương-kinh, lại rút mà nhập vô các

phủ Kinh-bắc, Sơn-nam là Thuận-an, Khoái-châu, Tân-hưng, Kiến-xương, Thái-bình.

Lê-thế-tông, đặt trấn lại như cũ.

Lê-hiển-tông 2, làm ra 4 đạo, Thượng-hồng, Hạ-hồng, Đông-triều, An-lão.

Ngụy-tây, lấy Môn-phủ mà cải vỏ An-quảng.

Gia-long, lại lấy Môn-phủ nhập vỏ trấn cũ, thuộc Bắc-thành.

Minh-mạng 3, Hạ-hồng Vĩnh-giang-phủ, Thượng-hồng, cải là Bình-giang-phủ; Đông-triều, An-lão cải làm huyện.

Minh-mạng 12, cải làm Hải-dương-tỉnh.

---

(6) Sơn-tây-tỉnh. — Nguyên thửơ xưa đời Hùng-vương thuộc Châu-diên-bộ.

Tấn, thuộc Tượng-quận.

Hán, thuộc Giao-chỉ-quận.

Ngô, đặt là Tân-hưng-quận, thuộc Giao-châu.

Tấn, Tống, Tề, Tân-xương-quận.

Trần, đặt là Hưng-châu.

Tùy, cải là Phong-châu.

Dường, cải lại Giao-châu thuộc Lãnh-nam-đạo.

Đinh, Lê, Lý, cải lại Dã-giang-đạo.

Trần, cải làm 4 lộ, Tam-giang, Tam-đái, Quảng-oai, Quốc-oai.

Trần-thuận-tông, cải lộ làm ra trấn.

Lê, làm 3 lộ, là Thượng-quốc-oai, Trung-quốc-oai, Hạ-quốc-oai thuộc Tây-đạo.

Lê-thánh-tông 7, cải là Quảng-oai-thừa-tuyên.

Lê-thánh-tông 10, cải là Sơn-tây-thừa-tuyên, rồi cải ra xứ ra trấn.

Gia-long, nhập vô Bắc-thành.

Minh-mạng 12, cải làm Sơn-tây-tỉnh; lấy Từ-liêm huyện bỏ qua Hà-nội-tỉnh, còn Tam-nùng-huyện vô Hưng-hóa-tỉnh.

---

(7) Bắc-ninh-tỉnh. Thửơ xưa đời Hùng-vương là Võ-ninh-bộ.

Tấn, thuộc Tượng-quận.

Hán, thuộc Giao-chỉ-quận.

Ngô, Tấn, Tùy, Đường, Giao-châu.

Đinh, cải làm Bắc-giang-đạo.

Lê, Lý, Trần cải làm Bắc-giang-lộ.
Trần-thuận-tông, cải làm Trấn-bắc-giang.
Minh, cải làm 2 phủ, Bắc-giang Lạng-giang.
Lê-thái-tổ, cải làm Bắc-đạo.
Lê-thánh-tông 7, cải làm Bắc-giang-thừa-tuyên.
Lê-thánh-tông 10, cải làm Kinh-bắc-thừa-tuyên, rồi kêu là xứ, là trấn.
Mạc, rút Thuận-an-phủ, nhập vô Hải-dương.
Gia-long, cải làm Kinh-bắc-trấn, nhập Bắc-thành.
Minh-mạng 3, cải làm Bắc-ninh-trấn.
Minh-mạng 12, cải làm Bắc-ninh-tỉnh.

(8) Quảng-yên-tỉnh. Nguyên thưở đời Hùng-vương, là Ninh-hải-bộ.
Tần, thuộc Nam-hải-bộ.
Hán, thuộc Giao-chỉ-quận.
Lương, làm ra Huình-châu, Hải-ninh-quận.
Tùy, làm ra Ninh-việt-quận.
Dường, làm ra Lục-châu, Ngọc-sơn-quận.
Đinh, Lê, kêu là Triều-dương-trấn.
Lý-thái-tổ 14, làm ra Vĩnh-an-châu.
Lý-anh-tông, lập làm Vân-đồn.
Trần-thái-tông 11, Hải-đông-lộ.
Trần-dũ-tông 5, đặt là Vân-đồn-trấn.
Minh, đặt là Tân-an-phủ, Tịnh-an-châu.
Lê-thái-tổ, kêu An-bang thuộc Đông-đạo.
Lê-thánh-tông 7, kêu An-bang-thừa-tuyên, sau kêu xứ, trấn.
Mạc, lấy Thạch-tích, Chiêm-lang 2 châu, lại 4 động là Cỏ-sum, Tê-lẫm, Kim-lặc, Tử-cát dâng cho Minh.
Lê-anh-tông, cải là An-quảng.
Nguy-tây, lấy Kinh-môn của Hải-dương nhập vô.
Gia-long, nhập Kinh-môn về Hải-dương, mà lấy Hải-đông 1 phủ làm An-quảng-trấn, nhập Bắc-thành.
Minh-mạng 3, cải làm Quảng-yên-trấn.
Minh-mạng 12, cải làm Quảng-yên-tỉnh.

(9) Hưng-hoá-tỉnh. Nguyên đời Hùng-vương là Tân-hưng-bộ.
Tần, thuộc Tượng-quận.
Hán, thuộc Giao-chỉ-quận.
Ngô, thuộc Giao-châu.
Dường, Tùy, đặt là Chi-châu.
Đinh, đặt là đạo.
Lê, Lý, đặt 2 châu, Lâm-tây, Đăng-châu.
Trần, thuộc Đà-giang đạo.
Trần-thuận-tông 10, cải là Thiên-hưng-trấn.
Minh, đặt 2 châu, Gia-hưng, Qui-hóa.
Lê-thái-tổ, đặt 2 lộ, thuộc Tây-đạo.
Lê-thánh-tông 7, cải ra Hưng-hoá-thừa-tuyên, rồi cải kêu xứ, trấn.
Lê-hiến-tông, thì 6 châu là Tung-lăng, Lộ-tuyền, Công-nham, Hiệp-phì, Tuy-phụ, Khiêm-châu, thuộc về Vân-nam-tỉnh.
Gia-long, làm ra trấn, về đất Bắc-thành.
Minh-mạng, lấy Tam-nùng xứ Sơn-tây, phụ vô cải làm Hưng-hoá-tỉnh.

(10) Tuyên-quang-tỉnh. Thuở xưa đời Hùng-vương thuộc Võ-định-bộ.
Tần, thuộc Nam-hải-quận.
Hán, thuộc Giao-chỉ-quận.
Ngô, thuộc Giao-châu.
Đường, đặt là Dương-châu.
Đinh, Lê, Lý, đặt là đạo.
Trần, đặt là Quốc-oai-lộ, kêu là Tuyên-quang-châu, rồi cải làm trấn.
Minh, làm ra Tuyên-quang-phủ.
Lê-thái-tổ, là Tây-đạo.
Lê-thánh-tông 7, là Tuyên-quang-thừa-tuyên, rồi kêu là xứ.
Nhượng-dực-đế, cải là Minh-quan-trấn.
Gia-long, cải Tuyên-quang-trấn, thuộc Bắc-thành.
Minh-mạng 12, cải Tuyên-quang-tỉnh.

(11) Ninh-sóc, Thái-nguyên-tỉnh, Cao-bằng-tỉnh, đời Hùng-vương là Võ-định-bộ.
Tần, thuộc Tượng-quận.
Hán, thuộc Giao-chỉ-quận.

Dường, đặt là Võ-nga-châu.
Dinh, phân làm đạo.
Lê, Lý, đặt là Thái-nguyên-châu.
Trần-thuận-tông, đặt là Thái-nguyên-trấn.
Minh, làm ra phủ.
Lê-thái-tổ, thuộc Bắc-đạo.
Lê-thánh-tông 7, Thái-nguyên-thừa-tuyên.
Lê-thánh-tông 10, cải là Ninh-sóc-thừa-tuyên, rồi kêu là xứ, rồi trấn.
Lê-thế-tông, cải Bắc-bình-phủ 4 châu, bị Mạc chiếm-cứ.
Lê-hy-tông 2, Mạc hết, mới lấy đặt làm Cao-bằng-trấn, có 2 phủ là Phú-bình, Thông-hoá nhập Thái-nguyên-trấn.
Gia-long, cũng là Trấn thuộc Bắc-thành.
Minh-mạng 12, đặt Thái-nguyên-tỉnh, Cao-bằng-tỉnh.

---

(12) Lạng-sơn-tỉnh. Thuở xưa đời Hùng-vương, là Lục-hải-bộ.
Tần, là Nam-hải-quận.
Hán, thuộc Giao-chỉ-quận.
Ngô, Tùy, Dường, thuộc Giao-châu.
Dinh, làm ra đạo.
Lê, Lý, làm ra lộ.
Trần, làm ra 1° Lạng-giang-lộ, 2° Lạng-giang-trấn.
Hồ, cát 59 thôn châu Lộc-bình, cho Minh làm Tư-minh-châu.
Minh, đặt là Lạng-sơn-phủ.
Lê, thuộc Bắc-đạo.
Lê-thánh-tông 7, đặt Lạng-sơn-thừa-tuyên, rồi cải là xứ là trấn.
Gia-long, làm ra trấn thuộc Bắc-thành.
Minh-mạng 12, đặt là Lạng-sơn-tỉnh.

Còn Trung-đô-phủ tại Thăng-long-thành, thì đổi tên lại là Phụng-thiên-phủ. (1)

Chiêm-thành hay vô đánh-phá phía Hóa-châu (tháng 3 1469). Ai-lao cũng rập-rình tới chiếm-cứ Lộng-động, sai Khuất-đã đánh; sau nó đầu xin phụ về Annam, mà vua Annam không chịu. Xiêm-la tàu buôn đem dâng số bằng giấy vàng, chứ vàng thật đính vô và đồ phương-vật, vua cũng không chịu. Na-bôi là sứ nước Qua-oa đến chầu, các quan đều xin vua lãnh hoàng-đế vị, vua không chịu. Tháng 8, 1470 chúa Chiêm thành là Bàn-la-trà-toàn đem 10 vạn binh, voi, ngựa ra đánh Hoá-châu, binh nó đông quá nên tướng Annam là Phạm-văn-hiển đem dân vô thành bế môn cáo-cấp. Ngày 26 tháng 11, vua kéo 26 vạn binh phân thủy bộ xuất hành vô đánh Chiêm-thành; tháng 2 năm sau 1471, mới vô đất nó mà đánh; cho 3 muôn binh đi 500 chiếc thuyền vô cửa La-kì mà chặn quân Chiêm-thành rút về Chà-ban; còn bao nhiêu binh với hơn 1000 thuyền vua vô cửa Tân-áp, Cựu-bạ, dựng cờ, gióng trống, kéo binh tới. Chiêm-thành thất kinh chạy, binh vua rược theo tới núi Mạc-nô-sơn, chém được 1 tướng cả;

---

(1) Hoài-đức-phủ. Thuở xưa đời Hán, kêu là Long-biên.

Đường làm ra Annam đô-hộ-phủ kêu là Đại-la-thành.

Nhà-lý, đóng đô tại đó, kêu là Thăng-long-thành, lại kêu là Nam-kinh.

Trần, kêu Trung-kinh, sau cải lại là Đông-đô.

Minh, là chỗ gọc Giao-châu, cũng gọi là Đông-quan-thành.

Lê, phục kêu là Thăng-long, rồi đời Lê-thánh-tông 7, đặt là Trung-đô-phủ, lãnh 2 huyện là Quảng-đức, Vĩnh-xương.

Lê-thánh-tông 10, cải là Phụng-thiên-phủ.

Ngụy-tây, gọi là Bắc-thành.

Gia-long, gọi là Bắc-thành-tổng-trấn.

Minh-mạng, gọi là Hoài-đức-phủ.

vua tới Mồ-cần chém hơn 300, bắt được 60 người. Qua 27 vua cất binh đánh Thị-nại thành chém lấy hơn trăm thủ cấp, bữa sau vua đem binh vây Chà-bàn-thành, ép vô tới hào thành. Qua mồng 1 tháng 3 hãm được thành Chà-bàn, bắt sống hơn 3 vạn người, chém giết lúc hãm hơn 4 vạn, vua nó là Trà-toàn bị bắt, vua Lê-thánh-tông có dặn, phải bắt sống, đừng có giết vua, kho-đụn truyền phong lại đừng đốt, khi hãm không cho phát súng, khi lên được lũy thành mới bắn. Bồ-sản-ha-ma là bác vua Chiêm-thành ra đầu, đem vua đi coi các nơi.

Vua dạy cất nhà cho chúa Chiêm-thành ở — Khi dẫn chúa Chiêm-thành quân-lính kéo-lôi thì vua Lê-thánh-tông quở mà nói rằng: Người ta cũng là vua một nước, bay làm gì bỉ vậy? Mồng 2 vua sáp-đặt phong cho Chiêm-thành rồi, vua kéo binh về, đem Trà-toàn về theo. Mà về tới Nghệ-an rồi, qua sông Phi-lai, Trà-toàn đau chết; vua dạy xác thì thiêu ra tro đổ xuống sông, còn đầu thì bêu trước mũi ghe đề tên hiệu cho người-ta biết, 11 tháng tư mới tới Kinh-thành. Hiến-phù, hạ-tiệp rồi, mới đặt đất Chiêm-thành là Quảng-nam-thừa-tuyên, dụ dân Chiêm-thành cho tánh-họ, dạy-dỗ nó.

Qua năm 1479 tháng 8, hạ chiếu đi đánh Ai-lao, Bôn-man, Lão-quà. Vô thành Lão-quà lấy đồ báu, vua nó chạy qua sông Trường-sa, rược nó tới phía nam nước Miên-điện. Tháng 10 vua thân chinh đất Ai-lao, 28 tháng chạp về — Rồi đi đánh Bôn-man, đốt phá thành-lũy, phong cho nó, rồi về đầu năm 1480.

Vua lập ra luật-lệ phép-tác nhiều lắm, (kêu là Hông-đức luật-lệ). Vua dạy Ngô-sĩ-liên tuyển Đại-việt-sử-kí 15 cuốn nữa.

1490. — Vua đặt bản-đồ cả nước làm 13 thừa-tuyên, kêu là xứ, 52 phủ, 178 huyện, 50 châu, 20 hương, 36 phường, 6851 xã, 322 thôn, 637 trang, 40 sách, 40 động, 30 nguyên, 30 trường.

Qua 1497, ngày 29 tháng giêng vua đau nặng ngồi dựa ngọc-kỉ dạy hoàng-thái-tử tức-vị, 30 vua băng, đề lại 14 ông hoàng.

5º LÊ-HIẾN-TÔNG (Tăng *hay-là* Huy).
Sống 44 tuổi, trị 7 năm, từ 1498 tới 1505.

Niên-hiệu. — Cảnh *hay-là* Kiến-thống.

Vua nầy là con bà Nguyễn Trường-lạc-hoàng-thái-hậu, tuy rằng có cha là ông Nguyễn-trung đi cầu-tự trên chùa Phật-tích, tuy rằng trước khi sinh ra thì bà mẹ chiêm-bao thấy rồng vàng hiện ra trong phòng vân vân... Nhưng vậy người cũng chẳng có làm việc chi lạ trong 7 năm người làm vua.

Vua cứ noi theo vua cha, lập luật-lệ thêm về việc thi-cử về binh dân thuế khoá; dạy dân học chữ nghĩa, phép-tắc, lễ-nghi, sửa phong-hoá; vua lại hay chiêu hiền đãi sĩ, kén người tài đức làm quan trị dân.

Vua có 6 người con trai là :

1º Tuận — tước Trường-an-vương.
2º Tuân — sau là Oai-mục-đế.
3º Thuân — sau là Lê-túc-tông.
4º Dung — tước Thông-vương.
5º Trị — tước Minh-vương.
6º Dưỡng — tước Tư-vương.

Lê-vĩnh, Lê-năng-nhượng vân vân... xúm lại xin vua lo lập thái-tử cho trọng kỉ bổn, thì vua khen các ông lấy việc ấy làm trọng xã-tác thì là phải lắm. Mà vua nói Tuận là con trưởng-nam tuy ăn-học khá, có tài mà hay ăn-mặc lượt-bượt như đờn-bà, lại lo thuốc mẹ đi.. Con thứ 2 là Tuân không có đức, mà con thứ 3 là Thuần thì ăn-học giỏi, có đạo-đức, nết-na, hiếu-thảo đủ đều, bây-giờ đã trọng tuổi, nên ta đoán nên lập nó lên, không phải ta hiếp lớn mà vị nhỏ, một chọn cho đáng mà gánh-vác việc nước nhà. Vậy nên lập Thuần lên làm thái-tử.

Tháng 5 năm giáp-tí (1504) vua đi Tây-kinh về đau nặng, di chỉ cho thái-tử tức-vị rồi người băng.

6° LÊ-TÚC-TÔNG (Tuân).
Sống 17 tuổi, trị 6 tháng (từ cuối tháng 6 tới nội tháng chạp) năm 1504.

Niên hiệu : — Thới-trinh.

Vua nầy tức-vị tháng 6, tôn bà nội lên làm Thái-hoàng-thái-hậu, phong mẹ là bà Nguyễn-thị-hườn làm Hoàng-thái-hậu; sửa-soạn dọn-dẹp trong ngoài vừa rảnh tay; tháng 9 chụp có giặc Giả-thế-nông làm loạn xứ Cao-bằng, sai quan quân đánh bắt chém hơn 500 người đảng nó.

Tháng 11 lo tổng táng vua cha, qua tháng chạp vua băng.

7° LÊ-OAI-MỤC-DẾ (Thuần).
Sống 22 tuổi, trị 5 năm, (từ 1505 tới 1510).

Niên hiệu : — Đoan-khánh.

Ông vua nầy là anh ông vua Lê-túc-tông, nhơn bởi khi

ngặt mình vua trước có nói để đặt anh mình lên nối ngôi, nên ông Lê-quảng-độ, Lê-năng-nhượng, rước Thuần mà tôn lên tức-vị. Sai sứ cáo ai, cầu phong xong-xả rồi, vua mới lo trả thù trả oán. Vậy vua xúi quân tả hữu thí bà Thái-hoàng-thái-hậu đi, vì khi Nguyễn-nhữ-vi là quan hoạn tính tôn vua, thì bà ấy nói không xứng đáng, vì người là con người tì-thiếp mà-thôi. Vua lại giết Đàm-văn-lễ, và Nguyễn-quang-bật là 2 quan lớn trong triều, giáng xuống giả-đò sai đi thừa-tuyên-sứ Quảng-nam mà bỏ, dạy làm cực-khổ dọc đàng cho hai ông tự-tận đi cho rồi, thì hai ông ấy làm ít câu thơ ngâm rồi gieo mình xuống sông mà chết. Nhơn vì hai ông nầy không chịu ăn vàng bạc hôi-lộ của mẹ vua, nên khi Lê-hiến-tòng ngặt-mình thì hai ông sợ chư vương tranh lập, nên vô chầm-điện lấy ấn đem về nhà, rồi hội các quan mà tôn vua Túc-tòng lên; vì điều ấy nên vua mới oán mới giết đi đây đó. Triều-đình biết là trái phép thì gián vua mà vua đổ cho Nguyễn-nhữ-vi.

Oai-mục-đế dữ-tợn quá nên người-ta đặt mà kêu là Qủi-vương đêm ngày đắm-mê tửu-sắc, say-sưa hoài, giết người-ta như không, binh-vực phía bà con bên ngoại, nên tung-hoành lăng-loàn qúa, thiên-hạ oán-hận lắm.

Ông Nguyễn-văn-lang, là bà con bà Trường-lạc-hoàng-thái-hậu, với Lê-văn-cần tính với nhau phải ứng nghĩa mà giết ác đảng đi, nên cử binh vô choán thành Tây-đô mà cho binh ra trấn cửa Thần-phù. Thưở ấy các vì vương tông thất nhà Lê 26 ông bị vua bắt cầm ngục hết, ông Giản-tu-công dùng của hối với quân canh thoát ra khỏi, không kịp nói với mẹ cùng là anh em, liền vô Tây-đô, tới cửa Thần-phù ra mắt Nguyễn-văn-lang đặt lên làm Minh-chúa, làm cáo dụ, xưng là Cẩm-giang-vương đề cờ, phát thủy bộ chư dinh ra đóng tại Thiên-kiền. Oai-mục-đế đi hai chiếc thuyền nhẹ tới đó, bắt được tướng thủy

1, và 20 thủ cấp trở về. Binh ép lần tới, vua ra khỏi thành, ban tiền bạc cho quân lính cho quân tù cho nó ra nó đánh giặc, mà nó trở lòng hết. — Oai-mục-đế giết cha, anh em Giản-tu-công, rồi trốn ra lánh thân đi. — Ngày 28 Oai-mục-đế chạy tới phường Nhựt-chiêu, bị Vệ-sĩ bắt đem nộp. — Giản-tu-công chém anh Vệ-sĩ đi vì nó bất trung. Ngày mồng 1 tháng chạp 1509 Oai-mục-đế uống thuốc độc tự-tận đi. Giản-tu-công oán vì vua giết cha mẹ anh em mình đi, thì dạy buộc xác vua nơi miệng súng lớn mà bắn cho tan-nát ra.

8° LÊ-TƯƠNG-DỰC-DẾ (Uinh).
Sống 24 tuổi, ở ngôi 8 năm, (từ 1510 tới 1517).

Niên-hiệu. — Hồng-thuận.

Giản-tu-công là con thứ 2 ông Kiến-vương Tân, (thì là cháu nội vua Lê-thánh-tông) trừ được đảng dữ vua Oai-mục-đế rồi, lên tức-vị lấy hiệu là Hồng-thuận. Nhờ Nguyễn-văn-lang mọi sự, mà chẳng khỏi mấy năm (3 năm) Nguyễn-văn-lang mất đi, vua thương tiếc tặng tới tước vương, đúc tượng bằng vàng thiệt. — Vua nầy cũng hay lo việc nước, tu văn tu võ đủ, dạy Lê-tung tuyển Đại-việt-thông-giám-tổng-luận ; lại thuở ấy có Võ-quỉnh (người ở Dường-an-huyện, Mộ-an xã) làm sách Đại-việt-thông-giám-thông-khảo, 2 cuốn.

Vua tính hay mê-dâm, nên Hi-tăng là sứ nhà Minh qua phong thấy vua tượng mạo tốt mà khòm lưng thì kêu là Trư-vương nói tánh hảo dâm, loạn vong bất cửu-hỉ. Mà thiệt như vậy: Thuở ấy loạn-lạc giặc-giã luôn luôn đầu nầy đầu kia, lại vua hay ham lập cung điện tốn phí nhiều lắm, dân oán, nghe lời Võ-như-tô làm đến một trăm nóc.

Trước hết Trần-tuân làm loạn tại xứ Sơn-tây; giặc mạnh lắm, thiên-hạ kinh tâm, tại kinh thành phố-xá nhơn-dân đế-huề vợ con về nhà quê, các quan cũng vậy; nên vua giận mà chém hết 5 ông quan như vậy làm oai. Vua sai Trịnh-duy-sản đem binh ra đánh mà thua thôi lại. Trần-tuân rược theo áp tới muôn vây thành vua. Mà may Trịnh-duy-sản thủ-hạ còn có 30 người, mà thề quyết liều đánh cho được; nên lén vào dinh Trần-tuân thấy va mặc áo hồng bào ngồi sập cao, Duy-sản lấy súng nhắm bắn một mũi nhào tốt, thì binh nó mới vỡ chạy tan đi hết, phát 3 tiếng súng lớn binh tiếp rược duổi theo giết bá vạn thiên trùng. Trận ấy Trịnh-duy-sản mới lên tước Quận-công.

Trên Sơn-tây, Hưng-hóa thì Nguyễn-nghiêm làm loạn sai Dỗ-nhạc đem binh đi đánh. Còn trong Nghệ-an thì Lê-hi, Lê-minh, Trịnh-hưng làm loạn, nên sai Trần-nghi Trần-dực vô đánh mà bị thua chạy ra biển bị tô chìm chết. Sau nó tới nó vây Lôi-dương, mới sai Trịnh-duy-sản với Dỗ-nhạc vô đánh được chém Lê-minh đem đầu về, còn Lê-hi, Lê-hưng bỏ cũi đem về tại kinh chém bêu đầu.

Qua năm thứ 7 Phùng-chương làm giặc nơi ba vì Tản-viên (Tam-đảo-sơn); sai Ngô-bính, Trịnh-duy-sang đánh dẹp. Nơi huyện Ngạc-sơn, xứ Thanh-hóa có Dặng-hơn, Lê-khác làm loạn, sai Dỗ-nhạc đem binh đánh tan đi.

Năm thứ 8 là năm sau rốt (1516) giặc nổi tứ phía, loạn-lạc kháp nơi cả trong triều ngoài quận. Trước hết vua với Dỗ-nhạc đem binh đánh Trần-công-minh dậy trong huyện An-lang. Tháng tư, hai cha con Trần-cảo xưng là chít vua Trần-thái-tông lập đẳng Phiên-ất, (Đông-lợi), Dỉnh-ngạn, Dỉnh-nghệ, Công-uẩn, Dỉnh-bửu, Doãn-bồ, tại chùa Quỳnh-lâm, chiếm-cứ huyện Thủy-đường, Dòng-triều, tỉnh Hải-dương. — Cảo thì mặc áo đen, xưng là Dê-thích giang sanh, tiếm hiệu Thiên-ứng, quân nó đều cạo trọc đầu cả, kéo đóng mép sông Bồ-đề, bên kia thành Hà-nội. — Vua cho độ binh qua sông rồi, vua ngự Quỳnh-văn-điện phát 3 tiến súng lớn, binh áp đánh Trần-cảo vỡ tan, chạy về núi Vu-ngạc. Sai Phùng-trân, Trịnh-không-chiêu, và Trịnh-ngạc rược theo đánh bị trận chết, còn Trinh-ngạc bị bắt, Trần-cảo dỗ cho làm quan, mà không chịu nên giết đi. Rồi vua dạy Nguyễn-hoàng-dũ đem binh ngữ trú tại Bồ-đề dinh.

Vua nhiều phen Trịnh-duy-sản can-gián không nghe, nên bạc đãi các quan đại-thần. Trịnh-duy-sản, Lê-quảng-độ, Trịnh-chí-sum đồng mưu phế lập đi; nên sắm ghe-thuyền khí-giái binh-lính nơi bến đò Thái-cực, nói để đi đánh giặc, mà thật là có ý thí vua. Qua mồng 6 đêm, hồi canh 2, đem 3000 lính kim-ngô-vệ vào cửa Bắc-thần. Vua nghe thì nghi có giặc, nên vua ra cửa Bửu-khánh; ban đêm vua cỡi ngựa đi với Nguyễn-võ đi qua cửa Thái-học tới phường Bích-cân, gặp Trịnh-duy-sản, vua hỏi giặc nó ở đâu? Trịnh-duy-sản không thưa day mặt mà cười gằn. Vua cứ đi, Trịnh-duy-sản dạy tên lính võ-sĩ tên là Hạnh đâm vua té xuống ngựa giết đi. Nguyễn-võ cũng bị giết luôn đi nữa. Rồi đem xác về quán sứ bắc, lấy áo giấy đốt thiêu đi. — Bà-hoàng-hậu nghe tin làm vậy cũng gieo mình vô lửa mà chết.

Trịnh-duy-sản, với tông thất đại-thần, muốn lập Quảng-trị là con ông Mục-ý-vương mới 8 tuổi lên làm vua; tôn lên chưa kịp 3 bữa, kẻ lấy loạn, Trịnh-duy-đại đem về Tây-đô. Ông Nguyễn-hoàng-dũ đóng binh tại Bồ-đề dinh, nghe tin Trịnh-duy-sản giết vua đi rồi, giận kéo binh về đốt kinh-đô và phá nhà-cửa tứ-độ Trịnh-duy-sản đi nữa; chém Võ-như-tô là thợ bày làm đến trăm nóc chưa rồi.

Khi ấy Trịnh-duy-sản với Lê-nghĩa-chiêu và tông-thất đã tôn con trưởng ông Cẩm-giang-vương tên là Ý đã 14 tuổi lớn, mà mắc Nguyễn-hoàng-dũ đốt thành đi, thì đem vua về Thanh-hóa, còn Lê-quảng-độ thì ra đầu Trần-cảo. — Kinh-thành bị đốt bỏ hoang nhơn dân vô cướp lấy vàng-bạc tơ-lụa, mỗi người cũng được ba bốn trăm lượng, còn sổ-bộ sách-vở quăng đầy đường cao cả một hai tấc. Ngày 11 Trần-cảo vô lấy thành kinh-đô, làm triều có Lê-quảng-độ nữa. Trần-nhơn là đô-lực-sĩ ở huyện Từ-liêm làng La-ninh, đem 56,000 binh tại chợ Hoàng-hoa ; Trần-cảo nghe sai tướng Phiên-ất ra cự, Trần-chơn cự không nổi rút đi. Ngày rằm vua đã cho Trịnh-duy-sản, Nguyễn-hoàng-dũ, Nguyễn văn-huệ ra Đông-kinh ra hịch cho dân. Vua tới Vườn-chuối Trần-chơn ra lạy vua. Khi ấy Trịnh-hi, Lê-sạn, Lê-dực, Trương-hoàng-linh kéo binh tới vây ngoài cửa Đại-hưng. Trần-cảo lên lầu cửa thành phất cờ bán súng mà ra hiệu lịnh cho quân, (quân nó đề ba vá).

Trịnh-hi, Nguyễn-hoàng-dũ, Trịnh-duy-sản đều tấn binh áp tới hoài thì Trần-cảo đóng cửa thành lại mà chịu. — Khi ấy có anh tướng Tây-sơn tên là Hà-công-chơn cũng kéo binh vây thành giết Trần-cảo mà lại tranh lập với vua, Trịnh-duy-sản đánh mà giết đi.

Trần-cảo coi vọi khó cự được liền khai thành chạy ra, chạy tới sông Thiên-đức vô trốn trong làng Lạng-nguyên. Qua ngày 25 Nguyễn-thi-ung với Đỗ-nhạc rước vua lên kinh-thành, 27 phục-vị. Còn ông Quảng-trị ở Tây-đô bị Trịnh-duy-đại giết đi ; hai em ông cũng bị giết nữa.

Tháng 8 bắt được tướng nhứt Trần-cảo là Phiên-ất tại huyện Đông-triều, chém đi.

Tháng 11 đánh với Trần-cảo 3 trận, nơi núi Trâu-sơn, chùa Sùng-nam một trận ; nơi Chí-linh, Trịnh-duy-sản không nghe lời con, ra đi trước quân, bị Trần-cảo bắt được, đến sông Vạn-kiếp nó giết đi ; Trần-cảo thừa thắng kéo tới mép sông Bồ-đề, vua sai Trần-chơn qua sông đánh chém giết nhiều quá. — Trần-cảo lại thụt về Lạng-nguyên không dám léo-hánh tới nữa, cứ lấy Nguyệt-giang làm giái. — Trần-cảo cạo đầu đi tu, truyền ngôi lại cho con tên là Cung, lấy hiệu Nghi-hòa.

9° CHIÊU-TÔNG-THẦN hoàng-đế (Ý).
Sống 26 tuổi, ở ngôi 6 năm, (từ 1517 tới 1523).

Niên-hiệu : — Quang-thiệu.

Vua nầy là con trưởng ông Sùng-cầm-giang-vương nhờ Lê-nghĩa-chiêu với Trịnh-duy-sản tôn lên, cái hồi Nguyễn-hoằng-dũ đốt kinh-đô, và Trần-cảo vô choán, thì về Thanh-hóa, nay đuổi được Trần-cảo, trở về tức-vị. (1517). — Tịnh được sáu bảy tháng. — Tới tháng 7 Nguyễn-hoằng-dũ với Trịnh-tuy đánh nhau. Nguyễn-hoằng-dũ đóng binh tại Đông-hà-phường, Trịnh-tuy đóng ngoài thành Đại-la. Vua giải hòa không được.

Nguyễn-văn-lự là chú Nguyễn-hoằng-dũ, tâu bắt Trịnh-duy-đại, chém bêu đầu nơi dinh Trần-chơn, Lê-ích-cựu cũng chém, Trịnh-bá-quát giảo : Vì nhập lòa với ngụy.

Nguyễn-hoằng-dũ đem binh đánh Trịnh-tuy nơi Vĩnh-xương, khúc-bỏ, Phục-cổ-phường gần kinh-thành hơn 3 trận ; Trịnh-tuy với Nguyễn-thế-phó bị tên, nên Trịnh-tuy rút chạy về Thanh-hóa.

Trần-chơn binh Trịnh-tuy thì mật biểu tứ-đệ Sơn-tây đánh, mà vua cũng đem binh đánh Hoằng-dũ nữa. Nguyễn-hoằng-dũ vô ra mắt vua, rồi ra xuống ghe bỏ về Thanh-hóa. Khi ấy Trần-chơn gởi thơ cho Mạc-đăng-dung ở trấn thủ Sơn-nam, biểu-đón mà giết Hoằng-dũ đi ; mà Mạc-đăng-dung không nở, nên đi tót về Thanh-hóa được.

Trong nước đã loạn-lạc kháp đi cả thì chớ, lại thêm mất

mùa đại hạn đói khát, dân sự chết ghình; bão-bùng, dông-gió, sấm-sét hại vật, chết người nhiều-lắm.

Tại sai Nguyễn-công-độ truy bắt Hoàng-dũ trú nơi Thuần-dụ, đào mả cha người lên, chặt đầu đi. Nên ông Hoàng-dũ hội binh tính đánh, mà Mạc-đăng-dung can đi. (Tháng 12, 1517).

Tháng 7 năm sau, 1518, vua nghe lời biếm liền đòi Trần-chơn, Trần-tri, Nguyễn-ngu, Nguyễn-bá-đạt, Lê-nguyễn-khâm vô trong cấm cung, rồi đóng cửa thành dạy quân canh cửa bắt giết đi hết. Khi ấy tử-đệ các ông ấy là Hoàng-duy-nhạc, Nguyễn-kính, Nguyễn-áng gióng 3 hồi chiêng kéo binh vô thành mà cứu, mà cửa đã đóng lại hết. Vua ở trong nội mới xách đầu Trần-chơn giơ lên cho nó coi, nó mới tháo lui ra.

Mà qua 14, Nguyễn-kính, Nguyễn-áng, Nguyễn-húc, Cao-xuân-thì tựu nhau nơi An-lãng bủa binh vô đánh kinh thành. Vua thất-kinh ban đêm lén trốn ra ngả Gia-lâm, Bồ-đề. Đi từ sớm mai tới chiều đói không cơm mới ghé vô nhà tên Đàm-cứ, người-ta đem bánh khoai cho vua ăn.

Thiên-hạ nghe vua ra rồi, bỏ chạy đi ráo; binh Sơn-tây tới phá kinh-thành tan-nát đi. Khi ấy vua chạy tới Thuần-mĩ-đường, sai đi dụ ông Nguyễn-hoàng-dũ về đánh Nguyễn-kính, mà ông không về; cho đi dụ tử-đệ Trần-chơn, Nguyễn-áng vân vân... nó cũng không thèm nghe. Đòi Mạc-đăng-dung về Hải-dương; Mạc vô tâu thỉnh vua về Bửu-châu, thì Đỗ-nhạc với Nguyễn-dự không cho vua đi. Mạc giận biểu Đinh-mông bắt đem ngoài đồng đàng sau Xuân-đỗ-hành-cung mà giết đi, rồi đem vua về Bửu-châu.

Các tướng binh Sơn-tây là Trịnh-tuy, Nguyễn-sư đánh phá kinh thành rồi mới lập Bảng là con Tịnh-tu-công-lộc lên làm vua, đặt hiệu là Đại-đức được nửa năm, rồi bỏ đi lập Lê-du lên cải nguyên là Thiên-hiến. — Làm hành cung nơi huyện Từ-liêm đặt quan quân triều-đình đủ.

Vua Chiêu-tông ở tại Bửu-châu, có Trịnh-chí-sum và Nguyễn-thì-ung theo phò, cho người đi vô dụ Nguyễn-hoàng-dũ đem binh Thanh-hóa ra giúp vua. Nguyễn-hoàng-dũ đem binh ra hiệp với Mạc-đăng-dung đi đánh Nguyễn-kính, Nguyễn-áng, trên Sơn-tây, mà thua hao binh nhiều lắm bèn xuống ghe rút binh về, để Mạc-đăng-dung ở mà đánh đục-đặc đó với Nguyễn-áng.

Năm sau 1519, vua ở tại hành dinh Bồ-đề, bị Trịnh-tuy bắc cầu nổi độ binh qua đánh vua; vua cho ra đứt cầu, chém được tướng giặc, nên Trịnh tuy phò Lê-du chạy về An-lãng, An-lạc. Vua lại cho tới đánh nữa phải chảy trốn đi mất. Mới ngót giặc Lê-du một chút, kẻ lấy trên Thái-nguyên, Tuyên-quang làm loạn, cướp bắt người, lấy của cho đến tháng 5, tháng 6 mới hết.

Bước qua tháng 7 Mạc-đăng-dung đem binh vây Lê-du nơi Từ-liêm. Mà Lê-du với Nguyễn-sư rút chạy tới Ninh-sơn (An-sơn) bị bắt đem về giết đi.

Tháng 9 vua mới trở về kinh-đô, đại xá, ban đảm ân và phong Mạc-đăng-dung làm Minh-quận-công.

Từ ấy cho tới 1522 yên-yên được một chút. Yên thì yên vậy mà cũng còn giặc chòm giặc khóm một hai nơi. Võ-nghiêm-oai trên Tuyên-quang nổi dậy, sai Võ-hộ đi đánh. Tháng 6 quan thổ-tù tên là Hồ-bá-quang trong đất Thuận-hóa, đuổi quan tổng-binh-sư là Phạm-văn-huân, bắt vợ-con, của cải, vì nó đem 4000 binh vây thành, tổng-binh-sư bỏ vợ-con mà chạy ra xứ Tân-bình.

Năm sau là tân-tị 1521 ngày 14 tháng 3 vua bên tàu là Minh-võ-tông (Chánh-đức) thăng hà mà không có con nối; nên bà thái-hậu tôn em người là Quảng-đức-hậu lên kế đại-thông- là vua Thế-tông, niên hiệu là Gia-tịnh; nên 1522 Tàu sai sứ qua cáo tức-vị.

Mạc-đăng-dung quận-công làm quan tiết-chế 13 đạo chư dinh, sau lại gia phong lên làm Thái-phó.

Tháng 4 (1522) kinh-thành Hà-nội bị ăn-cướp đốt cháy nhà-cửa phô-xá hết. Rồi lại bị tên Lê-khác-cang, Lê-bá-hiếu nổi dậy làm ngụy tại Đông-ngạn, Gia-lâm. Nó mạnh lắm, Mạc-đăng-dung sai chư tướng ra đánh không lại, sau đem binh tứ thành công vụ ra đánh cũng không nổi, Lê-thọ chết trận. Đến sau Lê-bá-hiếu thua trận chạy về Lạng-nguyên bị bắt đem về kinh, vua chém bêu đầu 3 ngày.

Mạc-đăng-dung oai-quờn càng ngày càng lớn, chúng có lòng qui hướng. Nó đem con gái nó nuôi đưa cho vua lấy tiếng mà ý là giữ vua; con nó là Mạc-đăng-dinh thì nó phong tước hầu coi lấy Kim-quang-điện. Anh ta đi bộ thì đi lọng con phụng tụi kim tuyến vàng, đi ghe thì đi long-châu có dác dây, vô ra trong nội mặc ý không ai dám hó hé. Nó giết Nguyễn-câu, Nguyễn-thọ, Dàm-cử đi. Nó lại tập-lập với Trịnh-chí-sum, và Nguyễn-thì-ung mà khích vua nơi Quỳnh-văn-điện, mà lậu sự vua bắt được hai anh ấy cầm tù lại.

Vua thấy nó dữ làm vậy thì sợ, bèn mưu với Phạm-hiên, Phạm-như, cho người đem mật chiếu vô Tây-kinh biểu Trịnh-tuy rước vua về. Nên hối canh 2 ngày 27 tháng 7 Phạm-hiên, với Phạm-như vô đem vua ra ngoài; bà hoàng-thái-hậu với em vua là Xuân không hay. Vua ra rồi đi lên huyện Minh-nghĩa trên Sơn-tây. Sáng ngày ra Mạc-đăng-dung hay đặng sai binh ra búa ra đi tìm bắt kháp xứ; và kéo cờ bảo dân-sự phô-phường ở yên đừng nghi-ngại, rồi sai binh mã rược theo bắt vua, gặp vua nơi Thạch-thất mà vua đánh trả lại, bắt được Huỳnh-duy-nhạc là quan Mạc-đăng-dung sai đi bắt vua.

Mạc-đăng-dung mới vô mở cho Tỉnh-chí-sum, với Nguyễn-thì-ung ra khỏi tù, rồi hội các quan lớn như thái-sư Lê-bố, Lê-châu, Lê-thúc vân vân... Mà đồng lập Xuân là em vua lên làm vua.

10° CUNG-HOÀNG-ĐẾ. (Xuân).
16 tuổi, ở ngôi 5 năm, (từ 1523 tới 1528).
PHỤ MẠC-DĂNG-DUNG VỚI MẠC-DĂNG-DINH.

Niên hiệu : — Thông-nguyên.

Xuân, được Mạc-đăng-dung tôn lên tức-vị tại ngày tháng 8 năm 1522. Rồi đi thăm các chỗ trong tỉnh Hải-dương, còn vua anh là Chiêu-tông thì ở hành cung Mộng-sơn mà trở về kinh-thành, tại xã Man-sơn ít bữa, Nguyễn-khác-tuy, khi trước hồi vua ra thành mà trốn đi vua kêu nó không thèm lại, bây-giờ vô thăm vua, vua giận đem chém đầu đi. Vua đi ngang qua cái cầu bắc nơi sông Cung-liêm gãy cầu té ướt mình, ướt áo huình bào đi, mới đòi ông phủ Quốc-oai là Dương-đình-tú mà quở. Va sợ điến hồn ; mà may, vua quở ít tiếng rồi tha cho về. Sau về lần tới Thoại-quang hành điện lâm-triều các quan có Lê-vĩnh-hà, Lê-quảng và Lê-đình-tú tới chầu. Vua mới sai một ít ông đi Bắc-giang mà khi binh, lại dạy Lê-đình-tú đem binh trấn-thủ các ngả yếu hại, như Bộc-độ, Minh-giang vân vân... mà bị Mạc-đăng-dung phá, lại bị đệ-tử nó bắt nó nộp đi điệu về chợ Hồng bị xử giảo.

Vua cũ là Chiêu-tông nhứt điện sai đi đòi Trịnh-tuy ở Thanh-hóa ra, nhứt điện thì sai Nguyễn-kính, Lê-vĩnh vân vân... phân binh đánh các huyện Gia-lâm, Văn-giang, Đường-hòa, Cẩm-giang, Lương-tài, Gia-định vân vân....

phía tây, nam, bắc thì vua đã lấy lại được rồi, còn một mặt phía đông mà-thôi, kế lấy Mạc-đăng-dung tân binh tới, bị bọn Hưng-hiến cấp khiên cầm súng xốc thẳng vô cung Thoại-quang. Vua đang ngồi triều, Trịnh-ân là quan tổng-tri tâu rằng giặc tới, quân hộ-vệ cự với bọn rắn gan ấy. Khi ấy vua lánh ra được, vô trú nơi đình làng Nhơn-mục; các quan vố chạy tan đi hết. Vua lên Thiên-mộ chùa Trùng-quang huyện Từ-liêm.

Tháng 10 Trịnh-tuy đem binh các phủ ở Thanh-hóa ra trót muốn hộ giá vua; vua thâu quân lại, kéo về làng Thượng-an-quyết (huyện Từ-liêm). Vua hay nghe lời các quan cận-thần biếm, nên các tướng hay tướng giỏi mới dị chí, không giúp cho cùng được. Khi ấy có một ông thuộc tướng của ông Trịnh-tuy tới chầu vua; người Phạm-điền sợ nó có tranh quờn đâm-thọc nói vô nói ra, vua nghe nó mà bắt chém, đem đầu bêu cửa tướng Trịnh-tuy; cho-nên Trịnh-tuy mới giận. Trịnh-tuy với Trịnh-duy-thoan giả-đò đem binh đi khám đất xã Dịch-vọng (gần chỗ vua trú). Sáng ra, các ảnh phục-binh, phát 3 tiếng súng, ó reo dậy trời. Vua sảng-sốt lui vô trong cung, thì Trịnh-tuy vô bắt-ép vua mà đem về Thanh-hóa, Lê-hiếu-trung thấy làm hung vậy thì la lên, Trịnh-tuy chớm quách đi.

Vua cũ bị Trịnh-tuy bắt về Thanh-hóa đi rồi, thì tháng 11 Giăng-văn-dụ khỉ-binh trong các huyện Thanh-oai, Sơn-minh, Hoài-an, Chương-đức, Mạc-đăng-dung sai tướng đi đánh mới tan đi. Qua 18 tháng chạp vua mới (Thông-nguyên-đế) Cung-hoàng mới từ chợ Hồng kéo binh về (ngày 22) ở tại hành-dinh Bồ-đề.

Năm sau [1523, Mạc-đăng-dung sai Mạc-quyết, Võ-hộ đi theo mà đánh Trịnh-tuy trong Thanh-hóa, nên Trịnh-tuy phải đem vua cũ (Chiêu-tông) lên nguồn Nguyên-đầu. Mạc-đăng-dung phế vua cũ xuống làm Đà-dương-vương.

Qua năm sau 1524, Mạc-đăng-dung lại sai Mạc-quyết đem binh lên Nguyên-đầu đánh vua cũ với Trịnh-tuy nữa.

Năm 1525 tháng 10, Mạc-đăng-dung làm chức đô-tướng thông-suất-thiên-hạ thủy-bộ-chư-dinh đi kinh-hành các xứ, lại vô Thanh-hóa đánh Trịnh-tuy, gặp vua Quang-thiệu-đế nơi phủ Thanh-đô bắt đem về, vua liền chịu đầu. Từ ấy các quan theo phò vua cũ mới thất-tán đi.

Năm sau 1526 vua Cung-hoàng đặt mạng cho Dương-kim-lộc ở lại giữ kinh mà ngự vô Thanh-hóa, có vua Quang-thiệu-đế đi theo. Thi cử, sửa đắp bờ đê tỉnh Hải-dương rồi, kê lấy Mạc-đăng-dung nghe lời em gái mình là Huệ mà giết Nguyễn-lãnh là em rể đi. Nguyễn-lãnh cưới nàng Huệ là em Mạc-đăng-dung, mà anh ta mê hầu cưới thêm 10 con thiếp nữa ; nàng Huệ đồ ghen ra muốn báo chơi cho bỏ ghét, bèn cáo chồng mình có thông với giặc, nên mới bị giết đi. Mạc-đăng-dung đem Huệ về mà gả cho Bùi-đỗ là lương-khuê-hầu, sau nhờ thế vợ mà được phong tước quốc-công. Còn Nguyễn-thuyên là rể Nguyễn-lãnh thấy cớ-sự làm-vậy thì sợ mà đem mà để vợ đi.

Ngày 18 tháng chạp năm ấy, Mạc-đăng-dung muốn cho rảnh mà tính việc soán, bèn dạy Phạm-kim-bảng giết thầm vua Quang-thiệu-đế đi, tại chỗ ông về ông đầu, rồi đem xác chôn lăng Vĩnh-hưng xứ Thanh-đài.

Bước qua năm đinh-hợi 1527 vua Cung-hoàng sai các quan lớn đem sách vàng, mũ rồng đen, ngọc đái, quạt vẻ, lọng tía qua xứ Nghi-dương nơi nhà riêng của An-hưng-vương mà phong thêm lễ cửu tích cho Mạc-đăng-dung, Mạc-đăng-dong đai mão ra tại bến đò An-quan mà rước. Rồi (tháng năm) Mạc-đăng-dong tới ra mắt vua, rồi trở về Cổ-trai. Tháng 6 Mạc-đăng-dung tới kinh vào bắt ép vua truyền ngôi lại cho mình, vì cả thần dân về tay va hết, ngày rằm vô biểu quan lại-bộ-thượng-thơ tên là Trương-phù-thuyết viết lời thiện-chiếu, thì ông trợn con-mắt lên nạt mà nói rằng : nghĩa nào làm-vậy ? Không chịu làm ngay. Nên va mới dạy Nguyễn-văn-thái làm.

MẠC-ĐĂNG-DONG (1).

Tiếm vị 3 năm.

Mạc-đăng-dong soán ngôi vô thành Thăng-long dọn ở tại chánh-điện, phong tông-thất. Nhưng-mà cũng sợ lòng người còn mến cũ, nên vỗ-về lấy lòng thần dân ; kiếm kẻ công-thần thế-gia mà giúp việc nước ; mà những người tử-tế lánh đi hết ; có kẻ tức-mình lập phe lập đảng cướp-phá thiên-hạ. Đúc tiền theo hiệu cũ mà không xong (1528), nên dạy đúc tiền kẽm, tiền sắt cho thiên-hạ dùng.

Dùng Nguyễn-quốc-hiến làm phò-mã. Phong cho Mạc-quốc-trinh làm thái-bảo, Mạc-đình-khoa làm tả-đô-đốc, tước quận-công, Nguyễn-thì-ung làm lai-quận-công.

Mạc-đăng-dong sai sứ qua Yên-kinh mà tâu với nhà Minh rằng dòng nhà Lê không con cháu thừa-tự nên khiến dòng nhà Mạc quyền quản lấy việc nước vân vân... nhà Minh không lấy làm đủ tin, sai sứ qua hỏi thăm tìm con cháu họ Lê mà lập, họ Mạc dùng văn-từ đối đáp và vàng

---

(1) Mạc-đăng-dong là người Cổ-trai, con nhà phường chài, mà mạnh lắm, ra thi võ đậu đõng-sĩ-xuất-thân ; đời Hồ g-thuận làm đô-chỉ-huy-sứ, tước Võ-xuyên-bá ; trải 3 triều tới niệu Thống-nguyên, lên chức thái-sư, tước Nhơn-quốc-công, sau phong An-hưng-vương mới âm kiết bằng đảng hiệp mưu rồi giả tờ truyền mà soán lấy ngôi.

bạc mà hối-lộ với sứ. Sứ no bụng về tâu rằng họ Lê thật đã dứt đi rồi, mà trao cho họ Mạc, mà Mạc thì dân-sự cũng tôn-phục, nên xin thứ tội cho họ Mạc. Vua nhà Minh quở mắng không nghe, họ Mạc sợ e Minh có cho qua tra xét nữa chăng, nên cắt đất hai châu qui-thuận cho Minh, hai xe vàng-bạc, ngọc-ngà, châu-báu gởi dâng vua nhà Minh. Từ ấy vua nhà Minh mới nạp mà cho thông sứ.

Qua năm sau (1529) là năm thứ 3 Mạc-đăng-dong, có Trịnh-ngung với Trịnh-ngang, qua nhà Minh kiện họ Mạc tiếm, mà bị họ Mạc hối-lộ với Minh già lắm, việc chi chưa xong, mà chết trước đi.

Ông Nguyễn-kim ở trong Thanh-hóa đem tử-đệ lên nước Ai-lao mà lo việc khôi-phục dòng Lê. Chúa Ai-lao tên là Sạ-đẩu có bụng tử-tế cấp nhơn-dân, giúp lương-phạn, cho ở nơi châu Sầm-châu mà lập binh.

Mạc-đăng-dong (tháng chạp) trị đã 3 năm rồi, lại đã già yếu, bèn truyền ngôi cho con trưởng là Mạc-đăng-dinh, mình lấy chức thái-thượng-hoàng, về ở tại Cổ-trai đi chài lưới chơi thong-dong theo nghiệp cũ.

MẠC-DĂNG-DINH.
Trị 11 năm.

Niên hiệu : — Dại-chánh.

Năm đầu 1529 Lê-ý là cháu ngoại họ Lê giận việc Mạc tiếm ngôi nên khi-binh nơi Gia-châu trong Thanh-hóa, xưng niên-hiệu là Quang-thiệu, nội có vài ba tháng các quận huyện đem binh hơn vài muôn, thiên-hạ theo nhiều. Bộ tướng là Lê-như-bích, Lê-bá-tạo, Hà-công-liêu, Lê-tông-xá, Nguyễn-tung... bô-liệt dinh-trại, đặt cơ đội, bộ ngũ, đúc súng, rèn khí-giái, đóng binh ra.

Tháng tư Mạc-đăng-dong mình ra đốc vài muôn binh vô đánh Lê-ý nơi sông Mã-giang ; mà đánh không lại, thua rút về Hà-nội, để Mạc-quốc-trinh lại ngữ mà cũng thua tháo lui về Tòng-giang. Lê-ý lên đóng binh tại Tây-đô lập hành-dinh nơi sông Ngãi-lộ, người-ta đem dâng áo vàng, lọng vàng, thiên-hạ ai nấy đem lòng trông.

Tháng 8 Mạc-đăng-dinh kéo binh vô hội nơi sông Hoằng-hóa, phân ra 2 đạo kéo tới. Mạc-quốc-trinh lãnh chiến thuyền 200 chiếc hẹn tới sông Da-lộc, Lê-ý đã dự-bị sẵn bày binh tại Da-lộc, mà đêm kéo binh tới sông An-sơn phát 3 tiếng súng, chụp đánh ; Mạc-quốc-trinh và binh Mạc hoảng hồn bỏ thuyền chạy ráo, Lê-ý cỡi ngựa xông vô rược chém vô số. Dến đứng bóng Mạc-đăng-dinh chưa hay Mạc-quốc-trinh thua, nên đốc binh tới Dộng-bàn, Lê-ý hay được khuyến-giục tướng-sĩ chiến-tâm đánh luôn, chém hơn trót muôn binh Mạc nữa. Binh Mạc rút về cô thủ.

Mạc-đăng-dinh thấy việc đánh không lại bèn để tướng ở lại về kinh (tháng 11).

Qua tháng chạp Lê-ý ỷ thắng, nghỉ binh cho đi vận lương không dự-bị, trại trống, canh-giờ bơ-thờ. Quân hoang báo với Mạc, thì Mạc-quốc-trinh mới chọn khinh binh, chiến thuyền gồm hành đi thẳng tới đánh thình-lình. Lê-ý ra cự chiến mà không lại bị binh Mạc bắt được, bỏ cũi đem về kinh Thăng-long cho ngựa xé thây. Còn binh vỡ, lớp về Ai-lao hiệp với Nguyễn-kim (Cảm), lớp về điền-dã.

Trọn năm sau 1530, thì ngoài Bắc-yên, mà trong Thanh-hóa xào-xao dân-sự khốn-khổ đói khát, là vì mấy anh tôi cũ nhà Lê là Nguyễn-ngã, Nguyễn-thọ-trường, Nguyễn-nhơn-liên... giận Mạc vô quân nổi dậy lập quân ứng ngãi ăn-cướp, đốt-phá mà-thôi, chẳng làm gì ra dáng. Hùngsơn là tôi Mạc cũng bỏ Mạc vô đó làm bậy ít lâu rồi bệnh chết đi.

Năm sau nữa là 1531, yên hơn một ít, Mạc mở khoa thi. Lại nhờ cấm dân-sự dùng súng-ông khí-giái, mũi-nhọn, cang-qua, binh-khí... nên đâu đó thái-bình không ăn-cướp, ăn-trộm chi cả, được vài năm

Tháng chạp năm ấy Nguyễn-cảm (Kim) ở trên Ai-lao, lo dưỡng binh súc-nhuệ, sai người đi tìm chính dòng Lê, gặp được Ninh là con vua Chiêu-tông, đem về tôn-lập lên cải nguyên là Nguyên-hòa. Từ ấy trong thiên-hạ hào-kiệt nhiều người qui-phụ lần-lần. — Vua tức-vị, sau miếu hiệu là Lê-trang-tông-dũ-hoàng-đế, việc chi việc chi đều nầy cho Nguyễn-cảm làm thái-sư hưng-quốc-công cả.

11º LÊ-TRANG-TÔNG-DŨ-HOÀNG-ĐẾ (Ninh).
Trị 16 năm, sống 34 tuổi, (1533 tới 1549).

Niên-hiệu : — Nguyên-hòa.

PHỤ MẠC-DĂNG-DINH 8 NĂM, MẠC-PHƯỚC-HẢI 6 NĂM, MẠC-PHƯỚC-NGUYÊN 2 NĂM.

Lê-ninh là con vua Chiêu-tông, tị nạn trong Thanh-hóa. Nguyễn-cảm đem trên gần Ai-lao tôn lên làm vua. (1533 hiệu Ngươn-hòa, Mạc-đại-chánh thứ 4, Minh Gia-tịnh thứ 12).

Vua sai Trịnh-duy-liêu qua Minh tâu bị Mạc tiềm cách trở nên không sứ công được. Minh (1534) nghe Mạc triệt công lộ thì sai Cừu-loan đem binh qua đánh Mạc. Năm sáu năm không nhứt định. — Mạc (1538) sai Nguyễn-văn-thới qua Minh xin đầu, xin xử việc cho nó. Mà Minh nói phải đầu cho thiệt mới được. Vậy (1540) khi Mạc-đăng-dinh mất rồi, phong con là Mạc-phước-hải lên. — Tháng 11 năm ấy Mạc-đăng-dung với cháu là Văn-minh, và mươi quan lớn qua ải Trấn-nam lấy lụa cột cổ, đi chơn không, mọp qùi dâng tờ-biểu xin đầu, 20 tháng 10 (1541) tướng nhà Minh là Mao-bá-ôn về Yên-kinh (vì có ăn của Mạc đem lo) mà tâu rằng Mạc bây-giờ cột mình xin đầu, trả đất đem cả nước xin phục làm tôi, như Mạc-đăng-dong có tội, thì cháu va đó phong chức lên cũng nên; chớ như Lê-ninh thì chưa qủa chắc là dòng Lê vì lời khai Trịnh-duy-liêu với Trịnh-viên không phù nhau. Nên xin cho Lê-ninh chiêm-cứ đất chỗ nào thì giữ lấy chỗ nầy mà thính-tùng tĩnh Vân-nam.

Vua nhà Minh nghe lời mà cầm Lê-duy-liêu ở tại Quảng-đông cấp của cho mà ăn; rồi phong cho Mạc-đăng-dung làm *Annam đô thống sứ ti đô thống sứ*, ban ân bạc, cho con cháu được nối dòng, quản lấy 13 lộ.

Qua 22 tháng 3 năm 1542 Mạc-phước-hải ra Trấn-nam lãnh lịch, sắc và ấn, rồi sai sứ qua tạ Minh và đi cống. Mạc-đăng-dung chết, ngày 22 tháng 8 năm 1541. — Ngày mồng 8 tháng 5 năm 1546 thì Mạc-phước-hải chết; mới lập con va là Mạc-phước-nguyên lên nối quờn. Khi ấy Phạm-tử-nghi muốn lập Mạc-chính-trung mà lập không được, thì làm loạn đem Mạc-chính-trung xuống Quảng-yên, Hải-dương; dân-sự sợ trốn tan-tác mới đem nhau qua đất tàu cướp-phá Quảng-đông, Quảng-tây.

Vua Lê-trang-tông lần-lần nhờ thái-sư Nguyễn-cảm lo, người-ta đầu phục, đánh lần ra lấy Tây-đô: năm 1537 có tên Lê-phi-thừa là quan họ Mạc đem binh vô đầu vua Lê. Năm 1539 Trịnh-kiểm là đại-tướng-quân lo đánh lấy Tây-đô. Khi đánh đất Lôi-dương thì binh Mạc bị thua rút về còn ông Nguyễn-cảm đốc binh đánh Nghệ-an, kẻ hào-kiệt xa gần đều đầu phục. Sau (1542) vua cũng bỏ ngự-dinh mà ra lo đi đánh nửa. Nguyễn-cảm đi đánh đầu tháng đó, tướng Mạc đem đệ-tử ra đầu vua. — Vua sai đánh Sơn-nam (Nam-định Trung-hậu-hầu là tướng Mạc ra đầu (1545) cũng nội năm ấy Nguyễn-cảm bị anh tướng Mạc mới đầu bỏ thuốc độc trong dưa mời ăn, ăn nhầm mà chết đi ; nên nó nội đêm ấy trốn về với Mạc. Vua mới phong Trịnh-kiểm lên thế cho Nguyễn-cảm ; làm chức thái-sư lượng quốc-công, đặng toàn-quyền, người trí-lực giỏi, lo việc xong cả. Từ ấy Quảng-nam, Huế, Nghệ-an và Ai-châu là Thanh-hóa lần-lần yên được.

Qua năm 1548 vua Lê-trang-tông băng tại ngày 29 tháng giêng.

12° LÊ-TRUNG-TÔNG, VÕ-HOÀNG-ĐẾ.
(Tên Huyên con vua Trang-tông).
Trị 8 năm, sống 22 tuổi, (từ 1549 tới 1557).

PHỤ MẠC-PHƯỚC-NGUYÊN.

Niên-hiệu : — Thuận-bình.

Vua cứ ở Thanh-hóa, năm sau 1550 Phạm-quỳnh, Phạm-diệu quan lớn Mạc bị vua Mạc nghe lời gièm, bèn đem tử-đệ vô đầu vua Trung-tông, vua mừng thưởng. — Năm 1552 tướng Mạc tên Nguyễn-khải-khương vô đầu vua. — Năm 1554 vua Lê-trung-tông mở khoa thi.

Mạc-phước-nguyên ở Thăng-long bị hai ba mũi giặc nên sợ dọn ra ở ngoài thành tại huyện Kim-thành, một là bên nhà Minh trách sao để Phạm-tử-nghi qua lỗ-lược bên tàu hăm đánh vì tội hay dung-túng ; hai là sợ Phạm-tử-nghi phò Mạc-chính-trung chiếm-cứ Hải-dương, Quảng-yên ; ba nữa là Trịnh-kiểm là tướng cả vua nhà Lê sai Lê-bá-ly và Võ-văn-mật kéo binh ra gần Thăng-long đóng đó.

Vậy Mạc-phước-nguyên sai Mạc-kỉnh-điển đem binh ra Quảng-yên đánh Mạc-chính-trung (chạy về tàu chết bên ấy), mướn lính vô ở hầu làm mưu mà bắt được Phạm-tử-nghi, chém đầu đem qua cho Minh, đầu đem tới đâu, dịch nổi lên đó, Minh dạy đem trả về.

Rảnh rảnh việc phía bắc, thì Mạc-phước-nguyên lại sai Mạc-kỉnh-điển đem binh vào đánh Lê trong Thanh-hóa. Trịnh-kiểm lập mưu phục mà giết; vậy mới phục binh hai bên; còn trong dân thì cấm xào-xáo, cứ làm ăn, chơi-bời như thường. Binh Mạc vô ngả cửa Thần-phù thấy dân yên ríu-ríu vô thẳng vào xa; bổng đâu trên núi Quân-an phát lên một tiếng súng lớn, tức-thì hai bên binh phục nổi dậy đánh giết binh Mạc chết nhiều quá, máu đỏ sông, bắt được tướng, được quan cũng nhiều, mà Mạc-kỉnh-điển chạy khỏi.

Qua năm sau 1556 vua Lê-trung-tông băng (ngày 28 tháng giêng) mà người không có con cho nên Trịnh-kiểm và các quan đại-thần tìm Lê-duy-ban là cháu huyền-tôn họ Lê, ở làng Bô-vệ, huyện Đông-sơn, đem về tôn lên, cải nguyên là Đại-hựu.

13º LÊ-ANH-TÔNG (Lê-duy-ban).
Trị 16 năm, sống 42 tuổi.

PHỤ MẠC-PHƯỚC-NGUYÊN 5 NĂM, MẠC-MẬU-HIỆP 11 NĂM, TỪ 1557 TỚI 1572.

Niên-hiệu : { Đại-hựu.
Hồng-phước.

Ông Lê-trừ là anh ông Lệ-lợi (Lê-thái-tổ) sanh ra ông

Khương; ông Khương sinh ra ông Thọ; ông Thọ sinh ra ông Duy-thiệu; ong Duy-thiệu sinh ra ông Duy-săng cưới vợ nơi làng Bô-vệ mới đẻ ra ông Lê-duy-ban lên làm vua đây là Lê-anh-tông.

Mạc-phước-nguyên sai Mạc-kỉnh-điển đem binh đi ngã cửa Thần-phù vô đánh Thanh-hóa, xứ vua Lê ở. Vua sai Trịnh-kiểm coi binh ra cự. — Trận nầy Mạc-kỉnh-điển bị thua vì bên binh Lê có Võ-lăng-hầu mạnh-bạo vùng nhảy đại qua thuyền Mạc-kỉnh-điển, chém đầu thằng che lọng đứt hai ra. Mạc-kỉnh-điển hoảng hồn đâm-chùi xuống sông lặn trốn nhịn đói đã 3 bữa, mới gặp cây chuôi trôi, ôm lấy lội tới sông An-mô, nhờ có ghe thằng đánh cá vớt đưa về, (sau xin phong cho người cứu mình là thằng đánh cá ở làng Trà-tu làm phò-nghĩa-hầu).

Mạc thua trận ấy to, rồi lại bị tướng bỏ mà về đầu Lê. Tướng Mạc là Lê-bá-ly với Nguyễn-thiếu bỏ Mạc qua đầu Lê khi trước, lúc ấy mất đi, thì 2 đứa con Nguyễn-thiếu lại đem nhau về đầu Mạc, Mạc mầng đem tông-thất gả cho.

Qua tháng 9 Trịnh-kiểm kéo binh ra đánh Sơn-nam, (Nam-định Hưng-yên). Mà bị Nguyễn-quyện là con Nguyễn-thiếu trở lòng về bên Mạc, Mạc sai ra cầm binh cự lại; vì Võ-lăng-hầu cũng cứ miếng cũ vọt qua ghe Nguyễn-quyện, mà Nguyễn-quyện tình rút gươm nhảy ra chém va, va thua thế nhảy xuống sông Giao-thủy; rồi Nguyễn-quyện lại nhảy qua ghe Võ-lăng chém đứa cầm lọng, giơ đầu lên nói mình đã chém được Võ-lăng rồi; nên binh Trịnh-kiểm vỡ chạy rút về. Mà giặc nó theo nó chận nó đánh thua bỏ ghe-thuyền khí-giái, chết binh-lính nhiều, quan bị trận cũng vài mươi, cứ rút chạy về Thanh-hóa.

Qua năm sau (1558) Trịnh-kiểm lại đem binh ra Sơn-nam-trung (Nam-định) đánh bắt được tướng Mạc điệu về chém đi. Tháng 9 năm ấy lại ra Sơn-nam-thượng choán đất đóng binh, Trịnh-kiểm để Nguyễn-khải-khương ở giữ đó. Trịnh-kiểm về, Mạc cho dụ Nguyễn-khải-khương lại về đầu Mạc mà sau cũng bị Mạc dùng hình xa-liệt mà giết đi.

Năm ấy ông Nguyễn-hoàng là tổ nhà Nguyễn thấy Trịnh một ngày một oai quờn lớn, tính tách ra khỏi, nên cho người tâm-phúc đi hỏi ông Trạng-trình, coi thử phải làm làm sao. Mà ông Trạng không nói, mà biểu cứ theo hoài nghe ông nói gì thì biên lấy đem về. Bữa kia ông ấy thấy kiến đi rảo miệng thùng muốn qua hòn non; ông lấy cái lá thả cho nó đi qua, rồi nói rằng: *hoành sơn nhứt dải vạn đại dung thân*. Thằng ấy về thưa lại, thì ông Nguyễn-hoàng cậy chị ruột mình là vợ Trịnh-kiểm nói giùm cho Trịnh-kiểm xin vua sai vô trấn xứ Thuận-hoá. Vậy Trịnh-kiểm tâu cho được toàn quyền vô hay đất ấy, cứ điệu lương thuế ra cho vua mà-thôi.

Năm 1559. — Mạc thua hoài, nên Mạc-phước-nguyên bỏ Thăng-long ra ở ngoài cửa nam. Lúc ấy Trịnh-kiểm lo đạc-điền, định thuế lệ, đặt Trịnh-quang quản ngự-binh; Lê-chủng làm tổng-trấn coi Thanh-hóa, còn Võ-sư-thước và Lại-thế-khanh coi giữ các cửa biển; rồi Trịnh-kiểm kéo 6 vạn binh đi đường trên ra Sơn-tây, đi đâu dân phục đem rượu trâu ra mầng, (vì giữ phép cấm không cho phá-phách dân-tình), quan Mạc coi các tỉnh Tuyên-quang, Hưng-hóa, Thái-nguyên, Lạng-sơn, Kinh-bắc thấy ra đầu, chịu cấp binh lương. Tháng chạp mới phân binh rã binh ra đánh các chỗ, đến đâu Mạc chạy đi đó.

1560 tháng 2, Mạc-phước-nguyên sai binh tướng làm đồn trại hai bên sông từ ngả ba Bạch-hạc xuống cho đến Nam-xang mà giữ thành Thăng-long; trên bờ đồn-lũy, dưới sông ghe-thuyền, cờ-xí, trống-phách, om-sòm, Trịnh-kiểm sai đi đánh rảo các phủ huyện, đánh đâu được đó. Tháng 3 năm sau 1561 Mạc để binh-tướng giữ chừng đó, lớn sai Mạc-kỉnh-điển đem đại-binh vô phá ở trong Thanh-hóa cho Trịnh-kiểm rút về. Khi binh Mạc vô, thì Võ sư-thước, Lại-thế-khanh giữ các cửa biển, Nguyễn-chủng tổng trấn đạo Thanh-hóa cũng chạy đi hết. — Các quan cùng vợ con đều chạy vô xứ An-trường chỗ vua ở. Tháng 9, binh Mạc tấn binh tới An-trường. Mà nhờ có Võ-sư-thước và Lại-thế-khanh chung lưng đánh giả đuổi được giặc, nó phải rút về. Trịnh-kiểm về Thanh vô chầu vua, thì giặc đã tan về rồi.

Tháng 12 năm ấy, vua Mạc-phước-nguyên chết, con là Mạc-mậu-hiệp lên thế, hiệu Thuần-phước; mà còn nhỏ qúa nên Mạc-tôn-nhượng phụ chánh phải bồng mà thị triều, (1562) còn Mạc-kỉnh-điển phong lên chức thái-vương.

Tháng 9 Trịnh-kiểm đem Trịnh-cối là con lớn theo ra Sơn-nam-lộ (Nam-định Hưng-yên) làm dinh trại nơi huyện Thanh-trì, Thượng-phước, qua tháng 11 về. Dỗ Đặng-huân ở lại, mà nó trở nó đầu Mạc. Năm 1563 tháng 9 Trịnh-kiểm lại ra đánh phủ Trường-an, đóng tại cửa Châu-tước, thì Đặng-huân đem binh tới chịu tội; Trịnh-kiểm tha cho phục chức cũ. Rồi cuối năm lại trở về Thanh-hóa. Đến tháng 4 năm 1564, Trịnh-kiểm đem cả hai con là Trịnh-cối, Trịnh-tòng ra bắc đánh Mạc. Mạc sợ lo, nên cho Mạc-kỉnh-điển đem binh vô Thanh-hóa, lên cửa Việt, cửa Linh-trường, đánh-phá. Tờ cáo-cấp ra thì Trịnh-kiểm cho tướng về cứu mà bị thua Mạc, Trịnh-kiểm về thì Mạc rút về.

Năm 1565, vua Gia-tĩnh nhà Minh băng, thái-tử Kị lên, hiệu Văn-tôn, Long-khánh. Trịnh-kiểm tháng 9 cũng trở ra bắc đánh Mạc, rồi cuối năm lại về.

Năm 1566. — Trịnh-kiểm dầu đau cũng gắng đi kiệu mà cầm binh đi đánh, Mạc thua hoài. (1567)

1568. — Vua phong cho Trịnh-kiểm là Thượng-tướngđại-quốc-công, đặt lên làm thượng-phụ. Năm ấy ông Nguyễn-hoàng có ra chầu vua, tới Trịnh-kiểm cũng mầng-rỡ tử-tế. Tháng 10 Trịnh-kiểm biết bệnh mình càng ngày càng nặng, thì dâng sớ xin từ việc binh-gia. Vua mới đặt Trịnh-côi hay thủy bộ chư dinh, còn em là Trịnh-tòng coi các tướng mà đánh giặc.

1569. — Trịnh-kiểm tâu xin cho em vợ là Nguyễn-hoàng coi quản cả Thuận-hóa, cả Quảng-nam. Qua 28 tháng 2 Trịnh-kiểm chết. Trịnh-côi tính lung-lăng mê tửu-sắc quá, binh-lính không phục, các quan ghét, nên tới biểu Trịnh-tòng tính hạ đi mới được. Các quan ép lắm, Trịnh-tòng mới đem binh về An-trường, vô khóc với vua, tỏ mọi sự, xin vua dời vô Vạn-sách mà trú, sáng ngày thật Trịnh-côi kéo một muôn binh vô theo bắt Trịnh-tòng. — Vua lo giải hòa mà không đặng, nên phải đánh; Trịnh-côi đánh hai ba trận không xong, kéo binh về.

Tháng 8 Mạc cho Mạc-kỉnh-điển làm nguơn-soái đem 10 vạn binh, ghe tàu 700 chiếc vô đánh Thanh-hóa. Vào cửa Thần-phù phân làm 6 đạo kéo lên tại phủ Hà-trung đóng dày-đặc hai bên sông hơn 10 dặm. — Trịnh-côi đem gia-thuộc đầu Mạc — Vua cho Trịnh-tòng hay các đạo binh mà đánh giặc, thì hội 20 quan võ lớn, 12 quan văn lớn chỉ trời thề đồng lòng liều mình đánh cho được giặc. Mạc đại cử khói lửa ngất trời. Mạc vây An-trường binh vua ít không dám ra đánh, mà có Lê-cập-đệ nội một đêm làm một thành bao ngoài đồn An-trường, binh Mạc sợ không dám hảm, nghi binh trong ấy đông lắm. Lại ban đêm thì cho quân bạo-mạnh ra chém quân giặc lấy đầu; nên quân Mạc trốn nhiều. — Mạc-kỉnh-điển mới rút về phủ Hà-trung. — Lại-thế-khanh lén đem binh về với vua; Võ-sư-thước cũng lén đem thơ cho vua Anh-tông xin đái tội lập công. — Vua hội các tướng, phân binh ra 3 đạo.

mà đi đánh ; Trịnh-tòng làm tả-tướng, vua cũng ra đánh. Khi binh vua tới huyện Đông-sơn thì Võ-sư-thước trốn Mạc đem 500 binh lén tới đầu, vua vỗ-về biểu qua dinh Trịnh-tòng, thầy tớ mầng nhau. Từ ấy đánh mạnh mỗi trận mỗi thắng, Mạc thua vỡ chạy, tính không xong kéo ngay về Bắc.

Qua tháng 7 năm 1570 Mạc cho vô cướp-phá các huyện xứ Nghệ-an. Trong Huế có Mĩ-quận-công cũng khuấy rối, muốn lấy binh đầu Mạc, mà ông Nguyễn-hoàng đánh giết nó đi. — Quảng-nam cũng nổi đánh phá giết nhau, Nguyễn-hoàng vô dẹp yên. — Đến tháng 9 vua với Trịnh-tòng phân binh vô cứu Nghệ-an, thì Mạc rút về, lại sai Lê-cập-đệ ra đánh Thiên-quan (Ninh-bình) cũng được yên.

Năm 1571 Lê-cập-đệ có ý muốn hại Trịnh-tòng mà giành quờn ; mà Trịnh-tòng giả-đò không biết, ngoài ở tử-tế như thường.

Năm ấy Mạc-kính-điển sấm vô đánh Thanh-hóa, Nghệ-an nữa, mà cũng không làm ra gì, có tên quận-công Lập ở tỉnh Hải-dương đem binh vô phá Thuận-hóa, Quảng-nam dân sự theo nhiều, Nguyễn-hoàng bày kế dụ nó vô mà giết nó đi được mới yên. Trịnh-tòng thấy Lê-cập-đệ có ý muốn giết mình, thì cho người đem vàng bạc cho va nhiều ; va qua dinh mà tạ ơn, thì Trịnh-tòng dạy bắt chém đi. Lúc ấy kẻ hầu cận nói với vua rằng Trịnh-tòng không lẽ nào mà không tiếm quờn, thì vua sợ ban đêm đem 4 người con trai lớn mà trốn vô Nghệ-an. Trịnh-tòng thấy vậy thì rước con thứ 5 vua tên là Đàm còn nhỏ, ở làng Quảng-thị, trong huyện Thoại-nguyên mà tôn lên thế vị. Sau có đi rước vua cũ về, rồi làm thế cho vua chết đi.

14° LÊ-THẾ-TÔNG-NGHỊ-HOÀNG-ĐẾ (Dàm).
(Trị 27 năm, sống 33 tuổi, từ năm 1572 tới 1599).
PHỤ MẠC-MẬU-HIỆP 20 NĂM.

Niên-hiệu. { Gia-thới.
              Quang-hưng.

Dàm được Trịnh-tòng tôn lên làm vua mới có 6 tuổi, nên mọi việc phú nội trong tay Trịnh-tòng, dinh cũng ở tại An-trường 9 năm đầu bị Mạc sai Mạc-kỉnh-điển cứ mỗi năm mỗi vô Thanh-hóa, Nghệ-an đánh phá luôn-luôn, mà cũng không hề gì.

1572 tháng 7 binh Mạc vô phá An-trường, binh Trịnh-tòng rút vô đồn, giặc đắp lũy toan hãm, Trịnh-tòng đem binh ra đánh nó thua chạy rút về. — Mạc Mậu-hiệp cũng sợ dời ra ở ngoài cửa nam thành Thăng-long.

1573 — Tháng 6, Mạc sai Nguyễn-quyện vô đánh phá Nghệ-an ; Trịnh-tòng cho ông hoàng-quận-công vô đánh, mà bị thua hoài, vì lính nó sợ nó nhảy lắm, nên ông Hoàng giận xiềng nó lại nơi be ghe, thì khi giặc tới nó không đánh, hóa ra mình là tướng phải nhảy, bị bắt, Nguyễn-quyện đem về giết đi. Tháng 7 sai Trịnh-mô với Phạm-công-tích vô Nghệ-an đánh với Mạc, cầm nhau mấy tháng trời, rồi đàng nào rút về đàng nầy.

1574 Tháng 6, Mạc-kỉnh-điển vô đánh Thanh-hóa, Nguyễn-quyện vô đánh Nghệ-an. Trịnh-tòng ra đánh thắng được đạo tiền, rồi sai Trịnh-mô, Lại-thế-khanh và Phan-công-tích vô cứu Nghệ-an ; Nguyễn-quyện đánh bắt được Phan-công-tích rút binh kéo về.

1575 Mạc-kỉnh-điển kéo vô đánh Thanh-hóa, còn Nguyễn-quyện vô Nghệ-an đánh với Trịnh-mô. Trịnh-mô thua rút về, Nguyễn-quyện rược theo tới huyện Ngạc-sơn bắt được. Từ ấy Nguyễn-quyện nổi tiếng lắm, ai ai cũng khiếp oai.

Năm sau 1576, Mạc thâu binh lương, sắm vỏ đánh Thanh-hóa. Trịnh-tòng hay lo khuyên dân làm mùa cho sớm, lại dạy dân ở bờ sông chuyên giấu bớt đồ-đạc của-cải ; ai sợ thì lên miền cao mà ở đở ; lại đặt súng lớn các cửa biển mà bắn chuyền mà báo tin giặc.

Tháng 8 Mạc-kỉnh-điển kéo binh vỏ lên sông Đồng-cồ. Trịnh-tòng cho binh ra cự, trận đầu nhờ tướng Huình-đỉnh-ái và Nguyễn-hữu-lưu đánh thắng trận. — Qua trận thứ 2, tướng là Tông-đức-vị té voi gần bị Mạc bắt, nhờ Trịnh-bá ra tiếp mới khỏi. Trận thứ 3 Nguyễn-quyện tướng Mạc đem binh phục, núp không ra mặt ; sai Lại-thê-mĩ vỏ hãm lũy; anh ta cởi ngựa xốc vô bị súng bắn chết, quân lính vỡ đồ đi.

Tháng 9 Mạc-kỉnh-điền lại rút binh về. Vua Mạc là Mạc-mậu-hiệp năm nay mới cưới vợ ; mà qua năm sau ngày 21 tháng 2 vua ngụy ấy bị sét đánh bán thân bất toại ; mà nhờ thầy hay chữa khỏi mang tật.

Tháng 7 (1577) Mạc-kỉnh-điển cũng cứ lộ cũ đem binh vỏ Thanh-hoá phá rồi, mà bị Trịnh-tòng sai binh chận, và trí súng các nơi cao bắn xuông, binh Mạc hao lắm, lại lui binh rút về. Còn ngoài bắc (tháng 10) thì Mạc-ngọc-liễn đem binh đánh xứ Tuyên-quang, Hưng-hoá mà cũng không xong ; bị Võ-công-kỉ đánh giả, thua chạy về.

Năm sau kế đó 1578 tháng 7 Mạc-kỉnh-điển cũng lại vô đánh-phá ăn-cướp hai bên bờ sông. Trịnh-tòng sai Đặng-huân, Trịnh-văn-hải ra đánh đuổi thì nó cự không lại, lại rút về.

Tháng 7 1579 cũng vậy, Mạc-kỉnh-điển đau, thì Mạc lại sai Nguyễn-quyện, Mạc-ngọc-liễn với ông Hoằng-quận công là tướng Lê ra đầu Mạc vô Thanh-hoá cướp-phá lấy mớ của về. Tháng 10 Mạc-kỉnh-điển chết, để lại 9 đứa con trai, 9 đứa con gái, đều có chức-quyền cả. Tháng 7 năm sau 1580 Mạc-kỉnh-điển mất đi rồi, thì Mạc giao binh-quờn cho Mạc-đôn-nhượng coi lấy. Mới nhóm binh vô đánh Thanh-hoá; vô mới tới huyện Quảng-xương nơi núi Đường-nang. Trịnh-tòng sai Huỳnh-đình-ái ra cự đánh chém binh Mạc được hơn 600 đầu, bắt được vài anh tướng. Có một anh tướng là cháu Nguyễn-hữu-liêu, thì Trịnh-tòng tha; phong quan cho, giao đi theo giúp Nguyễn-hữu-liêu, còn bao nhiêu nửa thì hỏi quê-quán, rồi tha về hết. Ứng-nghĩa giúp Lê càng ngày càng nhiều. Mạc không dám vô khuấy Thanh-hóa, Nghệ-an nữa. Tướng Mạc là Nguyễn-đình-hưng về đầu Lê. (tháng 6 1581) — Năm ấy mưa đá lớn bằng trái dưa gan, ruộng lúa hư hết nhiều. Còn vua ngụy là Mạc-mậu-hiệp lờ con-mắt đui đi. (chạy thuốc hai ba năm mới khá).

Năm 1582, Mạc cũng còn rán sai binh vô cướp-phá ngoài mé biển (tháng 7). Trịnh-tòng cho binh ra đánh đuổi chạy te về. Từ ấy không dám léo-hánh vô nữa. Tháng 10 Trịnh-tòng thấy Mạc sợ, đem binh ra Sơn-nam-hạ. (Nam-định) đánh-phá lấy lương-gạo về.

Rồi ra giêng, năm 1583 Trịnh-tòng lại lộn ra Sơn-nam-hạ (Nam-định), rồi lên Thiên-quan (Ninh-bình) Hưng-hóa, rồi lại trở về. Qua tháng 9, anh Trịnh-tòng là Trịnh-côi, giận qua phe Mạc ở bên ấy, chết; Mạc sai binh đưa quan tài về quê mà chôn; thì Trịnh-tòng cho đi rước, lại cho con là Trịnh-sum ra chịu tang. Lại xin vua tha tội, phong tặng cho anh nữa.

Ra giêng 1584, Trịnh-tòng lại đem binh ra Thiên-quan đánh các phủ huyện tới núi Sài-sơn, để một tướng ở lại Trịnh-tòng về. Sau tướng ấy đánh thua Mạc tử trận đi.

Mạc tuy là chiếm-cứ đất Bắc mà không dám ở trong

thành Thăng-long (Hà-nội). Tới nay (tháng 6) truyền hầm ngói gạch, sửa thành-quách, cung điện lại, rồi dọn vô ở (tháng 6 năm sau 1585). Năm ấy trong Thanh-hóa không mưa gió mà tự-nhiên nước dâng lên chảy mạnh như tên bán, trận lụt ngập thành Tây-đô; cây-cối ngã, nhà-cửa sập, lụt đi lụt lại nội năm 7 lần.

Nội tháng 8 ấy, mẹ Trịnh-kiểm là Trương-ngọc-lánh chết, còn vợ Trịnh-tòng là Nguyễn-ngọc-bửu cũng bị lửa cháy dinh An-trường mà chết.

Đến tháng 10 năm sau 1586, Trịnh-tòng đem binh ra Thiên-quan, Trường-an. Mạc sai Mạc-ngọc-liễn đi một đạo, và Nguyễn-quyện đi một đạo ra đón mà cự. Mà Trịnh-tòng châu đạo Nguyễn-quyện mà đánh mãi. Nguyễn-quyện có tiếng lắm, binh-giáp mạnh quá mặc lòng, mà đánh thua Trịnh-tòng hoài. Chuyện nầy anh-hùng mới biết sức anh-hùng; nên Nguyễn-quyện chạy mặt gặp đâu tránh đó. Còn Mạc-ngọc-liễn nghe tin làm-vậy thì kéo binh về giữ, không dám ra ghẹo chiến nữa. Qua tháng chạp Trịnh-tòng rút binh về ăn tết. Mạc thấy Lê càng ngày càng mạnh hơn nên lo giữ mình, đòi binh dân 4 trấn, đắp thêm ba lớp lũy ngoài thành Thăng-long, thả chông; đào ba lớp hào.

Tháng 11 1587, Trịnh-tòng lại kéo binh ra đánh bắt trâu bò lấy của độ qua sông lớn; đặt binh phục, đốt dinh trại giả-đò rút về. Mạc tuốt theo rượt, bị hết và ba ông tướng, binh bị chém hơn vài ba trăm. Rồi Trịnh-tòng về trú binh nơi núi Tam-điệp cho lính đi làm gỗ liêm về làm cừ đóng hàn cửa Linh-trường.

Tháng 10 năm sau 1588, Trịnh-tòng kéo binh ra bắc. Mạc sai Mạc-đỗ-nhượng là tướng đem bá vạn hùng binh vô quyết đánh hung. Trịnh-tòng giả-đò sợ làm kế lui binh mà dắc giặc vô chỗ hiểm. Vậy cho quan quân vận lương-thảo về núi Tam-điệp trước cho giặc càng tin là mình sợ, đặt binh phục sẵn, dặn cứ ở lặng đến chừng nào nghe phát ba tiếng súng lớn thì hãy ó dậy chém giặc. Rồi cứ đánh như chầm-chơn và đánh và lui. Binh Mạc thấy vậy rược nà theo đến Tam-điệp, nghe phát ba mũi súng, binh phục vùng ó dậy tứ phía chém Mạc cả ngàn, bắt sống hơn 600. — Những kẻ bị bắt ấy Trịnh-tòng kêu tới dạy mở trói, phát áo-quần cơm-gạo tha cho nó về quán hết, quân Mạc tởn rút về ráo không dám hó-hé nữa. Lê Mạc ai đâu về đó, lo việc trong ngoài gần 2 năm không lại vãng chọc-nghẹo nữa.

Qua đến tháng chạp năm 1590, Trịnh-tòng kéo binh ra ; chuyến nầy quyết ở lâu mà đánh lấy thành Thăng-long mà đuổi Mạc đi cho xa. Mạc cử đại binh ra hơn 10 vạn Mạc-ngọc-liễn, Nguyễn-quyện làm tướng, lại có vua nó là Mạc-mậu-hiệp ra thân chinh cầm binh nữa. Chiêng trống gióng ầm-ầm giáp trận đánh. Mà Mạc cả thua, bị chém hơn cả muôn người, vua Mạc-mậu-hiệp hoảng xuống thuyền chạy ; quân lính theo níu lại, túng phải chém rọc tay nó cho rảnh mà chạy. Còn đạo Nguyễn-quyện tránh xa thì khỏi hại. Trịnh-tòng khi ấy kéo thẳng tới thành Thăng-long, đốt phá phía ngoài tan-hoang. Mạc-mậu-hiệp hoảng-kinh bỏ thành chạy. Đêm ấy trong thành già trẻ đua nhau dọn đồ-đạc xuống ghe lộn-xộn chìm chết cả ngàn. Trịnh-tòng đóng binh giữ đó, dụng tới tết lập đàn tố cáo trời đất, ăn uống thề-thốt với các tướng quyết lấy thành cho được. Lại khuyên-dạy răn-he quân lính. Cấm không được vô nhà người-ta, xin củi-đuốc, rau cỏ... không được cướp phá lấy của, đốn cây-cối... không được hiếp đàn-bà, con-gái ; ai vi lệnh thì chém. Vì vậy nên dân-sự mừng phục.

Mồng năm tết năm 1591 (nhâm-thìn) Trịnh-tòng kéo binh áp tới Hà-nội đặt binh kẻ súng sắm hãm thành, Mạc-mậu-hiệp để thành cho các tướng giữ mà dời ra qua Bốđế, coi đốc binh thủy, còn binh bộ thì có Mạc-ngọc-liễn, Bùi-văn-khuê, và Nguyễn-quyện. Trịnh-tòng phát 3 tiếng súng, các tướng xơm vô, túc 7 hồi còi từ giờ tị cho tới giờ mùi chưa làm gì được, sẩn tới các tướng Mạc mới vỡ chạy mà bị binh phục ó dậy giết hết nhiều ; Nguyễn-quyện túng đường chạy liều đánh quân chết hết còn một mình bị bắt đem tới Trịnh-tòng mở trói đãi tử-tế rồi tha về.

Trịnh-tòng nghe theo lời Nguyễn-quyện nói mưu cho đặng hưởn việc cho Mạc, không lo lấy thành đi cho rồi, để đóng đó sai binh đi đánh các phủ huyện ngoài, cho đến tháng 3. Khi ấy Trịnh-tòng để binh tướng giữ đó mà lộn về Thanh-hóa ở trong ấy 6 tháng mới ra.

Mạc-mậu-hiệp là người đắm-mê tửu sắc quá, thấy vợ Bùi-văn-khuê là tướng của mình, tên là Nguyễn-thị-niên là chị vợ mình (con gái Nguyễn-quyện) thì phải lòng, nên làm mưu sai chồng nó đi chỗ hung-hiểm cho chết đi mà cướp lấy vợ. Bùi-văn-khuê đem binh về huyện Gia-viễn đóng đó, Mạc-mậu-hiệp đòi mấy cũng không ra. Sai binh tướng dụ không nghe, đánh thì nó cự lại. Bùi-văn-khuê mới (tháng 10) cho con mình vô Thanh-hóa đầu Lê, Trịnh-tòng mầng nói có làm-vậy thì là trời đã khiến cho mình làm nên đó, liền sai Huỳnh-đình-ái đem binh ra cứu Bùi-văn-khuê.

Ngày 18 Trịnh-tòng mới kéo binh ra, nhập với Bùi-văn-khuê đánh binh tướng Mạc bỏ thuyền mà chạy ráo. — Tháng 11 kéo binh tới huyện Thanh-oai, ở đó có Mạc-ngọc-liễn đóng binh-thuyền giữ, Trịnh-tòng đánh đuổi rược nà tới cửa nam thành Thăng-long (Hà-nội).

Nội đêm ấy Mạc-mậu-hiệp trốn xuống Hải-dương, các tướng Mạc đua nhau về đầu Trịnh-tòng kẻ gót liền-xỉ đi. Trịnh-tòng được nê (ngày 25) tuốt theo xuống Hải-dương tới huyện Kim-thành chỗ vua Mạc-mậu-hiệp trú, liền bỏ thành chạy trốn đi nữa ; Trịnh-tòng lấy được vàng-bạc của-cải đồ-đạc nhiều lắm. Bà mẹ Mạc-mậu-hiệp bị lo sợ qúa mà chết đi.

Mạc-mậu-hiệp coi vọi thì-thế cheo-leo, mới lập Tuyền là con lên làm vua hiệu Võ-an, ra làm tướng đốc binh mà lo đánh giặc. Mà hể cha con nhà va chạy tới đâu thì Trịnh-tòng bầu theo đánh đó. Túng lắm Mạc-mậu-hiệp mới trốn vô chùa. Ngày 11 tháng chạp (1591) binh tới, người làng điểm chỉ, bắt được bêu sống 3 ngày, rồi đem tại Bồ-đề chém, lấy đầu đem về Thanh-hóa dâng vua Lê.

Còn Mạc-kỉnh-chỉ thì trốn tại huyện Đông-triều xưng là vua bên ấy, dòng họ Mạc theo về, chiêu hơn 7 muôn binh. Tuyền là con vua Mạc-mậu-hiệp đã lập lên, thì dân không phục, trốn đi lớ-quớ bị Trịnh-tòng bắt được.

Các tướng Trịnh-tòng sai đi đánh Mạc-kỉnh-chỉ lần đầu bị thua bỏ ghe-thuyền khí-giái mà chạy. Sau sai lớp khác đánh chầm-chờn tương-trì với nhau vậy mà-thôi.

25 tháng chạp Trịnh-tòng dời dinh vô phía thành Thăng-long (Hà-nội) ; nghỉ binh ăn tết.

Mồng 9 tháng giêng (1592) Trịnh-tòng mới cử đại binh qua trú dinh tại Cẩm-giang, sai Huỳnh-đình-ái với Nguyễn-hữu-liêu kéo binh qua Thanh-lâm, trên dưới ép vào đánh Mạc-kỉnh-chỉ đóng hơn 6 vạn binh bên kia sông, bắn phá hung qúa, Mạc-kỉnh-chỉ đem bà-con vô rừng núi mà trốn, đuổi riết tới Chí-linh, Đông-triều bắt được Mạc-kỉnh-thành Mạc-lý-hựu và các quan nó, chém đi.

Ngày 14 bắt được tại Quảng-yên, Mạc-kỉnh-chỉ, Mạc-kỉnh-thu, Mạc-kỉnh-giản, Mạc-kỉnh-thân và 30 ông quan nó, vàng-bạc, đồ báu đem về ; qua 27 chém, gởi đầu Mạc-kỉnh-chỉ về Thanh-hóa cho vua.

Vậy mà cũng chưa hết Mạc, qua tháng 3 Mạc-ngọc-liễn qua xứ bắc tìm con cháu Mạc, kiếm được Mạc-kỉnh-cung là con Mạc-kỉnh-điển đem tôn lên làm vua đặt hiệu là Càn-thông. Dân theo nhiều, tứ phía nổi loạn hơn 30 đám; còn giặc chòm-khóm nhỏ-nhỏ huyên-thiên; nó ra sông Nhị-hà đốt-phá. Trịnh-tòng phải sai binh đi dẹp các đám ấy.

Lúc ấy có Võ-đức-cung đem 3000 binh, vàng-bạc 10 mâm, ngựa ba chục con, lại một tượng người bằng bạc thế mình mà đầu Trịnh-tòng, thì Trịnh-tòng chịu và tâu vua phong cho tước Hòa-quận-công, hiệu là An-bác-dinh.

Trịnh-tòng khi ấy mới tu-bổ sửa-soạn thành Thăng-long lại, rồi chạy tờ rước vua trong Thanh-hóa ra. Vua đi một tháng ra tới võ nhập thành, 16 tháng tư mới lâm triều tại chánh điện cho các quan mầng hạ. Ban thưởng, phong tặng quan quân.

Bước qua tháng 5, ông Nguyễn-hoàng ở Huê đem binh, voi-ngựa, tàu-bè, súng-ông và chở thuế Thuận-hóa, Quảng-nam ra nộp. Vua mầng-rỡ; Trịnh-tòng tâu xin gia-phong chức-tước cho cậu, vua cho. Luôn dịp có đem ra tàu-bè hơn trót trăm chiếc, vua cùng Trịnh-tòng cậy đi đánh dẹp Hải-dương, Sơn-nam, (Nam-định), vì bấy lâu sai Bùi-văn-khuê đánh không xiết, Nguyễn-hoàng lãnh mạng ra đi nhờ có súng lớn nhiều đánh giặc chạy tan chém cả muôn. Họ Mạc khi binh đầu, thì Nguyễn-hoàng bắt đó; còn sót lại Mạc-kỉnh-cung, Mạc-kỉnh-liễn, Mạc-kỉnh-khoan, Mạc-kỉnh-chương mà-thôi

Tháng 10 Võ-đức-công mới xin về Đại-đồng (Hứng-hóa) là xứ mình mà coi quản giữ xứ, vua cho. Tháng 11 ông Nguyễn-quyện mất.

Mạc-kỉnh-liễn phò Mạc-kỉnh-cung chiếm-cứ huyện An-bác (1593), Trịnh-tòng sai Huỳnh-đình-ái đem binh đánh lấy lại, thì Mạc-kỉnh-liễn bỏ chạy qua phủ Tư-ninh bên Tàu mà xưng thần. Mạc-kỉnh-khoan lại nổi dậy, quân hoang theo sinh giặc chòm giặc khóm khắp xứ: những tôi Mạc ở lại kẻ choán chỗ nầy, người chiếm chỗ kia xưng hùng xưng bá. Quan binh kéo tới thì tan, rút về thì hiệp, dân đồ-khổ quá, Hải-dương Sơn-nam cũng giặc hoài không hay vừa hết, dân ngày đêm xôn-xao không yên được. Lại thêm Võ-đức-cung về Dại-đồng sinh hai lòng, thơ đi thơ lại với Mĩ-thọ là tôi Mạc, nên Mĩ-thọ lùa dân về Dại-đồng. Trịnh-tòng hay được sai đi đánh bắt được Mĩ-thọ.

Lúc ấy vua cảm công-nghiệp Trịnh-kiểm là cha Trịnh-tòng, là anh rể ông Nguyễn-hoàng nên sai ông Nguyễn-hoàng đem sắc tặng phong cho Trịnh-kiểm làm tướng vương ; lại sai Nguyễn-mậu-tiên đem sắc tặng phong tước công cho Nguyễn-cầm là cha Nguyễn-hoàng là ông ngoại Trịnh-tòng.

Tháng 5 Mạc-kính-cung phong chức thái-phó cho Mạc-ngọc-liễn, đem binh đánh phá dưới An-tử-sơn, dân-sự a tùng theo cũng nhiều ; mà nhờ có thủy ông Nguyễn-hoàng xuông Hải-dương đánh Mạc-ngọc-liễn chạy ra phố Vạn-ninh, còn Mạc-kính-cung chạy qua Tàu tại xứ Long-châu. Sau Mạc-ngọc-liễn chết tại Vạn-ninh, thì con va là Sơn-đồng cầm thơ cha qua nhập với Mạc-kính-cung bên xứ Long-châu. Trong thơ thì va khuyên cháu đừng có đánh nữa vô ích, đễ lần-lần xin Tàu giúp mà-thôi. Vì vậy cho nên nhà Minh lúc ấy sai người đi thám-thính hoài.

Cuối năm lúc tháng 10 tháng 11, Trịnh-tòng cậy cậu là ông Nguyễn-hoàng đi lên Dại-đồng mà dẹp loạn trên ấy. Tháng chạp Võ-đức-cung biết nước lỗi sai đem vàng bạc châu-báu ngựa-voi chịu tội ; thì vua cùng Trịnh-tòng cũng xá đi cho.

Năm sau mới tịnh-tịnh được một năm. Mà dân không chạy giặc thì lại bị hạn, lụt, mất mùa, đói chết cũng hết bộn đi.

Trịnh-tòng oai-quờn càng ngày càng lớn; xin cậu là ông Nguyễn-hoàng ra thức kiểu mới bày làm kiệu làm xe mà đi lộng thể quá. Xe thì có hai bánh, khảm ngọc báu, mui sơn, trụ ngà, mình thì sơn đen, giác vàng người-ta kéo, (1594).

Mạc-kỉnh-chương choán đất Vạn-ninh, đem binh đến đánh Phan-ngạn thình-lình (1595). Phan-ngạn có 45 người bộ-hạ ra cự, mà có một người nhát thấy đông sợ bèn thối-lui, Phan-ngạn làm oai chém phứt đi, mới cầm quân lại được, lại nhờ thì may đâu một đội lính thủy đang chèo ghe khoái ngang qua đó giúp nữa, nên Phan-ngạn đánh tẩy đi được chém được 20 tướng giặc và 2298 cái thủ-cấp, thuyền tàu cũng nhiều. Lại có bắt sống được một tên, dỗ nó chỉ chỗ Mạc-kỉnh-chương ở; giả dạng tới bắt đem về nạp. Trịnh-tòng phong chức và ban thưởng quân-lính phủ-phê.

Mạc qua Tàu kiện với nhà Minh rằng, không phải là con cháu nhà Lê, là họ Trịnh tranh mà đánh Mạc mà-thôi; nên nhà Minh sai sứ qua ải-quan mà xét về việc ấy.

Vua sai hai anh vua và các quan đem ấn *Annam quốc vương* của nhà Lê ra ải mà chực đó. Đầu tháng 2 có tờ Trần-đôn-lâm là sứ gởi qua biểu vua phải đến cho có mặt đó nữa mà đôi nại mới xong; vậy vua ra đi có Huình-đình-ái và Nguyễn-hoàng đem binh-gia hộ-giá đưa vua đi; mà tới đó chờ đã trót ba tháng, không thấy sứ qua thì vua về.

Tháng chạp, sai đem tượng vàng tượng bạc lễ công lên Lạng-sơn chực sứ mà nạp, cũng không thấy sứ, rồi lại trở về. Đến mồng 10 tháng tư năm sau 1596 sứ mới qua, tiếp sứ làm lễ hội-tiệu tại ải quan. Rồi sai Phùng-khắc-khoan đi sứ cầu phong và công lệ cho luôn, qua tại Yên-kinh gặp lễ vạn-thọ vua bên tàu, thì Phùng-khắc-khoan làm

30 bài thơ hạ dâng vua, vua Minh dạy khắc bản in ra. Mà Phùng-khắc-hoan cả ba cha con ỷ tài nên dị-chí phản vua Lê : vì khi đi sứ về (tháng 5, tháng 6) nhập-loả với ngụy là Minh-trí xưng vua, bắt được tờ tang-tích bị chém bêu đầu cả ba cha con.

Ấy theo sử Lê thì nói như vậy ; mà thật sự nó là ông trạng Phùng đi sứ bên nhà Minh có danh. Hoàng-đế Minh thấy người sao nhỏ thấp, lùn, xấu dạng, tóc tai râu-ria quăn riết, thì hỏi người ở bên Nam-bang làm chức gì, thì người nói thi đỗ trạng-nguyên, làm chức hộ-bộ-thượng-thơ. Vua Minh nói hễ trạng-nguyên thì thông-kim bác-cổ nên tìm điều khó trong thiên-hạ sự mà hỏi thử. Ông trạng Phùng trả lời được hết, Vua khen. — Sau thử đến làm chim sẻ-sẻ giả, biết nhảy biết mổ, biết chớp cánh thả vô bốn cây trúc cho đậu đó ; đòi sứ vô hỏi. Sứ chạy lại bắt vật xuống đất rã ra rồi tâu rằng : tôi tuy là nước nhỏ mà cũng biết đạo cang thường luân lý, nên thấy điều trái nghịch chịu không được : *trúc* là quân-tử, *tước* là tiểu-nhơn, sao tiểu-nhơn lại có đứng trên quân-tử.. Sau vua dạy lựa hai con ngựa một mẹ một con, in sắc, đồng chạn như nhau hết, mà hỏi trạng nói con nào mẹ con nào con. Ông trạng cười, chạy ra bứt ba cái cỏ quăng ra sân, cái con chạy lại trước giành ăn, thì chỉ là con con ; còn con đứng tề-tỉnh là con mẹ... Vua Minh phong cho là lưỡng-quốc-trạng-nguyên.

Đến sau về bị Nguyễn-lê-tổ giềm, Bình-an-vương là Trịnh-tòng hòng chém đi ; đình-thần can lắm, chúa Trịnh khắc tự trên mặt đuổi vô núi-non xa-xôi mà ở, không được về triều hay-là ở lộn với dân. Nên trạng Phùng lên ở trên núi Phụng-nhãn.

Đến năm 1622 Trịnh-trạc là Thanh-đô-vương thấy Mạc là Mạc-kính-khoan làm giặc phá hoài, thì sai người qua

Minh cầu kê. Minh gởi về hai chữ là *thanh-túy*. Trong triều cua tay không ai cắt-nghĩa được. Có ông Nguyễn-thế-danh bẩm xin đòi ông trạng Phùng-khác-khoan về, mới sai người đem một mâm vàng thỉnh về. Trạng-phùng đỗ cầu đến ba phen mới về cắt-nghĩa chiết tự 2 chữ ra là *thập nhị ngoạt xuất tốt* thì trừ được Mạc. Mà thật sau có y như vậy. Chúa Trịnh trọng thưởng trạng Phùng mà người từ hoài, không chịu gì hết.

Sứ qua cầu phong, thì vua nhà Minh phong là Annam-đô-thông-sứ mà-thôi, sứ không nghe xoi Mạc, vua Minh biểu sứ lãnh đỡ lấy, sau sẽ phong vương. — Chẳng ngờ là bị Mạc nó hôi-lộ già quá nên quan Minh tâu xin cho Mạc-kỉnh-cung, chiếm đất Thái-nguyên, Cao-bằng. Ấn bạc ban cho vua, coi lại là ấn đồng mạ, thì gởi trả lại cho vua Minh.

Trần-đức-trạch, Dương-văn-cán dậy làm phản, bị cha con Trịnh-tòng phân binh bắt chém đi. Kẻ lấy bên Hải-dương người đất Hải-đường nổi dậy làm giặc dân-sự theo ráo; Trịnh-tòng sai Bùi-văn-khuê, Nguyễn-miện, Phan-ngạn đem binh thủy 50 chiếc qua đánh được nó. Về Trịnh-tòng thưởng Bùi-văn-khuê 1,000 cân vàng, lại thăng chức thiếu-bảo.

Năm sau 1597, vua phong Trịnh-đỗ làm Bình-quận-công coi binh mã ngăn-ngừa trộm cướp. Tháng 2 Trịnh-tòng đi đánh bắt được Mặc-kỉnh-luân và 35 con ngựa tại bờ Lược-lục; rồi qua đánh ngụy Hải-dương, nó rút vô Thủy-đường. Sau sai Huỉnh-đình-ái vuôi Bùi-văn-khuê tới đầu chiến, đánh một trận vuôi ngụy hơn tám giờ đồng-hồ. Ngụy thua bị chém, bị bắt nhiều quá.

Tháng 8, con ông Hùng-lỡ là Mạc-kỉnh-dung, tụ đẳng làm ngụy tại An-chuyền, xưng là Oai-vương. Túng ăn mới bày mưu dụ thổ-quan là Phú-lương-hầu, mà choán đất-đai nó. Ai hay nó biểu vợ nó ra đầu mưu xin án binh đó, chọn ít người đi theo nó về nhà, chồng nó sẽ ra đầu dâng đất. Oai-vương nghe lời đem 40 tên thủ-hạ ríu-ríu đi theo vô nhà nó, nó ra nó gia đầu, rồi nó nói nó có cái núi hiểm-địa, biểu đem theo vài ba người giúp ẩn đó, chờ thời, còn bao nhiêu thủ-hạ thì để ở đó vuôi nó, nó cấp-cứng cho. Oai-vương cũng nghe mà làm theo. Nó mới giết quách mấy đứa thủ-hạ đi, rồi cho tin báo kinh-sư, đem binh tới bắt được Mạc-kính-dung, đem về kinh cầm, đến 28 tháng 10 đem xử giảo tại cửa Đông-môn. Tháng 11 Huỳnh-đình-ái và Trần-phước kéo binh đi đánh Mạc nơi châu Thoác-lãng. Mạc cho Phước-vương đem gia tiểu lương-phạn vào Long-xuyên võ Thất-tuyền, đi dọc đàng gặp đạo Trần-thiết là con Trần-phước rược đánh nó, nó nói mưu rằng: đàng sau ta có đạo vua Mạc là Càn-thông, cứ theo nó thì sẽ chết..... Trần-phước tấn binh tới đánh bắt được con thứ 2 Mạc-kính-cung đã 12 tuổi đem về nộp, qua 12 tháng chạp đem xử giảo đi.

1598. — Cứ đánh dẹp giặc chòm giặc khóm, bắt giết lớp nầy rồi tới lớp kia, mà nó cũng nổi đi nổi lại hoài. Qua 24 tháng 8 vua Lê thăng hà.
Khi ấy ông Bình-an-vương là Trịnh-tòng và các quan nói con chánh vua không được sáng-láng nên lập con thứ là Duy-tân lên nôi ngôi.

15° LÊ-KÍNH-TÔNG (Duy-tân).
Trị 20 năm, sống 32 tuổi, (từ 1599 tới 1619).

Niên-hiệu :	— Thận-đức.
CHÚA TRỊNH.	**CHÚA NGUYỄN.**
BÌNH-AN-VƯƠNG (Trịnh-tòng), từ 1570 tới 1620.	THÁI-TỔ-GIA-DỦ-HOÀNG-ĐẾ hay là TIÊN-VƯƠNG (Nguyễn-hoàng), từ 1600 tới 1614, trị 46 năm. — Sống 89 tuổi. SẢI-VƯƠNG (Nguyễn-phước-nguyên), từ 1614 tới 1635.

Ngày 27 tháng 8, Duy-tân 12 tuổi tức-vị. Trịnh-tòng và một bọn các quan tôn lên cho có vị đó.

Trong nước rối-rắm, loạn-lạc, lòng dân day-động. Trong triều lại có ba ông quan lớn là Nguyễn-huỳnh-âm, Phan-ngạn, Ngô-đình-nga, Bùi-văn-khuê trở lòng toan mưu phản.

Nguyễn-hoàng muốn đắc tư kỉ, mượn đều tình nguyện đi đánh giặc, (Nguyễn-hoàng làm mưu xúi ba anh ấy dị chí cho dễ việc lo trở về xứ) đem binh đốt-phá dinh-trại lẩn về Thuận-hóa. Ba anh kia mưu-phản tính phụ vuối Mạc; nên ra chiêu-an thành-thị. Nhưng-mà mắc tranh-trưởng vuối nhau, nghi bụng nhau mà hư sự chẳng ra việc chi. Phan-ngạn nghi Bùi-văn-khuê có dị mưu chăng, nên lừa mà bắn Bùi-văn-khuê chết đi dưới sông, mà xưng mình Tiết-chế-quận-công, còn Ngô-đình-nga thì xưng mình là Thái-bảo-quận-công, lấy hiệu Càn-thông nhà Mạc mà làm. Vợ Bùi-văn-khuê muốn báo-thù cho chồng, thì đặt thưởng giục binh-gia giết Phan-ngạn đi.

Phan-ngạn phát binh đánh nơi Huỳnh-giang, mà bị quân

vợ Bùi-văn-khuê bắn chết đi (tháng 6). Mà kì-thiệt là Phan-ngạn tới vс vợ Bùi-văn-khuê, bị nó phục binh mà giết đi mà-thôi.¹

Dang lúc hỗn-độn làm-vậy, thì Trịnh-tòng coi vọi việc sẽ bậy, liền phò vua Lê-kính-tông đem về Thanh-hóa rồi. Cho-nên ở ngoài Thăng-long nó mới tung-hoành thể ấy. Xứ Dòng-thổ có người nói mình là con Mạc, đem binh-gia thủy bộ hơn 300 chiếc chiến thuyền, xưng mình là Hải-dương-đại-tướng. Xứ Sơn-nam có người tông-thân nhà Mạc, chiêu binh mãi mã xưng mình là Kì-huệ-vương. Còn bà mẹ Mạc-mậu-hiệp xưng là Quốc-mẫu, rước Mạc-kính-cung về, phong chức-tước cho bà-con thân-tộc.

Thuở ấy trong Hoá-châu và Quảng-nam, ông Nguyễn-hoàng là con ông Nguyễn-kim, lại là em vợ ông Trịnh-kiểm. Ông Trịnh-kiểm lên thế lấy chức cha vợ, rồi sau truyền tử lưu tôn thành dòng chúa Trịnh phò Lê, đánh Mạc. Còn ông Nguyễn-hoàng thấy oai-quờn Trịnh càng ngày càng to, thì lo với chị mình là vợ Trịnh-kiểm phong cho vô trấn Hóa-châu là đất Huế đã lâu. Trịnh-tòng là cháu kêu bằng cậu gởi thơ nhiều phen dụ ra mà không chịu ra, sau hết riết lắm, lúc Mạc phá-tán hung lắm mới chở lương thuế và súng-ống ra (tháng 5 1592) ở đánh giúp cho đến tháng 10 năm sau 1593, vua và Trịnh-tòng cậy đi đánh Võ-đức-cung ở xứ Đại-đồng. Ở hoài đã lâu năm, không thấy cho về lúc Phan-ngạn, Ngô-đình-nga và Bùi-văn-khuê phản tại cửa Đại-an mà Trịnh-tòng đem vua vô Thanh-hoá, thì cậy ông Nguyễn-hoàng đem binh đánh-phá đốt dinh-trại rồi ra phóng-dương mà về luôn Thuận-hóa, Quảng-nam không ra nữa. Trị xứ ấy lấy tên vua Lê mà không phục phép chúa Trịnh. Người mất năm 1614 năm thận-đức vua Kính-tông năm thứ 18, trao quờn lại cho con là Nguyễn-phước-nguyên.

Măm 1596 có ông Diego-Advarte là thầy cả dòng Dominicô sang bên Annam phía trong Huê mà giảng đạo; mà không xong, vì khi có tàu tây lại, Annam phát nghi, nên đuổi đi, bị bắn hai mũi tên nữa. Qua 1615 có thầy dòng Jésuita là ông Buzomi, qua trong Huê; lại ông Alexandre de Rhodes qua năm 1624, giảng đạo, lập họ...

Thuở ấy là nhằm năm thứ 2 chúa Nguyễn (Sãi-vương) làm chúa Dàng-trong nằm thận-đức vua Lê-kính-tông năm thứ 19; ông Bình-vương là Trịnh-tòng làm chúa Dàng-ngoài; đời đức giáo-hoàng Paulô thứ V cai-trị hội-thánh.

Tháng 7 Mạc-kính-cung về nơi Võ-ninh thì Ngô-đình-nga đem binh ra rước; thiên-hạ quan-viên thấy vậy ai ai cũng theo Trịnh-tòng để cho Trịnh-lâm phò giá, mà đem binh lần ra (tháng 8) ra tới Trường-an bắt được mẹ Mạc-mậu-hiệp tại Dòng-đô-thành giết đi, lại bắt được Ngô-đình-nga đem về kinh-sư chém đi, tấn binh tới nữa, binh Mạc thua vỡ chạy, chết cũng nhiều. Trịnh-tòng về tới kinh (Thăng-long) ngụy ra đầu thú tha tội hết. — Đánh đuổi Mạc nữa bắt được 40 chiếc thuyền và 7 thớt tượng, qua tháng 10 mới bắt được Ngô-đình-nga tại sông Thiên-đức chém đi, đánh một trận nữa với 200 thuyền Mạc tại huyện Thanh-trì, Mạc cũng thua. Mà trận đánh nơi Huỳnh-giang, binh vua thua, mất hết 40 chiếc thuyền; Nguyễn-đình-luân làm tướng bị cất chức.

Mạc-kính-cung chạy tới huyện Kim-thành đóng dinh trại tại đó.

Dầu năm kế lấy đó 1600, Trịnh-tòng tấn đại binh đánh càng đi bắt chém giết nhiều qúa. Tháng 3 sai binh đi lược-định Hải-dương; Mạc-kính-cung nghe tin lại chạy dời đi chỗ khác, binh tới đốt-phá dinh-trại hết rồi rút về. Qua tháng 8 vua Lê-kính-tông ở Thanh-hóa về kinh-thành Hà-nội.

Từ ấy Mạc mới nới-nới ra xa-xa hơn một ít. Giặc-giã bớt chộn-nhộn đi. Hai năm sau có bắt được ngụy xưng xưng là Huệ-võ-vương đóng cũi đem về kinh-sư chém đi. Lại có một thằng cha kia là người đất Thanh-miện nó đi ngay vô đền, lên ngai vua ngự mà ngồi, bị chúng nắm cổ đem chém đi.

Năm thận-đức thứ 15 (1611), vua phong tước quận công cho phồn họ Trịnh, là Trịnh-trượng, Trịnh-tợ, Trịnh-dư, Trịnh-bán, Trịnh-trăn, Trịnh-liêm, Trịnh-thức, Trịnh-độ.....

Qua năm thận-đức 19, (1615) Mạc nổi dậy lấp-ló, có sai binh đi đánh nó võ-tan đi.

Trịnh-tòng oai-quờn càng ngày càng lớn, vua thì đặt cho có vị đó vậy, chớ việc chuyên-chinh, chánh-sự thì là một tay Trịnh-tòng làm lấy cả. Nên vua và con cái họ Trịnh cũng có hơi e sợ. Vậy năm sau 1616 ông Bình-an-vương là Trịnh-tòng đi qua Đông-tân về tới ngả ba cỡi trên voi bị bắn súng nhắm voi; tầm bắt tra ra thì biết là vua và con mình là Trịnh-thung có ý muốn thí mình đi cho rồi; Trịnh-tòng vào nội tra ra có trạng thì ép vua thắt cổ mà chết đi (ngày 12 tháng 5). Còn Trịnh-thung thì bắt đem giam trong nội-phủ.

---

16. LÊ-THÂN-TÔNG (Duy-kì).

Trị 27 năm. — Nhường ngôi 6 năm. — Phục vị 13 năm, sống 56 tuổi, từ 1618 tới 1643.

Niên-hiệu :
{ Vĩnh-tộ 11 năm.
  Đức-long 7 năm.
  Dương-hòa 9 năm.

2º TRỊNH.	3º NGUYỄN.
BÌNH-AN-VƯƠNG (Trịnh-tòng). tới 1620. SƯ-PHỦ-THANH-VƯƠNG Trịnh trang từ 1620 tới 1654,	HI-TÔNG-HIẾU-VĂN-HOÀNG-ĐẾ *h-là* SÃI-VƯƠNG (Ng-phước-nguyên) tới 1635, 23 năm, 73 tuổi. THƯỢNG-VƯƠNG (Ng-phước-lan) từ 1635 tới 1649.

Duy-kì là cháu ngoại là cháu Trịnh-tòng (vì vợ vua Kinh-tòng là con gái thứ Trịnh-tòng tên là Trịnh-ngọc-trinh) nhờ ông ngoại và các quan triều lập lên ngôi thế cho vua cha, (ngày 12 tháng 5 1616).

Nội ba bốn năm đầu, chẳng có chuyện chi; có một cái sai sứ qua Minh công lệ và điếu tang cho vua Thần-tông nhà Minh thăng-hà. Vua Hi-tông tức-vị cải nguyên là Thiên-khải, (1617, 1618, 1619).

Năm 1620 Trịnh-tòng mắc cảm-mạo sơ da, nên vua cùng các quan đặt thế-tử là Trịnh-đỗ chánh chưởng binh quờn, còn Trịnh-thung thì làm phó chưởng binh. Mà Trịnh-thung chưa bằng lòng, nên bữa 18 Trịnh-thung mới suất bốn binh tượng, súng-ống, ngựa-voi dàn ra nơi xứ Hoành-đinh, khiến các tướng xâm-phá vào nội-phủ, bắt ngựa-voi, lấy vàng bạc, ép cha là Trịnh-tòng và vua ra khỏi thành, rồi châm lửa đốt các xứ kinh-kì đi.

Trịnh-tòng phải ra, có Bùi-sĩ-lâm theo phò. Thế-tử là

Trịnh-trang biểu em là Trịnh-giai theo nghinh thánh-giá; còn quân hộ-tùng thì theo hộ cha mình là Trịnh-tòng, rồi hội các quan văn võ tại huyện Thanh-trị, nơi chợ Nhơn-lục mà bàn-luận việc hành quân. Trịnh-tòng lại vô ở ngụ nơi xã Huình-mai cũng trong huyện Thanh-trì, sai Bùi-sĩ-lâm đi dụ Trịnh-thung ra đầu, ngậm cỏ cúi đầu trước sân cha là Trịnh-tòng. Chúa Trịnh-tòng mới kể tội loạn-thần tặc-tử ra, dạy Bùi-sĩ-lâm sai quân ra chém ngang sông cẳng chết đi.

Ngày 20 Trịnh-tòng về tới Thanh-xuân huyện Thanh-oai mà chết tại đó. Trịnh-trang là thế-tử ngày 25, nhứt diện sắm 13 chiếc thuyền đi rước xác cha, chở quan-tài về Ninh-giang phát tang, lo tống-táng, nhứt diện sai quan binh-mã rước vua lên thiên-lý lộ về Thanh-hóa mà lo việc lập yên lại.

Tháng 7 Trịnh-trang đắc chỉ lên thế quờn chúa Trịnh-tòng, tước Sư-phụ-thanh-vương. Bây nay Mạc-kính-khoan tiêm hiệu Long-thới chiếm-cứ đất Cao-bằng; nghe có biến trong nước kéo quân xuống xứ Gia-lâm đóng đồn tại Đông-tri; quân bậy-bậy theo trót muôn người.

Ngày 26 tháng 8, Trịnh-trăng đem binh tân-phát tại sông Nhị-hà thủy bộ tiếp nhau; đánh phá Mạc-kính-khoan nơi xứ Gia-lâm, chém giết nhiều quá. Mạc-kính-khoan chạy khỏi vô rừng bụi trốn biệt đi về Cao-bằng mất.

Yên đi rồi, Trịnh-trang sai Lê-bật-tứ vuôi Bùi-sĩ-lâm vô Thanh-hóa rước vua về kinh-thành. Trịnh-trang lên chức Nguyên-soái tổng quốc chánh Thanh-đô-vương (ngày 11 tháng 11.)

Năm giáp-tí (1621) cho đến tháng 5 năm ất-sửu (1622) đâu đó yên. Mà phía Cao-bằng, có Mạc-kính-cung tiêm xưng hiệu là Càn-thông vuôi cháu là Mạc-kính-khoan ở đó qua lại Thái-nguyên, An-quảng, Lạng-sơn đã hơn 30 năm. Quan quân tới đánh thì tan, mà rút về thì hiệp lại như cũ. Năm ấy sai Trịnh-kiều là em Trịnh-trang kéo binh lên đánh phá, bắt được Mạc-kính-cung, Sùng-lễ vân vân. Đem về kinh giết đi. Mạc-kính-khoan chạy khỏi, viết tờ biểu người xuống xin ra đầu thú. Vua cho. Thú rồi phong cho làm Thái-úy-thông-quốc-công, cho về thế-thủ trấn nhất phương.

Năm 1624. — Trong Quảng-nam Hóa-châu, ông Hi-tông-hiếu-văn-hoàng-đế là Nguyễn-phước-nguyên lên nối nghiệp ông Nguyễn-hoàng. Trịnh-trang sai Nguyễn-hữu-bổn vô Thuận-hóa (Huế) mà trưng đòi thuế lương trước năm giáp-tí sắp lên (là 1621), lại biểu Nguyễn-phước-nguyên lại kinh (Đông-kinh) dẫn kiến. — Thì chúa Nguyễn cười mà nói rằng : « điều ấy là ý riêng chúa Trịnh, chớ vua « nhơn-từ, có đâu mà hiếp tôi công thần như vậy đâu. » Rồi khiến sứ về. Trịnh-trang lần ấy muốn cử binh vô đánh, mà sợ không có cớ, nên mới làm mưu sai Lê-đại-dụng đem sắc vô dụ, biểu con chúa Nguyễn ra chầu ; lại đem 30 thớt tượng đực, tàu hải-đạo 30 chiếc, để có đi cống lệ bên nhà Minh. Chúa Nguyễn lại cười mà phán rằng : « đi cống cho Minh thì bất quá, vàng vuôi kì-nam « mà-thôi, cái điều ấy là họ Trịnh lấy ý riêng mà trưng « cầu đó, ta lấy đâu đủ lễ mà dám vâng ? Vả ta mắc lo binh « khí tu biên phong, mới rảnh tay chưa mấy năm..... » Lê-đại-dụng về cáo-báo vuôi Trịnh-trang. Trịnh-trang nổi nóng lên, bèn sai Nguyễn-khải Nguyễn-danh-thế đi tiên-phuông, đem 5,000 binh đóng đồn tại làng Hà-trung huyện Kì-anh trong Nghệ-an. Vua và Trịnh-trang kéo binh đi theo sau tiếp nhau tại cửa Nhựt-lệ. Đàng chúa Nguyễn-phước-nguyên sai tông-thất Vệ làm tiết chế, Nguyễn-hữu ích làm giám-chiến đem binh ra cự ; lại dạy ông thế-tử lảnh tiết-chế-thủy-sư. Hai bên đôi lũy, bên bắc cửa Nhựt-lệ, binh Nguyễn xổ súng lớn, binh Trịnh kinh loạn. — Trịnh-trang xốc tới, bị binh cởi voi giục tới, binh bị chết chìm nhiều qúa. — Rồi bị mưu Nguyễn-hữu-ích và Trương-phước-da bày cho đồn rằng: Trịnh-gia, Trịnh-nhạc toan dậy loạn. — Trịnh-trang nghi, đánh ít trận rồi rút binh về.

Năm sau 1625, bên Tàu vua Hi-tông nhà Minh băng, Bạch-kiểm lên ngôi cải hiệu Sùng-trinh. Năm 1626 Lê-thần-tông cải hiệu Đức-long năm đầu. Còn Trịnh-trang lại đặt mình lên làm Sư-phụ-thanh-vương.

Năm Vĩnh-tộ thứ 9 1626, có thầy Baldinoti qua vào đất Bắc giảng đạo.

Lại ngày 19 tháng martiô năm sau 1627, thầy Alexandre de Rhodes và thầy Pedro-Marques ở Mả-cao tới cửa Bạng, nhằm ngày lễ ông thánh Jude (Joseph). Người làng An-vực vô đạo trước hết, chúa Trịnh-trang (Thanh-đô-vương) cho phép các thầy lập nhà ở Kẻ-no, rồi mời lên Kẻ-chợ (Hà-nội) lập nhà cho và cho phép giảng đạo. — Bà chị chúa Trịnh theo đạo, và có 17 người trong họ chúa Trịnh cũng đi đạo nữa.

Tháng 5 năm sau 1627, vua cưới và đặt Tịnh-ngọc-trước, là con gái Trịnh-trang đã gả cho Lê-trụ đã bốn mặt con, mà Lê-trụ bị giam ngục vì tội nghịch-mưu; nên Trịnh-trang đem cho vô nhập cung, vua hoặc bởi vị chúa Trịnh, hoặc mê mặt nàng ấy mà phong lên chức hoàng-hậu; các quan Nguyễn-thiết, Nguyễn-danh-thế can, vua cũng không nghe.

Năm ấy và hai năm sau trong nước có tai-nạn lắm: đói, lụt lớn, vỡ bờ-đê, bão ngã cây, tróc nhà, tại Hải-dương có mưa đá lớn bằng đầu ngựa, người, vật bị hại lắm. Kẻ lấy cháy kinh thành cháy tới cung điện, vua phải ra ở đậu nhà Huê-dương-hầu bốn năm bứa mới về.

Năm 1629, năm Long-đức thứ 4, vua Lê-thân-tông, chúa Trịnh-trang (Thanh-đô-vương) là người khi trước bình đạo, yêu các thầy, bây-giờ vì trong triều-thần có bè có phe ghét đạo, lại em ruột mình cũng ghét nữa, thì chúa Trịnh ra chỉ cấm đạo lần đầu hết. Bốn ông thầy cả đang giảng đạo Đàng-ngoài phải trốn-lánh ẩn-yên, mà cũng không khỏi, sau phải bắt bỏ xuống tàu Buttughê mà giải về Mã-cao. Thuở ấy bốn đạo Đàng-ngoài có gởi thơ tâu đức giáo-hoàng Urbanô thứ VIII. Có một người tên là Phan-xi-cô làm phòng-bộ em chúa Trịnh-trang, mà có đạo sốt-sáng hay làm phước, chôn xác kẻ có đạo, trước hết bị la bị quở, sau bị bắt bỏ đạo; không bỏ, thì bị đuổi đi, rồi đòi về bắt xuất giáo, không chịu, bị đánh đòn, sau lại bị xử trảm quyết; đổ máu ra vì đạo chúa trước hết. — Bắt đạo thì bắt mà cũng hiền, qua năm 1631 lại có 4 thầy dòng theo tàu Buttughê qua nữa, giảng nội trong 2 tháng rửa tội hơn trót ngàn người; chúa Trịnh thấy vậy lại muốn đuổi đi hết. Mà càng cấm càng ghét, thì người ta càng theo vô đạo nhiều. Giảng hết 10 năm Đàng-ngoài đã được 10 vạn người có đạo, kể trót trăm cái nhà thờ lớn. — Tỉnh Nghệ-an một mình kể 60 họ có đạo toàn.

Qua năm 1640, đang lúc chúa Thanh-đô-vương đã nguội lòng ghét đạo, bỗng-chúc thầy chỉ cấm đạo, lần thứ hai lại dán cửa nhà thờ Hà-nội, cấm dân không được tới lui vô ra các thầy Tây, vì là người gian-giảo giảng sự dối-trá, quấy-qúa. Cách chẳng mấy tuần, chúa lại kêu một thầy cả vô mà an-ủi vỗ-về, và cho phép giảng đạo khắp trong nước. Từ ấy giảng đạo thong-thả, rộng đạo đặng 18 năm trời.

Tháng 11 năm 1630, Trịnh-trang đem binh vô cửa Nhựt-lệ đánh vuôi chúa Nguyễn nữa, vì ông hoàng con thứ ba họ Nguyễn tên là *Anh* trấn-thủ Quảng-nam, dị-chí nên mật thơ cho Trịnh vô xâm, hẹn nghe bắn súng lớn thì sẽ nội ứng. Trịnh-trang nghe lời đem binh vô cửa Nhựt-lệ. Chúa Nguyễn-phước-nguyên sai Nguyễn-hữu-thắng, Nguyễn-hữu-ích đễ binh ra cự. Trịnh phát súng làm hiệu, mà không thấy ông hoàng *Anh* tới, thì lui về đồn, chờ mười bữa. Sau binh Nguyễn ra đánh ào, binh Trịnh thua chạy chìm chết hết hơn nửa phần; cho nên Trịnh-trang đặt Nguyễn-khắc-tương ở lại giữ phía Bắc Bô-chánh, (nay là huyện Minh-chánh, Bình-chánh, tỉnh Quảng-bình), rồi rút về.

Năm ất-hợi 1632, Lê-thần-tông lại cải hiệu là Dương-hòa ; cũng năm ấy tháng 10, Nguyễn, Hi-tông-hiếu-văn thăng-hà, truyền ngôi lại cho Thượng-vương là Nguyễn-phước-lan, Thần-tông-hiền-chiêu.

Qua năm 1635 tháng 3 trên Cao-bằng, Mạc-kính-khoan khi trước ra đầu xin làm phiên-phụ chết đi. Con va là Mạc-kính-hườn không phụng chức công nữa, lại đem binh phản-trở, tiếm hiệu Thuận-đức. Nên Trịnh-trang tấn binh tới đánh. Mà tướng sai đi tiên phong bị Mạc bắt, lại có một tướng khác giữa trận tiền quày thối lui lại, Trịnh-trang chém phứt đi, rồi đốc chư quân bốn mặt đều vây, mà bị quan quân chồi nước lắm nên phải rút về.

Năm 1640 trong Đàng-trong chúa Thượng-vương, ông Buzami đã qua giảng đạo đó, mà chết đi thì ông Alexandre de Rhodes, sang đàng-trong lại mà giảng đạo. Mà cách 4 năm trong ấy bắt đạo ; thầy giảng Anrê tử vì đạo đầu hết, thầy Alexandre de Rhodes cũng bị bắt giải trả về Ma-cao ; còn 2 thầy giảng giúp người thì bị án trảm quyết. — Còn những người khác phải chặt vành tay đi.

Đến năm 1641 Trịnh-trang sai Trịnh-thạc, Trịnh-lệ, Nguyễn-quang-minh, Nguyễn-công-trứ, Nguyễn-danh-thọ đem binh đi trước vô đánh phía nam đất Bô-chánh. Trước hết chúa Nguyễn sai Bùi-văn-thắng ra đánh chết trận đi,

Binh Trịnh phạm cửa Nhựt-lệ, có Trịnh-trang và vua Lê đem đại binh qua phía bắc Bồ-chánh, rồi trú tại làng An-bài (nay tại huyện Bình-chánh tỉnh Quảng-bình), sai Trịnh-thọ đi đánh đồn Nguyễn đóng làng Trung-hoà, (bây giờ là Mĩ-hoà tỉnh Quảng-bình). Mà binh Nguyễn phòng-bị đã chắc, nên binh Trịnh đánh không đặng; trời nắng quá binh Trịnh hao nhiều, nên kéo về bắc, tháng tư về tới Đông-kinh.

Tháng 10 vua Lê-thần-tông truyền ngôi cho thái-tử Duy-hựu, cải nguyên, vua lên chức Thái-thượng-hoàng, còn Trịnh-ngọc-trước lên chức Hoàng-thái-hậu.

17° LÊ-CHƠN-TÔNG-THUẬN-HOÀNG-ĐẾ (Duy-hựu).
(ở ngôi 6 năm, từ 1642 tới 1648).
Niên-hiệu : — Phước-thái.

TRỊNH.	NGUYỄN.
TRỊNH-TRANG Thanh-đô-vương 35 năm.	THẦN-TÔNG-HIẾU-CHIẾU-HOÀNG-ĐẾ THƯỢNG-VƯƠNG Ng-phước-lan. ở ngôi 14 năm, sống 48 tuổi.

Năm ấy bên tàu bị nhà Thanh, lấy nước làm vua là Tổ-chương-hoàng-đế hiệu Thuận-trị năm đầu. Còn Minh hiệu Sùng-trinh năm thứ 17 tại Phước-châu tỉnh Phước-kiến.

Tháng chạp năm ấy, Trịnh-thạc, làm thông-lãnh, Dương-trí-trạch làm đốc-thị, còn Phạm-công-trứ làm toán-lý-nhung-vụ đem binh lên Cao-bằng đánh Mạc-kỉnh-hườn, chém được một tướng, bắt một mớ, còn bao nhiêu chạy hết rồi rút binh về.

Trịnh-trang phong cho con là Trịnh-thạc lên làm Thái-húy-tả-tướng, *tiết-chế-các-xứ-thủy-bộ-chư-dinh-chưởng-*

quốc-bình-tây-quốc-công, cho-nên tháng 5, Trịnh-thước, Trịnh-sâm trấn Sơn-tây, Hải-dương, phong làm quận-công, nay thấy Trịnh-thạc làm thái-húy-chưởng-quốc-chánh, thì mất trông nên xưng binh làm loạn, chúa Trịnh-trang mới dạy con là Trịnh-thạc kéo binh đi đánh, bắt đặng Trịnh-thước, còn Trịnh-sâm chạy vào Ninh-giang, thì sai Trịnh-trượng rược theo bắt được tại Chúc-sơn đem về kinh xử tử cả hai.

Thuở ấy 1644, vua Minh-đường-vương tức-vị tại Phước-châu, hiệu Long-võ năm đầu, vua Annam sai sứ qua hạ tức-vị với cầu phong luôn trót thẻ — Qua tới đó thì vua Minh đã bị triều nhà Thanh bắt đi rồi, đặt vua khác là Quế-vương tên Do-lang, sứ vô triều-yết tại hành-tại Triệu-khánh, nên Minh sai sứ theo phong.

Khi ấy bên Minh xứ Long-châu, có Triệu-hữu-trù, giết em một tộc tên là Triệu-hữu-kỉnh làm quan thủ-lãnh xứ ấy, rồi chạy qua Cao-bằng nên con nó là Triệu-hữu-khải cầu cứu với Annam. Bèn sai Trịnh-đệ đem binh lên Thái-nguyên, Cao-bằng đánh núm cỏ anh ta đem về kinh dỗ biểu nó hoà-lục với nhau, rồi tha về bổn châu nó.

1647, Minh Vĩnh-lịch thứ 3, Thanh Thuận-trị thứ 5, Trịnh-trang võ đánh chúa Nguyễn tại Quảng-bình nữa. Tháng 5, chúa Trịnh sai Lê-văn-hiểu phần binh giữ đồn đất Hà-trung, đem binh thủy bộ võ phía nam Bô-chánh, binh thủy thì vào cửa Nhựt-lệ, rồi tới xâm dinh Quảng-bình, quan trấn-thủ xứ ấy là ông Trương-phước-tần, với người con tên là Hùng cố thủ lũy Trường-dục, binh Trịnh đánh lấy không được. Thần-tông-hiếu-chiêu hoàng-đế là Nguyễn-phước-lan sai thế-tử là Nguyễn-phước-tần đốc chư tướng phát binh ra đánh, đạo tiền ra tới An-đại, gặp binh Trịnh liền đánh phá ngay. Thế-tử tới Quảng-bình hội các tướng lại mà nói rằng: « binh Trịnh là đông lắm mặc lòng, mà kẻ giỏi trận thì ít, như ta ban đêm đem voi mà xông vào nó sẽ kinh tâm vỡ chạy, rồi sau ta hãy tấn đại binh, thì sẽ bắt được chẳng sai ».

Sai Triều-phương đem binh thủy phục tại sông Cẩm-la, lại dạy ông chưởng-kì là Nguyễn-hữu-tấn, đem hùng tượng hơn trót trăm, đầu canh năm xông ngay vào dinh Trịnh, binh kéo theo sau. Ào đánh phá hung lắm, binh Trịnh vỡ chạy, gặp binh thủy Nguyễn phục vậy, nên nó chết chìm kể khôn xiết; bắt tướng Trịnh 3 người, là Gia, Lý, Mĩ, và lính hơn 3000. Binh Nguyễn rược nã theo tới Linh-giang mới trở lại. Trịnh-trang mới đặt Lê-văn-hiểu là tả-tướng-quân với đốc-đồng là Trần-ngọc-hậu đem một vạn binh đóng đồn tại Hà-trung; sai Lê-hữu-đức làm hữu-tướng-quân, với đốc-đồng là Võ-lương đem một ngàn binh đóng đồn tại núi Hoành-sơn (Kì-anh huyện tỉnh Nghệ-an); còn Phạm-tốt-toàn đóng phía bắc Bô-chánh, mà phòng-thủ.

Đời vua Lê-chân-tông các thầy dòng Jésuita qua sau thầy de Rhodes, giảng đạo thiên-chúa (thuở ấy Annam kêu là đạo Hoa-lang) người-ta vô đạo hơn 3 vẹo người; nhà thờ cất đã được vài trăm cái — Sau thầy de Rhodes lại qua nữa, đem đồ dâng cho chúa Trịnh và các quan lớn; thì các ông lại tử-tế lại như trước, rồi người lại trở vô Đàng-trong mà giảng nữa.

Qua năm Phước-thới thứ 6 1647 — Vua Lê-chân-tông thăng-hà không có con nối quyền; nên chúa Trịnh-trang cùng đình-thần mời Thái-thượng-hoàng lên ngôi lại.

Mà trước năm ấy thì trong Đàng-trong chúa Nguyễn-phước-lan mất đi, con là Thái-tông-hiếu-chiết-hoàng-đế là Nguyễn-phước-tần; kêu là Hiển-vương lên kế-vị hồi 29 tuổi.

Trong Đàng-trong quan chúa Nguyễn bắt đạo, chúa Nguyễn-thượng-vương nghi bụng người Buttughê lấy tiếng qua lại giảng đạo mà toan mưu cướp nước đi chăng; mà lại thấy tàu tới lui buôn-bán lợi trong nước; nên chúa lưỡng-lự dụ-dự không ra chỉ cấm đạo, mà các quan có bắt thì cũng làm-thinh để mặc các quan:

Tại Quảng-bình bắt 6 người có đạo, chém 2 người, còn bao nhiêu đánh đòn tha về.

18° LÊ-THẦN-TÔNG.
phục vị 13 năm, từ 1649 tới 1663.

Niên-hiệu :
- Khánh-đức.
- Thạnh-đức.
- Vĩnh-thọ.

TRỊNH.

TRỊNH-TRÁNG (Thanh-đô-vương)
TRỊNH-THẠC (Tây-định-vương).
25 năm.

NGUYỄN.

THÁI-TÔNG-HIẾU-CHIẾT-HOÀNG-ĐẾ, hay-là HIỀN-VƯƠNG (Nguyễn-phước-tần).
ở ngôi 40 năm, 1649-1686.

Ngày xưa bên Minh vua Quê-vương bị binh nhà Thanh đuổi chạy qua xứ Nam-ninh (thuộc Quảng-tây tỉnh) có gởi thơ xin Trịnh giúp binh lương Trịnh có giúp, nên qua năm nay 1649 tháng 10 Minh sai sứ qua phong cho Trịnh-tráng làm phó-quốc-vương.

Năm sau 1650, tháng 3 chém quan hoạn tên là Huỳnh-văn-đông vì nó âm mưu với Trần-văn-liên muốn dấy loạn, bắt được cả hai đem xử đi. Tháng 8 Trịnh-tráng gia phong cho con là Trịnh-thạc làm *Nguyên-soái-chưởng-quốc-chánh-tây-định-vương.*

Qua năm sau vua cải nguyên là Thạnh-đức. Từ đây về

sau chín mười năm, tinh những đem binh vô cõi Hoá-châu đánh với chúa Nguyễn hoài mà cũng thua hoài đánh không lại ; giặc không đi, sau lâu binh Nguyễn lần lần suy, bỏ Nghệ và các chỗ lần được rút về Nhựt-lệ mới thôi.

Tháng tư năm 1653, tướng Trịnh là Lê-văn-hiểu, và thuộc tướng là Phạm-tất-tuyền hay đem binh qua Linh-giang mà xâm phá Nam-bô-chánh, cho nên Nguyễn-hữu-ích là quan chúa Nguyễn coi việc hành-biên, chạy sớ tâu chúa Nguyễn là Thái-tông-hiếu-chiết-hoàng-đế, thì người sai Nguyễn-hữu-tấn, Nguyễn-hữu-ích độ binh qua Linh-giang đánh. Phạm-tốt-tuyền thua đem nộp châu hàn đầu, rồi Nguyễn kéo binh riết tới Hoành-sơn gặp tướng Trịnh là Lê-hữu-đức, xáp trận đánh va thua chạy đi, mới luôn dầm kéo thẳng tới dinh Hà-trung. Ở đó tướng Trịnh là Lê-văn-hiểu hiệp với Lê-hữu-đức ra cự, mà không lại, binh Nguyễn đánh chạy te, rút về An-trường (bây giờ chính tỉnh thành xứ Nghệ-an). Nguyễn-hữu-tấn kéo riết thẳng tới huyện Thạch-hà (thuộc Nghệ-an). Quan tham-đốc Trịnh là Đặng-minh-tác, kéo cờ bạch chịu đầu ; cho nên Lê-văn-hiểu, Lê-văn-đức đóng đồn mà ngữ tại làng Đại-nại mà-thôi.

Tháng 6, chúa Trịnh-trang nghe tờ báo thua trận Hà-trung, thì đòi Lê-văn-hiểu và Lê-hữu-đức về, (anh trước về dọc đường bị đạn chết, anh sau về bị biếm chức). Mới sai quận-công Trịnh-trượng làm thông-lãnh, với 18 tướng đốc binh vô Nghệ-an. Ban đầu tới Kì-hoa đóng quân, Võ-công-thiềm đem 50 chiếc thuyền chiến đóng tại cửa Kì-la.

Nguyễn-hữu-tấn nghe tin rút về Linh-giang. — Trịnh-trượng kéo tới Hà-trung nghi không dám tới nữa ; mới mời các tướng bàn-bạc, tính hơn thiệt lợi hại, rồi lui binh lại đóng tại Lạc-xuyên (thuộc Cẩm-xuyên huyện). Sai 500 binh tới đóng hờ nơi Hà-trung. Chẳng ngờ gặp binh

Nguyễn-hữu-tấn đánh tan đi, rồi kéo thẳng tới Lạc-xuyên, đánh binh tướng Trịnh thua tan-tác; còn nơi cửa Kì-la thì bị Nguyễn-hữu-ích đánh, nên binh Trịnh thối lui về cửa Đơn-nhai; rồi binh Nguyễn lại vào cửa Nam-giái đánh luôn Nguyễn-hữu-sắc và Lê-sĩ-hậu chạy mất đất. Trên bờ thì Nguyễn-hữu-tấn thừa thắng đánh miết ra tới Bản-xá, bảy huyện đều đầu cả, Trịnh-trượng rút hết binh về An-trường mà phòng thủ, còn Nguyễn-hữu-tấn trở lại Lạc-xuyên đóng binh đó.

Chúa Trịnh-trang biếm chức Trịnh-trượng, và làm tội các quan thua, rồi sai con mình là Trịnh-thạc, với Đào-quang-nhiêu đem binh vô Nghệ-an, tụ binh tại An-trường, còn Võ-văn-thiêm với Dương-hồ thì đốc-suất binh thủy, tấn binh tới Kì-hoa còn tướng Nguyễn là Nguyễn-hữu-ân rút về đóng tại Hà-trung, hai bên giữ nhau.

Mà Trịnh-trang thấy trong nước có nhiều việc, nên chạy tờ đòi Trịnh-thạc về. Để Đào-quang-nhiêu ở Nghệ-an trấn-thủ đó, và phân binh đóng đồn ngữ các ngả yếu lộ ngoài cõi.

Năm kế đó 1653, (bính-thân) tướng Nguyễn là Nguyễn-hữu-tấn đem binh đánh Trịnh nơi Tiếp-võ thắng trận tấn tới Tam-chế; còn Nguyễn-hữu-ích thì kéo tới Hồng-lãnh gặp binh Trịnh đánh phá vỡ-tan, kéo luôn tới Mẫn-tường. Võ-văn-thiêm tướng thủy Trịnh đem binh lên bờ cự không lại, thối lui về đóng Dằng-đế, thì Nguyễn-hữu-ích đốc binh vây đánh, bắn chết hết một tướng là Tường-trung; Võ-văn-thiêm thua chạy

Nguyễn-hữu-tấn kéo chánh đạo tới An-lương còn Tống-hữu-đại thì kéo đường trên tới Bình-lãng-sơn xáp đánh Trịnh một trận thua bái-xoái; Đào-quang-nhiêu vỡ dinh chạy về An-trường. Đảng Nguyễn thâu binh đóng tại Vân-cát trong huyện Thạch-hà.

Đào-quang-nhiêu chạy sớ về bắc tạ tội và viện binh. Thì chúa Trịnh-trang hội các tướng lại bàn luận, rồi sai con út chúa là Trịnh-triền vô thông-lãnh trong Nghệ-an.

Trịnh-triền tước là Ninh-quốc-công nên ngoài người-ta kêu là ông Ninh; có thơ bác đặt về sự ông ấy đi đánh giặc với Nguyễn: gọi là Ông-ninh cổ truyện.

Trịnh-triền đốc quân tới Thạch-hà, mới phân sắp binh mà đánh ba mặt; nơi làng Đại-nại, Hương-bộc thì sai Đào-quang-nhiêu, Dương-hồ lãnh binh bộ đóng đó, sai Lê-sĩ-hậu và Bùi-sĩ-lương đem binh thủy đóng tại cửa Nam-giái, lại sai Võ-văn-thiêm đốc-suất đóng tại cửa Đơn-nhai.

Còn Nguyễn-hữu-tân thì hội các tướng làng Na-khô, mới phân binh sai Dương-trí với Nguyễn-hữu-kiều đem binh thủy tới cửa Nam-giái, có Nguyễn-hữu-ích kéo binh bộ tiếp chiến đánh bắt được Xuân-quận-công, và 30 chiếc thuyền; tướng Trịnh là Lê-sĩ-hậu và Bùi-sĩ-lương thua chạy, rồi kéo lên Lam-giang, còn phó tướng là Nguyễn-văn-kiều rần thẳng tới cửa Đơn-nhai, đánh binh thủy Trịnh và Võ-văn-thiêm chạy tan. Trịnh-triền nghe tờ báo thể ấy, thì sợ rút quân đóng lui về bên đò Hượt-độ.

Còn binh bộ thì Tông-phước-khương với Phù-dương kéo tới đánh Trịnh nơi xã Hương-bộc, vây Đào-quang-nhiêu đó. Trịnh-triền nghe kéo binh tới tiếp. Đào-quang-nhiêu coi vọi có binh tiếp tới liền mở ra nghinh chiến tại Đại-nại. Binh đàng Nguyễn thua rút về Hà-trung. Trịnh-triền với Đào-quang-nhiêu, kéo tuốt tới Tam-lộng.

Nguyễn-hữu-tân nghe tin làm vậy bèn sắp binh thủy bộ hờ để chặn binh Trịnh về đánh. Trịnh kéo về, Nguyễn-chụp đánh, binh Trịnh hao nhiều lắm, nên Trịnh-triền kéo tuốt chạy ngay về An-trường.

1654. — Chúa Trịnh-trang thăng-hà. — Con (thế-tử) là Trịnh-thạc lên nối quờn.

Chúa Trịnh-thạc lúc tháng 6 năm trước muốn bớt oai-quờn em mình là Trịnh-triển sai vô trấn-thủ Nghệ-an mà cự với chúa Nguyễn, thì sai con mình là Trịnh-căn là quận-công tá-quốc-tướng-quân, thông lãnh chư quân vô Nghệ-an hiệp đồng với Trịnh-triển là chú mà đánh giặc trong ấy. Trịnh-triển thấy vậy thôi-chí trở lòng nghịch mưu, đang khi đào hào đắp lũy mà ngữ giặc, bỏ rút về An-trường. Cho-nên Trịnh-thạc hay sự bất bình làm-vậy, liền lấy cớ bắt tội bất hiếu không về chịu tang cha mà đòi về. Tướng va là Trịnh-bàn, Trương-đắc-danh thì đã sợ vạ lây mà qua đầu Nguyễn đi rồi, nên va giao sĩ-tốt về dinh Trịnh-căn. Trịnh-căn biểu về chờ mạng. Về kinh giao cho đình thần nghị, mà không nhẫn giết bèn đem mà nạ ngục cầm-cô đi,

Tháng 6 Trịnh-căn phân binh làm 3 đạo. Lê-hiên coi đạo trung, Huình-ngải-giao coi đạo tả; còn Trịnh-thế-công coi đạo hữu, độ qua Lam-giang kéo thẳng tới Nam-hoa (bây-giờ Nam-kim).

Nguyễn-hữu-tân hay đặng liền dàn trận cho Phù-dương kéo một đạo phục phía tây thổ sơn làng Nam-hoa; còn cho Tông-hữu-đại dàn ngay ra mà rước trận.

Binh Trịnh qua khỏi sông lên bờ kéo đi được vài dặm đằng, đụng lấy binh Tông-hữu-đại xáp đánh nhau; Tông hữu-đại nhử lần về phía bắc, đạo trung binh Trịnh rược theo, tới thổ-sơn binh phục Phù-dương nổi dậy, còn binh Tông-hữu-đại lui nhử bây-giờ vùng quày trở lại đầu chiến, hiệp với binh phục rược nà binh Trịnh chạy hoét. Trịnh-căn thấy vậy suất đại binh tới tiếp, dạy Đặng-thế-công đem đạo tả ra đánh, lại dạy Lê-sĩ-hậu đem binh thủy ra tiếp ứng nữa; nên Tông-hữu-đại không dám rược nữa. Rồi binh Trịnh rút về An-trường.

Chúa Trịnh-thạc gia phong cho con là Trịnh-căn lên

chức thái-phó. Năm sau vua thay niên-hiệu, đặt lại là Vĩnh-thọ. Năm ấy lúc tháng 6 sấp về sau cũng có giặc: Bình đàng Nguyễn, Nguyễn-hữu-tấn đem binh đóng nơi phía nam bờ sông Lam-giang mà cự Trịnh, cho quân qua sông đánh trận Mĩ-dũ tướng Trịnh là Nguyễn-hữu-tá thua chạy, mà có Lê-hiến ở An-trường đem binh tiếp cứu, nên binh Nguyễn thối lại đồn cũ. Song lại qua sông tới Bạch-đàng đánh với Đào-quang-nhiêu, mà thua nên kéo về chia binh phòng-thủ. Đến đây Trịnh-căn mới sai Đào-quang-nhiêu và Đặng-thế-công đem binh qua sông đánh với Nguyễn-hữu-tấn tại làng Tuấn-lễ (Hương-sơn huyện, tỉnh Nghệ-an). Đánh binh Nguyễn phải thua chạy. Trận ấy Đào-quang-nhiêu đặng thăng chức, mà Đặng-thế-công phải biếm chức vì va núc-ních sau không tới mà tiếp-ứng được.

Tháng 9 năm sau 1656, chúa Trịnh-thạc là Tây-định-vương lấy chức Thượng-sư-tây-vương. Cách một năm, tháng 8, 1657, Trịnh đánh với Nguyễn cả ba bốn tháng khi thua khi thắng. Trận đầu nơi Mĩ-dũ Trịnh thua; Trịnh-kiêm thua nhờ có Trịnh-lương cứu, mà Trịnh-đường là em bị trận chết đi. — Trận đánh xứ Hoá-chiên, binh Nguyễn thất thôi lui. — Tháng 9, Trịnh-căn sai Lê-thời-hiến đi cửa Hội-thông, còn Huình-ngải-giao thì từ xã Âm-công độ qua sông mà tới, sáng ra Trịnh-căn lên núi Đông-quyết mà bày trận; âu võ phá lũy rần tới Lạc-sơn hao binh nhiều sau bị binh Nguyễn vây tứ phía, nhờ Trịnh-căn cho binh tiếp, giáp trận bắn hơn 6 giờ; lại nhờ có binh cửa Hội-thông lên nữa, nên binh Nguyễn thua, chạy đóng tại huyện Nghi-xuân.

Trịnh-căn rầu vì mình lãnh đi chinh-chuyên đã năm sáu năm trời mà cứ tương-trì hoài không hết giặc, bèn hỏi kế với các tướng. Có anh Trần-công-bá bày kế phải đánh lấy Lẫn-sơn, nên lãnh đi tiên phương mà đánh giành lấy cái núi ấy, bị binh Nguyễn vây đánh riết; anh ta quyết chiến đánh liều bị giặc giết đi.

Tháng 11 Nguyễn-hữu-tấn thấy đã lâu năm binh-gia đi ra bắc đánh giặc, càng ngày càng mòn lòng nên nhiều khi nó thối chí; muốn rút về giữ bờ cõi mà-thôi, không muốn xâm lấn làm chi. Đánh thua nơi An-điềm, Phù-lưu kéo binh rút lần-lần về tới Hoành-sơn bị Trịnh-căn rược theo đánh chết hao nhiều lắm. — Trịnh-căn thối lại 20 dặm đóng đồn nơi Kì-hoa, Nguyễn-hữu-tấn về đóng tại cửa Nhựt-lệ còn Nguyễn-hữu-ích đóng tại Dông-cao ngữ các chỗ yếu-hại mà cự binh Trịnh.

Té ra từ ấy bảy huyện phủ Hà-nam xứ Nghệ-an mà Nguyễn chiếm được bấy-lâu lại thuộc về Trịnh-lại, Trịnh đóng bắc Bố-chánh; còn Nguyễn thì đồn tại nam Bô-chánh như cũ.

Khi ấy chúa Trịnh-thạc sai Phạm-công-trứ là lễ-bộ-thượng-thơ, đem sắc chữ vàng phong Trịnh-căn làm Khâm-sai-tiết-chế-thủy-bộ-chư-dinh-kiêm-tổng-chánh-binh, thái-úy-nghi-quốc-công, ban ân bạc; lại luận công thăng chức các tướng 26 người.

Đến tháng 2, Trịnh-căn kéo binh về Đông-kinh; để Đào-quang-nhiều lại làm Nghệ-an-trấn-thủ. — Quân thứ lập tại Hà-trung giữ biên-cảnh, kẻo binh Nguyễn xâm-lấn.

Nhưng-vậy qua tháng 10 năm ấy, Trịnh-thạc thấy giặc cũng chưa dứt, muốn làm cho hết đi thì phò vua võ quyết đánh Nguyễn; còn con là Trịnh-căn thì làm thống-lãnh, đem binh đóng nơi chùa Phước-tự, binh Nguyễn đóng tại Phước-lộc, đắp lũy giăng, đặt Trương-văn-vân với Vân-trạch giữ đó. Tướng Trịnh là Hoan-trung chưng tần lọng ra, kêu Vân-trạch mà nói có sắc mạng vua Lê, hãy mở cửa ra rước, Thì Vân-trạch nói rằng: vậy chớ khi binh ta về Hoành-sơn bay theo bay rược, có phải có sắcmạng sao? muốn đánh thì đánh, lại có đi dôi chi vậy? liền bán Hoan-trung chết đi, tướng Trịnh là Đào-quang-nhiêu, Lê-hiến đem binh đánh mà thua chạy rút về chùa Phước-tự. Cầm-cự nhau đó qua đến tháng 3 1659; đánh nhiều trận mà làm gì không núng binh Nguyễn, cứ đêm đêm bắn quân Trịnh chết cả trăm, nên Trịnh-căn bỏ dinh mà chạy.

Khi ấy chúa Trịnh-thạc mới đem vua về kinh, kẻ lấy trên Cao-bằng Mạc-kính-hườn tụ binh nơi Thất-tuyền, nên phải sai Trịnh-kìm, Phùng-viết-tu đem binh lên đánh. Binh tới nó tan đi hết.

Vua mắc bệnh ung-thơ (phát-bôi); nên cải hiệu là Vạn-khánh, mà bệnh cũng không thuyên càng ngày càng nặng; nên vua vời chúa Trịnh-thạc vô mà trối. Đặt con thứ là Lê-duy-cũ mới 9 tuổi làm thái-tử để nối ngôi; còn thái-tử trước là Lê-duy-tào bởi vì là người biệt tánh nên phô xuống thứ-nhơn. Qua 22 tháng 9 vua băng, 56 tuổi, làm vua lần trước 25 năm, rồi nhường ngôi, sau vua con mất, lên làm vua lại 13 năm mới thăng-hà.

Năm 1658 chúa Trịnh có bắt đạo mà bắt vì ghét mà thôi; chớ không có ra chỉ cấm cho hẳn. Chúa Thanh-đô-vương còn sống bao lâu, thì ông Tây-định-vương là chúa Trịnh-thạc vì lòng nể cha mà để bổn-đạo được yên. Song khi chúa cha qua đời rồi, thì đuổi 6 thầy cả tây đi; chỉ để lại có 2 thầy mà-thôi, mà cấm không cho giảng đạo. Nhưng mà khi ấy có 30 thầy giảng bổn quốc, cứ đi giảng dạy, mỗi năm rửa tội cũng được bảy tám ngàn người.

Năm mậu-tuất: 1658. — 11° vua Nguyễn-hiền-vương, Vĩnh-thọ 1° vua Lê-thần-tông, bên tàu Minh-vĩnh-lịch 12; nhà Thanh Thuận-trị 14° Annam mới vô choán lần đất Cao-mên. Thuở ấy chúa Hiền-vương đã đánh lấy hết đất nước Chiêm-thành (hay là Thuận-thiêng), rồi ban đầu lập ra làm Thái-khương-phủ, Diên-ninh-phủ, sau lần-lần làm ra trấn. Lúc ấy vua Cao-mên chết mà con vua còn thơ-ấu, nên đặt em là Som-đách-pra-utây làm giám-quốc mà phò con vua, chẳng ngờ giám-quốc có bụng tham, tiếm quờn lên làm vua đi. Đến khi con vua chính lớn lên, mới lo lập binh đánh chú mà lấy quờn lại được. — Mà chú chết còn lại bốn người con, nên bốn anh em ra sức báo-thù sự anh con bác giết cha mình đi ; vậy mới lập quân mà đánh trả, mà sợ làm không lại, nên xin vuối chúa Hiền-vương cho binh vào giúp (trong Gia-định-thông-chí nói vua Cao-mên là Nặc-ông-chăn phạm-biên thì không nhằm).

Chúa Hiền-vương nhơn dịp ấy mà sai quan khâm-mạng biên-trấn (là Phú-yên) tên là Yến, vuối Tham-mưu Minh, và cai-đội Xuân đem 2,000 binh, đi trót vài mươi ngày vô tới Mô-xoài, cũng có chiến-thuyền vô đánh vuối binh thủy Cao-mên có *Nặc-yêm* là vua nhì cai quản ; đánh lấy Mô-xoài (là Bà-rịa) và bắt được Nặc-ông-chăn, bỏ cũi đem về Húê (Quảng-bình-dinh).

Sau chúa Nguyễn tha cho Nặc-ông-chăn về làm vua Cao-mên lại, xưng phiên-thần cứ công theo phép ; lại dặn đừng có cho ăn-hiếp con nhà Annam ở phía trong ấy, (khi ấy có dân Annam vô ở xen lộn-lạo vuối Cao-mên phía Mô-xoài, Đồng-nai (= Bà-rịa, Biên-hòa) cũng khá-khá đông. Chúa Nguyễn sai quan quân hộ-tống vua Cao-mên về cho tới xứ-sở.

19° LÊ-HUYỀN-TÔNG MỤC-HOÀNG-ĐẾ (Lê-duy-cũ.)
Trị 9 năm, sống 18 tuổi, từ năm 1660 tới 1669.
Niên-hiệu. — Cảnh-trị.

TRỊNH.	NGUYỄN
TÂY-ĐỊNH-VƯƠNG (TRỊNH-THẠC) 25 năm.	HIỀN-VƯƠNG (NGUYỄN-PHƯỚC-TẦN) Thái-tông Hiếu-chiêu-hoàng-đế. *Từ năm 1649 tới 1686.*

Nhà Thanh, Khang-hi 2°.
Nhà Minh, Vĩnh-lịch 17°.

Lê-duy-cũ là con thứ vua Thần-tông, em vua Chơn-tông mới 9 tuổi, Trịnh-thạc tôn lên làm vua 9 năm, sống 18 tuổi, lên ngôi cải hiệu là Cảnh-trị.

Vua còn nhỏ, mọi việc trong nước đều về một tay chúa Trịnh (Tây-định-vương). Chúa Trịnh cắp quan tâm-phúc và nội họ mình vô đêm ngày chầu-chực vua luôn, có ý ràng-rịt giữ vua.

Qua tháng 6 mới sai sứ lần đầu hết, qua triều nhà Thanh; từ khi nhà Minh tiệt đi, nhà Thanh lên nối tạ Bắc-kinh đến đó, thì Annam chưa có sai sứ bao-giờ Nhơn vì năm trước nhà Thanh có gởi sắc-dụ và ban đồ tặng-hảo nên năm nay sai sứ qua đi công và tạ, lại cáo ai vua Thần-tông cho luôn-trót-thể.

Sửa-sang luật-lệ, giáo-hóa dân-sự, không cho thục tội nữa, ra 47 điều dạy dân, sửa phong-tục, in ra từ bổn phát cho làng tổng treo trong dịch-đình. Thuở ấy bên nhà Thanh có Khách qua ở ngụ giữa dân Annam, nên dạy bắt làm khai và cho ở cho biệt ra, kẻo pha-trộn phong-tục dân đi.

Tháng 10 chúa Trịnh ra chỉ cấm đạo Gia-tô (Hoa-lang) Thuở trước có người Tây hoa-lang, Bút-tu-ghê, Lang-sa

I-ta-li-a, I-pha-nho làm thầy cả giảng đạo, qua theo tàu đi dạy đạo thiên-Chúa, mà đã đuổi đi rồi, mà cũng hãy còn cứ giảng dạy dân-sự theo nhiều, cho-nên chúa Trịnh ra chỉ cấm đi. Dân ngoại-đạo phá các nhà thờ xứ Nam. Song chẳng khỏi bao-lâu, trong nước có nhiều tai-biến, sao tua (sao chổi) hiện ; thì chúa Tây-định-vương sợ mà bãi chỉ cấm đạo đi. Song bãi thì bãi mà cũng cấm không cho các thầy Tây giảng đạo qua ở đất Annam.

Trong Đàng-trong khi ấy 1661 tuy chúa Hiền-vương chưa ra chỉ bắt đạo cho hẳn, mà có 9 người bổn đạo chịu chết vì đạo Chúa. Đến khi chúa Hiền-vương ra chỉ cấm cách vài năm sau tại Thừa-thiên nơi phô Hoài, có Vê-rô Kì lại vuôi 3 người nữa chịu tử vì đạo. Tại tỉnh Quảng-nam có người nước Nhựt-bổn có đạo qua lập phô-phường nhà-cửa ở đó, chúa Hiền-vương bắt nó khóa-quá, thì nó đều vâng ngay ; Annam có đạo thấy gương ấy thì có nhiều người nao long, mà bỏ đạo. Nhưng-vậy cũng có kẻ vững-vàng thà chịu chết mà xưng đạo chẳng thà bỏ đạo. — Năm ấy 43 người tử vì đạo. Như người nữ Joanna, Lucianna là con Vê-rô Kì, Maria bà góa, hai anh em Raphael và Xitêphanô (Tê-vọng), Thô-ma Tín.... Người thì bị voi xé, người thì bị trảm quyết (1665).

Tháng 3 năm giáp-thìn, Trịnh-thạc biểu vua phong cái lễ lạ cho mình, là gởi sớ không đẳng tên, vô chầu không lạy vua, lại được ngồi một cái ngai phía bên tả ngai vua ngự. Lúc tháng 5 năm ấy trời độc sinh ôn-dịch, lại có giặc bọn Mã-phước-trường, Lang, Dính nổi trên Tuyên-quang, bắc được thằng cha Lang chém đi mới tan. Kế lấy có sao tua, sao chổi hiện ra, nên vua và chúa sợ mà đảo, ăn chay nằm đất, khẩn-vái....

Năm ấy Trịnh-thạc đưa con mình là nàng Trịnh-ngọc-áng vô làm chánh-cung-hoàng-hậu. Tháng chạp sứ nhà

Thanh là Ngô-quang vuôi Châu-chí-viễn qua điêu-tô vua Thần-tông. — Sau Thanh cũng có xin Annam bát Dương-nhị, Dương-tam là đầu đảng ăn-cướp biển, chạy qua trú-ngụ bên địa-hạt, thì đã bát nó đem giải-nạp (tháng 5 năm 1663).

Năm đinh-vì 1664 vua nhà Thanh sai sứ qua phong cho vua Annam. — 1666 Thanh lại sai sứ qua biểu cắt 4 châu cho họ Mạc. — Năm 1668 nhà Thanh bắt được bọn Mã-phước-trường hay tụ-tập cướp-phá trên Tuyên-quang, đem tới ải-quan giải-nạp về cho Annam. Annam chém đi.

Đời vua nầy chúa Trịnh hay truyền chỉ dạy-dỗ, ngăn-cầm sự nọ sự kia. — Cầm đạo Gia-tô cầm cờ-bạc, đá-gà, cờ-vây, bóng chàng, thầy sãi, mụ vãi. — Cầm thông vuôi ngoại-quốc. — Cầm mua súng-ông khí-giái (1665, tới 1667).

Nhưng-vậy mà trong nước cũng không yên. Vì trên Cao-bàng Mạc-kính-võ, đánh giết Hà-sĩ là quan phan-tướng người trung-nghĩa vuôi triều-đình; nên sai Trịnh-đồng đem binh lên đánh đốt-phá chỗ va ở rồi về; vì khi nó giết được Hà-sĩ rồi, nó sợ nó trốn vô rừng-rú đi rồi (1665). Chúa Trịnh mình kéo binh đi đánh Mạc bát đặng dòng-họ vợ con nó. — Sau nó ra đầu thì tha hết (1664).

Còn một đầu giặc trong Thuận-hóa, Quảng-nam là chúa Nguyễn, thì yên-yên đó vậy, mà Nguyễn không chịu đầu phục Trịnh, nên Trịnh lấy tên vua Lê sai Lê-đắc-toàn, và Trần-xuân-bảng đem chỉ-dụ vỏ mà trách họ Nguyễn sao đã 4 lần không phụng mạng. Họ Nguyễn cũng cự mạng, bất nạp, nên sứ về (1667).

Qua 15 tháng 10 năm sau 1671, vua Lê-huyền-tông thăng-hà, không con nối quờn. Khi ấy còn có em nhỏ là Lê-duy-hội, thưở mới có 2 tuổi vua cha là Thần-tông mất, thì nhờ các bà nuôi-dưởng, đến đây được 11 tuổi, chúa Trịnh lập lên nối ngôi.

Trước thầy Alexandre de Rhodes qùi đơn bên Tòa-thánh, thì đức Giáo-hoàng Alexandre VII chia nước An-nam ra làm 2 địa phận. Truyền chức cho ông La Mothe Lambert làm giám-mục Béryte coi-sóc địa-phận Đàng-trong (sang qua thành Juthia, nước Xiêm năm 1662), và ông Pallu làm giám-mục Héliopoli, coi-sóc địa-phận Đàng-ngoài (sang qua Xiêm năm 1664), hai giám-mục ấy tới Xiêm lập nhà trường ở đó, và sai ông thầy Dedie ra xứ Đàng-ngoài, mặc đồ bạn-tàu mà lén vào, vì khi ấy có bắt đạo. Ấy là thầy cả thứ nhứt, thuộc về dòng các thầy giảng đạo các nước ngoại quốc (missions étrangères). Ông Đức-cha Pallu là giám-mục coi sóc Đàng-ngoài ở Xiêm ra sức đã nhiều phen vào xứ Đàng-ngoài mà vào không đặng, người qua đời tại bên nước Ngô; cho nên ông giám-mục Béryte Đàng trong phải quyền lấy mà coi-sóc luôn cả hai địa-phận. Ông Dedie ở Đàng-ngoài sai thầy Hiền và thầy Huệ vô Xiêm, mà chịu chức thầy cả (làm thầy cả đầu hết trong nước Annam), rồi trở về. Qua năm sau đức thầy Béryte mới đi qúa-giang tàu Ô-lơn ra Đàng-ngoài, vuối ông Jacobê de Bourges; người truyền chức cho 7 thầy cả bổn quốc nữa, 20 thầy 4 chức, và 20 thầy chịu phép cát tóc. Lập luật-lệ trong địa-phận, lập phép nhà Chị-em mến-thánh-gía và nhà Phước thứ nhứt tại Kiên-lao trong tỉnh Nam-định..... rồi người trở về Xiêm.

Đàng-ngoài số kẻ có đạo càng ngày càng đông, nên đức Giáo-tông Innocente XI dạy chia địa phận Đàng-ngoài ra làm 2 địa phận. Đặt ông Dedie làm giám-mục coi địa phận *Đông*, còn ông Jacobê de Bourges làm giám-mục coi địa phận *Tây*. Ông nầy được sắc vô Xiêm chịu chức giám-mục, rồi trở về truyền chức cho ông Dedie.

Từ đầu trước hết cho tới đây, thì các thầy giảng đạo là người dòng kia dòng nọ khác nhau: (như dòng Jesuita, Dominicô, Francicô, Barnabite và dòng Mission étrangère). Đến đây quờn làm giám-mục coi sóc các địa-phận đã lập ra, thì là dòng Mission étrangère cả. Nên các thầy dòng khác cũng phải tùy quờn cai các đứng giám-mục ấy cả. Nhưng-mà khi ông Dedie là giám-mục địa-phận Đông Dàng-ngoài qua đời đi rồi (1693), thì Tòa-thánh giao địa phận Đông cho các thầy dòng Dôminicô coi sóc, từ sông cái Hồng-giang sắp ra làm hạn.

---

20. LÊ-GIA-TÔNG-MĨ-HOÀNG-ĐẾ (Lê-duy-hội).
Trị 4 năm, sống 15 tuổi, từ 1672 tới 1675.

Niên-hiệu :
{ Dương-đức 3 năm.
{ Đức-nguyên 1 năm.

TRỊNH.	NGUYỄN.
TÂY-ĐỊNH-VƯƠNG- (TRỊNH-THẠC).	HIỀN-VƯƠNG NGUYỄN-PHƯỚC-TẦN. Thái-tông-hiếu-chiết-hoàng-đế.

Lê-duy-hội em vua trước (con vua Thần-tông) 11 tuổi được họ Trịnh lập lên làm vua hiệu Dương-đức 3 năm, Đức-nguyên 1 năm.

Năm đầu (nhâm-tí tháng 4), Trịnh-thạc nhớ cái cừu cũ vuối Nguyễn-phước-tần, nên làm lễ cáo thiên địa thần kì, rồi chạy tờ cho Trịnh-đồng vuối Đào-quang-nhiêu lo sắm giữ biên-phương.

Tháng 6 đặt Trịnh-căn là con, Thủy-quân-nguyên-soái và Lê-hiến làm Bộ-quân-thông-suất vài vạn binh vô xâm lũy Trấn-ninh. Còn chúa T' thạc thì phò loan-giá vô châu Bố-chánh.

Nguyễn-phước-tần là Hiền-vương sai Hiệp là ông hoàng thứ tư làm Nguyên-soái đem binh ra Quảng-bình có Nguyễn-hữu-tân, Nguyễn-mĩ-đức đóng đồn giữ đó. Bên Trịnh qua Linh-giang lại đem chiến-thuyền vào cửa nhựt-lệ. Trong kia chúa Hiền-vương kéo binh ra. Đánh xọt-xọt ít trận riêng quây-quây.

Tháng 11 Lê-hiên rút vô lũy Trấn-ninh. — Nguyễn-hữu-ích đánh thắng nhiều trận, binh Trịnh tính không xong, rút về bắc Bố-chánh. — Qua tháng chạp Trịnh-thạc và vua thấy trời mưa dông lạnh-lẽo, khó-nhọc quan quân bèn dẫn binh về bắc, để Lê-hiên ở lại trấn-thủ Nghệ-an. Lấy Linh-giang làm giái-hạn.

Hồi tháng 6, chúa Trịnh và vua Lê, mắc đi vô đánh chúa Nguyễn, ở nhà có Võ-công-tuân ở kinh, trốn lên Tuyên-quang cướp phá dân-sự. Sau Trịnh-ốc rược chạy bên Tàu. Sau bị Thanh bắt đem giải về, mới đem mà xử trảm đi.

Tháng 3 năm sau, mới sai sứ qua nhà Thanh, 2 bộ sứ mà tuế-công và cáo ai vua Huyền-tông.

Chúa Trịnh bày ra dạy các quan văn vào chực nghị-sự tại phủ-nội gọi là nhập-các. Qua tháng 7 chúa Trịnh-thạc phong con là Trịnh-căn làm Nguyên-soái làm Định-nam-vương xưng là phó vương.

Tháng 11, nhơn có sao chồi sao tua hiện, sợ nên vua đồi nguyên-hiệu lại là Đức-nguyên, mà cũng chẳng tránh khỏi mạng trời ; vì qua năm sau tháng tư vua mất (1675).

Năm ấy 1675 tháng 2, nhằm 27 chúa Hiền-vương, năm sau hết vua Lê-gia-tông (Khang-hi nhà Thanh thứ 13). — Nắc-thai trong Cao-mên đánh đuổi vua Nắc-ông-nôn đi, thì quan Khâm-mạng dinh Thái-khương (Bình-hòa, Khánh-hòa, Nha-trang) đễ binh võ đánh Cao-mên, nội tháng tư đánh lấy Sài-gòn (khi ấy là Phan-yên bây-giờ là Gia-định),

Gò-bích và Nam-vang. Nác-thai bị thua chạy chết đi. Rồi thì Nác-thu ra hàng-đầu Annam (Nác-thu đó là Nác-sô tên Cao-mên là Chauphnia-sô đặt hiệu là Prachi-ches-tho, nên kêu là Nác-thu). Khi ấy có 2 vua, vua nhứt là Nác-sô là anh, em là Nác-tân làm vua nhì. Con Nác-sô là Saphô-tâm, muốn đặng ngôi thì giết cha mình là Nác-sô mà cướp lấy quờn; mà rồi nó lại bị vợ nó giết nó đi, mà đặt con là Nác-chi lên làm vua. Khi cháu làm loạn làm vậy, thì hai chú là Nác-tâm vuôi Nác-non chạy qua Annam. Con thứ Nác-sô (cũng là tên Sô hay là Thu) cũng đầu Annam. Kế lấy Nác-tân bệnh mà chết đi. Nên tháng 6, vua Hiến-vương mới cho đưa 2 Nác ấy về, đặt cháu (con Nác-sô là Nác-thu) làm vua nhứt (chánh) cho ở tại Vũng-luông (Compung-luông) bên-vua, bên lên thành Ô-đông), còn Nác-nôn là chú thì làm vua nhì (phó) cho ở tại Sài-gòn.

21° LÊ-HI-TÔNG-CHƯƠNG-HOÀNG-ĐẾ, (Lê-duy-hiệp).
Trị 27 năm, từ 1675 tới 1705.

Niên-hiệu : { Vĩnh-trị.
Chánh-hoà.

TRỊNH.

TÂY-ĐỊNH-VƯƠNG (TRỊNH-THẠC),
Định-nam-vương (Trịnh-căn).
từ 1683 tới 1707.

NGUYỄN.

HIẾN-VƯƠNG (NG-PHƯỚC-TẦN),
Thái-tông-hiếu-chiết-hoàng-đế.
NGŨ-VƯƠNG Ng-phước-thới
anh-tông-hiếu-nghĩa-hoàng-đế.
từ 1688 tới 1692.

Lê-duy-hiệp nguyên là con bà Trịnh-ngọc-trước, vua Thần-tông lấy thế chị là Trịnh-ngọc-tùng chết sớm đi, vua chết rồi mới sinh ra, vua Lê-gia-tông thăng-hà không con nên chúa Trịnh lập lên nối ngôi, đặt là vua Lê-hi-tông, niên-hiệu là 1° Vĩnh-trị, 2° Chánh-hoà.

Việc trong triều ngoài-quận chánh-sự thì một tay chúa Trịnh chuyên lấy cả. Mà chẳng khỏi bao lâu Trịnh-thạc là chúa Tây-định-vương qua đời để quờn làm chúa lại cho con là Trịnh-căn kêu là chúa Định-nam-vương (1683).

Vua ở ngôi 27 năm. — Đời vua nầy có sai Dinh-văn-tả đánh Mạc-kính-võ ở Cao-bằng chạy qua Long-châu bên nhà Thanh mất, (1688). Nhơn khi mắc tai-biến trong nước bị lụt, sâu keo, mất mùa đói ; năng có sao tua sao chổi, động đất lở bờ đê, vân... mỗi năm mất mùa thì có lấy tiền kho một hai vạn mà chần-bần.

Quân Mạc bị đánh đuổi nhiều phen chạy qua Thanh, thì nhà Thanh bắt đem qua giải-nạp cho Annam, 1684 Thanh giải Mạc-kính-liệu với 350 người bọn nó về Annam. Vua cho 3 người làm quan, còn bao-nhiêu thì cho đất ở an-bài. Dịp ấy quan Thanh là Vương-quốc-trinh, trì-trờ với quan Annam Đức-tài về chỗ ở lại sách-thận bạc hơn 5500 lượng. — Triều Annam gởi tờ trách bên triều nhà Thanh, nên Vương-quốc-trinh bị án trảm giam-hậu. Năm 1689, nhờ bên Thanh giúp bắt Võ-công-tuần giải về, đem chém đi.

Năm 1691. — Người bên Thanh Tân-ân-lùng lập đảng ăn-cướp ngoài biển, quan Thanh đánh bắt không được ; nó cứ vùng Vạn-ninh tụ chúng ăn-cướp. Lê-tuyên ra đánh bắt được đầu đảng nó và 200 bọn nó đem giải cho Thanh.

Năm 1692. Ngô-sách-tuấn bắt được Mạc-kính-chư điệu về nạp chém đi. Năm 1694 ở làng Đa-giá trên biên-cảnh đất Thanh-hóa bấy-lâu nó tụ nhau làm tuần bắt người lấy của xô xuống hầm, nay hay được, mới sai Lê-hải lên bắt được 290 người, chém bêu đầu hết 52 người, còn bao-nhiêu thì chặt ngón tay mà đày đi xứ xa.

Thuở ấy Triều-phước là con vua Ai-lao trốn đi tị-nạn

tại Động-sơn-vị — Nghe người nước Ai-lao đi tìm về mà tôn, thì vua Lê chúa Trịnh muốn tân ơn, sai quan trấn-thủ Nghệ-an là Đặng-tân-thự đem binh-gia đi hộ-tông về Man-chăn-thành, mà lập lên làm vua, dạy phải triều-cống nước Annam (1696).

Đời vua Lê-hi-tông nầy năm 1680, có quan tổng-binh Dương-ngạn-địch trấn-thủ tỉnh Quảng-đông, với phó tướng là Huỉnh-tấn; tổng-binh Trần-thắng-tài và phó tướng là Trần-an-bình nhơn làm tôi nhà Minh, nay bị nhà Thanh lấy được nước bên tàu, lòng không chịu phục triều Thanh, nên hai bọn dác nhau đem 3000 binh xuống 50 chiếc thuyền chạy qua cửa Hàn (Đà-nẵng) xin làm tôi chúa Nguyễn. Chúa Hiền-vương mới nghĩ rằng trong xứ Đông-phô (Biên-hoà) nước Cao-mên đất rộng, để cho hắn ở trong nước thì nghi, chi bằng cho nó vô đó nó choán đất làm ruộng, sau lần-lần mình sẽ lấy. Nên đãi yên, phong chức cho các tướng ấy rồi dạy vô Đồng-nai mà ở; lại viết tờ cho vua Cao-mên biểu đừng ngại gì. — Vậy các tướng chệc ấy chạy vô một bọn (Trần) vào cửa Cần-giờ lên Đồng-nai lập phô-phường buôn-bán tại Bàn-lân (thành Biên-hoà), ra chỗ thị-tứ, có người Khách, Tây, Nhựt-bổn, Chà-và, thầu-bè tới lui buôn-bán đó. Còn bọn kia (Dương) thì vào cửa Xôi-rạp (Lôi-rạp) thẳng vô tại Mĩ-tho ở đó.

Cách 7 năm chúa Hiền-vương qua đời (1688), thì Nguyễn-phước-thới là con lên nối quờn hiệu là chúa Ngãi-vương (Anh-tông-hiếu-ngãi-hoàng-đế). Tháng 6 năm 1689, phó-tướng Huỉnh-tấn trở nghịch với tổng-binh Dương-ngạn-địch đánh giết chết đi, rồi lập đồn tại Rạch-nan (huyện Kiến-hoà tỉnh Định-tường), sắm thầu chiến-thuyền nhiều và đúc súng lớn, ngăn đàng buôn-bán Cao-mên. Nên vua Cao-mên là Nặc-ông-thu sợ mà làm ba đồn để dự-phòng; một cái tại Ba-cầu-nam, một cái tại Nam-vang, còn một cái nữa tại Gò-bích, lại dâm bè giăng dây thảo-long ngang sông Cầu-nam.

Ông vua nhì là Nắc-ông-non ở tại Saigon chạy tờ cho chúa Ngãi-vương. Tức-thì sai phó-tướng Thới-khương-dinh là tước Vạn-long-hầu, Thắng-long-hầu, Tân-lễ-hầu, lấy binh đem vô mà dẹp cho yên. Nhưng-vậy lập mưu hễ tân-binh tới ngang Rạch-gầm thì cứ nói đi lên đánh vua Nắc-ông-thu; biểu tướng chệc là Huình-tấn đi tiên-phong, rồi ra giữa dòng bắt chém quách đi, quày vô phá đồn-lũy nó, (có quan chệc ở Đồng-nai cũng đi theo đó nữa.) Xong rồi dậm lên phá dây thảo-long Cầu-nam, đốt phá đồn, Gò-bích, Nam-vang đi hết.

Vua Cao-mên là Nắc-ông-thu chạy vô Vũng-luông đóng đó. Sai mụ Chiêm-luật làm sứ xin quan tướng Annam bãi binh thì sẽ cống nghi-vật... Thì quan Annam nghe theo mà rút binh về Bến-nghé 1689. Mà cuối năm cũng không thấy đem đồ cống. Lại lúc ấy trời độc có dịch thiên-hạ, quân-lính hao nhiều lắm. Các quan đều cụ sợ đỗ cho ông Vạn-long-hầu làm lều cho ra cớ-sự làm-vậy. Nên cuối năm 1690 chúa Ngãi-vương sai ông Nguyễn-hữu-hào (con ông Nguyễn-hữu-ích đánh Trịnh có danh) tuyển binh Phú-yên, Thới-khương, Bình-thuận vô bắt quan tướng Vạn-long-hầu giải về kinh làm tội, rồi đi đánh Cao-mên. Qua tháng tư (1691) Nguyễn-hữu-hào đánh bắt được vua Nắc-ông-thu điệu về Saigon. Vua nhứt Nắc-ông-thu đau bệnh chết đi, rồi vua nhì Nắc-ông-nôn ở Saigon rầu giết mình đi nữa. Tờ về kinh chúa Ngãi-vương dạy đặt Nắc-yệm là con Nắc-ông-non lên làm vua.

Bắt đạo thiên-chúa lần thứ 4. Khi chúa Tây-định-vương là Trịnh-thạc còn sống vẫn người có lòng ghét đạo; nhưng không bắt cho nhặt lắm, giảng đạo, lễ phép, đọc kinh, xem lễ, phải lén-lúc, giầu-đút. — Lại thuở ấy hai ông giám-mục đàng ngoài ở tại Phô-hiến (tĩnh Hưng-yên) là nơi người Hoa-lang, Ô-lơn, Hồng-mao, Phalangsa đã mở ra ở buôn-bán, chúa Trịnh-thạc cũng biết, mà cũng làm thinh bỏ qua. Đến đây năm 1696 chúa Định-nam-vương là con lên nôi nghiệp mới ra chỉ bắt đạo nhặt, phá triệt-hạ nhà thờ, đốt sách-vở... Có 2 thầy dòng Jésuita phải bắt giải về Ma-cao ; sau cũng có bắt các thầy cả khác, mà già lo đút bạc thì khỏi. Nhưng-vậy trong Nghệ-an được bàng-an vì nhờ ông quan trấn đó là người liêm-chính, không có lục-tông chỉ bắt đạo ra dần-dần nguôi đi.

Khi ấy trong Đàng-trong (năm 1700) cũng cấm đạo Hoa-lang, đốt sách-vở. Còn các thầy Tây giảng đạo thì đuổi đi về quê-quán nước-nhà mình không cho ở.

Chúa Trịnh-căn khi ra chỉ bắt đạo cũng luôn dịp cấm dân bắt chước người bên Thanh qua ở ngụ buôn-bán, giốc tóc, mặc áo cụt, mà dạy phải tùy tục trong nước, lại cấm dân không cho bắt chước tiếng nói, hay-là áo mặc nữa.

Trịnh-căn phong cho con cháu bà con rồi, sau mới tính tới vua. Vậy (1705) tháng 4 vua ra chiếu truyền ngôi cho thái-tử là Lê-duy-đường lên làm vua Còn vua Lê-hi-tông thì lên chức Thái-thượng-hoàng.

22⁰ LÊ-DŨ-TÔNG (Lê-duy-đường).
Trị 26 năm, sống 52 tuổi, nhường ngôi 2 năm, từ 1705 tới 1729.

Niên-hiệu : { Vĩnh-thạnh 15.
Bảo-thới. 10.

TRỊNH.	NGUYỄN.
KHƯƠNG-VƯƠNG (Trịnh-căn) (tới 1708) AN-DÔ-VƯƠNG (Trịnh-cang) (31 năm từ 1708 tới 1739)	MINH-VU ONG HIẾN-TÔNG-HIẾU-MINH-HOÀNG-ĐẾ. — Ng-phước-điều. từ 1692 tới 1724.

THANH.

Khang-hi,
Ủng-chánh, | 61.

Khương-vương là chúa Trịnh-căn ép vua Lê-hi-tông, nhường ngôi lại cho hoàng-thái-tử Lê-duy-đường là Lê-dũ-tông rồi mình cũng ôm lấy chuyên cả quyền-hành việc nước. Năm sau Triệu-phước là chúa Ai-lao mắc bị Lạc-hườn quấy-rối Man-chăn-thành nên không tu-công. Trịnh cho dụ trách ; chúa Ai-lao xin giảm công-lệ mỗi năm, xin 3 năm công lệ diên-thọ Trịnh một lần mà-thôi. Rồi sai sứ đem lễ vật dâng, xin khí-giái và cầu-hòn ; thì Trịnh-căn đem quận chúa gả cho (1706).

Nhơn vì các phiên-tù khi tới kinh châu, hay lân-la làm quen với những người quyền-yêu nơi triều, nên Trịnh ra chỉ cấm đi, hễ có tới thì được tới 4 ông quan mà-thôi ; còn muốn ở lại thì cho bất-quá 20 ngày.

Chẳng khỏi bao lâu (tháng 5 1708) chúa Khương-vương là Trịnh-căn chết đi ; mà bởi cả con, và cả cháu nội đã mất sớm đi ; nên chắc là Trịnh-cang lên nối quyền, tiếm hiệu là An-đô-vương.

Trong nước cũng khá bình-yên không giặc-giã chi, dân-sự rảnh-rang ; nên lo sửa-sang sắp-đặt trong nước. Nhưng vậy cũng nhiều khi có mất-mùa đói-khát. Lúc vỡ bờ đê, lụt, hạn, đói thì nhà-nước xuất tiền kho ra mà chẩn cho dân bần-cùng, khi thì một vạn quan (1712), 4 vạn (1726), khi thì 6 vạn (1727) ; lại giảm thuế, tha thuế. Ruộng đất dạc lại, phân-chia đất màu-mỡ dọc bờ sông cho dân trồng-trặc. Tu bộ, định thuế-lệ, lập thuế thổ-sản. Ra giáo-lệnh 7 điều, ban giáo-điều, định quan chế theo luật Hồng-đức, lập đồn-thủ tuần-tư, sửa định lệ kia lệ nọ lại bỏ cái hình chặt tay đi mà làm ra lưu đồ, còn phép thuế tô, dung, điệu thì noi theo lệ nhà Đường. Khai cảng Nghệ-an Thanh-hóa cho sâu cho tàu-bè thuyền-giá vô ra buôn-bán.

Cũng nhơn lúc ra lệnh cấm đều kia đều nọ, như năm 1717 cấm quần-tụ ăn-uống say-sưa. — (1710) Cấm quan-viên lập trang-trại riêng vì dân hay chạy các cửa thể ấy mà lấy thế cho được trốn xâu lậu thuế. 1716 Người Thanh hay qua mà đi mở mỏ vàng bạc đồng chì thau thiệt nhiều quá, sợ nhiều quá sinh biến, nên cấm ở tụ nhiều mà định lệ cho phép mỗi mỏ cho từ 100 sấp lên 300 người mà-thôi.

Lại năm 1712 chúa Trịnh-cương (Cang) ra chỉ cấm đạo Gia-tô (Thiên-chúa) càng ngặt hơn ông cố mình là Trịnh-căn đi nữa. Bắt bổn đạo nội trong một tháng phải nộp tờ xuất-giáo (bỏ-đạo) bằng không thì bắt thích 4 chữ, *học Hoa-lang đạo* trên trán, phạt bạc bốn chục đính mà lấy mà thưởng kẻ nào điểm-chỉ. Mà trong sử thì rằng : chỉ ra cấm đạo Gia-tô, cấm đã nhiều phen mà các quan sở-tại hay ăn hối-lộ nên không hay bắt nhặt. Ai tỏ cáo thì thưởng 100 quan, bắt được hớt tóc đi, thích 4 chữ, *học Hoa-lang* đạo, phạt tiền 100 thưởng kẻ điểm-chỉ mà đi lại cũng không hết được. Lần cấm đạo nầy là lần thứ 5.

Lúc ấy có 4 thầy giảng bị bắt đánh giập đầu gối, rồi bỏ tù hai năm. Thuở ấy đức thầy chính là ông Jacôbê de Bourges, ông phó giám-mục là Edmo Belot, và cô Fancicô Guisain, phải bắt bỏ xuống tàu đưa vô nước Xiêm. Mà khi tàu vô tới lôi Nghệ-an, có ghe bổn đạo ra đón lén rước đức thầy phó, và ông cô vô bờ ẩn-dật xứ Nghệ-an.

Đức thầy chánh đã 81 tuổi, vô Xiêm được 2 năm mất trong ấy (1714). Thì ngoài nầy đức thầy phó lên làm chánh, coi-sóc địa-phận Tây 3 năm người qua đời (1717). Khỏi năm sáu năm cô Fancicô Guisain, mới lên chức giám-mục nối quờn đó, được 2 năm rồi chết đi (1723).

Cơn cấm đạo ấy nhà thờ phải triệt-hạ gần hết các quan choán lấy đất nhà trường, nhà chung ở Phô-hiên và các chỗ khác nữa.

Cách vài ba năm mất mùa, đói khát, cơ-cẩn dân ngoại dân đạo đều kêu-rêu trách-móc rằng bởi chúa cấm đạo, bắt-bớ mà ra tai-biến khốn-cực thể ấy.

Chúa Trịnh liền truyền chỉ tha đạo Gia-tô, và cho phép dân theo 11 thứ đạo khác nữa ; nên Đàng-ngoài việc đạo yên lại được 7 năm.

Khỏi 7 năm, 1721 lần thứ 5 nầy bắt mới rát cho chớ. Chúa An-đô-vương Trịnh-cang ra chỉ cấm đạo cả và nước, ở Kẻ-sặt có mụ kia có đạo mà xấu-nết, bị vạ dứt phép thông công nên oán đi thưa điểm-chỉ cho quan bắt đem vô Kẻ-chợ tra-khảo, bắt khoá-quá cũng có kẻ nhát gan sợ mà bỏ đạo, mà những người vững-vàng không chịu, lần ấy 150 người bị án phát lưu thảo-tượng. Lại có 10 người tử-vì-đạo. Dưới La-phù tỉnh Quảng-yên có bắt được hai thầy dòng là ông Messari và ông Buccharelli, ông trước chết trong tù, còn ông sau phải án trảm-quyết, làm một (nội một ngày 11 tháng octobre 1723) với bốn thầy giảng, ông từ nhà thờ Kẻ-bạng, và bốn người bổn-đạo nữa.

Đến sau ngày xử các ông ấy có sao chồi hiện ra, dân ngoại sợ-hãi kêu-trách chúa Trịnh-cang lắm, chúa tế trời, đảo mà làm cho vững lòng dân. Từ ấy mới giảm bớt cơn bắt đạo.

Năm ấy đức thầy Belot qua đời. Cố chính Louis quyền lấy mà coi-sóc địa-phận tây 16 năm mới chịu chức giám-mục.

Năm 1714. Sai sứ qua Thanh; công chuyện ấy nhà Thanh chuẩn cho khỏi cống ngà voi và sừng tây. Còn những đồ từ-khí vàng bạc quen cống mọi khi, thì cho làm ra đính một lượng mà nạp mà-thôi. Kê năm sau Thái-thượng-hoàng mất.

Cách 2 năm là năm 1717 mới sai sứ qua nhà Thanh cầu phong và cáo ai, cuối năm sau 1718 sứ Thanh mới qua phong và tế vua Hi-tông.

Sai Võ-đình-ân hội với quan nhà Thanh lập giái tại núi Chiên-xưởng. Vì cò-kè vuôi Thanh, nên Thanh trả đất lại được 40 dặm, nên đây hội mà lập giái. (1725).

1729 Nhà Thanh lại trả mỏ đồng Tụ-long lại cho Annam.

Năm 1724 chúa Nguyễn-minh-vương mất, trao quyền cho con là Ninh-vương (Nguyễn-phước-chú) Túc-tông-hiệu ninh-hoàng-đế.

kẻ với lại trước chúa Minh-vương nầy lên nối chúa Ngãi-vương thơ 19 tuổi. Người đánh lấy róc nước Chiêm-thành, đặt phủ Bình-thuận; người lại đánh Cao-mên lấy lập làm Gia-định phủ. Người cai-trị Đàng-trong 52 năm, Năm 1699 người sai ông lễ-thành-hầu Nguyễn.... Võ kinh-lược Gia-định kêu là Phan-trấn; đặt có cai bộ (bố-chánh), ký-lục (án sát), để trị dân; đặt có binh cơ thủy bộ để hộ-vệ. Dân cư ở kẻ đá hơn 4 muôn nóc nhà. Lại cho dân ngoài Quảng-bình, Huế, Bình-thuận vào ở làm ruộng lập vườn. Từ đó mới có thuế-lệ, lập bộ đinh, bộ điền, làng-xóm tổng-lý xã-thôn.

Thuở ấy (1706) ông Yệm là vua chúa Nguyễn đặt trên Cao-mên, bị em tranh quờn, chạy vô Xiêm viện vua Xiêm giúp. Annam đem binh giúp ông Yệm đánh Xiêm thua, vua về ở La-bích. Hồi Xiêm ra đánh với Annam ngang Rạch-gầm, Annam ngăn được. Có Xá-hương chở lương-phạn bị binh Xiêm vây mà mình ít quân, sợ nó lấy được lương, liền đục ghe chìm đi mà chết theo. Nên sau chúa Nguyễn phong thần lập miễu thờ ở đó.

Đời ấy 1715 có tên Khách tên là Mạc-cửu lên Nam-vang mua hoa-chi cờ-bạc, gặp mỏ bạc phát phước làm giàu, mới về Hà-tiên qui dân lập ấp được 7 làng, tại Phú-quốc, Long-cơ, Cần-vọt, Vũng-thơm, Rạch-gía Cà-mau, rồi sai ra Huế xin quản-suất mấy xứ ấy, chúa Minh-vương phong tước hầu, lại đặt làm tổng-binh mà coi lấy đó.

Minh-vương năm 1700 hạ chỉ cấm đạo Thiên-chúa, (Hoa-lang, Gia-tô). Lúc ấy có bắt được 6 ông thầy Tây (dòng Missions étrangères) cầm tù chết hết 3 ông. Bà Ynê và 6 người nữa bị cầm-cốc chết đói, lại có 5 người khác tử-vì-đạo nữa. Cầm làm-vậy đã 4 năm, rồi tha đi vì là nhờ chúa có yêu dùng một ông thầy dòng kia thông-thái trí-cách lắm; nên tha các thầy bị cầm ra mà cho đi giảng-dạy thong-thả.

Năm 1720 có chiếc tàu Langsa tên là Galathéc đâm tam-bản vô Phan-rí lấy nước bị người xứ ấy bắt lại. Nhờ có ông thầy đạo Charles Gouge, đem vô vua Hời (là vua An-nam còn để cho có, có quan Annam coi). Phải chuộc 3 ông quan ấy hết 420 đồng bạc đầu người mới khỏi.

Còn về phần chúa Trịnh, thì khi nào muốn tự-tân tước gì chức gì mặc ý; vì quyền ở trong tay mình, muốn làm sao thì làm. Đặt Nguyễn-công-cang làm thầy dạy con mình là Trịnh-giang (1724) rồi phong lần cho con. Bày ra lập phủ mới cho mình tại xứ Cồ-bia. — Phế con lớn vua Dú-

14

tông, là Duy-tường mà lập em người là Duy-phường 19 tuổi lên làm thái-tử, 1727. Rồi lại ép vua Dũ-tông nhường ngôi lại cho Lê-duy-phường là cháu ngoại va, mà lãnh chức Thái-thượng-hoàng ; cách 2 năm là năm 1730 vua tức-mình chệt đi.

Chẳng khỏi bao lâu chúa Trịnh-cang (An-đô-vương) cũng chết. Người đi chùa Phật-tích ở Bác-ninh về Kẻ-chợ, bị thổ huyết phát ách mà chết tươi đi ; thì con là Trịnh-giang lên thế vị.

23. VĨNH-KHÁNH-ĐẾ (Lê-duy-phường).
Trị 4 năm, từ 1729 tới 1732.

Niên-hiệu : — Vĩnh-khánh.

TRỊNH.	NGUYỄN.
OAI-VƯƠNG (Trịnh-giang hay là xang). 1728.	NINH-VƯƠNG Ng-phước-chú-túc-tông-hiếu-minh-hoàng-đế. *từ 1724 tới 1737.*

Hiệu thì hiệu vua Lê, mà oai-quyền phép-tác ở một tay chúa Trịnh-giang, càng ngày càng lộng, như ta sẽ thấy. Nhưng-vậy chúa dữ ấy cũng đã sửa-sang sáp-đặt việc trong nước. Vậy đầu hết 1729 chúa giảm bớt thuế cho dân, mà thăng thuế Khách-hộ. Thấy việc lập phủ Cô-bia nặng cho dân tôn nhân công vật liệu vô ích thì bãi đi, mà dỡ lấy đem về tu-tạo chùa Quỳnh-lâm và Sùng-nghiêm. Còn triệt mấy trường-xưởng (đồn đánh thuế mỏ), cấm không cho khai đào các mỏ đất Thanh-hóa, vì sợ động địa-mạch. 1730 — Dời vua trước có lập thuế thổ-sản, thì bây-giờ bỏ đi. — Khi trước có đặt quan diêm-đương thâu thuế muối; nó bắt ai có muối 1 đấu, nó thâu một tiền, nên gía muối cao lên mất lắm, thì bãi thuê ấy đi 1731.

Về oai-quờn phép-tắc chúa Trịnh-giang thì nói chi? Đặt quan, phân chức, bím, giáng, thăng truất chẳng những là các quan, mà lại vua nữa, một tay va chuyên hành cả. Như Bùi-sĩ-xiêm làm điều trần về dịp tai-biên, nhựt-thực, sao tua có gạnh việc tiếm họ Trịnh, nên chúa Trịnh cất chức đi. Như Nguyễn-công-cang, là thầy con va, là quan lớn trong triều, bị giềm vì làm phe-đảng, va ép tự-tận đi.

Còn vua Vĩnh-khánh-đế thì va phê xuông làm hôn-đức-công, mà lập anh vua là Lê-duy-tường, là ông hoàng anh cha mình đã phê đi, lên làm vua; đại xá, cải hiệu là Long-đức. (Tháng 8 năm nhâm-tí 1731). — Sau cách ba bôn năm (1735) chúa Trịnh thất cỏ giết vua Vĩnh-khánh-đế đi.

24° LÊ-THUẦN-TÔNG-GIẢN-HOÀNG-ĐẾ (Lê-duy-tường).
Ở ngôi 3 năm, từ 1732 tới 1735.

Niên-hiệu : — Long-đức.

TRỊNH.	NGUYEN.
OAI (UY) VƯƠNG (TRỊNH-GIANG hay là Xang).	NINH-VƯƠNG-NG-PHƯỚC-CHÚ, túc-tông-hiếu-minh-hoàng-đế. *tới 1737.* VÕ-VƯƠNG-NG-PHƯỚC-THUẦN, thế-tông-hiếu-võ-hoàng-đế. *từ 1737 tới 1765.*

Trịnh-giang đặt Lê-thuần-tông lên rồi, cứ việc chuyên lo lấy các việc trong nước. Bãi binh mộ đi kẻo tốn-phí. — Cấm làm đồ khí-dụng hoa-mĩ. — Ban sách *ngũ-kinh-đại-toàn*, in bên nầy cho các xứ. Yn *tứ-thơ, sứ, thi-lâm, tự-vị*, rồi cấm không cho mua sách Tàu nữa.

Lật-bật được 3 năm vua Lê-thuần-tông mất đi, thì chúa Oai-vương lại lập hoàng-đệ là Lê-duy-thìn lên làm vua.

---

25. LÊ-Ý-TÔNG-HUY-HOÀNG-ĐẾ (Duy-thìn h là Duy-chân).
Trị 5 năm, từ 1735 tới 1740.

Niên-hiệu :   —   Vĩnh-hựu.

TRỊNH.	NGUYỄN.
OAI-VƯƠNG (Trịnh-giang).	NINH-VƯƠNG NGUYỄN-PHƯỚC-CHÚ.
MINH-VƯƠNG (Trịnh-dinh).	Túc-tông-hiếu-minh-hoàng-đế.
	VÕ-VƯƠNG NGUYỄN-PHƯỚC-THUẦN
	Thế-tông-hiếu-võ-hoàng-đế.

TIIANII.
Càn-long — năm đầu.

Vua Lê đặt lên bồ xó đó. Trịnh-giang quản-suất mọi việc lấy cả. Chúa Trịnh nầy hay mê-đắm sự ăn-chơi quá bội ; cho-nên lập chùa Hồ-thiên, Hương-hải làm chỗ cảnh để đi chơi. Lại bày góp đồng của các quan mà đúc tượng Phật để chùa Quỳnh-lâm (1736) — Bởi hay ăn-chơi tốn-phí lắm, lại bày cho nộp tiền mua chức ; quan nào muốn lên cấp thì nộp 600 quan, dân nộp 2,800 thì được hàm tri-phủ, 1,800 thì được chức tri-huyện.....

Quyền chế-biên sai quan, đặt quan, cất quan, cũng là tay Trịnh hết. Lâu đến nay Trịnh cũng không cho vua ngự để đình-thí nữa ; Trịnh tự thí lấy tân-sĩ tại phủ-pường mình mà-thôi. Nên năm ấy (1735) chúa Trịnh lấy Trịnh-huệ đến chức trạng-nguyên.

Thuở ấy (1736) chúa Oai-vương (Trịnh-giang) ra chỉ cấm đạo. Nên năm ấy quan tỉnh Đông bắt 4 thầy dòng Jésuita mới qua giải về Kẻ-chợ, lại có 2 thầy kẻ giảng đi đưa các thầy ấy bị bắt đó nữa, có một thầy bị tấn lung lắm chết đi trong tù, còn 4 thầy Tây thì làm án trảm quyết mà xử một ngày với 2 người bổn-đạo (12 tháng giêng tây, 1737).

Năm Long-đức năm đầu vua Lê-thần-tông, là năm 8 chúa Nguyễn Ninh-vương cũng cứ làm theo việc cha mình là Minh-vương mà lập phủ Định-viễn (Vĩnh-long) tại Long-hồ ; (khi trước đặt tại Cái-bè) 1733.

Lại năm 1737 Mạc-cửu ở Hà-tiên mất đi, thì chúa Ninh-vương phong cho con là Mạc-tôn lên thế cho cha.

Chúa Ninh-vương không cấm không bắt đạo Thiên-chúa, nên trong Đàng-trong việc đạo bình-yên.

Đến năm 1737 chúa Ninh-vương qua đời, thì con người là Nguyễn-phước-thuần lên nối quờn hiệu là Võ-vương (1737).

Ngoài Đàng-ngoài đói-khát, bão-lụt, mất-mùa, dịch-tễ, giặc-giã nổi lên, cũng vì chúa Trịnh-giang làm qúa tay, hiệp vua, hiệp quan, hiệp dân, hiệp hết mọi người. Còn mình đã làm chủ mọi sự, mà cũng còn ham-hố danh-vọng, nên tháng 9 năm 1738 Trịnh-giang nhằm mấy tước cao-trọng cũ của mình, mà giả sứ hoàng-đế nhà Thanh đệ sắc qua phong cho va là *Annam thượng vương*, cho được ở trên vua Lê đi nữa.

Vì lòng hung-dữ, độc-địa chúa Trịnh giết quan quân tự ý mình, muốn ngang chừng nào được chừng nấy. Nào vua nào quan, nào dân ai mà dám hó-hé ; cứ va làm làm sao thì phải chịu làm-vậy mà-thôi. Cho-nên năm 1736 trên Thái-nguyên, Sơn-tây có thầy chùa tên là Nguyễn-đương-hưng dậy giặc. Còn 1737 các hoàng-tử Lê-duy-chúc là con vua Hi-tông, Lê-duy-mật, Lê-duy-qui con vua Dũ-tông, thấy Trịnh hay thí-nghịch, thầy Lê càng ngày càng bị ẹp, quờn-phép chẳng còn chút gì, thì tức mình nên đã cùng Phạm-võ-thước, Lại-thế-tê mưu đốt thành đi; mà tính không xong, sợ sau lậu ra mà khốn, liền bỏ mà đi. Lê-duy-qui chạy tới xứ Cầm-thí; còn Lê-duy-mật với Lê-duy-chúc, vô Nghi-dương tìm lần vô Thanh-hoá, nhờ có người thổ-hào tên là Ngô-hưng-tạo đưa vô Thanh.

Trịnh-giang hay tức-tốc cho theo bắt mà hụt đi, bắt được một mình Phạm-võ-thước cầm ngục lại sau xử đi.

Lê-duy-chúc với Lê-duy-qui sau đau bệnh chết đi. Còn lại Lê-duy-mật cứ trên phía tây-nam ở đó. Trịnh theo đánh bắt không được, có một trận bắt được Phạm-công-thế đem về kinh. Triều-thần rằng: *Ngươi là người khoa giáp mà sao có theo nghịch đảng?* Thì Phạm-công-thế nói rằng: *danh phận bất minh cửu hĩ, thuận nghịch an sở biện hồ?* rồi giơ cổ ra chịu chém.

Cuối năm 1738, phía dưới Hải-dương giặc nổi dậy, chúa Oai-vương (Trịnh-giang) đã hung-hăng dữ-tợn mà lại dâm-dật vô độ. Va dâm loạn với Đặng-thị... là hầu kì-viên-phi của cha va; bà mẹ hay được bắt Đặng-thị thì tự-tận đi. Ngày kia lão bị sét đánh té chết giấc đó, một hồi lâu mới tỉnh lại. Từ ấy về sau sinh chứng ngợp hay sợ hễ nghe sấm thì run-rẩy cả và mình, sợ khiếp vía đi. Quan hoạn là Huỳnh-công-phụ mới nói là dâm báo, nên bày biểu đào dưới đất lập thường-trì-cung (tiên-cung) xuống đó mà ở đừng có ra nữa. Vậy chúa Trịnh mới nghe theo lập tại xã Huỳnh-mai, huyện Thanh-trì (nền cũ nhà Lý) mà ở.

Trên nầy Huỳnh-công-phụ được thả lộng quyền; làm đến sức; giết-bỏ quan dân, làm nhiều điều tình-tộ, nên sinh sự ra ; người-ta đâu đó thán-oán kêu-van. Có kẻ tức-mình dậy giặc.

Tại Ninh-xá tỉnh Hải-dương, Nguyễn-tuyển, Nguyễn-cừ xưng là Minh-vương, nơi Mộ-trạch thì Võ-trác-uinh xưng là Minh-công, tại Sơn-nam thì có Huình-công-chí, tụ hội tại Ninh-xá, mượn tiếng phò Lê diệt Trịnh mà làm giặc, binh-gia đông-đấn muôn kia ngàn nọ náo động đi cả.

Chúa Oai-vương là Trịnh-giang đã xuông hầm mà ở đi rồi, thì Trịnh-dinh là em lên thế làm. Minh-đô-vương nhác Trịnh-giang lên chức thái-thượng-vương ; ở vậy hơn 20 năm sống 54 tuổi, chết năm 1760.

Ban đầu mới lên nhíp-chánh còn nhúc-nhát vì người Huình-công-phụ bớt quyên-thế đi, thì ganh rầy tranh-giành cho-nên họ Võ-thị là bà thái-phi Trịnh biểu Nguyễn-quí-kỉnh khuyên Trịnh-dinh hạ Huình-công-phụ đi. Mới hiệp với Nguyễn-công-thể, Trịnh-trạch và Võ-tất-chơn là cậu ruột Trịnh-dinh, mà giục Huình-công-phụ ra đi đánh bọn Nguyễn-tuyển, Huình-công-phụ đi khỏi, ở nhà mới lập Trịnh-dinh lên làm chúa coi việc nước — Trịnh-dinh dụ-dự không chịu, mới tâu vua, vua dụ hai ba phen mới chịu. Khi đệ sắc ân mà tôn thì đã có bọn Huình-công-phụ không bằng lòng đứng thở ra, Trương-khuôn bắt quách bỏ tù, nổi trông lên cho bá quan tới bái-hạ — Các quan đi theo hầu Trịnh-giang dưới cung Thưởng-trì, nghe việc biên làm-vậy thì kéo binh tới, nhờ binh Nguyễn-quí-kỉnh đánh lại, nên sau các quan phải chịu về bái hạ, phục Trịnh-dinh.

Trịnh-dinh lên quờn được rồi, mới cho đi bắt bọn Huình-công-phụ mà giết, mà Huình-công-phụ nghe biết liền đem thủ-hạ mươi người trốn đi mất.

Lúc ấy có giặc nổi tứ phía, không kể bọn Nguyễn-tuyển giặc Huình-công-chất tại Sơn-nam ; giặc Lê-duy-mật trên Sơn-tây ; giặc tại Ngân-giã, bọn Võ-đình-dung, Huình-kimtrào, giặc Toản-cơ là quan phan-tù xứ Lạng-sơn đánh hãm Đoàn-thành, quan tồng-phủ là Ngô-đình-thạc không chạy ở đó chịu chết; trên Sơn-tây giặc lão Bông, lão Tồ, sai Võ-tá-lý đánh bắt được; tại huyện Phú-châu, Thượng-phước thì có giặc Nguyễn-tuyển.

Qua tháng 5 Trịnh-dinh ép vua Ý-tông nhường ngôi lại cho cháu là Lê-duy-đào là con lớn vua Lê-thần-tông, khi trước hòng lập mà bởi chú là Lê-duy-mật khi-binh nên mắc cầm-cô thì Trịnh-giang phế đi. Vua Lê-ý-tông lãnh chức thái-thượng-hoàng sống 18 năm, năm 1758 mới chết.

26. LÊ-HIỀN-TÔNG (Lê-duy-đào).
Trị 48 năm, từ 1740 tới 1786.

Niên-hiệu : — Cảnh-hưng.

TRỊNH.	NGUYEN.
MINH-ĐÔ-VƯƠNG (Trịnh-dinh). *từ 1798 tới 1765.*	võ-vương Nguyễn-phước-chú. *từ 1737 tới 1765.*
TỊNH-ĐÔ-VƯƠNG (Trịnh-sum). *từ 1765 tới*	ĐỊNH-VƯƠNG (Nguyễn-p-thuần). HUỆ-VƯƠNG (Duệ-tông-hiếu-định-hoàng-đế). *từ 1765 tới 1778.*

THANH :
Càn-long 6⁰.

Nội trong trào Lê có một ông vua Lê-hiền-tông (Cảnh-hưng) ở ngôi lâu hơn hết. Trong 48 năm đời người làm vua thì cũng bị dòng nhà Trịnh chuyên lấy mọi việc, vua thì ở dẹp lại đó cho có vị có tên mà-thôi. Bấy-lâu nay thường Trịnh choán lấy hết, lâu đền lễ tế nam-giao cũng là giành mà làm ; mà chúa Minh-đò-vương còn có chỗ nhượng một hai chút ; nên thầy va có mời vua ra ngự duyệt binh thủy bộ một lần (1753).

Đời ấy trong nước cũng nhiều mắc phải tai-biến, loạn, giặc-giã, đói-khát, mất mùa, đại hạn, bão lụt, dịch-tễ dân-sự chết nhiều ; bắt-bớ làm khổ-sở kẻ giữ đạo Thiên-chúa ; Tây-sơn dậy giặc, Trịnh vô đánh lấy Huế, chúa Nguyễn chạy vô Gia-định.

Nguyễn-tuyến, Nguyễn-cừ, như đã nói trước nầy cứ làm giặc luôn — (1740) Nguyễn-tuyến giả xin đầu-thú, làm mưu bắt-được Đặng-đình-luân cầm lại, sau Nguyễn-tuyến bị thua bỏ va vô được. Tháng 7 bắt đuợc Nguyễn-cừ (Phạm-đình-trọng) bắt giải-nạp Kinh-sư chém đi.

Võ-trác-uinh dậy loạn, Huình-ngãi-bá thông-lãnh Hải-dương đem binh đánh — Lại có giặc lão Kinh, phải sai Trương-khuôn đi đánh (1740). Ưu-binh Thanh, Nghệ dậy phá nhà Nguyễn-qúi-cảnh, vì ông nầy không chịu thưởng công khó lính-tráng. Nguyễn-diên là cháu Nguyễn-tuyến dậy đánh phá Sơn-tây, Trịnh-dinh sai Lê-lệ đánh, chạy xứ An-lạc.

Đông-hoán phản, Văn-đình dẫn lưu-thú Tuyên-quang đánh va thua va chạy đi, (tháng 6 1740).

Dẹp bọn nầy bọn khác nổi lên — Tháng 6 1742 Nguyễn-hữu-cầu (Hải-dương) đánh Thanh-hà, bị Huình-ngũ-phước đánh chạy đi, qua Đồ-sơn bị Huình-ngũ-phước theo vây nữa, giải vây chạy qua Kinh-bắc hãm trấn-thành được, rồi Trương-khuôn với Huình-ngũ-phước đánh lấy lại. Sau Trương-khuôn bị nó đánh thua tại Ngạc-lâm, Đinh-văn-giai đánh tại Xương-giang cũng thua nó, (1743) — Qua tháng 8 năm sau 1744, bị Huình-ngũ-phước với Phạm-đình-trọng đánh, trước chém tướng nhứt nó là Thông tại Xương-giang thành, sau lần-lần phá được anh ta chạy đi. Đánh bắt anh ta không được, mà bị Phạm-đình-trọng cứ đuổi già, Nguyễn-hữu-cầu túng thể xin về đầu, chúa Trịnh-dinh cho, lại phong tước Hường-ngãi-hầu, mà Phạm-đình-trọng không chịu cứ đánh mãi. (1745) — Nguyễn-hữu-cầu hiệp bọn với thảo-khấu đến đánh Sơn-nam, trần tướng là Võ-tá-sác đánh không lại, nên chúa Trịnh phải cậy Phạm-đình-trọng với Huình-ngũ-phước đánh va mới được, va thua tại Cẩm-giang, (1747 tháng 9) — Rồi va lại để khuya đầu canh năm độ binh qua Bồ-đề mà đánh vô Kinh-thành. Trịnh-dinh ra cự va tại bến đò Nam-tân, kê lấy Phạm-đình-trọng nghe báo tin, kéo binh tiếp tới nữa đánh va thua chạy đi. Qua năm tân-vì 1750, Trịnh-dinh bối-rối vì giặc nầy không trừ được, nó cứ phá phía đông phía nam mãi, làm gì không được nó, thì tức mình hội binh tướng lại tại Bồ-đề, muốn mình ra làm tướng đi đánh. (1748) Mà đình-thần can đi ; nầy quyền cho Huình-ngũ-phước, Phạm-đình-trọng chánh phó lãnh binh quyết đánh cho được. — Vậy kéo binh xuống Hoàng-giang, Nam-xang, Bình-lục đánh Nguyễn-hữu-cầu tại làng Mã-nào, Hương-nhi ; Nguyễn-hữu-cầu thua chạy vô Thanh-hoá, rồi vô Nghệ-an nhập bọn Nguyễn-đình, mà Phạm-đình-trọng không nới cứ theo mãi rược hoài, va túng chạy ra biển bị bão vô bờ với mươi người thủ-hạ vào núp núi Huình-mai, bị Phạm-đình-sĩ bắt được điệu về ; sau va lo thể vượt ngục, hay được đem xử đi (1750).

Ấy là một mối giặc lớn đã phải cực-khổ hao-binh tồn-tướng với nó lâu năm mới xong. Mà đang khi lo đánh giặc lớn ấy thì cũng còn phải lo mũi giặc to khác nữa, và giặc chòm giặc khóm nổi tứ phía, từ thuở Nguyễn-tuyển, Nguyễn-cừ, thường năm có hoài-hoài. Như Võ-trác-uinh tại Hải-dương, lão Kinh, sau, Nhữ-đình-toản nói hơn thiệt dỗ-dành va mới ra đầu (1740) — Giặc Toản cơ hãm Đoàn-thành trấn Lạng-sơn. (1741) — Giặc Cần-dinh quân thổ-phi đánh lấy thành trấn Lạng-sơn, sau Nguyễn-đình-sính lấy lại được — Giặc thảo-khấu đảng to đảng nhỏ, nổi nay đây mai đó cướp-phá dân-sự lần-quần hai trấn Hải-dương, Kinh-bắc thì chúa Trịnh-dinh sai Đinh-văn-giai, Nguyễn-đình-hườn ra đánh nó, rược đầu nầy nó chạy đầu kia (1742) — Giặc Tương cứ Mĩ-lương, Vĩnh-đồng hay-là ra đánh An-sơn, Thạch-thất (tỉnh Sơn-tây). Sai Dặng-đình-quỳnh với Phạm-gia-ninh đi đánh; mà Đặng-đình-quỳnh nguyên là chồng bà quận-chúa, đi đánh giặc có đem vợ hầu theo cả, ở thì ở chợ, còn Phạm-gia-ninh cứ nhà người-ta mà ở không đồn-lũy chi cả. Khi giặc tới Tiên-lữ, nghe tin báo Phạm-gia-ninh chạy tới Đặng-đình-quỳnh là chánh tướng mà liệu việc trận-mạc, ai hay chánh tướng đã cuốn gói để-huề thê-tử đi mất. Anh ta bơ-vơ bị giặc bắt giết đi. Anh kia về bị bãi chức. — Sau sai Trịnh-trạch đi đánh, Tương mới vỡ chạy đi. (1743) Đến năm 1751 Tương theo phe Lê-duy-mật ra chiếm-cứ Ngọc-lâu, Vĩnh-đồng trên Sơn-tây, chúa Trịnh sai Đàm-xuân-vức đem binh đánh giết được Tương; nghe tin tức-thì chúa Trịnh-dinh sai quan tới quân-trung mà khen và đem 20 lượng bạc với 2000 quan tiền mà thưởng quân lính.

Lại còn thêm bọn Mạc sót chạy qua Long-châu thấy trong nước loạn ló về, nhơn lúc Lê-hữu-cao có bệnh xin về, tới hãm thành tỉnh Thái-nguyên. Trịnh-dinh sai Văn-đình-ức lên thế, hội binh với Huình-ngũ-phước tấn binh đánh lấy thành lấy tỉnh lại (2744).

Cũng một năm ấy Mạc lại vây thành Cao-bằng trót hơn 2 tháng, trong thành đã hết lương mà nhờ có quan đốc-đồng là Trần-danh-lâm giải vây đánh Mạc tan đi, nên được phong tước hầu.

Mũi giặc Lê-duy-mật cũng dai dai dần dần năm nầy qua năm kia không hay vừa hết.

Tháng 9 năm 1740, Lê-duy-mật là hoàng-tử nhà Lê, trước giận Trịnh hiếp bỏ ra với chú là Lê-duy-chúc làm Minh-chúa, mà chẳng khỏi bao lâu chú mất đi, hay ra đánh các miền trên trên Sơn-tây, Thái-nguyên, An-lãng sau vô Thanh-hóa lập dinh-lũy tại Ngọc-lâu, xưng là con vua Thiên-nam-đế. Trịnh-dinh kêu Đặng-đình-mật, ban gươm vàng, siêu-vớt, yết cung miếu, rồi sai đi đánh phá được, nên đến đây mới về chiếm-cứ Ngọc-lâu. — Quan quân cứ đánh chạy vô Nghệ-an ở Cồ-nam-động, rồi ra Thanh-hoá phá đồn Phải-thượng, toan qua sông Lưu xâm-khuấy An-trường bị Đặng-đình-mật đánh thua nơi Thạnh-mĩ, mới chạy qua Khương-chánh (1741 tháng 10). — Lê-duy-mật lại ló ra Sơn-nam ra từ Kính-lão tới Hoài-an, sai Văn-đình-ức đánh (1748).

1751. Lúc giặc Tương thua Lê-duy-mật chạy xa. Đến năm 1763 Lê-duy-mật lên phía trên Nghệ-an, Thanh-hoá xưng có mạng vua Lê-ý-tông, đúc ấn, rèn gươm, dụ tù-mục giúp binh, vô nước Trần-ninh bắt bổn-xà là Lư-cẩm-hương lập phủ có lũy, có 16 đồn giăng bao xung quanh (1763).

Tháng 2 năm 1766. Lê-duy-mật, ở Trần-ninh nghe chúa Trịnh-dinh qua đời đi rồi thì lò xuống, Trịnh-sum, sai Bùi-thế-đạt, đánh rút về. Trịnh-sum hỏi đường-sá muốn cho lên đánh tại Trần-ninh mà cũng không đánh cho thấu được.

Sau hết đến năm 1769. Trịnh-sum, sai Bùi-thế-đạt lên đánh Lê-duy-mật, ở thành Trình-quang xứ Trần-ninh, vây bắn đêm ngày liên thinh. Lê-duy-mật coi vợi không cự nổi bèn tụ vợ con lại, lên giàn thiêu mà chết.

Hai ba đám giặc lớn là Nguyễn-tuyển, Nguyễn-hữu-cầu và Lê-duy-mật, phá-tán đã lung. — Mà chưa hết đâu; còn Nguyễn-danh-phương cứ Sơn-tây; Nguyễn-đình-diên cứ Nghệ-an, Huình-văn-chất cứ Khoái-châu nữa.

Nguyễn-danh-phương dậy giặc cũng lúc Nguyễn-tuyền, Nguyễn-cừ, binh cả vạn, khi tại Việt-trì trên Sơn-tây, đến năm nay 1743 va ra đánh phá Bạch-hạc, bị Nguyễn-đình-ức vây, giải vây được chạy Thanh-linh. — Đánh Cô-đô huyện Tiên-phong, Trịnh-dinh sai quan quân lên đánh (1748). Va về cứ núi Ngọc-phong lập dinh làm đồn năm bảy lớp, thâu thuế-việt, làm nên to chuyện, lại chiếm thâu thuế mỏ trên Tuyên-quang nữa, đã nhiều phen sai đi đánh không xong, đến đây 1749, Trịnh-dinh mới tính mình ra cầm binh đi đánh mà trừ đi. Vậy qua tháng hai năm sau 1750 kéo binh tới đánh, ở trong đạn nó bắn ra như mưa quan quân không tới được. — Trịnh-dinh mới ban gươm cho tướng Nguyễn-phiên, ra dặn-dò khuyên-lơn quân-lính, Nguyễn-phiên đi trước xốc vô; Nguyễn-danh-phương rút vô đại-đồn bế-môn cự, trên núi trí súng lớn khạc xuống ầm-ầm; dưới nầy Nguyễn-phiên phát súng lớn, níu đá trèo lên, ba quân đầu đó thấy vậy hè nhau leo riết lên. Giặc rút vô núi Độc-tôn, vô theo phá đi, tôi lại nó đốt lũy nó trốn đi, truy theo tới Lập-thạch bắt được. — Dâu vừa lúc chúng khiêng cũi Nguyễn-hữu-cầu tới nộp đó nữa. — Quan quân vui mầng chúa Tịnh đãi yên tướng sĩ, rồi điệu về kinh giam ngục, mà hai tướng ấy toan mưu thoát ngục, mới sợ đem xử đi.

Giặc Huình-văn-chất là đầu đảng quân thảo-khấu, vô Thanh-hóa, Hưng-hóa nhập với Thành, sau Thành bị bắt đem về kinh chém đi, va bị Lê-đình-châu đánh thua tại Hưng-hóa, chạy lên Mảnh-thiên-động (1760) rồi cũng léo-hánh tới đánh Hưng-hóa nữa (1766 1767). Đến năm 1768 Huình-đình-chất chết, để con lại cũng làm giặc.

Nhiều khi đói-khát, mất-mùa, lụt, lở bờ-đê, động-đất, dịch-khí, dân trong nước phải khốn-khổ.

1740 Hải-dương bị giặc mất mùa đói, phải lấy lúa kho ra mà phát cho dân. — 1741 Xứ Thanh-hóa đói, nhà nước phát lúa mà trợ dân. — 1754 Xứ Cao-bằng đói, đem vải, lụa, và 300 lượng bạc mà phân-phát cho kẻ nghèo-khó. — 1756 Trên Sơn-tây phần thì đói phần thì dịch, dân-sự mười phần chết hết còn hai. — 1757 Thanh-hóa, Nghệ-an đói. — 1767 Các xứ trên dân bị trời hạn cơ-cần đói-khát. — 1775, 1777 Trong nước các xứ mất mùa, đói. 1776 Nghệ-an đói, phát lúa kho 15 vạn, tiền 1 vạn rưỡi.

Lụt, lở bờ-đê hư-hại dân cũng ghe phen lắm. — 1748, 1752, 1753, 1756, 1760, 1765 1772. . . . Đều bị vỡ đê, lụt hư cửa, hại nhà, chết người, chết vật nhiều quá. Lại thêm dịch-tả, người-ta chết lu-íu năm đinh-sửu 1756 và nhâm-ngũ 1761.

Dời ấy kẻ có đạo Thiên-chúa Đàng-trong, Đàng-ngoài cũng đã nhiều lắm. — Chúa Trịnh Minh-vương (Trịnh-dinh) tuy là không cấm đạo cho ngặt quá, nhưng cũng không ưa không vì, nên các quan hay ghét đạo bắt-bớ làm khổ cho bổn đạo cũng lắm khi. — Như có anh quan kia đi đàng mắc mưa, vô đụt nhà kia có đạo, thấy ảnh-tượng trên bàn-thờ bắt ông già chủ nhà tuổi đã hơn 70 và một thằng cháu mới vừa 14 tuổi biểu khóa-quá, hai ông cháu không chịu, thì bắt đem chém đi (1741). Lại năm 1745 có bắt thầy Tây là thầy dòng Jesuita quê ở nước Alêmanha bỏ chết rũ-tù, còn hai thầy dòng Dominicô khác bị bỏ ngục lâu, rồi sau lại đem xử trảm quyết đi.

Nhưng-mà qua năm 1748 bữa kia chúa Minh-vương đi khám súng, thấy trên mấy khẩu súng Ô-lơn có đề chữ Tây, sực nhớ lại mà hỏi chớ hai thầy dòng ở đâu, có ý kêu biểu cắt nghĩa chữ ấy; chẳng ngờ các quan bẩm 2 thầy ấy đã bị xử đi rồi. Chúa liền giận mà quở, dạy đi kiếm thầy khác diễn-nghĩa chữ ấy ra. Bây-giờ có một thầy dòng người nước Alêmanha người-ta tìm đến Hà-nội mà cắt nghĩa chữ. Thì chúa Trịnh bằng lòng, dạy tha kẻ có đạo 7 người còn bị cầm ra, mà cho phép rộng các thầy đi giảng dạy đạo Chúa. Thầy chùa thầy sãi ganh liền tìm nhiều điều mà bỏ vạ cho các thầy đạo Thiên-chúa, giục dân ghét đạo làm hại cho đạo-dân; thì chúa bắt thầy chùa ấy mà chém đi, cùng ra chỉ truyền ai còn bỏ vạ thể ấy cho các thầy đạo Thiên-chúa thì phải chặt lưỡi đi.

Chúa Trịnh lại xin rước một thầy thông toán-pháp và thiện-xạ bên Mà-cao qua mà dạy cho Annam học. Nhơn dịp ấy có 5 thầy dòng Jesuita qua theo. — Mà mắc đình-thần các quan ganh-gỗ nói vô nói ra, nên chúa Trịnh cũng nguội bớt lòng thương các thầy; bèn cho phép các thầy ấy lập một nhà gần bãi biển mà-thôi. Lần-lần các quan cũng cứ thói cũ làm nghiệt, làm khổ, nên chẳng còn được thong-thả như trước. — Cũng có bắt-bớ các thầy mà có bạc đem đút-lót thì xong.

Thuở ấy đức thầy Lu-i làm giám-mục coi-sóc địa-phận Tây trót 25 năm, đến 83 tuổi mới qua đời. Thì đức-thầy Bê lên thế cho người lập nhà-chung, nhà-trường, nhà lý-đoán ở Vĩnh-trị. Trong địa-phận có 29 thầy cả bổn-quốc; mà là thầy học vừa biết đọc Latinh mà-thôi. — Từ ấy có 12 thầy vô học thép trong nhà trường tại nước Xiêm.

Thường hay kể kì bắt đạo thứ 8 nhằm năm 1765, mà trong sử-ký, thì nhằm năm 1753, giáp-tuất, năm Cảnh-hưng thứ 15°. Trong ấy nói rằng « Trước đời Nguyên-« hòa, vua Trang-tông có người thầy Tây-dương tên Inêxu « vào trong nước giảng đạo gọi là đạo Thiên-chúa hay-là « đạo Thập-tự, rằng có thiên-đàng địa-ngục thưởng phạt

« kẻ lành kẻ dữ, dạy xưng tội thì được khỏi tội... Đêm
« ngày làm hư phong-tục lầm-lạc ; dầu đã điều cấm, mà
« chết cũng không chừa. — Đời Cảnh-trị, Chánh-hòa
« cũng đã nhiều phen cấm mà đã thâm căn cố đế, cấm
« không hết được nay cấm nữa mà cũng không hết được.»

Mà xem ra đạo được bình-yên vừa-vừa phải đâu cũng được 17 năm, đến năm 1765 luôn dịp có anh thầy chùa kia phạm tội nặng, phải án trảm-quyết, chúa Trịnh-dinh ra chỉ cấm mấy khoản trong đạo bụt-thần, mà sợ người-ta nói sao có binh đạo Thiên-chúa chăng, nên cũng ra chỉ cấm luôn đi, truyền hễ bắt được thầy cả nào thì làm án trảm-quyết. Cho-nên các quan thừa dịp ấy mà hà-hiếp kẻ có đạo. Cũng có bắt được năm ba cụ bổn-quốc mà bổn-đạo tốt lo đút bạc thì khỏi đặng.

Chúa Minh-vương là Trịnh-dinh mất năm 1766, thì con người là Trịnh-sum lên nối quyền đặt là Tịnh-đô-vương nghe lời mẹ mình mà ra chỉ cấm đạo (1773). Nguyên tích nó là như vậy : bà mẹ quan Sáu là chú chúa Trịnh-sum, có đạo hay khuyên con vào đạo. — Bây-giờ quan Sáu đòi một ông thầy cả Tây dòng Dominicô tên là Hyacinthô, và một ông thầy cả bổn-quốc tên là Vincentê Liêm mà cãi lẽ với một thầy nho-sĩ, và thầy sư — Bữa kia mẹ chúa Trịnh-sum là người sùng đạo Phật, hỏi kẻ không có đạo Thiên-chúa, chết rồi đi đâu ? Thì một thầy trong hai thầy dòng ấy thưa rằng phải sa xuống địa-ngục, nên mẹ chúa giận bắt bỏ cũi đóng cùm lại. Mà có kẻ nói rằng hai thầy ấy bị bắt các quan tưởng bổn-đạo sẽ lo đem bạc tiền đút-lót mà tha đi ; ai ngờ không thấy ai lo đem bạc-tiền chi cả, thì phải giải về Hà-nội nạp cho chúa Trịnh. Chúa làm án trảm-quyết ngay. — Các quan lão thần ra sức can-gián, mà chúa chẳng nghe, một ra chỉ cấm đạo, triệt hạ nhà thờ, nhiều người có đạo phải án đồ thảo-tượng và thích tự ;

42 người khác bị phát lưu. Dominicô Tựu và hai người bổn-đạo khác tử vì đạo, (bị trảm-quyết).

Còn trong Đàng-trong, từ chúa Nguyễn-minh-vương tha đạo, đời chúa Ninh-vương và nửa đời chúa Võ-vương, thì đặng bằng-yên trót 50 năm. Mà đến năm 1750 chúa Võ-vương ra chỉ cấm đạo, bắt các thầy cả dòng Missions étrangères mà giải về Ma-cao hết, hơn 200 cái nhà thờ phá-hủy đi hết, bổn-đạo phải bắt, mất của-cải, chịu thiệt-hại cực-khổ, giam-cầm, tù-rạc. Qua đời chúa Huệ-vương lên ngôi 1765 mới tha về hết.

Năm Cảnh-hưng 35 trong Qui-nhơn, Nguyễn-van-nhạc ba anh em nổi dậy làm giặc; tại Huế ông Duệ-tông mắc ông phó quốc Trương-phước-man là tôi quyền thần, ở hà-khắc, quan dân oán lắm, nên Trịnh-sum nghe thể sự làm-vậy thì sai Huỳnh-ngũ-phước đem ba vạn binh vô đánh lấy Huế, dặn coi vọi việc Nhạc còn rối thì cứ việc, mà đã bình thì thôi; lại dối tiếng rằng nghe có giặc Tây-sơn nên đem binh hờ mà ngữ giặc, (tháng 5 1773). Tháng 10 tướng Trịnh là Huỳnh-ngũ-phước đóng đồn tại Hà-trung, nói rằng mình vô mà ngữ trừ giặc Tây-sơn, lại cho người qua truyền cho quan giữ biên-phòng chúa Nguyễn hay. Đêm lại độ binh qua sông Linh-giang đóng tại Cao-lao, rồi sai vô lũy Trấn-ninh, có nội ứng mở cửa ra đầu, ngoài gióng trống kéo vô. Quan tướng đồn là Tống-hữu-trường chạy đi. — Trịnh-sum ở nhà lấy làm lo, vì bấy-lâu đánh Nguyễn không nổi, mà nay vô trong ấy không biết ra làm sao, nên chia binh làm 4 đạo, Trịnh-sum mình ra đi, tháng 11 tới đóng binh tại Hà-trung. Còn Huỳnh-ngũ-phước lấy Trấn-ninh rồi kéo tới đóng Hồ-xá, ra hịch nói vua sai vô hạch tội Trương-phước-man, sau nữa là ngăn giặc Tây-sơn. Nguyễn-cửu-pháp và các quan khác mưu bắt Trương-phước-man, đem nộp dinh Huỳnh-ngũ-phước, tướng Trịnh mắng lắm, mới biểu xếp cờ lặng tiếng trống kéo tới Đăng-xương rằng vì giặc Tây-sơn chưa yên, nên kéo binh vô Phú-xuân mà ứng-tiếp.

Khi ấy tông-thất Thiệp, cai-đội Đặng, và chưởng-cơ Nguyễn-văn-chánh, đem binh nơi sông Bái-đáp mà cự Trịnh. Trịnh phân hai ngõ đánh tẩy đi, Nguyễn-văn-chánh chết tại trận.

Trịnh xâm Huế, Tây-sơn Nguyễn-văn-nhạc, đánh Qui-nhơn, Quảng-nam, chúa Nguyễn là Duệ-tông-hiếu-định-hoàng-đế chạy vô Gia-định.

Năm ất-vị 1774, Cảnh-hưng 36, Trịnh-sum vô đóng tại Hà-trung được tin Huỳnh-ngũ-phước vô tới Phú-xuân đánh lấy được Thuận-hoá rồi, thì sai đem thơ và 100 lượng vàng thưởng Huỳnh-ngũ-phước và biểu thôi đã được Thuận hoá rồi thì thôi, Quảng-nam để sau hãy tính, lại gởi ban 5000 lượng bạc cho quân-binh.

Nguyễn-văn-nhạc tổ-tiên va là người Nghệ-an huyện Hưng-nguyên, lúc vua Thần-tông Trịnh đánh với Nguyễn bị binh Nguyễn bắt đem về cho ở đất Hoài-nhơn, Tuy-viễn đã mấy đời mới tới Nhạc. Anh ta ở làm biện-lại đồn Vân-đồn mà đánh bạc thua lấy tiền quan mà trả, nên sợ trốn về núi Sơn tây ăn-cướp, tụ đảng quân hoang được vài ba ngàn. Ba anh em Nhạc, Huệ và Lữ làm đầu, đi ăn cướp đồn ấp, quan trấn bắt không được. — Bữa kia Nguyễn-văn-nhạc làm mưu đóng cũi chun vô biểu quân khiêng đi giải-nạp cho quan trấn-dinh. — Quan trấn tin mở cửa lãnh lấy. — Đêm va mật cho quân va tới áp xung-quanh thành, va phá cũi va ra giết quan, đốt dinh-trại, khai cửa thành cho quân vô chiếm-cứ thành Qui-nhơn. — Thiên-hạ rùng-rùng theo. — Được thế Nhạc mới sai lão chệc nhập đảng va tên là Tập-đình đem quân đi ngả biển vào cửa Đại-chiêm (cửa Hàn, Dà-nẳng); còn va thì đi ngả nguồn Thu-bồn ra đánh Quảng-nam, Nguyễn-cửu-du là quan giữ trấn ấy chạy đi.

Lúc ấy chúa Nguyễn là Duệ-tông-hiếu-định-hoàng-đế, đã chạy vô Gia-định rồi, để ông Mục-vương là thái-tử đông-cung ở lại Quảng-nam, đóng dinh tại Cu-đê. Nguyễn-văn-nhạc muốn gạt chúng bèn sai người chệc tên là Lý-tài đi rước đông-cung về Hội-an. Huỳnh-ngủ-phước hay đặng đem binh qua đèo Hải-vân. Nhạc sai binh chệc Quảng-đông, đặt Tập-đình làm tiên phuông, Lý-tài làm trung-quân, bịt khăn đỏ, ở trần, nịt lưng, cầm thước bảng và giao-tu, nai sức nó đánh dữ lắm, binh Trịnh không dám xông, sau binh Huỳnh-ngủ-phước kéo rốc tới, nó mới thua chạy thôi lại giữ Bản-tân, (giữa Quảng-nam với Quảng-ngải).

Nhạc từ thất trận Cẩm-sa quân-binh đào-tán; lại nghe tin Tông-phước-hiệp lưu-thú dinh Long-hồ đem binh ra đánh Phú-yên thì sợ bèn sai Phan-văn-tuệ đem vàng bạc mà dâng cho Huỳnh-ngủ-phước đang đóng binh tại Châu-ổ, mà xin đầu và xin làm tiền-phong-tướng-quân. Huỳnh-ngủ-phước tin mà cho, lại sai Nguyễn-hữu-chỉnh đem sắc, ấn, cờ, gươm ban cho va nửa.

Năm sau Nhạc sai Đỗ-phú-huế ra xin với Trịnh-sum đặng cho va trấn-thủ đất Quảng-nam. — Trịnh nhác việc dụng binh, nên cho phứt đi (1776).

Bước qua năm sau ngoài bắc có giặc Đông-nam-hải-phỉ, giặc Huỳnh-văn-đồng nổi lên, rộn-ràng. Trong nầy Nhạc ngụy xưng đế tức-vị hiệu thái-đức năm đầu. Trong Gia-định vua Gia-long các tướng tôn làm *Đại-nguyên-soái-nhiếp-quốc-chánh* (1777) — Năm sau Gia-long mới lên vương-vị tại Saigon, mà cũng niên-hiệu nhà Lê 1778.

Còn trong dòng Trịnh về sự lập tự cũng sinh rối-rắm. Tháng 9 1779 Trịnh-sum bắt Trịnh-giai là con đã lập làm thế-tử mà cầm tù, nịch-ái con nhỏ là Trịnh-cán, là con Đặng-thị-huệ — Cho-nên khi va đau, Trịnh-giai vô thăm bị quân canh cầm cửa hoài, thì mưu với các quan thuộc lo lập binh-gia để hờ lúc loạn-biến, mà lậu sự ra nên bị bắt cầm lại phế đi. Rồi Trịnh-sum đặt Trịnh-cán làm thế-tử (tháng 10 1780), mới có 5 tuổi, bà mẹ can cũng không nghe. — Tháng 9 năm sau 1781 Trịnh-sum chết, Huỳnh-đình-bửu và 5 ông quan khác cô-mạng đem tôn Trịnh-cán lên thế vị. Mà trong ngoài ai cũng ghét bà Đặng-thị và Huỳnh-đình-bửu, người-ta đồn hai người có tư thông với nhau. Trịnh-cán không ai phục.

Trong quân binh ai cũng thương-hại Trịnh-giai; nhờ có Nguyễn-bàng giục quân-lính, hẹn khi nào nghe trống phủ gióng thì khỉ-loạn. — Trống gióng lên, binh loạn rút gươm-dao kéo tới. Huỳnh-đình-ái mang gươm cỡi voi bị quân quăng gạch ngói mà chết cả hai anh em. Rồi binh đem Trịnh-giai ra khỏi nhà giam mà tôn lên vương-vị đặt là Đoan-nam-vương (phế Cán xuống ít lâu bệnh chết đi).

Kế lây tháng 11. Nguyễn-hữu-chỉnh là quan Trịnh khi trước có sai tới với Nhạc, Nhạc trọng đãi, nay tính ở ngoài nầy không làm chi cho to được, liền vô Qui-nhơn đầu Nhạc. Nhạc mầng lắm (1781).

Năm 1782 — 44. Giáng hoàng-thái-tôn *Duy-cận* mà lập Duy-khiêm, là con lớn thái-tử Duy-vị đã bị hại đi rồi. Trịnh-giai tuy oai-quờn lớn mặc lòng mà lòng quan-quân dân-sự cũng đã mòn, không ưa gì, đều cực chẳng đã mạnh thì phải theo. Cho-nên bước qua năm sau 1783, binh ba phủ đều khỉ loạn lại nửa, giết Nguyễn-triêm, Nguyễn-lệ chạy lên Sơn-tây trốn khỏi. Sau Trịnh-giai với Nguyễn-lệ và các quan ngoài tỉnh tính khỉ binh về mà trừ nó kiêu binh đi, mà thụt đi không dám. Nhờ có làm-vậy quyền phép Trịnh mới bớt bớt đi, nên quân-thần mới tôn hiệu cho vua Lê-hiển-tông (Cảnh-hưng, cứ sóc vọng triều hạ theo phép, (bấy lâu Trịnh bỏ đi hết, vì choán lấy một mình không cho vua làm gì cả) 1784.

Tháng 5 năm bính-ngũ 1785, Nguyễn-văn-nhạc ở Qui-nhơn đã xưng thiên-vương hiệu Thái-đức đã 9 năm trời, nay nhờ có Công-chỉnh, mới muốn lần ra lấy Huế, vậy mới sai em là Nguyễn-văn-huệ đặt làm Long-nhương-tướng-quân, Võ-văn-nhâm làm tả-quân, còn Nguyễn-công-chỉnh làm hữu-quân, qua đèo Hải-vân, đánh tuột các đồn ra thẳng Thuận-hóa. Thuở trước Công-chỉnh đã có thơ ra cho Phạm-ngô-cầu là quan trấn-phủ đất Huế, về việc sẽ ra... Thì va có cho Huình-đình-thể hay mà anh nầy dụ-dự không quyết, nên đến đây va đã tiềm tâm theo giặc, mới làm chay và đổ cho Huình-đình-thể ba cha con ra đánh cự hết thuốc hết đạn, va không thèm cứu, phải chết tại trận. Long-nhương Huệ tới thì Phạm-ngô-cầu ra đầu ngay. Giặc kéo binh vô thành giết ráo chẳng đễ một người nào. Tướng sĩ các đồn hơn trót muôn đều qua sông chạy về bắc ráo.

Tháng 6 Huệ thì có ý sửa cái lũy Động-hải lại mà giữ La-hà mà-thôi. Mà Công-chỉnh biểu phải lấy tiếng *phò Lê diệt Trịnh* mà kéo thẳng ra bắc, vì mình đã sẵn dằm rồi dễ lắm. Huệ nghe chạy tờ cho anh là Nhạc hay, rồi cho Công-chỉnh đi tiên-phong ngả biển vô cửa Đại-an, thẳng vô Vị-hoàng. Còn Huệ thì kéo binh bộ ra Nghệ-an, Thanh-hóa, các trấn-tướng nghe tiếng thất sá chạy mất hết. Ra hội nhau nơi Vị-hoàng, chiếm-cứ đó lấy lúa gạo kho-đụn đó hết.

Khi đầu ngoài bắc-triều nghe tin có sai Trịnh-tự-quờn vô ngừa giặc, mà va dụ-dự lừ-nhừ nên đi không kịp. Giặc đã ra tới Nam-định. — Ở đó sai Dinh-tích-nhượng đem binh thủy ra đánh. — Huệ với Chỉnh chờ ban đêm lúc nước ròng, thả ghe tinh những nộm không đi nôi đuôi nhau; Trịnh bắn liên-thinh inh-ỏi trời cả đêm hết thuốc hết đạn đi. — Khi ấy Huệ mới nổi trống lên phát súng ầm-ầm, đánh riết binh Trịnh chạy mất, hãm trấn Sơn-nam lấy đi.

Huệ tính lên lấy Thăng-long (Hà-nội) Trịnh lo đái ra cây, bái xoái bài xoài, chạy chơn không bén đất. Dời Huỳnh-phùng-cơ ở Sơn-tây về đem binh đóng Vạn-xuân-hồ; còn Trịnh-giai thì đóng Tây-long. Gió xuôi, nước xuôi binh Huệ xợt-xợt tới, quân thủy Trịnh thua bỏ thuyền nhảy ráo. — Huệ thả binh lên bờ áp đánh dinh Huỳnh-phùng-cơ 9 cha con, 6 đứa bị chết tại trận, còn 3 cha con cong lưng chạy miết khỏi. — Xốc tới bến đò Tây-long. Trịnh-giai mặc áo nhung, cỡi voi, cầm cờ ra hiệu-lệnh cho binh. — Giặc áp đùa tới, binh Trịnh rã tan chạy tứ-tán. — Trịnh-giai chạy về thành, thấy ngoài phủ cờ xí giặc đỏ đi, day lại chạy miết, tới An-lảng, Hạ-lôi gặp Nguyễn-trang cậy đem đường đưa qua khỏi giái huyện. — Nguyễn-trang biết là chúa Trịnh thì không chịu đi, nói mình sợ giặc lắm. — Trịnh-giai lấy dao đâm họng mà chết. Nguyễn-trang đem xác nộp cho Nguyễn-văn-huệ, Huệ dạy liệm chôn cất tử-tế. — Còn Nguyễn-trang thì cho làm trấn-thủ Sơn-tây.

Tháng 7 Huệ vì lấy tiếng *phò Lê diệt Trịnh*, nên vô đến Vạn-thọ mà tân-yết vua Lê, đem thông-quốc-quân-dân-đồ-tịch giao lại cho vua. Vua rước đãi tử-tế, mời ngồi. — Khi ấy đình-thần các quan chạy ráo. Công-chỉnh mới xin vua đòi các quan tới, thì lải-rải tới mươi ông. Vua ra chỉ bố-cáo thiên-hạ, lại làm sắc phong Nguyễn-văn-huệ làm Nguyên-soái phò-chánh-võ-vận-oai-quốc-công. Huệ mới nói với Công-chỉnh rằng mình không lấy cái ấy làm vinh gì hết; quyền tước ở tay mình... Nên Công-chỉnh mét với vua và khuyên vua đem công chúa mà gả cho va kẻo mất lòng. Vua làm theo như vậy, Huệ mới có bằng lòng một chút.

Vua bệnh càng ngày càng thúc tới, vua cho mời Nguyễn-văn-huệ vô mà va không chịu vô, xin kiếu đề lo việc về Nam. Qua ngày 17 vua băng, tuổi 70 chẵn, ở ngôi được 47 năm.

Ông Hoàng-thái-tôn Lê-duy-khiêm lên nối ngôi đặt hiệu là Chiêu-thông-đế. Ban đầu hồi bàn-soạn sự tức-vị, bà công-chúa có nói với Huệ, Duy-cần hiền hơn, nên Huệ có ý không ưng theo triều-đình lập Duy-khiêm, triều-đình nghe nói sợ lắm, mới năn-nỉ với công-chúa, công-chúa nói lại, Huệ mới ưng cho.

---

27. LÊ-CHIÊU-THÔNG-ĐẾ, (Lê-duy-khiêm, sau đổi là Lê-duy-kỳ). Vua rốt sau hết nhà Lê.

từ 1786 —

Tháng 8 táng vua Cảnh-hưng nơi lăng Bàn-thạch có Huệ để chế đi đưa nữa.

Lúc ấy Nguyễn-văn-nhạc là vua Tây-sơn, khi trước sai Huệ là em có ý cho ra lấy Huế, ai dè anh ta đi luôn ra bắc chạy tờ về Nhạc nghe chưng-hứng, nghĩ em mình là đứa lung-lăng nó ra lâu ngày người-ta phục rồi thì khó chơi với nó chẳng không đâu; nên giựt-mình tuốt ra theo. — Đến nơi kinh-thành, vua cùng bá quan đều ra ngoài cửa Nam-giao mà rước. — Nhạc sai quan vô tâu thỉnh vua về cung, hẹn qua ngày khác sẽ ra mắt vua. Thuở ấy các tướng-sĩ đã mỏng lòng muốn về Nam; mà

Võ-văn-nhậm là quan tả-quân ghét Nguyễn-hữu-chỉnh (Công-chỉnh) hay chiếu quyền võ lộng, nên bẩm với ông Nguyễn-văn-huệ rằng Công-chỉnh là người hay khoe tài, hay lấy thế, lại có vây cánh nhiều, nên bàn bỏ lại ngoài bắc, cho người bắc ghét nó mà giết nó đi cho rảnh.

Khi ấy vừa có ông Nhạc ra, ra mắt vua Lê xong rồi, vua Lê đòi cắt đất chia quờn, thì ông Nhạc không chịu, nói giận Trịnh hiệp-chế mà ra đánh Trịnh, đất của vua Lê một tấc cũng không lấy. Mới biểu Công-chỉnh lo sắm lễ mà lễ thái-miếu, cho-nên Công-chỉnh tưởng Nhạc, Huệ chưa về. Chẳng ngờ khuya 17 tháng (8) ấy trông điểm ba, Nhạc, Huệ cho người vô từ vua Lê, mật lấy hết của kho và đem quân-gia ban đêm rút đi ráo. — Sáng ra Công-chỉnh hay chưng-hửng, sảng-sốt mới chạy đi với mươi tên thủ-hạ bắt một chiếc ghe, xuống bươn theo Nhạc, Huệ. Người nơi kinh-đô đua nhau vác ngói gạch quăng tứ-tung. Công-chỉnh rút gươm liều mạng thoát khỏi về tới Nghệ-an; võ ông Nhạc lấy lời tử-tế vỗ-về, dạy phải ở lại với tướng Nguyễn-duệ mà giữ tĩnh và luyện-tập binh-lính, sau sẽ hay. Rồi Nhạc kéo binh về Qui-nhơn. — Có nhiều bọn ứng-ngãi lo cự, chặn đàng đánh binh Tây-sơn mà chẳng làm gì đặng, phải thua, chết trận, tàn-bại đi hết. Nhạc, Huệ về tuốt Dàng-trong.

Tháng 9 ngoài bắc, Trịnh thấy giặc về rồi, thì trở về kinh-thành. Khi Trịnh-giai bị thua chạy chết đi rồi, thì Trịnh-phùng đi lánh ở Chương-đức, còn Trịnh-đệ thì lánh ở Văn-giang, đều chiêu binh mã, đồ hờ sau có về phục nghiệp. Tây-sơn vô trong nầy rồi, Trịnh-đệ với Trương-tuấn kéo binh về cung Tây-long, có quan Dương-trọng-khiêm, cũng suất hương-binh ra hội với nó, mà đem nhau về phủ cũ họ Trịnh, ban đêm nổi trống lâu, biểu các quan lập Trịnh-đệ lên làm chúa. — Thuở ấy Trịnh-phùng cũng đã có dâng tờ xin về. Triều-thần không chịu lập Trịnh-đệ một muốn lập Trịnh-phùng. Mà Trịnh-phùng về chưa tới, còn ở Nhơn-lục-kiều, thì Trịnh-đệ cho binh tướng ra cự đánh. Mà bị thằng cha Dương-trọng-khiêm sợ hậu cho tướng nhà qua đầu Trịnh-phùng đi rồi. Trương-phùng là tướng Trịnh-đệ thấy đằng kia đạo tiên-phương tinh những binh của Dương-trọng-khiêm thì vỡ chạy đánh không lại, liền trở về đem Trịnh-đệ chạy qua bác. Anh Dương-trọng-khiêm sợ về vua không dung, không dám về theo Trịnh-phùng, nên bỏ chạy qua Kinh-bác.

Trịnh-phùng về tới nơi vô chầu, vua vỗ-về, lại phong cho tước công, ban bổng-lộc lớn, mà không cho dự-chánh. Trịnh-phùng không chịu nài phong theo tước-vị cũ, vua ý không muốn cho; mà cực chẳng đã phải phong là côn-quốc-công làm *tiết chế thủy bộ chư-quân, bình chương quân quốc trọng sự;* cấp cho 3 ngàn binh, ruộng 5 ngàn mẫu dân lộc 200 xã.

Lúc ấy Dinh-tích-nhượng là quan thinh-thế lắm, ở Hải-dương về, muốn phục vương-vị lại cho họ Trịnh, trước xin vua, vua không nghe sau đem trấn-binh trước cửa đền, va vô lạy xin phong tước chúa cho Trịnh, vua cũng không cho. — Sau các hoàng-thân và triều-thần sợ e sinh biến, thì năn-nỉ xin vua phong vương cho Trịnh-phùng, mà việc chánh-sự thì do nơi vua. — Vua cực chẳng đã phải nghe theo mà phong là *Nguyên-soái tổng quốc chánh yến đô-vương.* Từ ấy Dinh-tích-nhượng oai-quờn nổi, mà quân-gia va giữa ban ngày ra phá-phách cướp-đoạt dân sự trong thành. Thiên-hạ ai nấy ngã lòng hết trông. Vua cũng nghiêm-phòng, một chiều thiên-hạ cần vua, lại nghe Nguyễn-hữu-chỉnh còn ở Nghệ-an, thì sai Bùi-dương-lịch vô dụ ra giúp vua.

Khi ấy (tháng 11) Trịnh-phùng nghe theo lời lão Dương-trọng-khiêm, mật sai quan binh vô vây hoàng-thành, vua cho vời Nguyễn-hữu-chỉnh đem binh Nghệ-an về hơn trót muôn, Trịnh-phùng coi vọi làm không lại bèn chạy qua Kinh-bắc.

Nguyễn-hữu-chỉnh nhập thành vô chầu vua, vua khen võ-vẻ phong cho tước bằng-trung-công làm *bình-chương quân-quốc trọng sự đại tư đồ*. Con va là Nguyễn-hữu-du và anh rể va là Nguyễn-khuê đều được phong hầu.

Nhạc từ năm 1777 đã ngụy xưng đế tại Qui-nhơn đặt hiệu là Thái-đức nguyên niên năm ấy sắp đi. Dồn năm nay 1785, em là Nguyễn-văn-huệ ra dẹp bắc rồi về, muốn tự lập, nên kiểm cớ mà đem binh vô vây Qui-nhơn đánh với Nguyễn-văn-nhạc, thì Nhạc đòi Đặng-văn-trân biểu để cho Trấn-tú giữ Gia-định, đem binh về giúp; mà kéo binh ra tới Phú-yên bị binh Huệ đánh bắt được. Hai anh em là Nhạc với Huệ đánh nhau chết binh-gia hết nhiều lắm, sau mới giảng-hoà. Huệ thì cứ từ Thăng-du (Quảng-nam) ra Huế ra bắc, làm *Bắc-bình-vương* ở tại Phú-xuân (Huế); còn Nhạc xưng là *hoàng-đế* ở Qui-nhơn sắp vô tới Bình-thuận; trong Nam-kì thì đặt em là Nguyễn-văn-lữ làm *Đông-định-vương* ở tại Gia-định.

Cũng trong tháng tư năm ấy Huệ sai Võ-văn-nhậm ra lấy Nghệ-an mà trấn đó. Thuở trước khi Nhạc đã về Nam rồi thì để Nguyễn-duệ lại giữ xứ Nghệ-an; nay thấy hai anh em Nhạc, Huệ không thuận đánh nhau, thì sợ Huệ có hại mình đi chăng, nên âm mưu với Nguyễn-đình-viện biểu ra mà thông với Công-chỉnh để hiệp lực mà đánh lại với Huệ, xong rồi thì giao Nghệ-an lại mà kết lân-hảo. — Nguyễn-đình-viện ra bắc nói với Công-chỉnh, Công-chỉnh dụ-dự không ưng nên Duệ mới sợ lậu ra, liền bỏ trốn về với Nhạc, để cho Nguyễn-đình-nhạc ở lại cự đó. Bộ tướng của Nguyễn-duệ là Nguyễn-thuyên ở tại Sa-nam lại không theo Duệ trở đánh lại Nguyễn-đình-viện; va có thể bốn cha con (Ngọc-liên, Ngọc-triệu, Ngọc-chân) và rể là Triệu-tôn-hiệp đều chết tại trận.

Khi ấy Nguyễn-văn-huệ vô đánh Nhạc tại Qui-nhơn rồi kéo binh về, cho đòi Nguyễn-hữu-chỉnh, mà Nguyễn-hữu chỉnh đã về với Lê rồi, nên không chịu vô, Huệ bèn giận sai Võ-văn-nhậm đem binh ra chiếm-cứ Nghệ-an, trưng binh, thúc lương để hờ có đi đánh Bắc-hà đến sau.

Lúc ấy vua Chiêu-thống muốn nhơn dịp anh em Nhạc, Huệ đánh nhau mà lo lấy Nghệ-an lại, mà mắc Công-chỉnh vì còn vợ con va bị lưu trong tay ông Huệ, nên Công-chỉnh tâu vua xin sai sứ vô hoà-nghị mà-thôi. Thơ-từ viết cho ông Huệ xin tỉnh Nghệ-an lại thì đã xong, mà kiếm người đi sứ thì khó kiếm. May có Trần-công-thán là thầy Công-chỉnh, khi Huệ ra Thăng-long Công-chỉnh có đem võ ra mắt Huệ, nên khi ấy võ bụng lãnh mà đi, với Ngô-nhu, lại có ông hoàng-thân là Lê-duy-kiên làm đầu. Vô đem thơ cho ông Huệ xem thơ rồi giận quá, ra oai nạt-nộ làm hung, đằng Trần-công-thán cũng không nhịn, nên ba quan sứ đều bị Huệ bắt cầm-cố trong ngục, sau dạy đem trầm nước đi, mà nói rằng về thuyền bị chìm chết đi mất.

Ngoài bắc thì Nguyễn-hữu-chỉnh oai-quờn lớn, từ khi đuổi Trịnh đi, thì theo phò vua Chiêu-thống đánh dẹp đảng nghịch với vua. Dương-trọng-khiêm với cháu là Dương-vân, và học-trò là Nguyễn-mậu-nhí đi mộ binh tại Gia-lâm, đắp lũy giăng từ Như-kinh tới chợ Phú, ra hịch các huyện, lo khôi-phục họ Trịnh. Cho-nên Công-chỉnh mới sai tướng là Huỳnh-việt-tuyển đi đánh, vây tứ phía áp bắn rát, va nhờ tối trời lọt ra được chạy tới Vương-xá bị bắt điệu về kinh chém đi.

Tháng 8 Công-chỉnh nghe Huỳnh-phùng-cơ tướng tại Sơn-tây cử binh ra hịch, nói lo giết Công-chỉnh đi, nên sai Nguyễn-duật đi trước lên đánh va tại Đại-phùng,

Công-chỉnh sẽ lên sau. Đánh trận đầu Nguyễn-duật thua thối lui lại, thì Gia là con Huình-phùng-cơ biểu cha thừa thắng kéo thẳng xuống kinh-thành mà đánh róc đi, bắt Công-chỉnh mà cha không nghe lời con để nghi binh. Ai ngờ Nguyễn-duật thấy không có truy-theo thì quầy trở lại, đụng lúc quân Huình-phùng-cơ đang có ăn cơm thình-lình không kịp trở tay, vỡ tan chạy rã đi. Cha con Huình-phùng-cơ cỡi có một con voi nỏ-lực cự, mà bị vây tứ phía châu bán, lại vừa binh Công-chỉnh tới bắn nhầu, voi ngã bắt được anh va đem về kinh hòng chém đi, mà vua nghĩ có công nghiệp trước nên ban thuốc độc cho uống mà chết khỏi bị chém.

Nguyễn-trịnh-phùng trước chạy qua Bắc-ninh trú làng Quế-ỏ, có Nguyễn-trọng-ngại là tướng (là bà con bên ngoại) phần đồn giữ cho; lại sai Đắc-võ giữ lũy Đồng-hồ. Công-chỉnh đã có sai Nguyễn-như-thái đánh, thì Trịnh-phùng chạy xuống Hải-dương, ở đó Đinh-tích-nhượng lại lấy binh Hoa-phong, Vân-đồn, Đồ-sơn và phía mé biển đến vài muôn, thuyền hơn 700 chiếc, đậu tại Bắc-trạch tỉnh Sơn-nam mà hộ-vệ. Lại cái hồi Trịnh-phùng có gởi thơ cho Trương-đăng-qui là quan *bình-chương* mà xin về tạ tội với vua. Mà khi ấy có Phạm-đình-thiện cũng lo rước Trịnh-phùng, mà va lấy tiếng chiếu hoà-mục, khỉ binh đánh Công-chỉnh, thuyền bè nó đậu đầy sông, bèo đi cả khúc, nên Trương-đăng-qui rước không được mà về. Trịnh-phùng lại cho đem thơ cho tôi cũ va là Bùi-nhuận biểu lo làm nội-ứng. Lộ việc ra Công-chỉnh tâu xin giết Bùi-nhuận đi. Rồi sai quan trấn-thủ Sơn-nam là Huình-viết-tuyển đem binh đi đánh. Tới sông Ngô-đồng Phạm-đình-thiện với Đinh-tích-nhượng đem hải-thuyền mà cự chiến, rủi sao bị gió đông-nam bẻ bạt, bỏ thuyền lên bộ, mà mắc lấy binh ô-hạp lên bờ rồi nó bỏ nó trốn lẫn đi hết, nên đánh thua Huình-viết-tuyển. Dinh-tích-nhượng chạy một mình, còn Phạm-đình-thiện đem Trịnh-phùng qua Đông-quan, nhờ có hào-mục là Trần-mạnh-khuôn tụ chúng ra ứng rước, xây đồn đắp lũy giữ chặt, Huình-viết-tuyển đánh tháng nọ qua tháng kia, đánh không xuể. Vua Chiêu-thông mới bàn với Công-chỉnh, mà sai hoàng-đệ là Lê-duy-trục đem quân cấm vệ ra mà đi đánh mà lấy cho được mới yên được. Huình-viết-tuyển nghe tin, sợ mất phần công và mang tiếng bất-lực nên mới hiệp với Nguyễn-như-thới mà đánh ào đi, a rừng leo lũy mà lên. Trần-mạnh-khuôn chạy Tứ-kì, Trịnh-phùng chạy An-quảng, rồi trú Lạng-sơn mà bị dân đó nó muốn bắt, nên chạy về Hữu-lũng, sau biệt tích không biết đi đâu.

Đến tháng 11 tướng của ông Huệ là Võ-văn-nhâm ra đánh lấy Thanh-hóa. Cái hồi Võ-văn-nhâm ra Nghệ-an thì các tướng vua Lê Cảnh-hưng đều bàn phải đánh quyết đi tức-thì, để lâu càng khó, Nguyễn-như-thới xin lãnh đi. Mà Nguyễn-hữu-chỉnh vì nỗi vợ con còn trong tay giặc, nên tính việc hoà-nghị. — Đến đây Huệ sai Ngô-văn-sở tùng Võ-văn-nhâm ra đánh bắc. Nguyễn-duật trấn-thủ Thanh-hoá không dám cự chiến, bèn lui binh đóng Trinh-sơn-giang. Võ-văn-nhâm đóng mép phía nam sai Ngô-văn-sở đi đường núi qua Thất-mã-giang áp đánh phía sau, Nguyễn-duật thua chết tại trận — Binh kéo qua Tam-điệp. Khi ấy Công-chỉnh mới sai Nguyễn-như-thới làm tướng đem hai muôn binh vô đánh, mà gặp tướng Quỳnh xáp trận thua chạy Sơn-minh, sau bị giặc bắt giết đi. Giặc tới sông Thanh-khuyết (tại Ninh-bình). Tờ báo về kinh, kinh-thành rụng-rời. Công-chỉnh sảng-sốt xin đem binh ra giữ giặc. Vua ban thiết-việt cho mà nầy-phú cho va lo mà đánh cho yên giặc. — Công-chỉnh nói phách : « bắt « Võ-văn-nhâm chưa tới tay tôi đâu, tôi đốc cho tướng

« tôi bắt thì đã đủ rồi ». Bèn đem hết binh Thăng-long là 3 muôn đóng tại bờ bác sông Thanh-khuyết, lại sai con là Nguyễn-hữu-du làm tướng thủy, thuyền 50 chiếc, chở súng lớn thuốc đạn pháo-giái đậu ngang đồn giặc ; mà canh-giờ bơ-thờ ban đêm giặc cho quân cầm dây đòi lặn qua cột hết các thuyền, rồi phăng mà kéo tuốt qua bên kia bờ. — Trong thuyền hoảng-kinh nhảy chạy bậy-bạ, súng-lớn, súng-nhỏ, thuốc đạn, khí-giái đều mất về tay giặc hết. Công-chỉnh bàn với các tướng thôi về giữ Châu-kiều, đang nửa đêm nổi trống thâu quân ; quân sảng-sốt đạp bậy nhau mà chạy trốn tứ-tán, quăng khí-giái dọc đàng, vỡ-tan đi hết. — Rồi hai cha con Công-chỉnh chạy với vài trăm quân về Thăng-long.

Vua nghe báo tin binh Nguyễn-hữu-chỉnh thua, liền tính chạy qua xứ tây đặng có đi đàng trên vô Thanh-hoá. — Nửa đêm Công-chỉnh ở Thanh-khuyết về, vua cho đòi hai ba tốp va không tới, biểu Nguyễn-khuê là anh rể vô tâu, xin vua chạy qua tỉnh bắc ; vì đó có Nguyễn-cảnh-thước giỏi thì chớ, lại thành vững, có thể sông lớn, có lẽ lập binh chiêu-mộ, trên có Thái-nguyên, Sơn-tây, dưới có Hải-dương, Sơn-nam. Vua nghe lời mà dời qua bắc. Ong hoàng-đệ là Duy-trục theo hộ bà hoàng-thái-hậu, bà hoàng-phi, và nguyên-tử lại các cung-tần đi trước đi. Vua vô tầm-miêu lạy khóc. Bùi-dương-lịch lại biểu vô tới nhà Nguyễn-hữu-chỉnh bắt va đi theo với mới xong. Vua liền tới ngay nhà Công-chỉnh. Công-chỉnh bèn biểu con mình là Nguyễn-hữu-du đi trước hộ-giá, còn va chạy đi thâu binh được vài ngàn, rồi cũng tuốt theo.

Vua qua sông rồi, kế sáng giặc vô lấy thành cướp-phá sạch-bách.

Vua chạy tới Kinh-bắc, trong thành Nguyễn-cảnh-thước đã tiềm-tâm đầu giặc, đóng cửa thành xưng tật không ra.

Vua với Công-chỉnh mới qua sông Nguyệt-đức, các quan theo có sáu bảy ông, Nguyễn-đình-giản, Phạm-đình-dư, Châu-doãn-ngại, Trương-đăng-quĩ, Võ-trinh......Mà-thôi. Nguyễn-cảnh-thước bất nhơn lại cho quân thủ-hạ ra chặn ăn-cướp, nó lại nó lấy áo ngự-bào của vua, vua chảy nước-mắt cởi ra trao cho nó.

Qua huyện An-đông, có Nguyễn-thoản đã 60 tuổi ngồi tri-huyện đó, đem quân-gia ra tiếp hộ-giá. Lại tâu xin ở Xương-giang giết Nguyễn-cảnh-thước trấn-thủ Kinh-bắc đi, vô ở đó mà toan việc khôi-phục. Vua khen thăng chức cho, rồi dạy ông hoàng em là Duy-kì, Lê-uính với tông-thất hơn 30 người theo hộ-dệ bà thái-hậu và hoàng-tử lên Cao-bằng mà phủ-tập phiên-thần hai trấn ấy. Còn vua thì đi ở tại huyện An-thế. Ở đó Dương-đình-tuân là người thổ-hào xứ Mục-sơn đem binh dàn rước vua, phò vua, nên vua phong cho làm bình-khấu tướng-quân.

Tướng Tây-sơn là Nguyễn-văn-hoà tốc theo tới Mục-sơn. — Vua đem binh ra cự, Bùi-dương-lịch, Nguyễn-thoản ra đốc chiến, vua cỡi ngựa đứng sau ; Dương-đình-tuân dàn bên tả núi. Nguyễn-hữu-chỉnh dàn bên hữu núi. Giặc ở dưới đồng nội. Dương-đình-tuân xuống đánh, giặc cho bọc hậu sau lưng núi đánh tới. Binh vua thua, Công-chỉnh đồ, Dương-đình-tuân chạy ; hai đứa con va chết. Con Công-chỉnh là Nguyễn-hữu-du đánh giết giặc được mươi người rồi chết tại trận, giường va là Nguyễn-khuê cũng chết tại trận. Công-chỉnh chạy phía bắc, ngựa vấp té bị giặc bắt được, điệu về Thăng-long, Võ-văn-nhâm chém phân thây bêu các cửa thành. — Còn vua thì chạy vô sơn trại Bảo-lộc.

Tướng Huỳnh-viết-tuyển ở Sơn-nam (Nam-định) vì vợ con đều ở trong tay giặc, nên án binh bất động, trong ý để chờ Huệ tới mà ra hàng-đầu. Mà quan trấn-thủ An-quảng là Nguyễn-viết-khương nghe Công-chỉnh thua, kinh-thành thất-thủ thì tới Sơn-nam ép Huình-viết-tuyển đem binh vị-hoàng tới vàm sông Lộc-giang. Tướng giặc là Quỉnh ở Hiên-dinh nghe liền đem chiến-thuyền và ghe buôn hơn 200 chiếc, lùa binh bộ xuống cả mà chờ mà đánh. Huình-viết-tuyển sắp hải-thuyền ra làm 10 hàng, trước mũi trí súng lớn, cứ luân phiên bắn mãi, chìm thuyền giặc được mươi chiếc, mà giặc cự rát. Nguyễn-viết-khương nhơn gió xuôi chạy đàm-sầm xông vào thuyền giặc, chìm vỡ bỏ khí-giái nhảy lên bờ chạy.

Quỉnh chạy được về Hiên-dinh đóng đồn giữ. Thì Huình-viết-tuyển lại phân binh đánh nữa, giặc thua, nên binh vua Lê khi ấy nổi tiếng, xứ Sơn-nam anh-hùng hào-kiệt đều ứng nhiều, cung-cấp lương-tiền giúp binh.

Võ-văn-nhậm nghe Quỉnh là tướng mình thua, thì đem binh thành Thăng-long ra viện, Bán-nguyệt-trì gần bờ sông, đắp lũy đóng đồn giữ đó. Huình-viết-tuyển vây đánh lâu không được. Có kẻ bày mưu phải để một tướng ở lại đánh với Quỉnh, còn bao-nhiêu phân lên đóng gần Thăng-long, đánh chỗ kia chỗ nọ cho có tiếng ra, mà va không nghe, cứ hiệp binh đánh Quỉnh, vài ba tháng cũng không xong. Kẻ lấy Võ-văn-nhậm ở Thăng-long sai các tướng khác đi đàng bộ từ Châu-kiều đi lấy Vị-hoàng; lại sai Nguyễn-dong là tướng-quân xuống Hải-dương đánh Thái-bình, Quang-hưng. Cho-nên Huình-viết-tuyển phải thôi binh về Vị-hoàng.

Tháng giêng năm sau 1787 vua Chiêu-thông chạy trú Gia-định (huyện Gia-bình tỉnh Bắc-ninh). Từ thua trận Mục-sơn vua chạy Bảo-lộc, nhờ có Dương-đình-tuấn đem quân-gia dân-phu An-đông theo hộ, cứ sông Nguyệt-đức. Mà Võ-văn-nhậm tấn binh tới phá. — Long là em Dương-đình-tuấn bị giặc bắt được mà không giết, biểu cầm thơ về dụ anh ra đầu, rằng phải đem vua Lê ra thì khỏi phải đặt kẻ khác giám-quốc... Dương-đình-tuấn đưa cho vua coi, vua phát nghi sợ va có hai lòng, nên dạy Phạm-đình-dự, Trương-đăng-quỉ về đi chiêu-mộ, rồi vua qua Gia-định, có Võ-trinh, Ngô-chí với Trần-danh-án ít người theo mà-thôi.

Vua ở Gia-định rồi dời qua Chí-linh. Có Trần-quang-châu xứ Gia-định, Trần-diên, Huình-xuân-tú xứ Chí-linh, Võ-dung xứ Tứ-kì, Nguyễn-thế-hiển, Nguyễn-hữu-tế xứ Thanh-hà, Võ-trí-hanh xứ Phụng-nhãn, đem ngãi-binh ra rước vua vô ở Thanh-hà, lập đồn trại giữ vua. Mà giặc hay lại theo đánh Thanh-hà ; phần binh đánh Gia-định, Phụng-nhãn kéo Trần-quang-châu và Võ-trí-hanh có tới tiếp chăng. Nguyễ-thế-hiển và Võ-trí-hanh bị chết tại trận. Giặc vây Gia-định, Trần-quang-châu đem binh giỏi đánh phá giải vây được. — Giặc thua kéo về đóng tại Phao-sơn. — Còn binh thủy thì ở Lục-đầu-giang mà xuống, hiệp với binh bộ. Huình-xuân-tú ban đêm bắt mươi chiếc thuyền câu chở súng ông, thuốc đạn men tới, nổi trống phát lửa đốt, giặc thình-lình thần hồn bất ngủ thể, sảng-sốt đâm đầu vỡ chạy. — Trong các đạo Ngãi- binh có tướng Trần-quang-châu là giỏi nhứt vua khen lắm và phong tới tước hầu.

Trong Thanh-hoá khi ấy có hai ông hoàng thân là Duy-trọng với Duy-bộc khỉ binh, hào-kiệt và phiên-tù theo nhiều ; tướng giặc Tây-sơn là đô-đốc Trương đem binh vây đánh bị Duy-trọng chém được tại trận, cho người ra báo cho vua Chiêu-thống hay.

Vua ở Chí-linh cũng không yên. Vì Đinh--tích-nhượng theo Trịnh-phùng từ thua trận Ngô-đồng về Đông-triều ẩn đó, nay nghe vua ở Chí-linh, sai Trần-liên qua đầu giặc, dẫn giặc tới vây nơi hành-tại mà bắt vua, vây đánh đã trót tháng không xong, may đâu lại có Trần-diên, và

Huình-xuân-tú tướng ngãi-binh Hải-dương đem binh tới đánh giải vây, chém được hai em va là Đinh-võ-sầm, Đinh-võ-kình. Đinh-tích-nhượng thoát được chạy trốn đi mất.

Nhưng-vậy giặc cứ châu đánh mãi, đêm ngày cự chiến hết sức. Nguyễn-trí-hanh, Võ-hữu-tế đều bị tử trận, nên vua dời qua Thủy-đường, Vị-hoàng.

Lúc-ấy hoàng-đệ Duy-kì bấy lâu từ giặc lấy kinh-thành chạy Định-châu, có phiên-thần tên là Ma-thê-cô và các phiên-mục, Bảo-lạc Tiến-quang và binh Thái-nguyên, khi binh lập đồn đắp lũy giữ thế. Uyển là tướng giặc đem binh đánh mà đánh không được phải lui về.

Còn ông hoàng-thân tước hải-quân-công khi trước trấn-thủ Thái-nguyên, bị giặc đánh lấy Thăng-long rồi, trốn lên Tư-nông, Đồng-lạc khi binh bị giặc đánh bắt đem về Thăng-long giết đi.

Thuở trước khi ông Huệ sai Võ-văn-nhâm ra đánh bắc, thì đã có bụng nghi, nên có cho Ngô-văn-sở, Phan-văn-lân theo làm tham-táng, dặn-dò coi chừng coi đối xét-nét tình-ý va vì va là người giỏi lắm, sợ va có bụng phản chăng; nay Ngô-văn-sở thấy Võ-văn-nhâm đắc chí cậy oai-quờn lộng phép, bèn gởi thơ về cho ông Huệ hay, nói sợ va có ý phản, nên phải báo trước.

Ông Huệ được thơ liền tốc ra Thăng-long. Võ-văn-nhâm ra rước. Huệ vỗ-về khen-tưng, dạy quân lấy lọng của mình mà che cho va ngồi ngựa vô thành. Đến giữa sân Huệ dạy quân bắt trói quách lại. — Võ-văn-nhâm chạy-chối, đối-nại, nài tra. Huệ liền rằng: « chẳng cần phải « nói dai, nhà ngươi có tài giỏi hơn ta, thì ta dùng không « được mà-thôi ». Rồi dạy chém đi, đặt Ngô-văn-sở trấn-thủ Thăng-long.

Chiêu-thống-đế ở Vị-hoàng sở ý có Huình-việt-tuyển,

mà Ngô-văn-sở ở Thăng-long lại để-binh xuống đánh. Huình-việt-tuyền đem binh ra vàm sông Huình-giang mà đánh lại với giặc. Ngô-văn-sở bắt cha bắt vợ của Huình-việt-tuyền trói trước mũi thuyền. Huình-việt-tuyền thấy mủi lòng không dám đánh quầy trở lại Vị-hoàng. Vua nghe Huình-việt-tuyền thua thì dời thuyền thối lại trú tại Quần-anh (thuộc Nam-định) thuyền Huình-việt-tuyền cũng lui theo. Mà đêm ấy nổi bão lên, trời mù-mịt, thuyền-bè trôi bạt tríu hèo, thất-lạc bậy-bạ. Thuyền vua ngự bạt vào vũng Thiết-giáp trấn Thanh-hoá. Nguyễn-việt-khương mất đi không biết bạt đi đâu, còn Huình-việt-tuyền bạt vô cửa Cần-hải (tên xã huyện Quỳnh-lưu xứ Nghệ-an), sau va lần về Thăng-long đầu giặc, bị giặc giết đi. Thuở ấy quân-sĩ tứ tán, Thanh-hoá thì giặc đã lấy đi rồi, nên vua phải trốn-tránh giả-dạng đi đường bộ về Sơn-nam Kim-bảng, rồi qua Kinh-bắc, trú tại Lượng-giang.

Tháng 5 ông Huệ cho đòi các quan cựu-thần văn võ nhà Lê tới dạy tôn ông lên đi cho rồi. Quan ngự-sử-đài tên là Nguyễn-huy-trạc không chịu đứng tên vỏ, tôi lại uống thuốc mà chết đi. Nguyễn-viện, Phan-lê-phiên ra đầu thú, thì cho cứ chức cũ cả. — Ông Huệ mới đặt Lê-duy-cẩn làm giám-quốc coi việc phụng tự, đặt Ngô-nhậm làm lại-bộ-tả-thị-lang, Nguyễn-thế-lịch, Ninh-tốn, Nguyễn-du, Nguyễn-bá-lan làm hàn-lâm-trực-học-sĩ ở tùy theo Ngô-văn-sở mà biện sự, rồi ông Huệ trở về Huế.

Qua tháng 7 bà hoàng-thái-hậu với hoàng-tử lên Cao-bằng bị phiên-tù, phiên-mục đem tướng giặc tới đánh lấy trấn-dinh, thì Nguyễn-huy-túc, Huình-ích-hiểu, Lê-uýnh, Trần-quốc-đông đều bảo-vệ bà thái-hậu với hoàng-tử qua xứ Long-châu bên Đại-thanh. Trần-tốt là quan coi châu mới chạy tờ cho Tôn-sĩ-nghị là tổng-đốc Quảng-đông, Quảng-tây. Tổng-đốc với Tuần-phủ Quảng-tây là Tônvĩnh-thanh hội nhau tại Nam-ninh, mà nghe chuyện hoàng-tử với hoàng-thái-hậu xin. Nghe động lòng thương-hại mới cụ sớ tâu xin hoàng-đế giúp. Hoàng-đế liền chạy chỉ nầy cho Tôn-sĩ-nghị lấy binh bốn tỉnh khắc kì kéo qua đánh giúp vua Lê.

Bà thái-hậu mới cho Lê-uýnh và Nguyễn-quốc-đống lén về báo tin cho vua Chiêu-thống hay. Vua nghe tin về báo, lại các sở phiên-tù đã được hịch như vậy nữa, thì sai Lê-duy-đản và Trần-danh-án cầm bẩm-văn qua Thanh rước binh viện.

Tháng 10 binh Thanh được tờ vua Chiêu-thống mời rước, liền phân làm ba đạo kéo đi ba ngã, đề-đốc tên là O kéo ngã Tuyên-quang, tri-phủ Sầm-nghi-đống kéo xuống ngã Cao-bằng, còn Tôn-sĩ-nghị với đề-đốc Hứa-thế-anh đi ngã Trấn-nam-quan kéo xuống. Tướng giặc tên là Phan-khải-đức trấn-thủ Lạng-sơn nộp thành hàn đầu. Binh tới Kinh-bắc gặp tướng Ngô-văn-sở sai ra chặn tại bến đò Xương-giang. Còn tại Thăng-long sai binh tinh-duệ hơn một vạn đi với tướng Phan-văn-lân đóng tại Thị-cầu. — Binh Thanh đánh tẩy đi, kéo tới đóng núi Tam-tàng. Phan-văn-lân ban đêm lén độ binh qua Nguyệt-đức-giang, vô đánh dinh Tôn-sĩ-nghị, mà nó bán giả, giặc xáp không được. Sau cho Trương-sĩ-long ra đánh chém giết giặc hao nhiều lắm. Rồi Tôn-sĩ-nghị mới đem binh hay ra xuống đánh Thị-cầu bắn cháy dinh trại, giặc hoảng-kinh leo lũy chạy ra. — Binh Thanh thừa thắng đuổi theo, giặc thua chạy miết về Thăng-long. Thanh theo mãi đóng phía bắc bờ sông Nhĩ-hà.

Ngô-văn-sở, với Ngô-nhậm tính không xong, bỏ Thăng-long chạy về Thanh-hoá. Phía biển thì đóng đồn giữ tại Biện-sơn. — Còn binh bộ thì ngăn nơi núi Tam-điệp, mà chạy tờ cáo-cấp cho ông Huệ hay.

Vua Chiêu-thống từ Phụng-nhãn tới Gia-lâm đem lễ-vật trâu rượu mà khao binh. — Qua bữa sau nhập kinh-thành. Tôn-sĩ-nghị làm cầu nổi độ binh đóng tại cung Tây-long (tháng 11), rồi đem sắc phong và ấn phong Annam quốc-vương mà phong vua.

Khi ấy mới thăng chức thưởng quan các hạng và lo chạy lương tiền cho quan binh Thanh ăn cũng hết hơi ; mấy năm bị giặc-giã loạn-lạc, mất mùa, mà năm ấy lại càng đói lắm ; nên phải lo chạy cho binh ăn.

Vua có tánh hẹp-hòi, nên về được thì oán Tây-sơn nên bắt bà tông-thất đã đem gả cho ông Huệ, đã có thai mà mổ bụng đi, và giết hết 3 ông hoàng-thúc. Nhơn tình không ai bằng lòng. Vì vậy khi ấy bà thái-hậu về tới Thăng-long nghe sự-tình làm-vậy, thì rầu sa nước mắt, tiếc công khó-nhọc đi viện binh, không chịu vào cung. Nguyễn-huy-túc khuyên-giải lắm mới nguôi.

Nguyễn-văn-huệ tại Huế nghe tờ báo thì cười mà rằng : « nó xấc gì nó, để tao chánh vị hiệu đây rồi tao sẽ trừ « nó cho mà coi mà. » Rồi chọn ngày tế trời tại Bản-sơn rồi xưng đế ngay, đặt niên hiệu là Quang-trung năm đầu (Nhạc thới-đức năm 11º). Xong rồi mới kéo binh tướng ra Nghệ-an, Thanh-hoá góp binh hơn 8 muôn, án binh tại Thọ-hạc (bây-giờ là chính chỗ thành tỉnh Thanh) ; mới viết thơ xin đầu, nói nhỏ-nhoi, nhúc-nhát, cho quan Thanh nó kiêu cái chi nó cho dễ toan việc đánh nó.

Qua đầu năm kế lấy đó là 1788, vua nghe Huệ ra tới núi Tam-điệp trong bụng đã lo sợ, nói với Tôn-sĩ-nghị. Anh tướng nhà Thanh ấy núc-ních bần-dùn, nói không hề gì. Đến khi giặc ra tới Sơn-nam, mới sai đề-đốc Hứa-thế-anh đem binh xuống Hà-hồi Vương-hội mà cự. Qua mồng 5 ông Huệ dẫn binh riết tới, đi có hơn trót trăm voi đi trước. Binh tàu thấy voi thất-kinh nháo-nhát, chạy bậy chạy bạ, chun vô lũy giăng lưới sắt, trí súng lớn, vụt đèn sào hoả hổ. Giặc lấy rơm bó lăn ào tới, binh kế tới sau. — Binh bắc thua chạy, rược giết hơn hết nửa phần, các tướng Hứa-thế-anh, Trương-sĩ-long, Thượng-duy-thăng chết tại trận, Sầm-nghi-đồng thắt cổ mà chết. Tôn-sĩ-nghị là chánh tướng thì trèo lũy chạy ra qua sông mà chạy, giặc đoạn cầu đi, binh Tàu chết vô số. Vua Chiêu-thống có 8 ông quan theo hầu mà-thôi. Vua thấy giặc lấy thành cũng lên ngựa một mình với Nguyễn-việt-triệu chạy theo với Tôn-sĩ-nghị cho Huỳnh-ích-hiểu chạy về hộ bà thái-hậu với hoàng-tử. Mà ra bị đoạt cầu đi rồi, hoàng-đệ mới hộ lấy mà chạy qua đoài (tây).

Vua chạy tới cửa ải Trấn-nam trước, rồi các quan theo hầu lục-thục mới tới sau. Vua năn-nỉ với Tôn-sĩ-nghị tính làm sao, lo thâu-thập sĩ-tốt mà tái-cử. Thì Tôn-sĩ-nghị biểu vua vào thành Quế-lâm mà nghỉ, sẽ có binh viện tới. Thật vua Thanh đã có sai Phước-khương-an, đem binh 9 tỉnh qua mà liệu-lý việc Annam.

Khi ấy Huệ cho Ngô-nhậm qua đầu tạ tội đem vàng bạc hối-lộ với Phước-khương-an, nên Phước-khương-an cụ sớ tâu đình bình khoan qua đã, còn các quan vua Lê chạy ra theo vua thì cấp lương cho, và đặt coi quản chỗ nọ chỗ kia, chỉ cho có ông hoàng-thúc Lê-duy-án, Trần-huy-lâm, Lê-doãn, Lê-dĩnh vô ở thành Quế-lâm với vua Chiêu-thống-đế mà-thôi.

Đến tháng tư, Phước-khương-an về tới Quế-lâm nói trời mùa hè nóng nực quá nên tạm hưu binh đã. Lại nói cùng vua biểu cạo đầu gióc tóc mặc đồ chệc kẻo Tây-sơn nó khinh sau xong việc về nước hãy để tóc, mặc đồ An-nam lại. Vua nghe theo, các quan theo vua cũng vậy. Rồi Phước-khương-an mật tâu vua Thanh xin bãi binh vì vua Lê đã ở yên bên Trung-thổ rồi, lại xin cho sứ Tây-sơn vào triều-yết. — Vua Thanh nghe lời dạy bãi binh và sắc phong ông Huệ làm *Annam-quốc-vương*. Lại dạy đem vua Lê và những tôi theo phò về Yên-kinh. Có một mình Lê-uýnh và các quan đời sau không chịu cạo đầu gióc tóc ăn mặc theo tàu, qua tới Sơn-đông gặp vua Thanh đi tuần cõi đông, vua khuyên cạo đầu gióc tóc, thì Lê-uýnh tâu xin để qua Yên-kinh vua tôi giáp mặt đã hãy hay. Mà sau qua tới đó rồi cũng không chịu cạo đầu, mặc áo theo Thanh, nên triều Thanh giận bắt cầm-cố lại.

Năm sau 1789 tháng 2 vua Lê Chiêu-thông ở Quảng-tây tới Yên-kinh. Vua bên Thanh phong chức tá-lãnh, hàm tam phẩm, còn các quan theo vua thì cũng phong và cấp cho một tháng 3 lượng bạc và một hộc gạo. — Vua thấy mình bị lường, liền huyết-thệ với 10 quan theo mình, liều chết sống với nhau mà xin binh, chẳng đặng nữa thì xin đặng đất Tuyên-quang, Thái-nguyên về đó phụng-tự, hoặc sau lẩn vô Gia-định nhờ nhà Nguyễn lần lần khôi-phục lại, chớ không chịu ở bên tàu. Vậy các quan tới nhà Kim-giản là quan huỳnh-kỳ-đô-thông mà nói chuyện ấy. Kim-giản vỗ-về biểu về nghỉ, đợi thương-lượng đã sẽ hay. Rồi Kim-giản với Hoà-khôn mưu với nhau mà phân-sáp bớt đi, kẻo để ở chung với nhau bày ra nay xin cái nầy mai xin cái khác.

Vậy nên qua tháng tư năm sau 1790 mới phân sáp các quan Annam đi, còn để lại có 2 ông là Phạm-đình-thiện với Đinh-nhã-hoành hầu vua Lê mà-thôi. Vua rầu-rĩ sáng ngày cỡi ngựa vào nhà Kim-giản, mà Kim-giản bữa ấy mắc đi chầu vua Thanh ngự vườn Viên-minh. Vua cỡi ngựa vô vườn, thằng giữ vườn bắt ngựa lại, ôm vua bỏ trên xe. Thằng cầm ngựa cho vua tên là Nguyễn-văn-quyên thấy nó vô lễ thì giận xách cái ghè quăng nó, nó hùa nhau, túa ra đánh nhừ tử, rồi bắt bỏ tù trót tháng mới thả ra. Ra đau chết đi.

Qua 1791 năm sau, tháng 5 hoàng-tử vua Chiêu-thống chết. Năm sau (qúi-sửu, Càn-long 58). Ngày 16 tháng 10 vua Chiêu-thống-đế đau nặng, kêu các quan hầu trối-trăn xin đem hài-cốt về đất Annam rồi thăng-hà. Vua Thanh dạy dùng công lỗ mà táng ngoài cửa Đông-trực. Cách 8 năm bà thái-hậu rầu đau chết tháng 11 năm 1798. Qua đến đây mới thả Lê-uính là người không chịu cạo đầu, gióc tóc mà phải cầm cầm-cô ra, mà cho ăn-mặc làm sao mặc ý.

Qua năm nhâm-tuất (Gia-long nguyên-niên) 1801, nhơn có sứ qua Tàu, các tôi cựu thần theo vua Chiêu-thống dâng sớ xin về bổn-quốc. Tới giáp-tí 1803, vua nhà Thanh cho lấy cốt vua Lê và hoàng-tử đem về Annam. Sử nói khi dỡ ra thì thịt đã tiêu-nát, mà tim không hư, máu còn đỏ tươi như sống.

Nói qua chuyện đạo thể nào cho đến năm 1793, rồi sẽ nói về sự tích Đàng-trong, ông Nguyễn-anh là vua Gia-long đánh lấy nước lại.

Khi đầu Tây-sơn mới dậy thì không có bắt đạo, mà lúc loạn-lạc, quân Tây-sơn ngang-tàng phá-phách chùa miểu không từ cái gì, thì kẻ có đạo cũng phải chịu cực lắm; chạy giặc trốn-lánh trót hơn 10 năm; có họ không có lễ mà xem, không xưng tội chịu lễ đặng.

Qua năm 1785, ông Nhạc hiệu Thái-đức mới ra chỉ cấm đạo Thiên-chúa, truyền bắt các thầy đạo, khai sổ bổn đạo bắt giải về kinh, bị bắt-bớ, tù-rạc, lưu-giam đã nên cam khổ; mà từ khi cấm đạo rồi, thì chuột đâu vỏ vàn vô số loạn khắp cả nước, trong nhà ngoài đồng, ăn lúa, cắn cây phá-tán hại cây trái, ruộng rẫy lắm, nên Nhạc sợ mà không dám cấm đạo nữa. Ấy là trong Đàng-trong. Mà ngoài Đàng-ngoài thì khá hơn không có chỉ bắt đạo. Nhưng-vậy mà các thầy tây giảng đạo cũng phải trốn-tránh ẩn-mình, sợ kẻo quan quân hà-khắc kẻ có đạo. Buởi ấy dân-sự cực khở, giặc-giã, đói-khát, mất mùa, ôn-dịch, lại thêm việc quan nặng-nề quá sức, con trai thì phải ra đi lính cả, con gái chưa chồng thì phải đi làm xâu việc quan, tải lương. Vì vậy cho-nên trong những họ nửa đạo nửa ngoại, vì sợ việc quan nên kẻ đàn anh ép gả con lấy chồng bất kì đạo ngoại.

Năm 1789, đức giám-mục Bê qua đời, thì đức-thầy Gia ở Đàng-trong lên nối chức, mà phải đi bộ qua Ma-cao chịu chức (1792.)

GIA-LONG PHỤC QUỐC.

Trong Bình-định Tây-sơn là ba anh em (Nguyễn-văn-nhạc, Nguyễn-văn-lữ, Nguyễn-văn-huệ) dậy giặc năm 1772. Năm 1774 Trịnh-sum vô đánh Huế, thì chúa Nguyễn là ông Duệ-tông-hiếu-định-hoàng-đế (Nguyễn-phước-thuần con thứ 16 chúa Võ-vương; người có 18 con) đi với ông Nguyễn-anh là cháu, (con ông Hiếu-khương-vương là con thứ 2 chúa Võ-vương) chạy vô Quảng-nam, rồi thấy giặc càng ngày càng thôn tới ép hai đầu thì ngày 12 tháng 2 1774 chú cháu dắc nhau vô Gia-định ngày 25 mới tới, ngụ tại Bến-nghé. Ở đó nương-náu chú cháu hầm-hút lo việc lập binh khôi-phục. — Năm sau mùa đông đi lần xuống Ba-giồng chiêu-tập Đông-sơn binh, (Đỗ-thanh-nhơn, Nguyễn-huỳnh-đức, Trần-búa, Dỗ-vàng, Đỗ-ghẹ, Võ-nhàn, Đỗ-bảng được 3000 binh).

Bước qua năm sau đinh-dậu 1776, Tây-sơn Nguyễn-văn-huệ vô đánh Gia-định lấy Saigon. Vua Duệ-tông xuống Rạch-chanh, có binh Đông-sơn theo hộ-vệ, rồi chạy qua Cần-thơ, rồi xuống Cà-mau.

Thuở ấy các xứ đều có lập các đạo: Quang-hóa đạo, Cà-mau thì Long-xuyên đạo, Rạch-gía thì Kiên-giang đạo, Lấp-vò thì Cường-thành-đạo, Cần-thơ thì Trấn-giang-đạo, Cái-vừng thì Tân-châu đạo, còn Sa-đéc thì Đông-khẩu đạc.

Tháng 9 vua Duệ-tông bị giặc bắt tại Cà-mau, còn ông chánh Mục-vương là hoàng-tôn chạy vô Ba-vác, cũng bị tay Tây-sơn giết cả chú cả cháu. Còn lại có một mình ông Nguyễn-anh (Gia-long) đi ghe bạt vào Khoa-giang trong cửa Ông-đốc (Đốc-huỳnh). Ban đêm muốn ra cửa mà mắc sấu cản, giợm ra 3 lần mà mắc cản hoài mới đậu lại. — Sáng ra do-thám lại mới hay là đêm ấy có thuyền giặc đi tuần ở ngoài biển. Rồi chạy ra hòn Thổ-châu.

Ông Huệ về Qui-nhơn, để Châu làm tổng-đốc, Oai làm tướng và cai-cơ Chần làm điều-khiển ở lại giữ các dinh đất Gia-định. Nguyễn-anh (tháng 10) cử binh Cà-mau lên Sa-đéc. Các tướng binh Đông-sơn (tháng 11) tới đánh quan điều-khiển Hoà của giặc tại dinh Long-hồ. Đến tháng chạp lên đánh lấy Saigon.

Bước qua đầu năm (1777, Cảnh-hưng 39) Đỗ-thanh-nhơn và các tướng đều tôn Nguyễn-anh lên làm *Đại-nguyên-soái nhíp quốc chánh*, (khi ấy Nguyễn-anh được 17 tuổi). Tháng 2 Tây-sơn tổng-đốc Châu đem binh thủy vô đánh Biên-hoà, Gia-định (Biên-trấn và Phan-trấn) và các ngả bờ sông, lại có Phạm-ngạn ở Qui-nhơn vô nữa. Trấn-phụng ra cự chiến tại Phước-lộc-giang thua đi. Nguyễn-anh dạy Đỗ-thanh-nhơn giữ Saigon (tháng 3), còn vua vô đóng Bến-lức. — Giặc tới Lê-văn-duân với Nguyễn-văn-hoằng đem binh đánh tại sông Bến-lức, Ô-nguyên giặc thua lui về Trường-giang. Vua dạy đắp lũy tại bờ phía tây Bến-nghé, hàn rạch, đóng ghe chiến hơn 50 chiếc, làm đèn sào, hoả hồ.

Lê-văn-duật đem binh thủy đánh, giặc thua hoài, ngoài Saigon Đỗ-thanh-nhơn đánh chém được quan tư-khẩu giặc tên là Oai tại Bến-nghé, lấy được ghe-thuyền, khí-giái hết, còn Nguyễn-văn-hoằng lại kéo binh qua đánh Đồng-nai lấy trận lại, chém tướng giặc là Khiêm-lăng. Thì tướng giặc là Phạm-ngạn mới bỏ mà chạy về Qui-nhơn. Lê-văn-duật lại tuốt ra đánh Bình-thuận, rồi vua đòi về mà sai Nguyễn-văn-hoằng, Nguyễn-nghi với Châu-văn-tiếp hiệp binh ra giữ đó.

Khi ấy có đạo Hoà-nghĩa là người Phước-kiến khi Nhạc dậy tại Qui-nhơn thì chiêu-tập quân Chệc lập làm một đạo, theo giúp Nhạc, mà sau khi đi đánh với binh Trịnh tại Quảng-nam, Cẩm-sa thua đi, thấy Nhạc đãi cũng bạc, khi cho về giữ Phú-yên liền trở lòng theo ông Thuận-hậu về Gia-định.

Khi ấy Tây-sơn đã thua rút về, Gia-định yên lại. Vua mới trí công-đường các dinh, đóng thuyền chiến, sai cai-đội đạo Tân-châu, (Cái-vừng, ở Châu-đốc) và Trần-văn-phước và Nguyễn-đức-huy lên Quang-hoá đóng thuyền hải-đạo.

Thuở trước khi vua ở Long-xuyên thất-thủ, thì Mạc-thiên-tích với tông-thất Xuân chạy về Xiêm cầu-viện, vua Xiêm cầm lại trong ấy, nay lấy Gia-định lại được rồi (tháng 6) vua mới sai Lưu-phước-trưng là sứ về Xiêm tu-hảo và hỏi thăm tin-tức bọn về viện binh cho luôn. Sai Nguyễn-văn-nhân làm khâm-sai cai-cơ coi quản lấy đạo Cường-thành tĩnh An-giang.

Năm ấy là năm Nguyễn-văn-nhạc xưng đế ngoài Qui-nhơn đặt niên hiệu là Thái-đức năm đầu 1777.

Tháng 3 năm sau 1778 bà mẹ Nguyễn-anh (bấy lâu từ hồi biên năm giáp-tí chạy lên ở làng An-du huyện Minh-linh tĩnh Quảng-trị), và các bà trưởng công-chúa về Gia-định. Vua sai cai-cơ Nguyễn-phước-điền đón rước về, mẹ con anh em mầng-rỡ.

Tháng tư vua đặt làm tả hữu chưởng-cơ Trần-xuân-trạch Nguyễn-kim-phẩm là người ở Sơn-nam (Nam-định) vỏ, với 300 quân ứng nghĩa. Hai ông ấy thuộc nghề võ lắm, nên vua thường biểu dạy tập quân-lính các dinh.

Bước qua tháng 6 vua Cao-mên tên là Nắc-vinh từ khi giết Nắc-thâm đi, thì Nắc-tôn rầu chết đi, thì có anh quan là Chiêu-thùy-mô-đô-đồ-ren chiếm-cứ Tòng-xuy mà cự mãi, lại sai người tới viện binh dinh Long-hồ đánh giúp. — Khi ấy Nắc-vinh chạy ở La-bích (Ba-rạch Long-xuyên). Nguyễn-anh mới dạy Đỗ-thanh-nhơn đi đánh, bắt được Nắc-vinh giết đi lập con Nắc-tôn là Nắc-in lên làm vua, rồi để Hồ-văn-lân ở lại bảo-hộ mà về.

Tháng 11 rảnh giặc mới duyệt bản-đồ các dinh lại.

1º Trần-biên (Biên-hoà),
1 huyện Phước-long.
{
1 Tân-chánh tổng.
2 Bình-an tổng.
3 Long-thành tổng.
4 Phước-an tổng.
}

2º Phan-trấn (Gia-định),
1 huyện Tân-bình.
{
1 Bình-dương tổng.
2 Tân-long tổng.
3 Phước-lộc tổng.
4 Bình-thuận tổng.
}

3º Long-hồ (đặt lại Hoằng-trấn), 1 châu Định-viễn.
{
1 Bình-an tổng.
2 Bình-dương tổng.
3 Tân-an tổng.
}

4º Trường-đồn-dinh (Định-tường), 1 huyện Kiên-an.
{
1 Kiên-đăng tổng.
2 Kiên-hưng tổng.
3 Kiên-hoà tổng.
}

Đặt mỗi dinh có cai-bộ, kí-lục mà trị dân. Khi trước thuế-vụ thì có chín kho các nơi mà nạp, nay phân cương-giái rồi thì bãi trường-kho mà bắt cứ trấn nào nộp trấn ấy mà-thôi.

Qua năm nay canh-tí 1779 Nguyễn-anh mới nghe lời quần-thần khuyên mà tức vương-vị tại Saigon. — Khi trước thì làm *Nguyên-soái nhip quốc chánh* mà-thôi. Nhưng-vậy cũng dùng niên-hiệu vua Lê-cảnh-hưng, ấn thì ấn *Đại-việt-quốc Nguyễn-chúa*, tờ ra lệnh thì viết: *Truyền chỉ...* Khi sai-phái thì viết: *Chỉ-sai*; còn khi đình-thần tâu đối thì *bẩm*.

Tháng 3 hoàng-tử Cảnh (là đông-cung anh-duệ-hoàng-thái-tử) sanh ra. Mẹ người là bà Tống-thị là con ông tả-chưởng-dinh Tống-phước-khuôn.

Tháng 4 Ocnha-suất là tù-trưởng Cao-mên ở Trà-vinh bấy lâu cứ lộ công, toan mưu phản, nên vua sai Đỗ-thanh-nhơn với Dương-công-đặng đem binh vô đánh. Nó cứ hiểm bắn tên giỏi quá, nên lập đồ-thổ trên ghe câu mà đỡ tên xốc vô đánh nhau, nó rút vô rừng, rượt theo đốn cây cho quang ra tứ phía súng lớn bắn dộng vào, cùng thế chạy không khỏi mới bắt được Ocnha-suất, chiêu-phủ dân thổ về phục-nghiệp lại mới yên.

Vua có sai tham Tịnh vô Xiêm tu-hảo, mà lúc ấy (tháng 6) có tàu Xiêm ở Quảng-đông về ngang Hà-tiên bị Thăng là quan lưu-thú đó bắt lấy của giết người đi, nên vua Xiêm giận bắt tham Tịnh bỏ tù. Lại thêm có Bồ-ông-giao là Cao-mên nói vu rằng ngoài Gia-định có mật lệnh biểu tông-thất Xuân với Mạc-thiên-tích làm nội ứng mà lấy thành Bang-kok, nên vua Xiêm càng thêm nghi mà giết hết cả bọn 53 người ở Xiêm đi.

Tháng 7 bình-tịnh không việc chi, mới lo đóng thuyền trường đà, dưới binh thủy chèo, trên mui binh bộ đánh giặc, đi sông đi biển được. Cho-nên đến tháng 5 (1780) duyệt binh lại hết thảy được 3 muôn, thuyền hải-đạo 80 chiếc, tàu chiến 3, tàu tây 2.

Đỗ-thanh-nhơn là tướng lớn đạo Đông-sơn, bấy lâu giúp vua có công trận lớn lắm, mà bởi ỷ có công nên ra kiêu-hành, lộng quyền hung quá, giết bỏ con đàn em cách dữ-tợn, có tội thì đem mà nướng đi, ai ai cũng than-van.

Vua thấy người có công muốn dung đi hoài, vua thường tới nhà va, va cũng có ý dể-ngươi lờn mặt nữa. Quá lắm, ông chưởng-cơ Thiêm-lộc mới lớn tâu vua xin trừ đứa giặc ở bên lưng đi cho rồi. Vua dụ-dự mới làm mưu, giả đò sơ da, đòi Dỗ-thanh-nhơn vô bàn-nghị việc. Va tới vệ-sĩ Thập bắt liền đem giết đi. Còn binh Đông-sơn thì chia ra nhập vô 4 quân, tiền-quân Lê-văn-duật, hữu-quân Võ-doãn-triêm, tả-quân Tông-phước-lương, hậu-quân Trương-văn-bác. Mà từ giết tướng nó đi, nhiều người trốn về Ba-giồng đi ăn-cướp, cho đi chiêu-vỗ nó, nó cự mạng.

Ông Hoán lãnh binh bộ, còn binh thủy thì là ông Thiêm-lộc. Khi ấy ông Nguyễn-văn-hoàng trấn-thủ Bình-thuận đau bệnh chết đi, mới sai ông tông-thất Dũ ra thế, lại phong cho Châu-văn-tiếp làm khâm-sai ra điều-khiển tướng-sĩ binh dân ngoài Phú-yên.

Nội tháng 5 ấy có sai binh thủy ra hiệp với binh Bình-thuận, Phú-yên mà đánh Tây-sơn, mà tới Nha-trang (Khánh-hoà) đụng giặc đóng ngang lũy nó, binh thủy mình thì nó ít nó không dám đánh, nó đem binh bộ và voi nhiều lắm. — Quân vô thấy khiếp đổ đi, thôi về núi Trà-long (Phú-yên tỉnh) — Rồi sau nhơn trong Gia-định có ngứ binh Đông-sơn dậy, không chắc có binh tiếp hay không, nên tông-thất Dũ triệt binh về.

Thật qua tháng 5 nhuần thuộc-tướng binh Đông-sơn là Võ-nhàn, Dỗ-bảng trở nghịch tại Ba-giồng. Sai quan quân đi đánh, mà thua nó đi ; chết hết một ông thông-binh Tông-văn-phước. Sau sai Nguyễn-văn-qúi với Phan-văn-huyên nhập lõa với nó, mới bắt được tướng nó giết đi mới hết.

Kế lấy tháng 10 vua Xiêm sai tướng Chất-trì, Sô-si là hai anh em ra đánh vua Cao-mên là Nắc-in. Vua Cao-mên tâu xin vua Gia-long giúp, nên qua tháng giêng (1781) vua sai Nguyễn-hữu-thoại đem trót trăm chiếc chiến-thuyền với 3000 binh đi đánh giúp. — Binh đóng đồn tại La-bích.

Mà hai tướng Xiêm lúc ấy nhơn vì Trịnh-quốc-anh là vua Xiêm bắt vợ con hai tướng mà cầm tù đi, nên oán vua mới sai sứ qua đồn Annam mà xin nghị hoà với Nguyễn-văn-thoại, xin mời qua đồn Xiêm mà giao hoà. Nguyễn-văn-thoại chịu phứt đi. Em Nguyễn-văn-thoại mới bàn nói nó mên-man nó đa trá lắm, biểu đừng có đi. Mà đã ừ lỡ phải giữ lời, vậy mới đem mười tên quân mà đi vô trại Xiêm. — Tướng Xiêm rước đãi tử-tế, bẻ tên mà thề. Tướng Annam lấy cờ dao, gươm đưa cho làm tin mà về.

Kê lấy trong Xiêm Cỏ-lạc-thành giặc nổi lên, vua Xiêm sai Phi-nhả-oan-sản ra đánh, mà vì đầu giặc là em va nên va cũng theo em mà trở lòng đánh lại với vua, đánh lấy thành Bang-kok. — Vua Trịnh-quốc-anh chạy vô chùa, bị Oan-sản bắt bỏ tù. Oan-sản mới chạy tờ cho Chất-tri hay mà về. Chất-tri về biểu người vô giết vua Trịnh-quốc-anh đi, lại bắt tội Oan-sản sao có làm loạn bắt giam lại rồi cũng giết đi. Anh ta mới lập anh ta lên làm vua kêu là Phật-vương, phong em là Sô-si làm vua nhì, cháu là Ma-lặc làm vua ba. Những người Annam bị vua Trịnh-quốc-anh đày ra phần sáp các nơi được về Bang-kok lại được cấp lương tiền mà ăn nữa. Nên Nguyễn-hữu-thoại tâu rồi kéo binh về.

Tháng 2 Tây-sơn nghe trong Gia-định tướng Đỗ-thanh-nhơn đã bị tội phải giết đi rồi, thì mừng (vì sợ va hơn hết). Nguyễn-văn-nhạc, Nguyễn-văn-huệ hai anh em đem binh vô đi hơn 100 chiếc thuyền vô đánh lấy Gia-định lại. Tàu giặc vô Cần-giờ lên, nhờ gió xuôi thẳng-xông tới. Binh vua đổ tháo lui. Có một mình cai-cơ Màn-hoè

(Emmanuel) người Langsa của đức-thầy Vêrô dùng giúp vua, ở tàu tây cự giặc được lâu ; sau giặc nhờ gió nhờ nước, vây đánh tứ phía, thả bồi đốt tàu cháy Màn-hoè chết đi. Vua nghe tin đem binh ra tiếp, tới ngã ba Tam-kì gặp giặc, vua mặc áo nhung-y cầm súng tay đứng trước mũi thuyền, vua dạy và đánh và lui lần về Bên-nghé. Giặc tuốt theo, binh vua thua luôn, vua chạy xuống Ba-giồng.

Tháng tư tông-thất Dũ ở ngoài Bình-thuận cho binh tả-chi với binh Hoà-ngãi vô tiếp cứu, đánh giết được quan hộ-giá giặc là Phan-ngạn tại cầu Tham-lương.

Nhạc nghe Phan-ngạn bị giết, cũng như mất vây cánh, lại nghe đạo Hoà-ngãi là người Chệc cả, nên giận oán mà dạy giết Chệc khách ở Gia-định hết hơn trót muôn, bất kể là dân, là binh, là lái buôn giết ráo thảy trôi bèo sông. Trót tháng người-ta không dám ăn tôm cá sông, uống nước sông.

Vua chạy giồng Lữ (Dịnh-tường) có bốn năm ông quan theo và 300 binh mà-thôi. Nguyễn-học là đô-đốc giặc rược theo, vua tốt gươm ra đốc binh chém được Nguyễn-học, binh nó đổ chạy, bắt được hơn 30 chục chiếc ghe của giặc. Thừa thắng rược theo giặc tới Trân-định-dinh. Đóng tại ngã tư. Huệ giận kéo binh mạnh úp đánh, binh vua thua miết, chạy ra Bên-lức. Rồi có ghe quan lưu-thú Vĩnh-trấn-dinh lên rước vua đem về Sông-sau.

Vua mới sai Nguyễn-hữu-thoại, Trần-xuân-trạch với Cao-phước-trí mượn đường Cao-mên vô Xiêm viện binh. Mà các ông ấy bị quân Cao-mên nó âm-phụ với Tây-sơn nó giết đi.

Còn vua thì chạy vô Rạch-giá, bị hơn 30 chiếc ghe Cao-mên nó rược theo, vua chạy qua Hà-tiên, rồi ra cù lao Phú-quốc. Tây-sơn lại lấy lại được hết xứ Gia-định (Nam-kì).

Qua đầu tháng 5 hai anh em Nhạc với Huệ để Đỗ-nhàn-trập là tướng đạo *Đông-sơn* ra đấu với Bá với 3000 binh lại giữ Gia-định, tại Bến-nghé mà dẫn binh về Qui-nhơn, (trước là Chà-bàn thành kinh-đô Chiêm-thành tục kêu là Bàn-xà-thành, bây-giờ cải kêu là Bình-định).

Nhạc, Huệ về rồi, thì tướng vua lại lo đánh lấy lần lại. Vậy (tháng 6) Hồ-văn-lân đánh đô-đốc Nguyễn-loan tại dinh Long-hồ phải thua bỏ dinh chạy đi. Rồi hiệp với Dương-công-đặng là quan điều-khiển và cai-cơ Nguyễn-văn-quí lên đánh quan quân Tây-sơn nơi Bến-lức, bắt được hơn trót chục chiếc ghe của giặc.

Binh vua có tông-thất Mân làm trung-quân, Lê-văn-duân, Châu-văn-thiếp.... lên ngả Cần-giờ đuổi binh giặc chạy đi. Tướng giặc là Đỗ-nhàn-trập lo cự, mà Bá biểu chạy về Qui-nhơn, đầu năm sau hãy vô đánh lấy lại. Không ghe, thua binh vua, hao quân nhiều quá rồi mới dắc nhau chạy về Qui-nhơn.

Lấy Saigon lại được, liền sai quan ra tâu vua hay tại Phú-quốc, rồi Châu-văn-tiếp đem ghe-thuyền quân-gia rước vua tại ngả tư về Saigon.

Khi ấy có tông-thất Hi và các quan ở Phú-xuân (Huê) vô Gia-định chầu-vua. Vua phong chức cho. Lo lập binh thủy lại, đóng ghe-thuyền. Mà vua còn e nỗi Tây-sơn qua xuân sẽ vô đánh nữa, thì sai Lê-phước-điển, Lê-phước-bình vô Xiêm thông-hảo để nhờ sau có viện nó.

Khi ấy (tháng 9 tháng 10, 11) ngoài bắc chúa Trịnh-sum chết, lập con là Trịnh-cán lên được ít ngày, mà có phe lại lập Trịnh-đông là anh Trịnh-cán lên mà bỏ Cán đi, công Chỉnh (Nguyễn-hữu-chinh) vô đầu Tây-sơn.

Trong Gia-định vua Gia-long lo hờ sợ Tây-sơn vô đánh nữa, nên lập đồn giao khẩu hai bên sông Sàigòn, giăng dây thảo-long, sấm hoả-công, thần trong thuyền giăng hơn trót trăm chiếc để hờ ngữ giặc.

17

Mà thiệt như vậy, đến tháng 2 (năm sau 1782) Nguyễn-văn-huệ, với Nguyễn-văn-lữ đem binh vô đánh nữa. Giặc châu bắn đồn, thả bồi đốt thuyền giặc, mà rủi phần thì nước lớn phần thì gió lên, tấp lại đằng thủy mình xíu bè, giặc xơm tới, binh vua thua chạy, ông tông-thất chết chìm, Dương-công-đặng bị giặc bắt, còn Châu-văn-tiếp lui chạy. Vua với năm sáu ông quan và không đầy một trăm quân chạy Ba-giồng.

Qua tháng tư vua tôi binh-gia chạy ta nới mới hiệp lại được. Khi ấy mới sắp binh đóng đồn tại Dồng-tuyên. Huệ nghe được mới đem binh bộ tới đánh, binh vua thua, chết quan chết quân hết bộn.

Vua tới Bên-lức, bị binh giặc rược chạy bộ tới Rạch-chanh. Rạch có nhiều sấu không dám lội, may có con trâu nằm nước một bên bờ. Vua lên lưng long ngang qua, ra tới giữa chừng trâu hụt cẳng chìm xuống; may đâu con sấu lớn trừng lên vua qua lưng nó, nó đem vô bờ được. Vua về riết Mĩ-tho, kiếm ghe chở mẹ, vợ, hầu ra Phú-quốc.

Vua có sai tông-thất Dú với Trần-đỉnh là tướng đạo Hoà-ngãi về Cần-giờ thám giặc. Mà vì tướng ấy khinh mạng tông-thất, nên tông-thất chém đi. Lão tông-binh đạo ấy tên là Trần-hưng với Lâm-học giận vô Hà-tiên làm loạn. Lúc ấy có Nguyễn-kim-phẩm và bà thái-trưởng-công-chúa vô Hà-tiên thâu binh và biện quân-nho, bị quân ấy nó giết đi. Vua nghe giận đem binh qua đánh nó thua nó chạy đi. Khi ấy có tướng Xiêm tên là Vinh-li-ma chạy giặc Oan-sản ở cù-lao Cô-long nghe vua về Hà-tiên đem vài trăm quân với mươi chiếc ghe tới xin qui-phụ; vua cho.

Vua ở tại Phú-quốc, tháng 6 có Phan-tấn-thận là quan thông-suất của Tây-sơn đem binh đến vây đánh. Cai-cơ Lê-phước-điền mới xin lấy áo đỏ vua mà mặc vào ra đứng trước mũi ghe. — Giặc tưởng là vua đua nhau châu đánh mà bắt, chẳng ngờ vua qua ghe khác chạy ra Côn-nôn. Tông-thất Điễn với tông-thất Dũ và chưởng-cơ Mân và Vinh-li-ma đều bị giặc bắt cả. Giặc dỗ mà dùng mà không chịu cứ làm hung chưởi-rủa, xỉ-mạ cho nó giết đi mà thôi. Vợ chưởng-cơ Mân nghe chồng chết cũng nhảy xuống biển mà chết.

Tháng 7, Nguyễn-văn-huệ nghe vua trú tại hòn Côn-nôn, thì sai Trương-văn-đa đem binh thủy vây ba vòng. Mà may trời nổi dòng-gió, kéo mây u-ám, ghe thuyền giặc chìm chết lìu-íu. Ghe vua vượt ra khỏi trùng-vây, bạt vô hòn Cỏ-cót, rồi lẩn về Phú-quốc. — Binh hết lương-phạn đói ăn rau cỏ, củ chuối mà chịu. May đâu có người đờn-bà buôn-bán đất Hà-tiên chở dâng một ghe gạo. — Còn thuyền vua hư thì có một người lái buôn đem chiếc khác tới dâng.

Vua nghe đức-thầy Vê-rô ở Chơn-bun thì sai người vô mời người ra. Vua mới xin giúp về Tây viện binh giúp vua. Vua giao đông-cung Cảnh cho đức cha làm tin. Rồi vua mới chạy ra cửa Ma-li mà thám giặc, gặp thuyền giặc hơn 20 chiếc. — Vua xổ buồm buông ra khơi bảy đêm ngày. Trong ghe hết nước, vua rầu vái-van xin trời có thương thì cho vô bờ, bằng không xin cho chìm chết đi cho rồi. Bỗng đâu có nước vận trước mũi ghe, một bên trắng một bên đen, người trong thuyền múc uống thấy ngọt la lên. — Ai nấy khát nước đã lâu đua nhau múc uống, rồi lấy ghè hủ múc đầy cả. Nước liền mặn lại như cũ. Vắng dạng ghe giặc, vua chạy về Phú-quốc.

Vua lại sai Võ-văn-chánh vô Long-xuyên mà chiêu-tập. Rồi ghe vua vào cửa Độc-công (cửa Ông-đốc), gặp thuyền quan Tây-sơn đi do, bắt được tướng nó tên là Quản-nguyệt, dạy Võ-văn-chánh đem chém đi lấy oai, mà Chánh không chém để cho làm hướng-đạo. Vua giận sao có cái lệnh, liền đưa cây gươm qui-y cho Trương-phước-giáo qua chém Quản-nguyệt đi.

Thuyền ngự vua vô Long-xuyên, quan lưu-thú giặc là Nguyễn-hóa hay được, sai mười chiếc ghe phục đón cửa Ông-đốc. Mà may có cai-cơ Nguyễn-văn-giảng với cai-đội Nguyễn-văn-oai đi tuần đêm bắt được ghe du và phó-chiến giặc tên là Cương, nghe Cương nói mới hay, thì dạy bươn ra biển tức-thì, Nguyễn-hóa rược theo không kịp. Vua tha thằng cha Cương mà cho nó tùng-quân, (tháng 8). Tây-sơn Nguyễn-văn-nhạc với Nguyễn-văn-huệ lại đem binh về Qui-nhơn, để phò-mã Trương-văn-đa ở lại giữ Gia-định.

Ghe vua đậu hòn Chông, có anh phó-chiến của giặc tên là Hiền tới xin đầu, lại có anh phó-chiến Nguyễn-khả-bằng bị dông bạt vào hòn Trang phải bắt, vua cũng tha mà dùng, rồi vua qua hòn Thổ-châu (đất-đỏ).

Các quan các chỗ lo đánh với giặc có khi đặng khi thua mà sau hết bị Trương-văn-đa đánh giả thua chạy. Lê-văn-duân chạy vô Xiêm. (1783) Nắc-in vua Cao-mên bị giặc Chà-và chạy vô Xiêm, vua Xiêm cầm lại mà cho Chiêu-thùy-biện ra trấn-thủ nước Cao-mên.

Cái hồi thất Bến-nghé vua có cho Châu-văn-tiếp vô Xiêm viện binh, thì vua Xiêm chịu, mà sai tướng Thát-xỉ-đa đem binh thủy ra Hà-tiên, mà có ý mời vua Gia-long vô Xiêm. Vua được tờ Châu-văn-tiếp về việc ấy, nên mới xuống Long-xuyên mà hội với tướng Xiêm. Tướng Xiêm xin vua vô Xiêm, vua cực chẳng đã phải theo. Vậy tháng 2, 1783 vua dạy Ngô-công-qúi theo hộ bà Quốc-mẫu với cung-quyến vua nơi hòn Thổ-châu. Rồi vua đi với 30 ông quan và mười tên quân vào Xiêm.

Vua Xiêm nghe tin vua Gia-long vô, thì cho kêu Châu-văn-tiếp (đã ra về ngả bộ) lại. Tháng 3 vua tới Bang-kok, vua Xiêm rước đãi tử-tế. Đến tháng 6, vua Xiêm sai tướng Chiêu-hội, Chiêu-sương, đem hai muôn binh thủy và 300 chiếc thuyền ra theo đánh giúp. Tháng 7 về tới kéo vô Kiên-giang đạo (ngả Rạch-giá) đánh phá đô-đốc Nguyễn-hóa nơi Trấn-giang rồi thẳng tới Sa-đéc, Trà-ôn, Mân-thít, Ba-thắc phân binh đồn-trát.

Châu-văn-tiếp (tháng 10) đem binh đánh nơi sông Mân-thít, giặc cự lâu; Châu-văn-tiếp bị gai nặng, vua tấn binh tới tiếp, giặc thua bị chém giết nhiều quá. Phò-mã Trương-văn-đa chạy về Long-hồ, giặc bỏ ghe-thuyền khí-giái không kể xiết. Trận ấy Châu-văn-tiếp bị gai nặng quá chết đi. Vua thương tiếc lắm.

Tháng 11 đặt Lê-văn-duân lên làm khâm-sai-bình-tây-đô-đốc thế cho Châu-văn-tiếp. Mới lãnh binh đi đánh đồn Ba-rài. — Trà-luộc, Đặng-văn-lượng chết trận. Ông thái-giám Lê-văn-duyệt với Nguyễn-văn-khiêm bấy-lâu từ trận Đông-tuyên, chạy theo vua không kịp, sút lại bị giặc bắt, đến đây trốn về được tới lạy vua. Sai Trịnh-tử-sanh giữ Trấn-giang, Nguyễn-thừa-diễn giữ Cái-bèo, Nguyễn-văn-thành qua Bát-chiên, Quang-hóa thâu-tập binh Đông-sơn. Từ Châu-văn-tiếp mất đi, thì binh Xiêm-lồ-thược hung-bạo lắm. Vua rầu tính với các tướng lo mà bải nó về đi cho rảnh.

Nguyễn-văn-nhạc ở ngoài Qui-nhơn nghe báo tin có binh Xiêm ra giúp vua Gia-long thì sai em là Nguyễn-văn-huệ đem binh thuyền vô Saigon cứu-ứng. đánh ít trận không ra gì muốn kéo binh về. Mà có Lê-xuân-giác bày kế cho Huệ biểu phục binh nơi Rạch-gầm, Xoài-mút nhử Xiêm mà đánh. Xiêm láu-táu, kéo binh thẳng xuống Mĩ-tho, bị nó phục đánh thua vỡ chạy. Thâu tàn-tốt được vài ngàn lên ngả Cao-mên về đi, còn binh ta Lê-văn-duân cũng thua cai-cơ Nguyễn-văn-oai chết trận. Khi ấy vua mới dời đi Trân-giang với mươi ông quan mà-thôi. Lại sai Trịnh-tử-sanh với cai-cơ Trung vào Xiêm khai-báo.

Đến đây đức thầy Vêrô (Bá-đa-lộc) mới đem hoàng-tử Cảnh đi qua Tây.

Khi ấy (năm 1784 tháng giêng) vua Gia-long ngụ tại hòn Thổ-châu. Đông-cung đi với đức-thầy qua tới Thiên-trước, còn ở tại thành Bondichéry. Giặc nó tới Thổ-châu, vua chạy ra hòn Cỗ-cốt, cai-cơ Trung đem ghe binh Xiêm tới rước. Vua lại lộn về Xiêm, đi với 27 ông quan và 200 quân 5 chiếc thuyền (tháng 3). — Tháng 4 vô tới Bang-kok.

Nội tháng ấy Huệ đuổi vua đi rồi thì dẫn binh về Qui-nhơn, để Đặng-văn-trân ở coi lấy Gia-định. Tháng 5, Lê-văn-duân và các tướng-sĩ khác lần-lần vô với vua. Vua dạy các quan về chuyên việc đồn-điền mà lo lương và ra cù-lao đóng ghe-thuyền.

Các tướng còn ở ngoài nầy hay-là về do-thám đánh lấy được đồn Long-xuyên. — Sai vô tâu vua, vua dạy bỏ đi vì thất thế giữ cũng được. Mà thật tướng Tây-sơn ở Saigon xuống đánh lấy lại. Quan vua chết trận, lại Công-đặng bị giặc bắt giết đi nữa.

Vua ở Vọng-các (Bang-kok) có người Khách Tứ-xuyên tên là Hà-hỉ-văn đem anh em tới xin giúp vỏ, (nó là bọn thiên-địa-hội). Vua cho. (1785 tháng giêng).

Tháng 2 năm ấy có giặc quân Miên-điện xuống đánh đất Sài-nặc của Xiêm. Vua Xiêm đi đánh, vua Gia-long cũng đi đánh giùm, vua cho Lê-văn-duân với Nguyễn-văn-thành xốc tới trước vụt hoả hổ, quân Miên-điện sợ hoảng vỡ chạy bị giết nhiều lắm, lại bắt sống hơn 500 nữa.

Cũng có Chà-và lại đánh Xiêm vua Xiêm xin vua An-nam giúp. Vua liền cho Lê-văn-duân đem binh thủy đi với vua nhì đánh dẹp yên.

Lúc tháng 5 tháng 6 đây là lúc Huệ với Lữ với Công-chỉnh ra đánh Huế, rồi ra bắc. — Vua Lê-cảnh-hưng băng, Nhạc, Huệ đánh nhau.

Vì vậy cho-nên qua tháng chạp vua Gia-long cho quan về Hà-tiên mà chiêu-tập ngãi-binh.

Năm sau 86, vua còn ở Bang-kok có người Buttughê tên là Antôn-sòi đem quốc-thơ, vải tây, súng tay mà dâng vua, nói có gặp đông-cung Cảnh xin binh giúp, thì nhà nước Buttughê đã sắm 56 chiếc tàu tại thành Goa để qua giúp vua. Rồi đem lễ-vật dâng vua Xiêm xin rước vua Annam về nước. Vua Xiêm ganh không bằng lòng, nên vua mật dụ Antôn-sòi (Lòi) từ đi mà về.

Tông-phước-đàm và các quan khác vô thăm vua, nói Tây-sơn đương đánh nhau, quan trấn-dinh giặc ở Gia-định về giúp Nhạc, nên xin vua lo về mà khôi-phục. Kê lấy Nhạc chia cho Lữ vô làm đông-định-vương ở Gia-định.

Vua biết binh Xiêm không xong, nên vua không thèm xin giúp, tôi lại vua để thơ từ-tạ lại chỗ vua ở, vua tôi, mẹ và cung-quyến xuống thuyền ra cửa Bắc-nam đi tuốt đi. Sáng ngày ra hai vua Xiêm chưng-hửng, cho ghe nhẹ theo mà theo không kịp trở về.

Vua về dựa hòn Tre, nhơn có cai-cơ Trung gặp ghe buôn Xiêm giết người lấy của, vua chém đầu gởi vô cho vua Xiêm cho biết vua có ý lành tử-tế với vua Xiêm. Vua Xiêm cho sứ ra tạ.

Đó rồi vua vô Hà-tiên, để Phạm-văn-nhơn phụng bà quốc-mẫu và cung-quyến vua tại hòn Phú-quốc, vua vô Long-xuyên. Các tướng đâu đó đem binh thuyền tới qui phụ. Vua phong chức cất việc cho, rồi vua đi thẳng tới Cần-giờ. Quân-gia ngãi-binh đâu đó đều dậy ra ứng cả.

Đông-định-vương Nguyễn-văn-lữ nghe binh vua ứng thì sợ bỏ Saigon chạy qua Lượng-phụ (Biên-hoà tỉnh) đắp lũy mà ở, để thái-bảo Phạm-văn-tham cứ Saigon. Quan quân vua đánh không xuể, mới dùng mưu giả mật-chỉ Nhạc biểu hại đi, cho thị Lộc là vợ hộ-đốc-lý bát được tới nói. Phạm-văn-tham thất-kinh kéo cờ bạch đem binh qua chỗ Lữ ở. Nguyễn-văn-lữ thấy cờ bạch, nghi anh ta đã đầu giặc, liền đánh tót về Qui-nhơn, sau chết ở ngoài ấy. Tham thấy vậy trở lại Saigon.

Vua dạy các quan hội về Hồ-châu tới Ba-vác quan điều-khiển giặc là Nguyễn kế-diệm đem 10 chiếc thuyền ra đấu.

Tới đánh đồn Ba-rài, Nguyễn-văn là quan ngự-húy giặc giữ đồn. Lê-văn-duân thấy nó cho ghe sáp ngoài vàm hờ đó, thì tính cho vô cứ-hoả cho giặc sợ, rồi đại-binh ngoại ứng mới xong. Vậy mới lén vô ngoài lũy phục dưới cầu, bắt quân đi ra gánh nước hỏi khẩu-hiệu giặc được, khuya lén vô giữa đồn nổi lửa đốt đi. Binh giặc lộn-xộn lạo-xạo, Lê-văn-duân vô chém quách tướng Văn đi. Binh ngoài thấy lửa đánh riết, giặc thua chết ghình sóng, lấy khí-giái ghe-cộ nhiều quá.

Đó rồi kéo thẳng tới Mĩ-tho. Mà đánh không nổi Phạm-văn-tham; phải thua, lại mất Nguyễn-đăng-vân là cai-cơ giỏi nghề võ lắm, giặc bắt được giết đi. Vua mới trở về Hồ-châu, thâu-tập tướng-sĩ được 300 người, thuyền vài chục chiếc. Sai Nguyễn-văn-tôn chiêu-tập người thổ (Cao-mên) xứ Trà-vinh Mân-thịt, hơn trót ngàn, bổ làm binh, gọi là đồn binh Xiêm, cho Nguyễn-văn-tôn coi quản lấy. Sai Hồ-văn-lân lên đánh giặc tại Rạch-chanh, giặc thua chạy; có hai chưởng-cơ giặc ra đấu. Tới đánh chưởng-cơ Trì tại Mĩ-lồng, Trì thua chạy; còn bao nhiêu ra đấu, lấy khí-giái và thuyền được mươi chiếc. Vua mới đóng tại Mĩ-lồng, sai tòng-thất Uy và tiền-quân Lê-văn-duân chiêu-tập hương-binh đắp đồn-lũy mà giữ, tòng-thất Hội ở Ba-giồng lại đem binh tới nữa.

Thái-báo giặc là Phạm-văn-tham nghe Trì đã thua, thì đem binh tới đánh mà làm không xuê phải lui về Ba-rài. Lúc ấy có Nguyễn-văn-hưng là quan thái-úy giặc ở Qui-nhơn vô tàu thuyền hơn 30 chiếc, hiệp với Tham mà đánh vua. Các quan nghe tin đã đem bụng lo sợ, mà vua không sợ. Cách ít lâu Hưng lại đánh tót về Qui-nhơn.

Ngoài bác khi ấy Huệ là Bác-bình-vương sai Võ-văn-nhậm ra lấy Trung-đô (Nghệ-an); rồi nghe Công-chỉnh về theo Lê giúp đánh với Trịnh, lại sai Võ-văn-sĩ ra đánh lấy Hà nội.

1787. Tháng giêng năm sau 1787, vua đóng đồn tại Nước-xoáy, đắp lũy lập đồn vững chắc. Vua nghe báo Ocnha-luông Cao-mên theo Tây-sơn đóng đồn tại Cần-thơ, vua đem quan binh qua đánh nó thua chạy, lấy hết thuyền-bè ghe-cộ của nó cả, mà về Nước-xoáy.

Tháng tư có Võ-tánh người tỉnh Gia-định thật là đồng-trí, trước ra tựu đảng tại Gò-công, quân-gia hơn trót muôn, giặc (Tây-sơn) qua ngang đó thì bị bắt giết hoài, nên giặc sợ lắm; giặc thường nói rằng: Gia-định có tam hùng, (là Đỗ-thanh-nhơn, Châu-văn-tiếp với Võ-tánh) mà sợ Võ-tánh hơn hết. Võ-tánh đem binh-gia tướng-sĩ mình lên Nước-xoáy ra mắt vua xin ứng nghĩa. Vua mừng phong chức cho, lại gả công-chúa cho. (Ngọc-dữ là con thứ 2 ông Hưng-tổ.)

Rồi sai đi đánh đồn Trấn-định bắt được tướng giặc là chưởng-cơ Diệu; đánh chỗ nào cũng thắng. Bên Đồng-nai Nguyễn-văn-ngải cũng thắng trận (tháng 7).

Tháng 8. — Lấy Sàigòn (Gia-định) lại được. Vua tân binh phía rạch Thị-nghè, sai Võ-tánh dàn phía nam đồng Tập-trận giăng tới Bến-nghé; tứ phía các tướng đều đánh vô. Tướng giặc là Tham thâu-thập ghe-thuyền toan ra Cần-giờ mà chạy; mà vua cho Lê-văn-duân đem thủy chặn đón, va phải vô Ba-thắc đắp đồn bên bờ sông mà giữ mình.

Lấy Gia-định lại rồi, vua mới (tháng 9) sai quan ra Phú-quốc rước bà quốc-mẫu và cung-quyến vua về Gia-định, lại sai Nguyễn-văn-nhàn vô Xiêm báo-tiệp.

Ngoài bắc (Đàng-ngoài) khi ấy vua Lê-chiêu-thống chạy qua Tàu, xin Tàu giúp, nhờ Tôn-sĩ-nghị qua đánh lấy Hà-nội lại, (tháng 10, 1787).

Đàng-trong Nguyễn-văn-huệ xưng đế, tức-vị lấy hiệu Quang-trung, còn Nhạc thì cứ Qui-nhơn với Phú-yên mà-thôi.

1788. Qua năm sau 1788 Huệ ra đánh binh Tàu và Lê chạy hoét về bên Tàu cả. Huệ mới đặt con mình là Quang-thùy với tư-khấu Võ-văn-dõng ở Hà-nội giữ Bắc-thành, đặt Quang-bản giữ Thanh-hoá, Nguyễn-văn-duệ giữ Nghệ-an, rồi Huệ kéo binh về Huế.

Trong Nam-kì thì vua Gia-long đã lấy lại xong rồi, mà còn có một hai tướng giặc ở bìa ở chéo, như Phạm-văn-ngạn ở Hồ-châu, vua sai ra đánh phá đi ; như Tham đóng Ba-thắc muốn về Qui-nhơn đem binh thuyền ra vàm, mà bị binh vua đánh giả chạy tuốt ra Hồ-châu, rồi nó lộn về Ba-thắc. Tháng 2 vua cùng các tướng đem binh vây đánh nó, nó cự lâu quá, sau nó nghe binh viện nó ở Mĩ-tho xuống cũng đã bị thua, kẻ thì chết, kẻ thì ra hàng đầu đi rồi, thì nó cùng thế nó cũng ra hàng đầu. Vua tha tội cho theo quân. Mà sau nó cũng bị chết chém bêu đầu, là vì nó trữ Diệm-trai là người Huệ cho vô đem mật-thơ cho va, vua hay bắt chém đi

Tháng tư vua về Gia-định. Qua tháng 6 (1788 ông đông-cung Cảnh đi Tây về với đức-thầy Vêrô (Bá-đa-lộc) ; đi 2 năm mới tới bên nước Langsa, 4 năm về tới nhà. — Vua sai quan-quân, ra ngoài cửa Cần-giờ đón rước.

Có ba ông quan Langsa theo đức-thầy về. — Vua dùng

đặt làm quản thuyền đặt tên là : (tục kêu là chúa tàu Long, chúa tàu Phụng).

Nguyễn-văn-thắng   quản   Long-phi-thuyền ;
Nguyễn-văn-chân   »   Phụng-phi-thuyền ;
Lê-văn-lăng   »

Đặt quan, phong tước, bộ viện đủ ; lại đặt quan lưu-thú, cai-bộ, kí-lục các trấn. — Dóng đại-chiến-thuyền 40 chiếc, thuyền hải-đạo 100 chiếc, lập sứ-quán (tháng 7).

Ngoài bắc Huệ tu thành-bảo, lập kho-tàng tại Nghệ-an, kêu là Trung-đô. Trong nam thì vua Gia-long (tháng 2 1789) xây thành Gia-định tại làng Tân-khai, làm thành bát quái, có 8 cửa. Sau ngụy Khôi choán đời Minh-mạng, lấy lại được phá đi.

Ngoài Huế, Bắc, Huệ sai sứ qua Thanh cầu phong. Vua nhà Thanh phong cho va làm Annam quốc-vương.

Trong nấy (tháng 4) sai Lê-văn-duân ra đánh Tây-sơn ngoài Bình-thuận, có cho Võ-tánh ra theo tiếp ứng. — Đánh tướng Tây-sơn Dào-văn-hồ chạy đi, hối binh về tại Bình-thuận. Tờ ra đòi Võ-tánh về, để Lê-văn-duân coi lấy ngoài ấy. Giặc nghe Võ-tánh về rồi, vào đánh đồn Mai-nương lại, Lê-văn-duân cự không lại thua đi, rút về giữ đồn Phan-rí, giặc theo vây. Vua mới sai Võ-tánh ra, lại sai bồi Nguyễn-văn-trương nữa. — Binh ra ngoài đánh vô, trong đánh ra giặc mới thua chạy.

Đến đây mới đặt thủ-ngữ thâu thuế tàu buôn các nước. — Lại đóng ghe ô, ghe lê, ghe son, lập xưởng trại tứ-tế.

Vua sửa-sang, phong quan, đặt chức, đâu đó có thứ-tự tôn-ty, ra lệ nọ, phép kia đủ.

1800. — Năm tân-hợi, 12. Vua Gia-long cử đặt quan, phong tước, kiểm-điểm binh dân, mở khoa-thi cầu hiền, lập đồn-điền sửa-sang trong ngoài.

Tháng tư bà phi thứ hai là Trần-thị, con ông Lễ-bộ

tham-tri, Trần-hưng-đạt đẻ ông hoàng tư (sau là Minh-mạng) tại xóm Tân-lộc, sau lập chùa Khải-tường đó.

Cũng nội tháng ấy, ông Lê-văn-duân làm *Bình-tây-đô-đốc-chưởng-tiền-quân-dinh*, khi bị giặc vây tại Phan-rí bỏ đồn chạy vô rừng, vua sai Võ-tánh ra đánh lấy lại được, thì có tờ đòi về, đình-thần nghị tội thất-thủ đáng án trảm quyết ; mà vua nghị tội công thần chẳng nỡ, nên lột chức mà-thôi. Ông ấy hổ-thẹn bèn uống thuốc độc mà chết. Vua thương tiếc lắm, tới nhà mà khóc mà dạy trượng trên quan-tài một trăm, cấp 8 tên lính giữ mộ, còn mộ cha ông ấy cũng cấp 2 tên, bà mẹ già yếu, có Lê-văn-khâm là người tướng-thuộc nhơn bệnh xin hưu-trí về nuôi bà mẹ Lê-văn-duân, vua cho.

1801. — Vua lo sắm tàu-bè binh-gia đề ra vô đánh Tây-sơn lần lần, nên dạy đóng 5 chiếc tàu, Huỳnh-long, xích Thanh-tước, Bạch-yến, Huyền-hạc. Khuyên dân cày cấy, làm ruộng-rẫy, trồng dâu để tằm. — Dân an cư lạc nghiệp, có cây, ván, đồng, chì, thau, thiết đem nộp mà dùng việc binh, tàu Tây đem súng-ông bán mua. Khi gió xuôi mùa thuận, ra đánh Tây-sơn ; cuối mùa về cho binh rã ra làm ruộng.

Khi ấy vua Xiêm muốn cho Nắc-in về nước, nên gởi thơ xin vua cho cái phủ Ba-thắc lại cho Cao-mên, còn Long-xuyên với Kiên-giang thì cho Trịnh-công-bình, lại xin đem binh đi ngả trên ra đánh Tây-sơn giùm cho Vua. Vua dạy viết thơ lại mà cám ơn, không dám phiền binh-tướng, Nắc-in có về thì sẽ cho phủ Ba-thắc mà hai đạo kia thì không cho Trịnh-công-bình được, vì va còn nhỏ cai quản không xiết được (tháng 3).

Tháng 6 đầy tàu mới đóng xuông, đem ra cửa nhơn có bắt được tàu du Tây-sơn, vua biết giặc canh giữ bơ-thờ nơi cửa Thị-nại, nên vua sai Nguyễn-văn-trương, Nguyễn-văn-xuyên đi tàu Long, tàu Phụng ra trước đánh Tây-sơn thua, đốt tàu-bè, trại-dinh giặc đóng dưới cửa, lấy được ghe thuyền nhiều đem về.

Năm ấy (tháng 7) vua Bắc-bình-vương là Nguyễn-văn-huệ chết. — Mà có trôi với con là Quang-toản rằng đất Nghệ-an (Trung-đô) là thổ quán, nên sau phải về đó, chớ đất Huế là của Nguyễn. Huệ chết đi rồi, Quang-toản lên làm vua tiêm hiệu là Kiểng-thạnh. Quang-toản còn nhỏ tuổi ham chơi-bời; nên các việc giao trong tay quan *Thái-sư-quốc-công-nhíp-chánh* là Bùi-đắc-tuyên chuyên lấy hết.

1802 — 14. Vua Gia-long lập ông hoàng Cảnh làm đông-cung khi ấy mới 14 tuổi, lập thái-học-đường, cấp quan dạy học chữ-nghĩa văn-chương, ông Trịnh-hoài-đức (sau làm sách Gia-định-thông-chí) làm thị-giảng (tháng 3).

Xong rồi vua mới giao Gia-định cho đông-cung, mà đi ra Qui-nhơn đánh Tây-sơn. Các tướng với tông-thất Hội kéo binh bộ ra đánh lấy Diên-khánh, đánh lấy dinh Bình-khương, rồi ra Phú-yên đánh nơi sông La-thai lấy được đồn ấy.

Còn vua thì thẳng xông vô cửa Thi-nại (Bình-định) đánh đuổi giặc nơi cầu Tân-hội và chợ Vân-sơn. Khi ấy ông tông-thất Hội đóng binh bộ nơi Trúc-dã (tại Phú-yên). Nhạc xuất binh cự. Vua mới dạy tông-thất Hội đánh lấy Kì-sơn, Lê-văn-duyệt đánh lấy Hựu-sơn, có Võ-văn-lượng đem 2 đạo tiếp sau. Giặc chết hết 2 tướng là Tư-khấu Võ-văn-đông với đô-đốc Đào-văn-hổ.

Nhạc lui về thành Qui-nhơn, tông-thất Hội kéo sẫn tới núi Tam-tháp. Đó thì đằng Nguyễn thủy bộ mới thông nhau được. Nhạc sai đô-đốc Dầu đóng đồn trên núi Khò-sơn, cứ ở trên xổ súng xuống như mưa, binh vua hãm không nổi. Khi ấy có người Quảng-ngãi tên là Trần-công-hiến tới xin vô lũy để làm nội ứng. Vua cho phép làm.

Vua lại cho ông Nguyễn-đức-xuyên, đi qua ngoài đồn kêu giặc mà nói cho nó hay, binh vua đã lấy từ đồn Tân-hội, tới núi Tam-tháp, Nhạc đã lui vào thành Qui-nhơn, binh vây tứ-phía, muốn khỏi chết thì lo hàng đầu đi cho sớm Giặc không thèm nghe bắn nhầu đi. Thì vua sai Nguyễn-văn-trương áp binh vô hãm, trong có Trần-công-hiến nội ứng, giặc loạn mở cửa đồn tuồn nhau chạy, lấy được đồn.

Dàng kia tông-thất Hội vây thành Qui-nhơn, Nhạc cùng nước đánh liều mạng một cự giả, hãm thành không đặng. Vua sai phân binh ngoài ra đi đánh các đồn bảo, đốt phá ghe thuyền giặc, đánh giặc nơi cửa Mĩ-á, Tân-quang phá tan đi.

Rồi vua sai quan trấn-thủ các tỉnh đã lấy được, Phú-yên, Quảng-ngãi vân... Mà cũng còn cứ vây thành đó hoài, Nhạc túng thế sai người ra Huế xin cháu là Nguyễn-quang-toàn cho binh vô cứu. Ngoài ấy cho Nguyễn-văn-hưng, Nguyễn-văn-huấn, Lê-trung, Ngô-văn-sở kéo binh vô giúp. Vua liền sai Nguyễn-kê-diêm và Nguyễn-đức-thiện đem binh ra bên Đá mà ngừ. Chưởng-cơ Trần-ngọc-đỗ đánh với giặc bị chết trận tại sông Trà-khúc.

Tá là vua (chúa) Thuận-thiềng khi giặc Tây-sơn nổi lên, thì đem đồ báu nước ra dầu giặc ; mà có hai tù-trưởng sau cho tên là Nguyễn-văn-hào, Nguyễn-văn-chân không chịu theo, đem quân-gia hàng đầu vua Gia-long, vua cho làm quan tử-tế. Tá thường hay cướp giết binh vua đi ngang qua các động của nó, nên sai hai tù-trưởng đem binh đánh bắt được anh ta đem về, bắt tội giết đi. Và khử tiệt hiệu vua Thuận-thiềng đi.

Tháng 6, vây Qui-nhơn đã lâu mà lấy không đặng, giặc cự giả thì chớ, lại có binh viện ở ngoài vô nữa, tính không rồi, nên vua dạy rút binh về Đặt tông-thất Hội giữ Phú-yên, về Nha-trang xây thành Diên-khánh (Khánh-hoà) cho Nguyễn-văn-thiềng (Trung-quân-thiềng) ở giữ đó; lại đặt cai-cơ kí-lục công-đường tại Bình-khương.

Tháng 7 ra biển chạy về Gia-định bị dông-tô chìm tàu thuyền. Vua dạy dẫn binh về bộ. Khi binh vua bỏ vây ra về rồi, thì 2 tướng Nguyễn-quang-toản sai vô đánh giúp vào lấy thành của Nhạc đi, Nhạc tức-mình phát bệnh chết đi. Nguyễn-văn-toản phong con bác mình là Nhạc, tên là Tiểu-triều làm tước công, cho ăn một huyện Phù-ly mà thôi (tháng 7).

Vua về Gia-định rồi, đòi trung-quân Thiềng về mà cho đông-cung Cảnh với đức-thầy Pinho (Vêrô) và Phạm-văn-nhon, Tông-phước-đàm, Tông-việt-phước đi theo ra trấn tại Diên-khánh thành (tháng 11).

1803. Vua Cảnh-thạnh Tây-sơn là Nguyễn-quang-toản sai Nguyễn-văn-huân đem binh vô đánh Phú-yên. Nguyễn-văn-nhon với Võ-văn-lượng cự không lại, thôi về Diên-khánh, giặc rược theo. Đông-cung sai Trần-văn-tín đem binh đánh giặc phải thua nơi Thanh-khờ. Giặc không nhịn, đem binh thêm đánh nữa, binh Đông-cung đổ, giặc áp vô muốn vây thành. Đông-cung cho binh ra đồn các ngả trong nầy đi ra cho thông đường viện binh.

Vua Gia-long nghe tin báo thể ấy, liền kéo binh thủy bộ ra tiếp. Giặc thua, vua kéo thẳng tới Xuân-đài (thuộc Phú-yên) đánh đô-đốc Kiếm của giặc chạy đi, còn lệnh Đông-cung đánh nơi đồn Hà-nha, tướng giặc là đô-đốc Nguyễn-văn-mân thua chạy đi. Còn Võ-tánh với Nguyễn-văn-trương ra đánh thông-lãnh Tây-sơn Nguyễn-văn-chơn và tổng-lý Nguyễn-văn-thận tại cửa Thi-nại, bắt được ghe lương của giặc, rồi sai tuốt theo Nguyễn-văn-thận tới núi Tam-toà đánh phá, bắt được hơn 800 người; binh thủy lại ra luôn Quảng-ngãi đánh kho Phú-đăng lấy được lương-phạn của giặc hết, mà bị súng chết hết một tiền-quân phó tướng là Nguyễn-văn-thơ. Các tướng muốn thừa thắng thẳng ra nữa. Vua không chịu, dạy vô Vũng-lầm mà dựa, ai ngờ ngày ấy nổi bão, ghe giặc chìm tríu-héo, mà tàu thuyền vua khỏi hết. Rồi vua đem Đông-cung về, để Võ-tánh lại trấn thành Diên-khánh (tháng 6). Vua đặt quan đổi quan các dinh các trấn.

Đến tháng 11 Tây-sơn thiếu-phó Nguyễn-văn-diệu với Lê-trung lại vô đánh Phú-yên nữa. Nguyễn-công-thới là quan coi xứ ấy làm không lại bỏ chạy lui về Diên-khánh, đem binh vô thành. Võ-tánh không cho biểu ở ngoài đánh với giặc, thì Nguyễn-công-thới chạy vô Phan-rí. Giặc tuốt theo, triệt đường binh viện rồi trở lại vây thành Diên-khánh. Võ-tánh chạy sớ vô Gia-định báo tin. Mùa ấy gió ngược, nên vua sai binh bộ ra tiếp mà-thôi. Mà binh ra tới Bố-hài bị giặc đã chặn các nẻo đường đi rồi ra không thấu thôi về Bà-rịa. Giặc trèo thành hầm mà bị súng thành xổ ra chết nhiều lắm. Giặc lại đáp thổ sơn cao bốn phía vây đánh. — Võ-tánh xuất binh ra ngoài đánh, bắt được đô-đốc Dịnh. Giặc có nhiều người hàng đầu (tháng 11).

Thuở trước vua Cao-mên là Nác-in bị giặc Chà-và chạy vô Xiêm. Năm nay vua sai Nguyễn-văn-thoại đem thơ vô xin cho Nác-in về coi lấy nước Cao-mên, thì vua Xiêm cho đưa về, lại cho Chiêu-thùy-biện về coi xứ Bắt-tam-bong. Vua Cao-mên về tới sai sứ đem đồ phương-vật tới tạ vua Gia-long. Vua cho đất Ba-thác lại cho Nác-in. Vua lại sai vô Xiêm báo tin việc giặc, xin vua Xiêm cứ lời hứa phát binh đi đường trên ra đánh Tây-sơn. Mà khi ấy vua Xiêm đang mắc mũi giặc Miến-điện, nên chưa chắc có cho binh đi giúp được không (tháng chạp).

1804. — Tháng 2 vua Xiêm có sai sứ đem ra dâng 20 con voi. Đến đây mới để Đông-cung ở lại Gia-định, vua đem binh ra cứu giải vây thành Diên-khánh. — Tông-thất Hội đem binh bộ ra đánh tướng giặc Lê-trung nơi Bô-hài phải thua bỏ đồn chạy đi. Tàu vua vô tới vũng Kì-na. Nguyễn-văn-sĩ là đô-đốc giặc đem binh ra đánh, vua sai Tông-viết-phước đánh chém được Nguyễn-văn-sĩ, quân nó đổ ráo, bắt được thuyền hải-đạo nó 5 chiếc. Tàu vua lại vô cửa Cù-huân, có đô-đốc giặc là Lê-danh-phong đóng trên báo Lư-cang, cơ tiền-chi đánh không nổi, vua mới dạy Lê-văn-duyệt với Nguyễn-đức-xuyên đem binh đi đánh. mà khó lấy lắm, nên Lê-văn-duyệt biểu phân ra làm 2 đạo, một đạo đánh mặt tiền, còn một đạo đánh mặt hậu đánh lấy mới được.

Nguyễn-văn-diệu vây thành đã lâu, mà hảm không phủng, mới đem binh đóng Khô-sơn và Ngư-trường, để triệt đường kẻo thủy bộ thông được. Nhờ có Nguyễn-danh-nhu là người giặc đi do bị bắt hướng-đạo, vua cho đem 300 quân lội qua sông Ngư-trường bò bò leo lên Khô-sơn nổi lửa đốt cháy sáng lòa, binh vua kéo tới. — Giặc thất-kinh vỡ chạy đạp nhau chết lìu-íu, nhíp hậu lại giết huyện thiên, bắt voi, bắt ngựa, lấy khí-giái nhiều quá. Qua tháng 7 vua về Gia-định, đem Võ-tánh về theo, để tông-thất Hội ở lại Diên-khánh, ông Tôn-thọ-vinh ở giữ Bô-hài, Phan-thít, Vị-nê. (Màn-thít, Múi-né).

Vua về, kẻ lấy chú vua là tông-thất Thăng (con thứ 18 vua Thế-tổ) ở ngoài Huế trốn-lánh bị giặc bắt, lén vô được, Vua mầng-rỡ quá chừng. Vua phong cho ông Olivi là người Langsa làm chức vệ-húy.

Vua lập miểu Hiển-trung để tô-tự các tướng-sĩ công thần tại (tục đây là miểu công-thần) trong Gia-định ; lại một cái sanh-trung tự tại núi Hà-la ngoài Diên-khánh nữa.

Ngoài Huế Nguyễn-văn-toản là vua Tây-sơn ham chơi-bời phú các việc cho Bùi-đắc-tuyên là cậu làm thái-sư nhíp

18

chánh, Trần-khắc-kỉ bị Tuyên bắt tội đày ra nói chuyện lại với quan tư-khâu Võ-văn-dõng ở ngoài Bắc-thành về sự Tuyên trong Huế lộng-quờn làm vậy. Thì Võ-văn-dõng về Huế, Tuyên khi ấy vô chùa tế, ban đêm Dõng đem binh tới vây, va chạy tuốt vô trong phủ vua Cảnh-thạnh (Nguyễn-quang-toản), Dõng lại quày đem binh vây nữa, túng Cảnh-thạnh phải bắt đem giao cho Dõng, Dõng giết đi cả cha cả con.

1805. — Vua Gia-long mở khoa-thi. Người Thuận-thiềng phó trần Nguyễn-văn-chân dụ voi tập được 20 con đem vô dâng. Vua Xiêm sái sứ ra mừng hỏi thăm.

Lúc tháng 8 trong Hà-tiên, Phú-quốc có Chà-và đi 17 chiếc thuyền ăn-cướp dọc biển, vua nghe được sai Nguyễn-đức-xuyên đem binh phân 3 đạo đánh lấy được 15 chiếc thuyền, súng-ống, khí-giái, bắt được hơn 80 người, lại bắt lại được người kẻ-thế (Annam) bị nó bắt hơn 70, ai đâu cho về đó. Còn ngoài kia tù-trưởng mọi Ba-phù tên là Toàn-phù-tăng-mã dấy ngụy, quan quân ta tới đánh phá nó được tại Bô-châm. Lúc ấy hườn-hườn giặc các quan văn võ (quan-lớn) bày ra đánh bạc chơi ăn thua cũng to, lọt tới tai vua; vua quở cho một bữa khiếp vía (tháng 8, 9).

Tháng 10 vua đem sắc phong quốc-mẫu cho mẹ vua rồi vua đi vãng Trấn-định, Sa-đéc, Long-hồ, các xứ. Đến đây mới đúc tiền *Gia-hưng-thông-bửu*.

Nác-in là vua Cao-mên chết, con là Nác-chăn lên kế vị, sai sứ đem voi xuống dâng.

1806. — Vua duyệt binh tại đồng Tập trận, rồi diễn tượng. Sửa-soạn sắp-đặt quan quân xong-xả rồi, qua tháng tư vua mới giao cho tông-thất Hội ở lại giữ Gia-định, vua đem Đông-cung theo dần binh ra đánh Qui-nhơn. Nguyễn-văn-trương đánh đô-đốc Tây-sơn là Thiệm tại

Tiên-châu (tỉnh Phú-yên) thua chạy đi, đô-đốc Tánh cự nơi Đàm-thủy (tỉnh Bình-định) cũng thua chạy, để chúng bắt được 6 chiếc thuyền. Tới cửa Thi-nại Võ-tánh với Nguyễn-văn-thiềng đem binh bộ đánh đô-đốc Hiêu tại chợ Vĩnh-trường bỏ đồn chạy te đi.

Vua nghe quân binh hung-hăng hay cướp của, hiếp đáp dân-sự, thì ra lệnh cấm nhặt, đứa nào trái lệnh chém quách đi không để, mới bớt lung-lăng đi.

Vua thấy Nguyễn-văn-diệu bền giữ thành Qui-nhơn qúa, thì không hầm, vua mới đem trót trăm thuyền thẳng ra cửa Đà-nẵng Quảng-nam. Vua dạy ông Olivi (Olivier) với Nguyễn-hữu-khiêm đóng 15 chiếc tam-bản hoả-công, cho quân chiến-tâm ban đêm vô đốt thuyền giặc, đốt được, Nguyễn-văn-trương thừa tháng lên đánh nhau giặc nơi gò Phú-gia. Còn Võ-tánh thì đánh phá đô-đốc Nguyễn-văn-ngũ với quân ăn-cướp ngoài biển, bắt được thuyền chiến với tàu ô hơn 30 chiếc. Còn Nguyễn-đức-xuyên đem binh giữ các nẻo yêu-lộ, từ trạm Dá tới Cu-đê cho đặng triệt đường giặc vô ra. Tướng Tây-sơn là tổng-quản Nguyễn-văn-diệu ở Qui-nhơn nghe đem binh tượng ra rần-rột, binh vua núng mà có Võ-tánh tiếp chiến chửng lại Giặc thâu binh lại cự-thủ. Còn ngoài Huế, thiếu-phó Nguyễn-văn-huân lại đem binh vô đóng các chỗ có thể. Binh vua không đánh phủng. Ở đó thất-thế, mắc gió ngược vận lương ra không được, nên vua dạy rút binh về.

Mọi Ba-phủ, tướng nó là Toàn-phủ-hà-tang-mang-ma rục-rịch nữa (tháng 7). Các quan xuất binh đi đánh nó tan đi. Trong Gia-định, Cao-mên ra ăn-cướp dậy trên Quang-hoá, sai binh đánh yên đi, lại sai Trần-văn-báu hay-là (Qúi) qua Hạ-châu mua thuốc súng (tháng 10). Tháng chạp vua qua Đông-môn và các chỗ coi các đồn mới lập mười bữa trở về.

1807. — Vua Gia-long sắm đi đánh giặc mùa nứa. — Đóng một chiếc tàu lớn dáng tàu tây đặt là Phi-long.

Vua Tây-sơn là Cảnh-thịnh (Nguyễn-quang-toản) trước phong cho Tiểu-triều ở một huyện Phù-ly làm tước công mà-thôi, mẹ con tức-mình lập binh đến đánh Nguyễn-văn-hưng chạy đi lấy thành Qui-nhơn lại. Tiểu-triều sai sứ vô Gia-định xin hàng, cùng xin vua cho binh ra thì va sẽ làm tiền-xu cho mà đánh Cảnh-thạnh, vua sai Nguyễn-văn-thiềng ra, mà đi mới tới Phú-yên, thì ngoài kia Cảnh-thịnh sai binh vô vây thành bắt Tiểu-triều giết đi, rồi cho Trần-danh-tuấn ở giữ đó. Từ ấy đất Qui-nhơn của Nhạc về tay Cảnh-thịnh hết cả.

Tháng 3 vua Gia-long để Đông-cung Cảnh trấn Gia-định mà ra đánh Qui-nhơn Tới Thi-nại đánh đuổi Lê-trung nơi cầu Tân-hội, ra cửa Đà-nẳng đánh với Nguyễn-văn-huân, rồi kéo binh về nội tháng 3. Đặt quan, đổi quan xong rồi vua mới ra 32 điều quân-chánh mà răn-he binh-lính kẻo nó lăng-loàn.

1808. Tông-viết-phước ở Diên-khánh ăn ở vô lễ, nói phô vô phép với ông Đức-thầy Bá-đa-lộc (Pinho Vêrô) nên vua dạy giải quân vụ đòi về trách-phạt (tháng giêng).

Tháng 3 vua thân chinh ra đánh Qui-nhơn nửa. — Sai trung-quân Thiềng dẫn binh bộ ra trước, vua ngồi tàu ra sau. Để ông hoàng-nhì (Hi tục kêu là chị Búa) trấn Gia-định. Ra đi vua dặn-dò, sớm viếng tối thăm mẹ vua. Sai Nguyễn-công-thới theo với Đông-cung mà đi đánh giặc, Nguyễn-văn-thiềng kéo binh đánh đồn An-mĩ, thì Hồ-văn-thiệt đô-đốc giặc ra hàng đầu. Tàu vua tới cửa Thi-nại, Võ-tánh để binh lên bộ hiệp với trung-quân Thiềng đánh thái-húy Nguyễn-túy của giặc chạy hoét tại Chợ-dá, bắt được 30 con voi, rược tới cầu Tân-an, chém đô-đốc Nguyễn-thiệt. — Tông-thất Chân chết trận, trận ấy.

Còn Nguyễn-văn-thoại thì vua cho làm bình-tây-tướng-quân đi đạo trên, có tướng Xiêm là Chiêu-phi-nha-ba-sum đem đường, và đi và chiêu-dụ quân Vạn-tượng, chúa Vạn-tượng đem voi ra dâng, lại dụ các mán Mọi trên ấy, trên Trần-ninh, Nghệ-an, Thanh-hóa; đến đâu nó cũng đều thính mạng cả.

Khi ấy Nguyễn-văn-thiềng đóng tại núi Tam-tháp, giặc tới đánh trước mặt, binh đã tháo-thứ, kế lấy có Nguyễn-đức-xuyên phần 3 đạo xông đại tới, bị đạn trên trán, mà phá được giặc chạy tan bắt được hơn 20 thớt tượng. Phó-vệ Nguyễn-văn-khiêm đánh với giặc tại cửa Mĩ-á. Giặc tới đánh đồn Phước-hậu, Nguyễn-văn-thiềng đánh tấy đi chém hơn cả trăm đầu. Còn Tông-phước-lương đánh với quân hải-phỉ tại cửa Kim-bồng (tỉnh Bình-định) rược nó tới Phú-yên bắt thuyền chở lương nó hơn 30 chiếc, đem về quân-thứ. Lê-văn-diệt đánh giặc tại đồn Sa-lung chém được tướng nó.

Vua đặt công-đường tỉnh Phú-yên liền. Võ-tánh đánh với Lê-văn-ứng và Trần-danh-tuấn tại làng Kì-đáo bắt được hơn 80 thớt voi. Rồi kéo riết tới thành Qui-nhơn, Nguyễn-lương cự đánh róc đi. Ứng với Tuấn vô thành chịu vây đợi binh viện. Võ-tánh vây thành, vua đóng binh tại Tân-quan, dạy Lê-văn-duyệt kéo binh tới Sa-lung, Tống-việt-phước tới Bình-đế.

Tướng giặc là Nguyễn-văn-diệu, Võ-văn-dõng bỏ thuyền lên bộ kéo vài muôn binh tới cứu thành. Diệu thì cự với quan quân, còn Dõng thì ở trên Thạch-tân kéo xuống dợm đánh Tân-quan, ban đêm lội khe xuống, ở đâu có con nai vụt chạy ra trước đạo tiền binh nó, quân thấy la lên Nai, nai, la chuyền nhau ban đầu là nai sau ra Đồng-nai, cả đạo binh hoảng hồn, tưởng thật là binh Đồng-nai, chạy ngã lăn sa hồ sa hầm lìu-íu, Tống-việt-phước lại đem vài trăm binh ra đuổi nó chạy te, chém chết hết nhiều, lại thâu được khí-giái bộn-bàn.

Võ-tánh nông sức đánh riết Lê-văn-ưng là thái-phủ giặc chạy mất đất, còn tư-võ Trần-danh-tuân với thượng-thơ Nguyễn-văn-bộc ra hàng-đầu nộp thành. Vua ngự vô thành võ-về tướng sĩ, rồi cải tên thành lại là Bình-định.

Vua hội đình-thần nghị việc chinh thuế thâu dân Bình-định. Dặng-đức-triệu sớ xin đừng, khoan đi đã đề vài năm đã sẽ hay, lại xin ra chỉ tha thuế mà lấy lòng dân. Vua nghe theo lời ông ấy. Sửa-sang đặt quan xong-xả rồi vua ngự về Gia-định.

Tháng 9 cho đòi đông-cung Cảnh về. — Cũng trong tháng ấy đức-thầy Vêrô (Bá-đa-lộc) đau bệnh chết, chở xác người về Gia-định tống-táng trọng thể. Vua tặng phong là *thái-tử thái-phó Pi-nho quận-công*. Vua tế, thái-tử tế, đình-thần tế, làm lăng, cắp lính giữ lăng. Ấy là lăng *cha cả* bây giờ còn trong Tân-sơn đó.

Tháng chạp tướng giặc là Nguyễn-văn-diệu, và Võ-văn-đông từ thất-thủ Bình-định nghe quan thượng-thơ ở kinh muốn bắt tội mà giết đi, thì giận kéo binh về Huế đóng bên bờ phía nam sông Hương tính vô vây thành, làm Cảnh-thịnh phải bắt anh thượng-thơ ấy giao cho nó giết đi, rồi nó mới giải binh. Nó nghe Võ-tánh trấn-thủ Bình-định rủ nhau kéo binh vô vây lại. Võ-tánh cho người về Gia-định báo-văn ; Vua nghe nói thành Bình-định chắc và lương tiền đủ chịu vây được trót năm, hề gì, thủng-thẳng tính việc trong nầy yên-bài rồi sẽ ra cứu.

1809. — Cải Gia-định làm trấn, còn 5 đồn làm 5 dinh. Qua tháng tư năm sau, vua mới cử binh ra cứu Qui-nhơn, v quân Bình-định ở trong thành nhiều người còn một bụng với giặc, nên lén ra hết nhiều theo giặc. Vua để đông cung Cảnh trấn Gia-định, vua đi thủy ; sai Nguyễn-đức-xuyên quản binh tượng đi bộ ra, mà ông ấy ra tới Diên-khánh nghe giặc đã lập hơn 90 sở đồn mà ngăn, thì sợ binh nó nhiều, liền trú binh tại Man-nam rồi xin thôi lại Phan-rí, chờ binh thủy. Vua đi đạo thủy ghé vô cửa Cù-huân. Vua ra dụ tướng-sĩ, đặt thưởng tước công, tiền nguyên cả vạn vân…

Nắc-chăn là vua Cao-mên nghe tin sai Ka-la-hom-sum đem 5000 binh với 10 con voi, xin tình nguyện theo đánh giặc cho vua. Còn vua Xiêm sai Chiêu-phi-nha-ba-phạt đem dâng 30 xe lúa. Tàu vua vô Vũng-lâm, dạy Nguyễn-văn-thiếng đem binh tới Phú-yên đè đường trên đánh xuống, còn Nguyễn-đức-xuyên đem thổ binh đi đường trên Nghệ-an đánh đô-đốc Nguyễn-văn-lạc nơi Bô-đồn, và phò-mã Nguyễn-văn-trị tại Lam-đồn đều vỡ tan chạy hết. Đường trên Thanh-hóa thì có Nguyễn-đình-ba, Hà-công-thới.

Trung-quân Thiếng tấn binh tới An-mĩ. Giặc thối lại Y-sơn, áp tới đánh rốc đi, nó lại lui về La-thai, cũng đánh tẩy đi. Văn-tánh đánh bắt được đô-đốc giặc là Dào-công-giản. Vua phát 3000 quan tiền thưởng quân, Nguyễn-văn-thiếng tới đóng chợ Dá. Giặc cứ trên núi cự, đánh không xuể nó, kéo về.

Tháng 6 tàu vua vô cửa Cù-mông, sai Lê-văn-duyệt đánh quân giặc, và Nguyễn-đức-xuyên chia tượng quân ra làm hai. Binh Cao-mên của Ka-la-hom-sum đem ra tới chợ Dá, vua giao cho theo Nguyễn-văn-thiếng, Nguyễn-văn-thiếng lại kéo tới đánh cái bảo trên núi nữa, có đặt hoả lưu phục một bên, đốt nổ rân trời đất, lũy giặc đổ hơn 2 trượng, giặc rút vô cô thủ, hãm lần nầy cũng không xong. Vua ra cầm binh đi đánh giặc nơi núi Hoa-yên, sông Vân-sơn đuổi nó chạy đi.

Nơi cửa Dê-gi (thuộc Bình-định) ông Nguyễn-văn-trương

đánh đô-đốc giặc tên là Đức thua bỏ chạy, bắt được thuyền chở lương 70 chiếc, gạo được 3 muôn vuông (tháng 8).

Nguyễn-văn-thiềng tại chợ Dã đánh đá nhiều phen mà lấy cái bảo Chù-sơn không được. Xin binh thêm. Vua mới cho Lê-văn-duyệt, Tông-viết-phước, Phan-văn-triệu và Lê-chất đem binh hiệp với trung-quân Thiềng mà đánh. Đêm ấy mưa lớn gió to, Thiềng để Duyệt giữ chợ Dã mà dẫn binh tượng đi đàng bộ bọc hậu đồn giặc, phát đốt trại sách nó, Lê-văn-duyệt kéo tới, giặc rút chạy, binh áp rược theo chém được đô-đốc Hoan, tới Tuần-dá, đô-đốc Nguyễn-văn-thu ra hàng đầu. Thẳng tới đóng binh tại Trường-dá (1) — Nguyễn-văn-thiềng sai Tông-viết-phước đi đánh giặc tại núi An-tượng, lấy luôn được 4 cái bảo giặc, rồi đánh bảo Chú-đàm, Sơn-trà cũng lấy được cả.

Vua dạy phát cho quân 2 muôn cây vải, gạo 1 muôn vuông (tháng 11).

Qua tháng chạp Tây-sơn thường đánh thủy bị thua hoài nên bây-giờ mới đem 2 chiếc tàu lớn với 100 chiếc thuyền chiến mà giăng ngang làm đồn thủy bít cửa Thi-nại đi kẻo binh vua vô đánh, trên bờ bên tả có đồn nơi Nhạn-châu, bên hữu trên núi Tam-toà, trí súng lớn bắn xuống. Vua đêm ngày lo áy-náy về Võ-tánh bị vây trong thành Qui-nhơn đã lâu, vua than-thở hoài. Vậy vua mới tính lập thế mà phá đồn thủy Thi-nại, vua dạy lấy dầu chai và bồi chất hơn 20 chiếc ghe, có lưới câu sắt trước mũi, tính lén tới thuyền giặc móc vào châm lửa mà đốt.

1810. — Vua trú tại hành-tại cửa Cù-mông. Đến đây

(1) Trung-quân Thiềng vốn hay uống rượu. — Khi hòng lâm trận ngồi voi đi với nhau, thì Thiềng rót rượu uống, rót đưa cho tả-quân Lê-văn-duyệt uống, mà ông ấy không uống. Thiềng rằng: trời lạnh uống nó thêm khí-khái hơn. Duyệt rằng: khi nhát thì mới mượn rượu, chớ tôi... Vì tiếng nói ấy mà sau không ưa nhau, hềm nhau.

tháng giêng năm tân-dậu, vua mới cho Nguyễn-phước-trương, Lê-văn-duyệt, Võ-di-huy, Tông-phước-lương đem binh thuyền tới trước, hồi canh ba qua khỏi hòn-đất bắt được quân do của giặc, hỏi được khẩu-hiệu nó. Khi ấy Nguyễn-văn-trương với Tông-phước-lương mới xuống ghe nhỏ vô đốt đồn thủy giặc, ngoài nầy Lê-văn-duyệt với Võ-di-huy thấy phát lửa liền đốc binh vô liền. Giặc cứ bảo cự chiến, từ giờ dần chí giờ ngọ (10 giờ) súng bắn vang trời, đạn bay như mưa. Võ-di-huy đứng trên thuyền hải-đạo bị súng đồn giặc bắn nhào dưới nước chết. Lê-văn-duyệt không kinh, lại càng nỗ lực bôn-ba xông tới. Vua thấy binh-lính chết quá, tôi mặt liền dạy ba tốp tiểu-sai tới nói với Lê-văn-duyệt biểu lui ra một chút cho khỏi lằn súng, thì Lê-văn-duyệt xin đánh liều cho được đi, liền đốc quân xông riết, liền vô cửa được. Giặc ở dưới tàu cự, mà bị nhờ gió thả hoả công vô cháy tàu thuyền đi, giặc mới vỡ chạy, chết dinh thiên. Võ-văn-dõng là tướng giặc mới chạy đi. Binh vua lấy được Thi-nại ; ai ai đều lấy trận ấy làm võ-công thứ nhứt.

Còn Nguyễn-văn-thiềng, Nguyễn-huỳnh-đức, Nguyễn-đức-xuyên tại chợ Dã nghe tin như vậy bèn đem binh đánh đồn Vân-sơn, Phú-trung chém được đô-đốc giặc là Nguyễn-cây, bắt được 2 thớt voi, lấy được súng lớn, súng nhỏ, khí-giái nhiều quá. Mà Tông-việt-phước đóng xứ Cần-dương thì bị giặc đánh chết hết 1 ông vệ-húy tại chợ Chánh-lộc, tại Thạch-cốc chết hết 2 ông vệ-húy nữa.

Vua ngự tại cửa Thi-nại viết dụ về Gia-định. — Giặc nó lại tới đánh Phú-yên chiếm-cứ bảo An-mĩ, mà có Nguyễn-đức-xuyên Tông-việt-phước đem binh đánh chạy đi. Vua lại sai Nguyễn-văn-trương chạy ra Quảng-nam, tới cửa Cồ-lũy xứ Quảng-ngãi đánh đô-đốc Tuấn nơi Trà-khúc thua chạy đi, lấy dinh Quảng-nam lại được. Rồi vô cửa Dại đánh lấy đồn Bản-tân, bắt được 20 thớt tượng; ra cửa Dại-chiêm đánh trấn-thủ Văn-tân-thể nơi đồn Qua-la thua chạy đi, mới đóng binh tại xã Phú-triêm, chạy tờ báo về cho vua, vua lại sai Tông-viết-phước đem 30 chiếc thuyền với binh ra thêm nữa.

Lê-văn-duyệt thì đánh phá luôn nơi Phú-hoà, cầu Dông-giang, cầu Tân-hội bắt được đô-đốc Nguyễn-văn-nhị, rồi đóng quân tại đồn Tân-hội mà cự-thủ đó. Nguyễn-văn-thiềng thì đồn tại Vân-sơn ngang đồn giặc, giặc đã nhiều phen tới đánh mà không xuể.

Vua sai Nguyễn-văn-thiện về vô Xiêm báo tin, lại dạy truyền đem binh Gia-định ra thêm một muôn người giao cho Nguyễn-công-thới quản-lãnh đem ra, và dặn chở lương-hướng ra cho kíp.

Dô-đốc giặc là Nguyễn-văn-điểm lại đánh Phú-yên nữa, ban đầu sai Nguyễn-long đi đánh không xong, thấy giặc thì lui, để giặc bắt được quan phó thống là Lưu-tấn-bình giết đi ; sau vua sai Lê-chất đánh nó mới được. Lại sai hai vệ ra đánh quân hải-phỉ ngoài cửa Thinại bắt được đông-hải-vương là Mạc-quan-phù và 2 anh thông-binh nữa (tháng 4).

Tướng nhứt giặc là Võ-văn-dõng với Nguyễn-văn-diệu vây thành Bình-định riết lắm, vua thấy trong thành hết lương thế khó giữ được, nên vua cho người đem lội hào lên vô đem thơ cho Võ-tánh biểu thối bỏ thành mà ra hiệp với binh vua. Võ-tánh xin liều chết giữ thành, và khuyên vua thừa hư ra đánh Huế. Vua bèn nghe lời, để Nguyễn-văn-thiềng, Nguyễn-huỳnh-đức, Nguyễn-đức-xuyên với 5000 binh mà tương trì với giặc đó. Vua mới đem binh thủy ra Huế đánh vua Cảnh-thịnh là Nguyễn-quang-toản (1).

(1) Vua có ra dụ hễ ai bắt được Cảnh-thịnh thì thưởng 1 vạn quan tiền ; Nguyễn-văn-tứ, Trần-van-kỉ thì mỗi người thưởng 3000 Lê-van-lợi, phò-mã Nguyễn-van-trị, cha mẹ vợ con hai tướng vây Bình-định là Dõng với Diệu thì mỗi người thưởng là 1000...

Tới cửa Đại-chiêm, đặt quan giữ đó (tháng tư). Rồi vô cửa Tư-dung (bây-giờ là Tư-hiền). — Cảnh-thịnh sai phò-mã Nguyễn-văn-trị và đô-đốc Trần-văn-tạ đóng tại Qui-nhơn (bây-giờ Linh-tê-sơn). Còn ngoài cửa hàn lại. Tàu vua đậu cửa Mĩ-em. Vua dạy Lê-văn-duyệt, Lê-chất đem binh đánh, mà giặc cứ trên cao xổ súng xuống, binh chết bao nhiêu lắm, đánh trọn một ngày lấy không được. Vậy đêm mới cho mươi chiếc thuyền tới, quân lên bãi cát vô trong sòng cứ phía hậu đánh tới, ngoài phá cửa hàn cho thuyền vô. Giặc mới thua chạy. Lê-văn-duyệt bắt được phò-mã Nguyễn-văn-trị và đô-đốc Phan-văn-sách, quân ra hàng đầu hơn 500. Rồi thẳng tới cửa Eo (bây-giờ là Thuận-an), Cảnh-thịnh sai binh cự mà thua, binh vua thừa thắng xông tới mãi chưa giao chiến mà Cảnh-thịnh đã chạy đi rồi, vua nó chạy thì quan quân nó cũng đổ ráo, lấy được ghe-thuyền khí-giái biết bao nhiêu. Binh giặc túng xin hàng đầu, thì binh vua kéo thẳng vô thành Huế. Cảnh-thịnh đã cuốn gói lấy của báu bỏ thành chạy mất đi rồi. Vua vô thành phong phủ-khố tịch tài vật cấm binh-gia không cho cướp phá, nhiễu hại dân-cư.

Sai Nguyễn-văn-trương đem binh thủy ra Linh-giang mà chặn giặc, lại sai Lê-chất dẫn binh bộ theo bắt Cảnh-thịnh cho Phạm văn-nhơn giữ cửa Thuận-an, cho 2 vệ binh vô đóng đèo Hải-vân. Bắt được em gái, ấn tước và em ruột Cảnh-thịnh. Cảnh-thịnh chạy tuốt ra Bắc-thành. Nguyễn-văn-trương vua dạy coi quân Quảng-bình, lo đắp lũy đất Động-hải từ núi Dầu-ly tới đồn Sa-giác. Còn ông Lê-văn-duyệt, thì vua sai đi lên ngả trên mà ngăn quân Nguyễn-văn-diệu ở Bình-định sai ra tiếp-cứu Huế. Bắt được đảng nó, vua khen và gởi 2000 lượng bạc mà thưởng quan quân.

Giặc Nguyễn-văn-diệu lại sai đắp lũy ngang nơi Vân-đồ để mà triệt đường lương-hướng Thi-nại, Nguyễn-văn-thiếng hay được đem binh đánh nó chết với bị gai nhiều quá. Rồi vua sai Lê-văn-duyệt, với Lê-chất ban 1000 lượng bạc, dặn vỏ phải hoà với Nguyễn-văn-thiếng mà lo việc giặc (vì vua biết có hềm-khích nhau). — Lại dạy đem 2 em Cảnh-thịnh với phò-mã Nguyễn-văn-trị đã bắt được vô Bình-định cho giặc thấy mà kinh, rồi chở về Gia-định.

Vua ra chiếu dụ hào-kiệt Bắc-hà. Trong nầy Lê-văn-duyệt với Lê-chất đánh với giặc tại Quảng-nam nơi chợ Thanh bắt được đô-đốc Trần-văn-an, hết thảy 5 người, chạy tờ báo. Vua thưởng quân 2000 lượng bạc.

Còn tại Bình-định Võ-tánh với Ngô-tùng-châu tử-tiết đi vì hết lương, ăn đến voi ngựa. Võ-tánh dạy quân chất bổi khô xong-quanh cái lầu bát giác. Bữa nọ Ngô-tùng-châu tới hỏi liệu làm sao, thì Tánh nói mình nhứt định chết chớ không nộp thành cho giặc. Châu nói: ngài biết chết trung, tôi cũng quyết chí chết như vậy nữa. Về dinh mặc áo đội mũ vô, uống thuốc độc mà chết đi. Còn Võ-tánh viết thơ ra cho giặc mà nói mình là tướng thì chết đã cam mà quân-sĩ không tội gì xin chớ có giết nó tội nghiệp. Rồi vời các quan lại, mặc triều-phục vô tử-tế, mà nói với các quan rằng: ta bị vây đã 2 năm nay, bây-giờ hết lương, không lẽ giữ thành nữa được, đánh thì vô ích, nên ta tính chết đi cho rồi. Các quan khóc-lóc thì Võ-tánh khoát biểu ra, rồi châm lửa mà chết trên giàn thiêu. Võ-tánh chết đi rồi, thì Diệu là tướng giặc mới vô thành, lo chôn cất tử-tế. Còn các tướng-sĩ trong thành thì chẳng có hại đến (sau về vua hết, không ai chịu ở lại với giặc) (tháng 5).

Vua nghe tin ấy thì râu-rĩ khóc-lóc thở-than chẳng đừng. Tuy là thành Bình-định đã về tay giặc rồi, mà các chỗ đánh được đồn giặc. Như nơi Trà-khúc có Nguyễn-văn-khôn đô-đốc giặc đóng đó, bị Lê-văn-duyệt với Lê-chất đánh chạy tan đi, bắt binh giặc được nhiều. Giặc thôi lại đóng tại Tân-quan. Trong Phú-yên Tông-phước-lương đánh với giặc Hồ-văn-điểm tại Sô-quán, Lệ-uyên, La-thai đều thắng lấy được khí-giái nó nhiều quá (tháng 6).

Nguyễn-văn-thiếng đánh được giặc tại xứ Lư-đê, phá đồn bảo của giặc hơn 20 sở. — Võ-văn-dõng lui chạy. Vua nghe tin sai đem 1000 lượng bạc thưởng quan quân.

Ngoài nầy Nguyễn-kế-diệm đuổi theo Cảnh-thịnh tới Hoành-sơn, giặc cứ hiểm đóng binh lại đó. Ông tông-thất Khoán đi tới trước mà coi địa-thế, xảy gặp giặc nơi núi Thần-đầu, cho người trở lại báo với Nguyễn-kế-diệm, ông ấy chậm-lụt không tiếp cho kíp nên để tông-thất bị giặc giết đi. Vua nghe tin, giận mà dạy giết Nguyễn-kế-diệm đi.

Nguyễn-quang-toản là Cạnh-thịnh chạy ra Bắc-thành cải hiệu là Bửu-hưng, sai sứ qua Thanh xin binh, Thanh không cho, túng mới viết tờ chiêu-dụ các mán mọi trên Vạn-tượng. Người Xiêm bắt được tờ, đem nộp cho vua (tháng 6).

Tông-viết-phước đem binh tới Tân-quan đánh Trừ-văn-chiêu bị nó phục chết đi tại trận. Lê-văn-duyệt với Lê-chất dẫn binh tới tiếp thì đã rồi.

Vua ngự đi Quảng-bình coi lũy Động-hải, bàn việc quân-sự với các quan 5 bữa mới về. Vua nhơn có người chệc Quảng-đông tên là Triệu-đại-sỉ, khi trước qua đi buôn bị quân tàu-ô bắt, rồi Annam đánh bắt lại được, vua sai về Quảng-đông, Quảng-tây đem quốc-thơ báo việc đã lấy kinh-đô cũ lại được rồi (tháng 7).

Nguyễn-văn-thiếng đánh được giặc tại Sơn-trà, còn Nguyễn-xuân đánh đuổi Nguyễn-văn-ngũ là đô-đốc giặc nơi đồn Khôi-diêu chạy te, lấy được khí-giái đem về dâng.

Vua đặt quan công đường tại 4 dinh xứ Huế. — Vạn-tượng, Ai-lao các tù-trưởng tới mầng vua (tháng 8).

Trong kia Trừ-văn-chiêu tới đánh đồn Mĩ-á, Lê-văn-duyệt ở đồn, cho Trịnh-ngọc-trí ra đánh, giặc thua chạy đi. — Nơi đồn Khói-diêu thì Võ-văn-đông là tướng giặc lại làm lũy giăng từ Tháp-cải tới Sầm-sơn, Nguyễn-văn-thiềng tới đánh chạy đi bỏ khí-giái rất nhiều. Giặc Nguyễn-thắng đóng Phú-sơn, cũng ban đêm đem quân vô đốt trại nó, nó thua vỡ chạy (tháng 11).

Trước Nguyễn-văn-huệ phá-đào lăng tổ-tiên vua đi, nên nay vua sửa-sang lại (tháng 9). — Vua lại dạy đào mồ Nguyễn-văn-huệ lên, chém thây, đem đầu bêu; còn con gái va và bà con va 32 người, đều xử lăng-trì cả. Rồi vua chạy tờ vào Gia-định cho hay (tháng 11).

Cũng trong tháng ấy Cảnh-thịnh (Bửu-hưng) là Nguyễn-quang-toản đem binh thủy bộ hơn 3 vạn vào đánh Linh-giang, nương tiếng Nguyễn-văn-diệu, vợ Diệu là Bùi-thị-xuân cũng đem 5000 binh theo giặc vào đánh Động-hải.

Vua Gia-long sắm thân-chinh ra cự. Ngoài kia Đặng-trần-thường đánh với giặc nơi Hoành-sơn, bị Triệu là thống-quản giặc đánh thồn, lui về Động-hải. Vua để hoàng-thúc Thăng ở lại giữ Huế vua kéo binh-mã ra Động-hải (tháng 11).

Vua đi tuần coi các chỗ các sở dạy kiên-bế giữ-gìn đề hờ giặc. Nguyễn-văn-trương xin để cho giặc thâm-nhập vào, rồi xin đi ngả biển vô Linh-giang chận đường về nó. Vua lại dạy chúa tàu Long, chúa tàu Phụng, và chúa tàu Bằng (Nguyễn-văn-tháng, Nguyễn-văn-chân và Lê-văn-lăng, người Langsa) mộ dân ngoại tịch Quảng-nam mà sung thành đội ngũ.

Năm ấy 1810, tuy là vua ra đánh lấy Huế lấy kinh-đô cũ lại được, và may-mắn hết trong việc hành quân; mà hoạ phước nó hay xen nhau, mà giảm bớt lòng mầng vua đi. Đang khi vua đi chinh-chiến, trong Gia-định ông đông-cung Cảnh bị lên trái mà mất (tháng 2) khi ấy đã nên 22 tuổi. Vua nghe tin sầu-não hết lòng, liền chạy tờ dạy Nguyễn-văn-nhơn và Nguyễn-tử-châu lên thô lấy đó và điều-lý lo liệu việc tống-táng ông Đông-cung.

Qua đến tháng 4, ông hoàng-nhì Hi (ngoài hay kêu là Chị-búa) vua đem theo đi đánh giặc mang bệnh mà chết, khi ấy đã 20 tuổi. Vua dạy chở quan-tài về Gia-định chôn.

1811. — Qua tháng giêng năm sau 1811. — Giặc Tây-sơn có chúa nó là Nguyễn-quang-toản và em nó là Nguyễn-quang-thùy với tổng-quản Triệu đánh lũy Nhựt-lệ. — Nguyễn-văn-kiên làm đô-đốc và Đinh-công-tuyết đánh núi Tạc-sơn; thiếu-húy Đặng-văn-đằng và đô-đốc Lực kết bọn Tề-ách tàu-ô hơn 100 chiếc, đậu giăng ngoài cửa Nhựt-lệ.

Vua dạy Nguyễn-văn-trương đem binh thủy ra biển, trên bộ thì sai Phạm-văn-nhơn với Đặng-trần-thường đem binh ra cự với giặc. Nó áp vô đánh lũy, vua dạy mở cửa đánh, súng bắn nó chết lấy ngàn mà kể, nó leo Dâu-tạc, Ngải-phụ mà lên, bị quân vua ở trên núi lăn đá xuống chết nhiều lắm. Vợ Nguyễn-văn-diệu với Bùi-văn-xuân nổ lực xông vô chết tại trận.

Ngoài cửa Nguyễn-văn-trương nhờ gió xuôi xông xả vô tàu giặc bắn nó tan bậy chạy ráo, bắt được 20 chiếc. Trên bộ, giặc nghe thủy mình đã thua thì thất-kinh, cũng thua vỡ chạy, Nguyễn-quang-toản chạy trốn trong làng Đông-ngạn, Nguyễn-văn-kiên bó tay hàng đầu. Vua biết có 50 chiếc tàu chở lương cho giặc trong sông Linh-giang, nên sai Tống-phước-lương ra chận bắt. Bắt được tàu thuyền và người hơn 700. Nguyễn-quang-toản qua sông Linh-giang chạy miết dài; Huỳnh-văn-điểm rược theo tới Thiên-cốc bắt được giặc hơn 3000, súng lớn 70 vị, ngựa 500 con, lại bắt quan giặc là thượng-thơ Nguyễn-văn-trực, đô-đốc Trần-văn-mó tham-đốc Bùi-văn-ngoạn, và thiếu-tế

Ngươn nữa. Rồi vua dạy thôi nghỉ binh. Các quan xin thừa cơ ra đánh Bắc-hà cho luôn. Vua nói chưa gấp chi, đễ về lo trừ cái bọn Diệu, Dõng nơi Bình-định đã rồi sẽ hay. Bèn dạy điệu các tướng bắt được về kinh. Mà lo sai vô đánh trong Bình-định.

Trong ấy Nguyễn-văn-thiềng với Nguyễn-đức-xuyên đánh giết giặc được nhiều nơi Kì-sơn. Mà Nguyễn-văn-diệu lại đem binh-tượng ra vây tứ-phía, ông tiền-quân phó-tướng Nguyễn-huệ chết trận ấy. Còn ông Nguyễn-đức-xuyên vừa đánh vừa lui về đồn Chợ-dã, cụ sớ thỉnh-tội. Vì vậy vua sai Lê-văn-duyệt ngồi tàu đồng vô, đánh bắt được đô-đốc Châu-hữu-mĩ, và hơn 30 người đảng nó, tống về Huế. Vua lại có cho đem tướng giặc bắt được ngoài nầy vô Bình-định, giặc thấy kinh hồn.

Nguyễn-văn-thiềng đánh đuổi giặc tại Kì-sơn rược tới vườn cau mà trở lại. Lại sai đi lập đồn mà đoạn hậu giặc, giặc cùng thế. Khi ấy đô-đốc Thị đem cả trăm đảng nó ra xin hàng đầu. Lê-văn-duyệt với Lê-chất thì đánh với Chiêu tại Thạch-tân, bắt lũy, lấy súng-ống, khí-giái nhiều. Chiêu chạy lọt khỏi, ông Duyệt tấn binh bộ tới đồn Kiên-hạ, còn thủy thì tới cửa Tân-quan. Ông Thiềng với ông Duyệt hội binh đặng có đánh lấy thành Bình-định lại.

Trên đường trên thì có tướng Xiêm là Oc-nha Trà-tri, đem 5000 binh hiệp với binh Ai-lao mà đánh binh Tây-sơn nơi La-nam, sai sứ xuống báo; vua dạy gởi thơ lên khen và võ-về (tháng 2). Sai sứ vô Xiêm xin 500 xe lúa, dạy Cao-mên nộp 1000 xe lúa cho binh ăn. Lại dạy thủy sư Gia-định vận lương ra cho binh Chợ-dã 40000 vuông, áo lính 3000 cái, thuốc súng 500 cân.

Từ Võ-tánh lên giàn thiêu rồi thì Nguyễn-văn-diệu với Võ-văn-dõng chiếm-cứ lấy thành Bình-định, binh-gia hơn vài vạn cự với quan quân vua đã hơn tám chín tháng trời.

Biết người ta sắm đánh mình, lại nghe binh vua đánh tuốt ra tới bên kia Linh-giang, vua mình là Bửu-hưng đã thua rồi, nên tính với nhau đi đường trên ra Nghệ-an. Vậy mới hiệp Từ-văn-chiêu, Nguyễn-văn-mân, Nguyễn-văn-giáp, Nguyễn-văn-điểm, Lê-văn-hưng… 80 người, và binh giỏi 3000, voi 86 con, ban đêm bỏ thành kéo nhau ra đi. Nguyễn-văn-thiêng hay được truy theo mà nó đã lên rừng đi rồi, thâu quân ra hàng-đầu mà đem về. Cụ sớ cho vua. Vua mầng lắm, đặt Quảng-đức ở giữ thành và tỉnh ấy (tháng 4).

Khi ấy vua lo tu-bổ hoàng-thành lại. Đình-thần dâng sớ xin vua cải nguyên. Khi ấy tháng 5 1811, vua mới cải nguyên hiệu là Gia-long năm đầu, ra ân, tha thuế, thưởng quân-lính (vàng 1000 lượng, bạc 10000 lượng, tiền 30000 quan), ban chức-tước cho các quan, (tháng 5)· Vua cho Ka-la-hom-sum đem binh về Cao-mên, ban cho 30 lượng vàng, 300 lượng bạc, 3000 quan tiền. Vua lại sai các tàu về Gia-định chở tiền và đồ-đạc về kinh. Vua lại sai Trịnh-hoài-đức làm sứ ngồi tàu Bạch-yến và Huyền-hạc, đem quốc-thơ, phẩm-vật, những ấn-tước người Thanh theo giặc Tây-sơn, và ba anh đầu đảng Tề-ách tàu-ô bắt được qua Quảng-đông gởi dâng hoàng-đế nhà Thanh. Lại sai vô rước bà mẹ vua và cung tần về kinh, tháng 6 về mới tới.

Đến đây vua mới nhứt-định ra đánh đất bắc. Vậy vua duyệt binh thủy bộ rồi; ra dụ cho quân dân Bắc-hà 6 điều quân-chánh cấm-ngăn răn-he quân-lính, rồi vua để hoàng thúc Thăng ở lại giữ kinh-thành mà xuất binh.

Tháng 5 ngày 17, đặt mạng cho ông tả-quân Lê-văn-duyệt lãnh các đạo binh bộ, ông trung-quân Nguyễn-văn-trương lãnh các đạo binh thủy.

Ngày 21 vua ra đi, đến ngày 27 binh thủy ra Hoành-sơn đánh phá đồn giặc, đô-đốc giặc Ngũ với Lục chạy ra Bắc. Ngày 28 tới đánh Hà-trung.

Ngày 29 binh bộ đánh được Đại-nại, vua qua Linh-giang, mồng 1 tháng 6 vua ngự tại Hà-trung. Ngày ấy binh thủy vô cửa Hội-thông đánh đồng-lý giặc Nguyễn-văn-thận thua chạy, lấy được thuyền-bè khí-giái quá nhiều ; tới Vĩnh-dinh (là tỉnh thành Nghệ-an), bắt được Lân là con Nguyễn-văn-nhạc, rân tới bảo Thiên-lý (Diễn-châu phủ), đô-đốc Y đem quân ra hàng-đầu; bắt sống được Thất là em Nguyễn-quang-toản, và đô-đốc Ngũ. Vua tới chú-tất tại Nghệ-an. Giặc Đặng-văn-tháng Đào-văn-hồ, đem 7 thớt tượng tới hàng-đầu.

Ngày mồng 5 binh tới đánh lấy được Dương-xá (thành trấn Thanh-hoa), bắt được em vua Tây-sơn (Bửu-hưng) tên là Quang-bàn, và cha con đồng-lý Nguyễn-văn-thận, hết thảy 9 người.

Ngày mồng 7 Võ-doãn-văn với Lê-đức-định bắt được thiếu-phó giặc là Nguyễn-văn-diệu tại trên ngã trên xứ Nghệ-an, Trừ-văn-chiều, Nguyễn-văn-giáp, Lê-văn-hưng, và Nguyễn-văn-mân cả bọn nó ở Qui-nhơn (Bình-định) đi ngã trên ra, lại bắt được 76 thớt voi. Vua dạy Lê-văn-duyệt xiềng bỏ cũi giữ lấy, dân Thanh-hoá lại bắt được Võ-văn-dõng đem giải nạp nữa. Vua tới Thanh-hoa đi coi sơn xuyên hình thể, kêu các chức làng Bồ-vệ hỏi thăm tông miếu nhà Lê ; dân-sự đâu đó đem trâu rượu ra lạy mầng cả.

Mồng 9 binh bộ ra đánh đèo Tam-điệp, giặc chạy tc.

Mồng 10 binh bộ đánh tới Thanh-hoá-ngoại (là Ninh-bình) đô-đốc giặc tên Tài ra hàng-đầu.

Ngày 12 binh bộ đánh Châu-châu (là tỉnh thành Sơn-nam thượng). Binh thủy lên tới Vị-hoàng, (Sơn-nam hạ — Nam-định) đô-đốc Thọ ra đầu.

Qua 17 binh bộ thẳng ra đánh lấy thành Thăng-long, (Hà-nội). Vua Tây-sơn Nguyễn-quang-toản đã bỏ thành chạy qua bên kia sông Nhĩ-hà tới sông Xương-giang bên tỉnh Bắc-ninh, ban đêm vô trú trong chùa Thọ-xương. Dân làng nó tới nó ăn cướp, trà-trộn chạy ra khỏi, có Quang-thùy là em thất cỏ mà chết. Còn Nguyễn-quang-toản là vua với em Quang-duy là thái-tể, Quang-thiệu là nguyên-soái, Nguyễn-văn-dùng, Nguyễn-văn-tứ là tư-mã chạy trốn bị dân làng núm cỏ giải nạp, đóng cũi xiềng bỏ vô đem về Thăng-long giữ đó. Bắt và trước và sau hơn trót trăm con voi, súng-ông, khí-giái, thuyền-sưu, lương-hướng, kể không vừa xiết. Lấy hết cả nước, ngoài Bắc-thành 14 trấn, 17 phủ, 157 huyện, 40 châu.

Vua vô Thăng-long thành, ngự đền Kỉnh-thiên cho quân thần triều-hạ.

Vua mới ra dụ cho dân 14 trấn Bắc-hà, dạy ở yên như xưa; kẻ làm quan giặc, gần thì trong 3 ngày, xa thì 5 ngày phải ra thú thì khỏi tội, quân-lính cầm khí-giái đem tới cửa quân nạp thú thì khỏi tội.

Vua lấy được cả nước, chạy tờ cho quan ngoài ải tàu hay, bổ cáo trong ngoài cả nước đặng biết; lại ra dụ cho hào-mục đất Bắc-hà khuyên giải-tán ngãi-binh đi; ai có tài vua sẽ dụng.

Vua lại đặt quan coi quản các trấn các dinh. Dòng họ nhà Lê còn sót lại như Lê-duy-đạt, đem khí-giái nạp hàng đầu, tới lạy mầng vua. Vua nước Nam-chưởng xuống mầng. Cao-mên sai oc-nha Thơ, và triệu-bồn-nha Diệt đem đồ phương-vật dâng. Tha thuế. Cấp ruộng thưởng những làng bắt được giặc đem nạp. Ra lệnh cấm quân-lính không cho cướp phá dân-tình; thưởng quân 2 vạn rưởi quan tiền. Ra Vạn-ninh tới Vân-đồn đánh bắt quân ăn-cướp tàu-ô, chém Trịnh-thất là đầu đảng và quân nó nhiều lắm; bắt sông Trương-a-lộc và 11 người nữa.

Bây-giờ hết giặc vua cho chở lính bệnh về kinh lo thuốc

19.

mọn, lính lâu năm tha cho về quê-quán. Lập miễu công-thần các xứ mà tế-tự.

Vua phân tỉnh đặt quan, các phủ huyện, dạy luyện tập binh-lính các trấn mới bổ ngạch; ra lộ điển lính, đăng thuế, lập phép từ-tụng binh dân; sửa phép-tắc, phong-tục đâu đó cho phân-miếng. Khi ấy dòng Lê dòng Trịnh còn lại dâng sớ xin vua xưng chánh đế-vị.

Vua phong tước cho con cháu nhà Lê, cấp dân 1016 tên, ruộng 10000 mẫu để mà phụng-tự tông miếu nhà Lê, lại chuẩn cho khỏi binh diêu thân thuộc cả.

Vua lại cấp 500 mẫu ruộng cho con cháu họ Trịnh để phụng-tự, và chuẩn trong họ 247 người khỏi binh diêu thuế khóa cả.

Còn cho con cháu công thần nhà Lê được nhiều ấm, khỏi diêu-dịch. Lại phong chức-tước cho những thổ-tù các châu có công ngoài Bắc nữa. Dạy dân lo học-hành chữ-nghĩa văn-chương đặng có đi thi mà làm quan, nên vua đặt quan đốc-học các dinh các trấn đủ cả.

Tới đây là đời nhà Nguyễn lên làm hoàng-đế cả và nước Annam tự nam chí bắc. Ta phải kể qua một chút công cao đức trọng vua Gia-long khai-sáng mở-mang ra cho thiên-hạ, biết công ơn người mà-thôi. Đến đó đã qua đời mới rồi, để dành sau cho kẻ chép truyện lấy đó làm đầu mối.

Ta coi trong truyện nước nào nước nào cũng vậy, đều có trị có loạn, có thạnh có suy đắp-đổi nhau luôn, ấy là lôi là đường trời đất xây-vần; ta chẳng nên chê khen cho quá, vì có cuộc trước mới sinh ra cuộc sau, có xấu mới có tốt, có loạn mới có trị. Ấy là cái đường thường đời, chẳng nên vội chê khen, một phải lấy làm lạ phép-tắc đứng tạo-hóa đã chế-biện ra thể ấy mà-thôi.

TÓM LẠI TRUYỆN CÁC ĐỜI VUA BÊN TRUNG-QUỐC.

ĐỜI TRƯỚC TAM HOÀNG NGŨ ĐẾ.

1º Bàn-cổ. — Theo sử tàu là người đầu trước hết, sống đến 800 năm.

2º Thiên-hoàng-thị. — Dòng Thiên-hoàng có 13 đời vua, trị được 18,000 năm.

3º Địa-hoàng-thị. — Dòng Địa-hoàng có 11 đời vua, trị được 18,000 năm.

4º Nhơn-hoàng-thị. — Dòng Nhơn-hoàng có 9 đời vua, trị 9600 năm.

5º Hữu-sào. — Vua nầy dạy người ta lấy cây lấy lá mà che chòi, làm nhà mà ở cho kín mưa kín gió, khỏi sương khỏi tuyết. Vì đời ấy người ta còn dốt-nát mọi-rợ quá, ở hang ở lỗ mà-thôi.

6º Toại-nhơn. — Thuở ấy chưa biết chữ-nghĩa, thắt gút dây cho nhớ mà-thôi, ăn thì ăn thịt sống, uống thì uống máu tươi, cho-nên vua nầy lấy cây cọ với nhau cho ra lửa mà dạy người ta lấy lửa mà nấu-nướng đồ cho chín mà ăn.

ĐỜI TAM HOÀNG.

1º Vua Phục-hi. — Người họ Phục-hi-thị làm vua năm 2852 trước Chúa cứu thế ra đời, trị được 115 năm, đặt nguyên-hiệu là Thái-hạo. Đóng đô tại Huyền-kì (bây-giờ là phủ Trần-châu, xứ Hà-nam). Vua nầy bày ra bát quái, lập phép hôn-thú, bày ra nhạc, làm đờn cầm đờn sắt, đương lưới. Sử cũng có nói cũng là ông vua nầy lập ra chữ và lục nghĩa; mà có chỗ khác thì nói rõ hơn rằng là ông Thương-hiệt đời vua Huỳnh-đế bày ra chữ mà viết.

Sử lại nói rằng vua Phục-hi trao quờn cho 15 họ, như bà Nữ-oa luyện đá vá trời *vân*... mà tưởng có khi là 15 nước chư-hầu phụ vô việc trị thiên-hạ mà-thôi.

2º Vua Thần-nông. — Bởi họ Thần-nông-thị, làm vua năm 2737 trước giáng sanh, niên-hiệu là Viêm-đế. — Vua nầy bày ra đồ cày bừa cuốc xuổng, dạy dân cày cấy làm ruộng, lập chợ cho dân buôn-bán đổi-chác, tìm được trong loài thảo-mộc các vị thuốc để chữa bệnh, lại làm sách bồn thảo chỉ tánh cỏ cây nên thuốc nữa. Trị 140 năm ; đô tại Khúc-phụ (nay là xứ Độ-sơn, phủ Côn-châu).

Lên mà nối quờn làm vua sau ông Thần-nông là những vua kể tên sau nầy :

1º Đế-lâm-hoè, ở ngôi 80 năm.
2º Đế-thừa, » 60 »
3º Đế-minh, » 49 »
4º Đế-nghi, » 45 »
5º Đế-lai, » 48 »
6º Đế-lý, » 43 »
7º Đế-du-vông, ở ngôi 55 năm (chắt ông Đế-lý).

3º Vua Huình-đế. — Họ Hữu-hùng-thị lên làm vua năm 2697 trước giáng sanh. Trị 110 năm ; đô tại xứ Trác-lộc (nay là Trực-lệ trong Châu-trác).

Đời vua nầy biết nghề-nghiệp, thông thiên-văn, làm trái cầu, xe, khí-giái, cung-nỏ, lưới chài, côn thước vân... Bà hoàng-hậu để tằm. — Ông Đại-náo là quan đại-thần lập lục giáp, bày lễ-nhạc, sắm dờn-địch. — Vua nầy sống 121 tuổi mới băng.

ĐỜI NGŨ-ĐẾ.

1º Vua Thiếu-hạo. — Họ Kim-thiên-thị, con vua Huình-đế lên làm vua năm 2597 trước giáng sanh.

— 297 —

Khi mới lên làm vua thì khá, lo nối nghiệp ông cha, chuyên việc cha đã tìm ra được mà làm cho an nhà lợi nước. Mà sau lại nghe theo nịnh thần mà hư. Thiên-hạ sanh thói xấu, ăn-ở không theo cang thường, luân lý, nên sanh ra lòng sợ mà bày ra thờ-phượng qủi thần. Vua trị 84 năm, băng.

2º Vua Chuyên-húc. — Họ Cao-dương-thị lên làm vua 2519 trước giáng sinh (11 năm trước khi ông Abraham sanh ra).

Vua nầy thông-minh, nhơn-đức, lại thông thiên-văn, lập khâm-thiên-giám, sửa lịch lại, và phá tan phép thờ thần lạy bụt đi nữa. — Trị được 78 năm, sống được 97 tuổi.

3º Vua Đê-côc. — Họ Cao-tân-thị, trước giáng sanh 2435 năm, cai-trị dân ׳ ׳ năm khôn-ngoan có danh ; người chia đất Tứ-xuyên ra làm nước nhỏ mà phong cho các em người. Khi vua băng thì con đầu lòng vua tên là Đê-chi lên nối ngôi là năm 2365 trước giáng sanh. Lên trị vừa 9 năm ăn-ở xấu, không xứng đáng đặng vì vua, dân không chịu hạ xuống, không cho làm vua nữa.

4º Vua Nghiêu. — Họ Đào-đang-thị, con thứ vua Đê-côc, thì là em vua Đê-chi, lên ngôi năm 2357 trước giáng sanh, đóng đô tại đất Bình-dương. Vua nầy là vua nhơn-đức, thông-minh, thánh-trí, có danh tiếng hơn các vua đời sau, lấy làm gương cho các vì đế vương phải coi theo mà bắt chước. Đời người trị có lụt cả ; lại có người Giao-chỉ đem dâng con rùa lớn, trên lưng nó có thích chữ hình con khoa đầu (con cá nhái), thì vua dạy chép lấy kêu là Qui-lịch.

Con vua chẳng được như vua về lòng nhơn-đức, về sự khôn-ngoan sáng-láng, nên vua Nghiêu không truyền ngồi cho con, mà truyền cho rể là ông Thuấn, là người hiền đời ấy. Vua sống được 118 tuổi, làm vua được 91 năm.

5° Vua Thuấn. — Họ Hữu-ngu-thị, năm 2255 T. giáng sinh. Vua nầy có hiếu quá ; bắt voi đi cày ruộng mà nuôi mẹ. Người làm gương tốt trong các việc cho thiên-hạ bắt chước, trung-tín, hiếu-thảo đủ điều. — Vua chia nước ra làm 12 châu. — Người bày làm cái đờn cầm 5 dây, làm cái ông triền-cơ có 7 vì chánh bằng ngọc, lập nhạc thiều.

Sống 110 tuổi, làm vua 61 năm. Băng, thiên-hạ quan dân thương-tiếc để tang 3 năm.

ĐỜI TAM-ĐẠI.

1° NHÀ HẠ.
18 đời vua, trị 458 năm.

Đại-võ (Võ-vương) 2205 T. giáng sanh trị 27 năm sống 100 tuổi) là chít vua Huỳnh-đế vua Thuấn sai đi trị thủy 13 năm, con vua Thuấn không có đức như cha, nên vua Thuấn bỏ mà truyền ngôi cho vua Võ. — Đóng đô tại An-ấp. Vua nhơn-đức thấy tù-nhơn thì khóc. Vua chia nước ra làm 9 châu. — Vua Võ muốn trao quờn cho ông Ých là tôi hiền mà thiên-hạ không phục, một tôn ông Khải là con vua võ lên mà-thôi.

2° Khải (2197) — Vua hay ca nhạc cửu biện cửu ca (vua Võ lập). — Vua có hiệp lục khanh đi đánh phá họ Hữu-hộ nơi đất Cam ở vô đạo, trị được 9 năm, băng, con vua.

3° Thái-khương, (2188) — Lên nối ngôi. Trị mới 29 năm, mà mê dâm-dục, ăn-ở xấu, dân giận đuổi đi mà lập em vua lên thế vị cho vua.

4° Trọng-khương (2159). — Đời vua nầy có nhựt-thực sách *Thơ* kinh có nói, mà Hi với Hoà mắc mê-đắm say-sưa không có biểu vô lịch cho hay trước thì bị vua phạt. — Hậu-nghệ làm tướng, vợ ông ấy ăn-cắp thuốc trường sanh uống đi, sợ chồng đánh lên ở trên mặt trăng, kêu Hằng-nga.

5º đế Tương (2146) — Con vua trước bị tướng là Hậu-nghệ đuổi đi ở nước Thương-khâu. — Người Hậu-nghệ có tài bắn giỏi, mà hay mê tửu-sắc, bỏ việc nhà nước, ham đi săn-bắn. Đi săn về gần nhà bị Hàn-sác giết phân thây.

6º Hàn-sác là tôi Hậu-nghệ (2097) soán vị 40 năm, lấy vợ Hậu-nghệ đẻ ra Ngáo với Ê, (sử không kể vô hàng vua nhà Hạ).

7º Thiểu-khương, con vua Tương (2018) trị 22 năm, nhờ bà hoàng-thái-hậu trốn ra được, giấu mà nuôi nơi nước Hữu-nhưng rồi trốn qua nước Hữu-ngu, vua nước ấy gả hai con gái cho, sau về đánh phục nghiệp lại được, cũng nhờ ông Mị đem binh giết Hàn-sác.

8º đế Trứ (2057) con vua Thiểu-khương trị 17 năm.

9º đế Hoè (2040) con vua Trứ trị 26 năm.

10º đế Mang con vua Hoè (2014) trị 18 năm.

11º đế Tiết (1996) con đế Mang. — Sáu mọi là Quyền-di, Bạch-di, Xích-di, Huyền-di, Phong-di, Dương-di tới chầu đều phong cho nó cả.

12º Bất-giang (1921) con đế Tiết, trị 59 năm. Ông Ysaac sinh ra trong xứ Chanaan năm 35 đời vua nầy.

13º Huỳnh (1980) em đế Bất-giáng, nối ngôi anh 21 năm, rồi mất truyền ngôi lại cho con là.

14º đế Cẩn (1900) trị 21 năm, băng đi rồi thì con không được kế vị; vì con đế Bất-giáng phục nghiệp cha lên làm vua.

15º Không-giáp con đế Bất-giáng (1879) hay tin quỉ thần không hay tu đức; các nước hầu phản-trở. — Trời cho xuống 2 con rồng một con đực một con cái, thì vua biểu Lưu-lủy nuôi cho ăn uống. — Đời nầy mới lấy sắt đúc gươm. — Ông Jacob sinh ra đời nầy. — Vua trị được 30 năm, thăng-hà để ngôi lại cho con là.

16° đế Cao (1848) trị 11 năm, băng, thì

17° đế Phát là con (1837) lên thế vị được 13 năm, chết để ngôi lại cho con là.

18° Lý-qúi (Kiệt) (1818) — Từ Không-giáp tới đây chư-hầu trở; vua Kiệt nầy dữ-tợn qúa thiên-hạ oán, mà vua mạnh lắm, vòng sắt nắm kéo ngay ra được, vua sắm ra đi đánh nước Hữu-thị, nước ấy nghe tin đem con Mụi-hỉ mà dâng cho vua, vua yêu lắm làm cung Ngọc-quỳnh-giao-đài cho nó ở mà chơi với mình, tốn phí của nước qúa lắm. — Làm núi thịt, rừng nem, ao rượu, ghe đi vô trong ấy được. — Dắm mê tửu-sắc li-bì.

Đời nầy ông Công-lưu là tổ nhà Châu qua đất Mân ở mở-mang lập nghiệp.

Vua Thang là chư-hầu nhờ ông Y-doản làm tướng giúp đánh vua Kiệt đi. — Tới đó mới hết đời nhà Hạ.

2° NHÀ THƯƠNG (Ân).

28 đời vua, trị được 644 năm.

1° Thành-thang (1766. T giáng sanh trị 13 năm) con cháu dòng vua Huỳnh-đế, cha người là Chủ-qúi. Thuở ấy vua Thang làm chư-hầu, lại nơi đất Hữu-sần có ông Y-doản người hiền tài ở làm ruộng, ông Thang cho mời tới đem dâng cho vua Kiệt mà vua Kiệt không dùng đã 5 lần như vậy — Ông Y-doản lại trở về làm tôi ông Thang. Vua Kiệt hung-bạo giết tôi ngay là Long-bàng, không ai dám can-gián, thì ông Thang sai người đi khóc, ông vua

Kiệt giận bắt ông Thang mà cầm tù nơi ngục Hạ-đài. — Sau ra khỏi, ông Phí-xương trở lòng về với vua Thang.

Vua Thang là người có nhơn lắm. Khi thấy người đánh lưới chim bao-bọc tứ phía, thì phá đi ba mặt để một mặt vân... nên chư-hầu phục, thiên-hạ đều theo. Nhờ ông Y-doãn đánh với vua Kiệt tại xứ Minh-điều (phủ Bình-dương, huyện An-ấp. — Vua Kiệt thua, vua Thang bèn đày vua Kiệt ra đất Nam-sào. — Các nước hầu hội lại tôn ông Thang lên tức vương-vị, vua Thang từ-chối không chịu, xin ở ngôi chư-hầu mà-thôi, mà các chư-hầu không nghe, liền tôn lên vì thiên-tử, đóng đô tại đất Bạc.

Khi lên làm vua thì đã 87 tuổi, trị được 13 năm, đủ 100 tuổi mới thăng-hà. — Thuở ấy ông Y-doãn, ông Trọng-hủy phò vua hết lòng. — Mà mất mùa đại hạn 7 năm trời (có khi là 7 năm đói ông Jude nói tiên-tri với vua Pharao bên nước Egyptô chăng). — Vua Thang không cho đào võ, vua hớt tóc, cắt móng tay, ăn chay nằm đất, mặc áo nhậm, vô rừng-bụi mà đảo nơi tang-lâm. Cầu khẩn với trời, trời liền mưa xuống cho dân làm ruộng được mùa như xưa. — Khi ấy con đầu lòng vua là Thái-đinh mất sớm, con thứ vua mới có 2 tuổi, nên truyền ngôi lại cho:

2º Thái-giáp (1752 — 23) là cháu đích-tôn, là con Thái-đinh. — Tức-vị rồi không có noi đức ông cha, cho nên ông Y-doãn bắt vua cầm lại nơi Đồng-cung (nhà mồ vua Thang) 3 năm. — Đến khi vua đổi tính-nết đức-hạnh, thì mới rước về làm vua lại nơi đất Bạc được 23 năm.

3º Ốc-đinh (1720) con vua Thái-giáp. — Vua nầy dùng hiền thần là Cửu-đơn cứ làm theo phép ông Y-doãn trị 29 năm.

4º Thái-canh (1691) là em vua Ốc-đinh trị 25 năm thăng-hà, để ngôi lại cho con là

5° Tiểu-giáp (1666 — 17) trị 17 năm mất, giao quờn lại cho em là

6° Ung-ki (1649 — 12). — Nước không yên. — Chư hầu không phục.— Vua ở ngôi 12 năm thăng-hà, em vua là :

7° Thái-mồ (1637 — 75) lên thế vị. — Thuở ấy biến ra một cái điểm quái-dị, là có cây tang (dâu), cây cốc (lúa) mọc ra giữa triều, nội có 7 ngày lớn hơn một ôm. — Vua hỏi quan tế-tướng là Y-trác (con ông Y-doãn), thì Y-trác tâu rằng : yêu-quái chẳng có thắng đức được đâu. — Vua từ ấy về sau tu nhơn tích đức. Trong 3 ngày cây quái-gở ấy chết khô đi. Vua lập phép dưỡng lão lại, siêng-năng ngự triều sớm, thôi triều trưa, viếng kẻ liệt, điếu kẻ chết. Nội 3 năm, các nước xa tới chầu hơn 76 nước. — Hiệu xưng là Trung-tông ở ngôi 75 năm.

8° Trọng-đinh (1562 — 13) là con lên nối quờn. — Đế đô tại đất Bạc bị sông lở, bèn dời đô qua đất Hiêu (Hà-nam). Mọi Lam-di dậy loạn, vua dẹp yên đi được. Trị 13 năm, băng.

9° Ngoại-nhâm (1549 — 15) là em vua trước lên trị được 15 năm, rồi mất đi thì em là,

10° Hà-đản-giáp (1734 — 9) lên tức vị, cũng đóng đô tại đất Hiêu, mà sông đó lở, bèn dời đô về đất Tướng (Chương-đức-phủ) — Ở ngôi 9 năm, thăng-hà, di chiếu lại cho con là.

11° Tồ-ất (1525 — 19) lên kế vị, cũng tại đó, rồi sông lại lở, thì dời đế-đô đi đất Cảnh (huyện Hà-tân) — Năm thứ 9 sông lở nữa, lại dời qua đất Hình. — Trị 19 năm.

12° Ốc-giáp (1490 — 25) là em vua Tồ-ất, soán vị của cháu làm vua 25 năm. — Ông thánh Moisen sanh ra đời vua nầy.

14° Tổ-đinh (1665 — 32) là con vua Tồ-tân lại phục nghiệp cha mình lại, lên làm vua 32 năm, vua băng rồi, thì con vua Ốc-giáp là :

15º Nam-canh (1433 — 25) lên làm vua 25 năm. — Thăng-hà rồi, thì còn vua Tồ-đinh là :

16º Dương-giáp (1408 — 7) lại lên làm vua được 7 năm mới mất. Từ đời vua Trọng-đinh cho tới đây, anh em, hay-là anh em con chú con bác tranh lập với nhau ; nên các vua chư-hầu không hay đến chầu.

17º Bàn-canh (1401 — 28) là em ruột vua Dương-giáp lên làm vua. — Bị sông lở tại đất Hình bèn dời kinh-đô về đất Bạc như xưa. — Thần dân ở đã yên nơi yên chỗ không muốn bỏ mà đi, nên vua phải làm cáo-dụ, thì mới chịu để-huệ về đất Bạc lại. — Nhơn sự dời đế-đô, vua cải tên nhà Thương lại là nhà Ân. Vua nầy noi theo vua Thang, ăn-ở nhơn-đức nên mới thạnh lại, chư-hầu trở về chầu như xưa. — Làm vua 28 năm, thăng-hà.

18º Tiểu-tân (1373 — 21) em vua Bàn-canh lên làm vua, không hay noi gương anh, nên nhà Ân suy lại, chư-hầu không phục. — Trị 21 năm băng, để nước lại cho em là :

19º Tiểu-ất (1352 — 21). — Thuở ấy hiệu Cồ-công là tồ nhà Châu, ở đất Mân, bị mọi lân hoài, dời qua ở núi Kì-sơn. — Vua trị 28 năm, rồi mới mất, để nước lại cho con là ông :

20º Võ-đinh (1324 — 59) lên làm vua có lòng hay lo việc nước, trung hiếu đủ đều. — Vua Võ-đinh để tang cho cha là vua Tiểu-ất 3 năm không nói ; mãn tang rồi cũng không nói. Vua nằm chiêm-bao thấy trời vẽ hình người hiền cho mà dùng cho lợi việc nước ; nên vua vẽ hình ra dạy đi tìm, thì tìm được Phó-duyệt là người đi ở tù mướn, đang đi làm xấu, đem về cho làm tướng, giúp vua trong mọi việc tử-tế. — Vua hay tin điềm dị-đoan, như khi tế vua Thang, thì có chim trĩ tới đậu nơi vạc mà kêu. Ông tôi hiền là Tồ-kỉ con vua, dạy vua phải tu đức mới được. — Vua nầy minh quân lắm, nên hơn sáu bảy nước Mọi gióc-tóc tới chầu. — Mọi Qủi-phương là Hung-nô. Mông-cồ làm loạn, vua Vồ-đinh đánh 3 năm yên đi — Nhà Ân tới đây dầy lại, đặt hiệu vua là Cao-tông, làm vua 59 năm.

21⁰ Tồ-canh (1265 — 7) con vua Vồ-đinh, lãnh quờn trị nước nối cha cũng bình-yên, mà không hưởng được bao-lâu ; vì làm vua 7 năm, vua băng. Em ruột vua là :

22⁰ Tồ-giáp (1258 — 34) lên nối quyền. — Khi trước vua Vồ-đinh muốn lập lên, mà lấy làm không đáng, không chịu trốn đi — Sau anh mất đi mới về làm vua.

Năm 28 đời vua nầy, ông Văn-vương là cha vua Võ-vương thái-tồ nhà Châu sinh ra. — Ông Thái-bá là con ông Cồ-công trốn qua nước Ngô trong xứ Man-kinh.

Vua ở ngôi hưởng nước được 34 năm, chết đổ quờn lại cho con là :

23⁰ Lầm-tân (1225 — 6) — Vua nầy ở ruộng-nương lâu, nên thạo việc, hay giúp dân trong việc cày cấy. — Vua không có con nối dòng, lại chết sớm, hưởng nước được có 6 năm mà-thôi.

24⁰ Canh-đinh (1219 — 21) con thứ vua Tồ-giáp, thì là em vua Lầm-tân lên tức-vị, ở ngôi 21 năm. Con là :

25⁰ Vồ-ất (1198 — 4) lên nối ngôi cha. — Thuở ấy Mọi Dông-di (Nhựt-bổn) tới xâm, cướp phá mé biển và cù-lao Dại. — Vua nầy vô đạo làm bù-nhìn giả là thiên-thần đánh bạc với nó không ăn nó được thì giận mà giết đi, lấy đẩy da đựng máu treo lên mà bán cho lủng chảy máu, mà nói là bắn trời. Khi vua đi săn-bán lôi bờ sông Hà-vị, bị sét đánh chết đi. Tại vị có 4 năm.

26⁰ Thái-đinh (1194 — 3) con vua Vồ-ất lên kế vị cha, mà không ham săn-bán như cha ; một lo việc dẹp giặc mọi Nhung-khương (nước Yên — Bắc-kinh) đặt ông Công-qủi làm tướng coi binh mà đánh nó. Làm vua 3 năm, thăng-hà. Con là :

27º Đế-ất (1191 — 37) lên làm vua. — Thuở ấy nhà Thương càng ngày càng suy nhược.

Vua có 3 con trai : 1º Vi-tử-khải, 2º Trọng-diên, 3º Thọ-tân là ông Trụ, mẹ ông thứ 3 nầy là chánh hoàng-hậu. — Vua cùng hoàng-hậu muốn lập Vi-tử-khải lên làm thái-tử, mà quan thái-sư cứ phép không chịu, rằng có con vợ chính thì chẳng nên lập con vợ bé ; nên phải lập Thọ-tân là Trụ lên. Vua ở ngôi 37 năm, thăng-hà rồi thì :

28º Thọ-tân (Trụ 1154 — 33) là con út mà là dòng chánh lên nối quờn. — Vua nầy tài-trí hơn người, lanh-lợi, mạnh-mẽ, tính cang-cường không chịu can-gián, kiêu-ngạo, coi người-ta ai cũng thua trí mình cả. — Vua bày đầu làm đũa ngà, thì ông Ki-tử than rằng : « Nếu vua làm « đũa ngà, thì không chịu dùng chén đất chén đá ; mà « làm chén ngọc sừng tây. Mà nếu dùng chén ngọc đũa « ngà, thì chẳng thèm ăn canh rau, bận áo vắn, ở nhà « tranh ; mà sẽ mặc áo gấm, ở nhà chín cửa ngăn, nhà « khách cao, nhà ở rộng ; như vậy thì cả thiên-hạ cũng « không đủ được. Ắt là sẽ tìm của báu xa phương. Xe « ngựa, nhà cửa tử-tế, thì sợ e sau chẳng xong đâu. »

Thuở ấy có họ Tô-hộ đem con Dát-kỉ mà gả cho vua Trụ. Vua yêu lắm, nó nói sao vua nghe vậy, nó muốn gì được nầy, hễ nó yêu ai, thì vua trọng nầy, nó ghét ai thì vua giết nầy. — Vua khiến ông Diên làm ca nhạc ; cung hát Bắc-đồ, cách múa Bắc-lý, bày nhạc mị-mị. — Làm lộc-đài, nhà-huỳnh, cửa-ngọc, dài lớn 3 dặm cao ngàn thước, làm 7 năm mới rồi. — Đánh thuế nặng mà làm lộc-đài, đổ lúa cho đầy kho-tàng, nuôi thú lạ đấy, bắt người cho nó ăn ; lập vườn chơi, đổ rượu đầy ao, treo nem làm rừng, con trai con gái rượt nhau ở trong ấy ; trong cung lập 9 cái chợ, ăn-uống chơi-bời cả đêm. các nước chư-hầu phản, thì con Dát-kỉ nói là tại vua không có phạt, chém giết cho hung nên người-ta không kinh oai. Vì vậy nên vua đặt ra cái hình ôi-đầu (ô-đồng) đốt cháy cho đỏ bắt người bưng cho phỏng cho cháy tay ; lập hình bảo-lạc là ông đồng đốt đỏ thoa mỡ bắt người ôm mà trèo. — Vua Trụ dùng làm tam-công : 1º ông Châu-hầu-vương (Văn-vương), 2º ông Cửu-hầu, 3º ông Ngạc-hầu. Ông Cửu-hầu dâng con gái cho vua Trụ, mà nó không hay dâm, vua Trụ giết đi, ông Ngạc-hầu can thì cũng giết luôn Ngạc-hầu đi. Ông Châu-hầu-xương nghe vậy thì than-khóc, vua Trụ lại bắt Hầu-xương mà cầm tù lại. Bọn tôi ông Hầu-xương là Táng-nghi cưới con gái tốt họ Hữu-sần và mua đồ trân-báu mà dâng vua, thì vua tha Hầu-xương ra, ra rồi dâng đất Lạc-tây cho vua mà xin vua bỏ cái hình bảo-lạc đi, thì vua cho, lại cho Hầu-xương làm tước hầu-bá mà lo đánh giặc-giã. — Hầu-xương về đi mà tu-đức. — Các vua chư-hầu đều phản-trở vua Trụ mà theo ông Hầu-xương. Ông nầy mất đi rồi, thì con người là ông Phát cử binh mà đánh vua Trụ, Trụ đánh không lại, lên giàn thiêu mà chết.

3º NHÀ CHÂU.
35 đời vua, trị được 874 năm.

Văn-vương (Cơ-xương là Tây-bá) là con ông Vương-qúi-lịch con út thứ 3 ông Cổ-công, Dẫn-phủ. Đời vua Văn-vương làm vua chư-hầu thì có ông Bá-di, ông Thúc-tề là con vua nước Cô-trước nhường nước chẳng chịu làm, nghe ông Tây-bá là Văn-vương có đức hay nuôi kẻ già nên theo vua Văn-vương.

Ông Lữ-vọng đã 80 tuổi đi câu nơi sông Vị, vua Văn-vương đi săn gặp đem về phong làm thái-công. Vua bị Sùng-hầu-hổ gièm với vua Trụ nên bị cầm tù, nhờ bọn

Hoằng-yến đem con gái và của lạ dâng mới ra khỏi, lại cho phép đặng chuyên chinh-phạt. — Dến 97 tuổi, vua mới băng.

1° Võ-vương (1122 — 7) là con vua Văn-vương lên nối nghiệp cha làm thọ-mạng-chi-quân, dùng ông Thát-công-vọng làm quân-sư, ông Châu-công-đán (em ruột) làm phụ-quốc...

Thuở ấy vua Trụ bạo-ngược vô đạo, vua Võ-vương đem diều binh nơi bên sông Mạnh-tân, độ binh qua sông giữa dòng có con cá trắng nhảy vô, vua bắt mà tế ; qua sông rồi, có thấy đóm lửa trên trời sa xuống trên núi Vương-ốc, hóa ra con qụa đỏ, kêu tiếng thành-thót. Thuở ấy không hẹn mà có 800 nước chư-hầu hội lại, xin vua Võ-vương đi đánh vua Trụ nhà Ân, thì vua Võ nói mạng trời chưa cho, liền kéo binh về. Cách 2 năm nghe vua Trụ càng ngày càng bạo-ngược, giết ông hoàng Tỉ-can lấy tim cho Đát-kỉ coi có thiệt có 7 lỗ là gan người thánh hay không, cầm tù ông Cơ-tử, ông Vi-tử là anh vua Trụ ôm đồ tế-khí mà trốn qua nhà Châu. Khi ấy vua Võ với các chư-hầu đóng binh nơi đất Mục-dã, vua Trụ đem 700,000 mà cự, mà binh nó phản, đánh thua chạy về lên lộc-đài nhảy vô lửa mà chết. Các nước chư-hầu bèn tôn Võ-vương lên vì thiên-tử. — Khi ông Võ-vương đi đánh Trụ, thì ông Bá-di ông Thúc-tề đón ngựa vua mà gián rằng : « cha chết chưa chôn mà day-động cang qua, thì hiếu làm « sao ? Tôi mà nớ thí vua thì sao là nhân ? Kẻ tả hữu đòi « chém, thì ông thái-công rằng : » Người có ngãi, bèn khoát biểu đi đi. Đánh Trụ xong rồi, thiên-hạ tôn nhà Châu, ông Bá-di ông Thúc-tề hổ-người không chịu ăn lúa nhà Châu, bèn nhịn đói mà chết trên núi Thủ-dương.

Vua Võ-vương lên ngôi rồi, thì dạy ông Thúc-tiển, ông Thúc-độ phò con ông Trụ là Võ-canh lên trị đất Ân ; dạy ông Thiệu-công mở ngục cho Cơ-tử, dạy ông Tất-công thả tù vua Trụ cầm ra hết; dạy phá lộc-đài lấy của, mở kho cự-kiều lấy lúa phát cho dân đói khó; đặt bia tặng phong nơi mả ông Tỉ-can, dạy tế tướng sĩ chết trận, rồi bãi binh về.

Vua Võ-vương nhớ với các dòng vua đời xưa, bèn phong cho con cháu vua Thần-tông nơi đất Tiêu;

Huỳnh-đế,	nơi đất	Chúc.
Nghiêu,	»	Kế.
Thuấn,	»	Trần (Trần-hữu-ấp)
Đại-võ,	»	Khỉ.

Rồi lại phong công-thần mưu-sĩ, ông thượng-phụ đứng đầu phong nơi đất Dinh-khâu, gọi là Tề.

Ông Châu-công,	nơi đất	Khúc-phụ, gọi là Lỗ.
« Thiệu-công-thích,	»	Bắc-yên.
« Tất-công-cao,	»	Tất.
« Thúc-tiên,	»	Quản.
« Thúc-độ,	»	Thái.
« Thúc-chân-đạt	»	Tào.
« Thúc-võ,	»	Thành.
« Thúc-kiến,	»	Hoắc.

Lập ra 71 nước chư-hầu; anh em vua 15, họ Cơ 40; còn con cháu nhà Châu không có khờ-dại thì cũng phong chư-hầu. Còn Cơ-tử thì phong làm khách chư-hầu nơi nước Triều-tiên; còn bao nhiêu của nhà Ân thì phân-chia cho các nước chư-hầu. Vua Võ-vương đóng đô tại đất Lạc-ấp. Thiên-hạ thái-bình, bá tánh an cư; các nước Mọi, 9 thứ Mọi phía đông, 8 thứ Man phía tây đều đem lễ-vật tới cống.

Vua Võ-vương đau nặng, ông Châu-công khẩn-vái với Thái-vương, Vương-quí, Văn-vương xin để cho mình chết thể cho vua. Vua lành bệnh rồi dời đô qua đất Cảo, còn để miếu vua Văn-vương tại đất Phong (Tây-đô).

Vua ở ngôi được 7 năm, sống 93 tuổi. — Thái-tử Tụng lên nối ngôi hiệu là Thành-vương.

2º Thành-vương (1115 — 37) vua tức-vị còn nhỏ tuổi lắm, (13) nên chú là ông Châu-công nhíp chánh. — Nước Việt-thường bên nam có sai sứ qua dâng bạch-trĩ, sau không biết đường về, ông Châu-công cho xe có địa-bàn chỉ hướng nam cho mà về. — Đời vua nầy có làm ra đóng đô tại Lạc-dương cho chính ở giữa cho các nước hầu tới chầu. — Lễ-nhạc, phép-tắc đều từ đời ấy bày ra để lại đời sau ; như Châu-lễ, như cách chia ra lục bộ vân... Còn như sách kinh Dịch là ông Phục-hi, Văn-vương, Châu-công, Khổng-tử sửa đi sửa lại mới thành. Ông Châu-công bị gièm, vua Thành-vương nghi, nên khi đi đánh 3 em cho ở phò Võ-canh dòng Trụ, rồi hờn ở lại bên đông. Sau vua Thành-vương thấy lời khẩn ông ấy xin cho mình chết thế cho vua Võ-vương kẻo con người còn nhỏ tuổi vân... Thì hết nghi, mà cho đi rước về.

3º Khương-vương (Chiêu, 1078 — 26). — Trong nước yên. — Vua hay đi xứ nọ xứ kia khuyên dân làm ruộng, phân ruộng cho dân làm, chia đất cho dân ở. Hai đời vua trước nầy ít ai phạm phép vì ai nấy học-hành biết lễ-phép ; ngục trống không ai bị giam-cầm.

4º Chiêu-vương (Hà — 1052 — 51) — Vua nầy hay đi tuần các nước hầu — Sau tới sông Hán bị đi ghe trét bằng sơn rã chìm mà chết. — Tân-dư-mị là quan bảo giá vớt lên, rồi đau luôn mà chết.

Năm thứ 16 vua nầy, thì Phật sinh ra bên Thiên-trúc. Bên nước Judêu vua Salomon cất nhà thờ thành Jerusalem.

5º Mục-vương (Mãn — 1001 — 55). — Vua hay đi chơi — Vua có 8 con ngựa hay để đi xe — Mà bởi hay đi quá bỏ việc chánh nên 36 chư-hầu thấy ông Từ-yến-vương có đức thì bỏ Mục-vương, mà đến chầu. Vua nghe tin làm vậy thì lật-đật về, nhờ Tả-phủ là quan đánh xe hay, thắng 8 ngựa hay đi miết về đem binh đánh Từ-yến-vương. Sau về phong cho Tả-phủ làm vua chư-hầu đất Triệu-thành.

6º Cung-vương (Ê-hộ — 946 — 12) vua ham học có tiếng được ít lâu, sau sanh chứng muốn đi chơi ; mà nhờ có Trái-phủ làm bài thơ kì-chiên mà gián. Vua nghe ở lại nhà giữ mình bớt đi chơi sa-đà.

Bên nước Mật gặp được 3 đứa con gái xinh-tốt quá. Vua Mật ước-lý phải đem dâng, mà không, để lấy hết cả 3 cho mình, mẹ can cũng không nghe. — Vua Cung-vương đem binh đánh phá triệt nước ấy đi.

7º Y-vương (Ili — 934 — 25) con vua trước. — Vua dời kinh-đô nơi đất Hoè-lý ; không có làm chuyện chi, để có một cái tên lại mà-thôi.

8º Hiếu-vương (Tịch-phương — 909 — 15) em ông Cung-vương là chú Ý-vương. — Đời ấy có mưa đá dữ lắm, chết trâu bò, sông Hán, sông Giang đông nước lại. — Vua ham ngựa quá nên phong cho Phi-tử là người coi ngựa hay giỏi lắm, làm tước Tử nước Tần là nước phụ-dung, (họ Dinh) — Ông nầy là thỉ-tổ nhà Tần.

9º Di-vương (Nhíp — 894 — 16) chú chết đi rồi, thì chư-hầu tôn lên làm vua, nên vua hay sợ hay kính chư-hầu lắm đến đỗi bỏ lễ đi mà bước xuống bệ mà tiếp rước, khi chư-hầu đến chầu. Vua có sai đi đánh mọi Thái-nguyên, bắt hơn ngàn con ngựa. Vua yếu thế, nên chư-hầu không sợ, đánh nhau ; như vua nước Sở tên là Hùng-cừ mạnh lên, đi đánh nước Dung-việt, phong cho các con mình làm tước vương hết.

Ông tiên-tri Elia và Eliseu, sống đời ấy bên nước Judêa.

10º Lệ-vương (Hồ — 878 — 37) con vua Di-vương —

Vua nầy độc-dữ quá chừng : mới lên ngôi, thì đã bắt chúa nước Tề mà nấu trong vạc dầu sôi Chém giết tôi không hay thứ tay, nên trong Thi-kinh có nhiều bài chê vua nầy lắm. Các nước chư-hầu, các quan lớn, và dân-sự chịu không đặng, nổi dậy đánh lấy kinh-đô, giết bà con vua đi hết. có một mình vua thoát-thân ra khỏi chạy trốn nơi đất Phệ (sau chết tại đó). Khi vua trốn thì con vua còn nhỏ quá, nhờ ông Thiệu-công với Châu-công phò-tá nuôi-dưỡng, mà hai ông ấy coi lấy việc nước, đặt hiệu là Cung-hoà được 14 năm. Vua Lệ qua đời rồi, mới tôn con vua Lệ, giao quờn lại cho, (cả thảy 51 năm) — Ông Thiệu-công khi giấu-giếm nuôi vua, lúc dân tới nhà ví bắt, thư ông đem con ông ra mà thế mạng cho vua con.

11° Tuyên-vương (Tịnh — 827 — 46) con vua Lệ-vương nhờ ông Thiệu-công, Châu-công nuôi, lên làm vua có nhơn-đức sửa-sang trong nước lại tử-tế chư-hầu đầu-phục về chầu lại như trước. Dánh dẹp yên các mọi bắc, mọi nam. Có nhiều tôi hiền thuở vua cha xấu thì ẩn đi, bây-giờ trở về, phò vua vực nước. Thi-kinh khen vua lắm. — Còn vợ vua tên là Khương-thị (trong Thi-kinh là Tuyên-khương) thì cũng tốt, xứng đáng vua chồng, vua hay ngủ trưa (ngủ-nướng) thì bà ra chịu tội can vua, nên sách khen và trong nữ-tắc cũng lấy bà làm người hiền.

Nhưng vậy sau gần rốt đời, vua nầy cũng có làm đều thất đức, như kén dân, bỏ không lập con đầu lòng nước Lỗ, giết Đỗ-bá, Tả-nhu là bạn can không được cũng chết theo vân...

12° U-vương (Cung-niết — 781 — 11). Vua nầy bị yêu con Bao-tỉ của chúa nước Bao đem dâng mà chuộc tội, ăn-ở với nó sinh ra Bá-phục, phong Bao-tỉ làm hoàng-hậu, Bá-phục làm thái-tử, bỏ hoàng-hậu và thái-tử chính cứ đi là Nghi-cựu. — Con Bao-tỉ xinh-tốt quá mà không hay cười, nên vua muốn cho nó cười thì đem mà đốt cái phong-hoả-đài, là cái khi có giặc đốt nó lên khói thẳng cao cho các nước hầu hay đem binh mà cứu. Các chư-hầu thấy khói liền kéo binh tới, không có việc gì, ai nấy chưng-hửng lơ-láo. Khi ấy con Bao-tỉ mới cười. — Sau bà hoàng-hậu với thái-tử chính mới về nước ông ngoại mà than-khóc, nên mới dụ mọi Khuyển-nhung vô đánh. — Chuyến nầy đốt phong-hoả-đài không ai tới cứu, vì tưởng khuây chơi như lần trước.

13º Bình-vương (Nghi-cựu — 770 — 51) là thái-tử củ vua U-vương nhờ ông ngoại viện mọi Khuyển-nhung đánh, lên làm vua đóng đô tại Lạc-ấp (Đông-châu). — Phú việc giữ phía mọi Khuyển-nhung cho Tề-văn-công. — Nước Lổ nhơn Thuở Võ-vương, Thành-vương được phép tế giao, sai sứ xin tế giao, vua sai sứ tới mà bị bắt cầm lại.

Ông Khổng-tử khi truyện xuân-thu là từ năm đầu chúa Ẩn-công nước Lổ sắp về sau, đời Bình-vương nầy, năm thứ 18 đời vua nầy, ông Rê-mô và Rômulô xây lập thành Roma.

14º Hườn-công (Lâm — 717 — 23) nghịch tới Trịnh-bá, nên đòi chư-hầu đánh nước Trịnh, mà vua khi ra trận bị tên sau lưng.

15º Trang-vương (Dà — 696 — 15) con vua trước — Đời ấy Tề-hườn-công là đầu ngũ-bá, nhờ Quản-trọng mà nên vì Bá, mà cũng tùng Châu.

16º Hi-vương (Hô-tê — 681 — 5) trị 5 năm, thăng-hà con là :

17º Huệ-vương (Lăng — 676 — 26) lên nối ngôi. Bị Ngũ-đại-phu làm loạn đuổi đi. — Nhờ các chư-hầu đem về lập lại, giết 5 quan đại-phu dậy-loạn đi mới yên.

18º Tương-vương (Trịnh — 651 — 33) con lớn Huệ-vương lên tức-vị mà bị em là Thúc-đái đánh giành ngôi, phải trốn đi qua nước Trịnh, nhờ Tần-văn-công sai binh đánh giết Thúc-đái mà lập lại lên vì thiên-tử.

Bên nước Judêu, thuở ấy có ông tiên-tri Jérémia.

19° Khoành-vương (Nhâm-thân — 618 — 6) là con lên nối ngôi, các chư-hầu sai sứ tới tỏ điều cho vua cha mà không có tân-công theo phép. — Vua bụng-dạ tử-tế, trị được bằng-yên 6 năm.

20° Khuôn-vương (Tứ-ban — 612 — 6) noi tính nết tốt cha, trị nước yên ; có đánh giặc mọi một lần, nhờ tướng Cam-trọc thắng được, nó phải chịu đầu.

21° Định-vương (Du 606 — 21) em ruột vua Khuôn-vương lên nối quờn anh. — Sửa lập luật-lệ khôn-ngoan cho dân được an-nhàn.

Đời ấy Lão-tử sinh ra — Lão-tử dạy đạo về sự hiện tiền mà-thôi, không chịu có đời sau, kiếp sau nào hết ; nên buông-lung luông-tuồng theo sự vui-sướng đời nay mà-thôi.

Ông Daniel với dân Judêu bị bắt làm tôi bên thành Babylon đời vua Nabuchodonosor.

22° Giản-vương (Di — 585 — 14) con vua trước cũng noi đức-tánh cha. Các nước chư-hầu là Tần, Tống, Ngô, Sở, Lỗ, Trịnh, Tề, Trần đánh nhau, vì sự cưới con gái một họ thì lấy làm trái phép.

23° Linh-vương (Tiết-tâm — 571 — 27) con lên nối ngôi cha. — Dầu các nước-chư-hầu còn đương đánh nhau, nhưng-mà trị nước cũng không việc chi.

Ông Khổng-tử sinh ra, ngày 21 tháng 11 năm 21 vua nầy là 551 trước giáng sanh (Lỗ-tương-công năm thứ 22).

24° Cảnh-vương (Qúi hay-là Quới — 544 — 25) lên làm vua nối ngôi cha. — Trong nước giặc-giã, các nước chư-hầu xôn-xao.

Không-tử 19 tuổi cưới con gái họ Tống, sinh được Bá-ngư rồi để vợ đi, năm thứ 23 ông Không-tử hỏi việc lễ ông Lão-đam, (Lão-tử).

Tiệu-vương, (Mảnh) con thứ vua Cảnh-vương, trị có 9 tháng.

25° Kỉnh-vương (Mang — 519 — 44) là con thứ 3 ông Cảnh-vương là em Tiệu-vương nhờ hơi mẹ và chư-hầu, đại-phu đoạt ngôi của anh là Tiệu-vương đánh 4 năm mới lấy được mà tức-vị (bị Tử-triều ngăn thành, sau nước Tần đánh giúp).

Ông Không-tử 3000 đệ-tử, 72 sĩ hiền, trong ấy có 10 người được phối thánh — Ông Không-tử làm quan trong nước Lỗ ít lâu, giảng dạy lo sửa phong-tục, dạy các vua lo việc chánh, đến 73 tuổi mới chết tháng tư năm thứ 41 vua Kỉnh-vương nầy, (nước Lỗ chúa Ai-công năm thứ 16).

26° Ngươn-vương (Nhân — 475 — 7) con vua trước nầy, noi việc chánh Tiên-vương mà trị nước bình-yên. Từ năm đầu vua nầy là đầu đời Chiến-quốc. Con người là :

27° Trinh-định-vương, (Giái — 468 — 21) lên tức-vị được 28 năm. Đến năm 14 thì là năm thành Jeruralem bị bắt.

Ai-vương tên Khứ-tật là con lên nối ngôi cha, chưa đầy 3 tháng thì em là Thúc-tập giết đi mà lên làm vua đặt hiệu là Tư-vương, ở ngôi 5 tháng. Rồi mình lại bị em mình là Khôi, đánh giết mà giành ngôi.

28° Khảo-vương (Khôi — 440 — 16) con út Trinh-định-vương, lấy được ngôi tức-vị, mà sợ em mình có làm như mình là giết anh mà giành ngôi chăng, thì lấy đất Hà-nam mà phong cho em, ấy là chúa Hườn-công nước Tế.

29° Oai-liệt-vương, (Ngọ — 425 — 24). Các chư-hầu không sợ, đánh xé nhau luôn, cách độc-ác dữ-tợn lắm. Trong chư-hầu có 3 nước mạnh hơn, sau sinh ra tam-quốc.

30º An-vương, (Kiêu — 401 — 26) con vua trước, trong thiên-hạ không yêu, giặc-giả đánh xé nhau mãi. — Nước Tân nhỏ 38 đời vua, 741 năm mất đi bị nhập vô các chư-hầu khác.

31º Liệt-vương, (Ili — 375 — 7) trị 7 năm, mà nước thì không yên. Các chư-hầu không thèm chầu nữa, còn có một nước Tề mà-thôi. — Nước Trịnh là nước chư-hầu đã 432 năm và có 22 đời vua bị nước Hàn choán đi mất. Thầy Mạnh-tử sinh ra đời ông hoàng-đế nầy.

32º Hiền-vương, (Biền — 368 — 48) em ruột ông Liệt-vương lên nối ngôi 48 năm. Các chư-hầu không nước nào phục, bỏ triều-cống hết. Vua nầy đánh được đất Tứ-xuyên, là đất khi ấy làm 2 nước nhỏ là nước Ba với nước Thục. Ông nầy sợ mất 9 cái vạc của vua Võ để lại đã hơn 1970 năm đi, thì đem mà bỏ giấu dưới hồ, sau mất biệt đi kiếm không ra. Ông Mạnh-tử giảng dạy đạo các nước.

33º Thận-tịnh-vương, (Định — 320 — 6) là con vua trước lên ngôi hoàng-đế trị được 6 năm. Thuở ấy nước Tần là nước chư-hầu mạnh hơn hết đã lấy được 7 nước chư-hầu khác nhập vô hòng lên tiếm vị hoàng-đế.

34º Nân-vương (Diên — 314 — 59) lẽ mồng 5 tháng 5 lập ra đầu hết là đời ông vua nầy. — Ông Khuất-nguyên là quan trung thần nước Sở thấy vua mình hay nghe theo kẻ dua-nịnh mà không thèm kể lời mình là tôi ngay, nên rầu nhảy xuống sông mà chết, chính nhằm ngày mồng 5 tháng 5, nên dân-sự hay cúng và làm việc vượt cho ông ấy ngày mồng 5 sau lần lần thành lệ mà ra lễ mồng 5 tháng 5. Vua nầy đánh không lại Tần, nên phải hàng-đầu nó, dâng cho nó 36 ấp. Ông Mạnh-tử mất đời vua nầy.

An-dương-vương làm vua cai trị bởi nước Annam.

35º Đông-châu-quân (255 — 9) là tông-thất vua Nân-vương gượng-gạo lên tức-vị hoàng-đế được 9 năm, trong đất giặc chưa có lấy được. Rồi bỏ ngôi mà vô rừng đi tu. Từ ấy dòng vua nhà Châu mới tiệt đi.

Trong đời Châu lại có phụ các nước chư-hầu, kêu là Liệt-quốc, trong sách Xuân-thu, lại sau gọi là đời Chiến-quốc.

Tên các nước ấy là :

Nước Lỗ,	sau bị	nước Sở lấy.
« Tống,	«	Tề, Sở, Ngụy.
« Vệ,	«	Tần-vương-chánh.
« Thới,	«	Huệ-vương nước Sở.
« Tần,	«	Hàn, Ngụy, Triệu chia tay nhau.
« Tân,	«	
« Sở,	«	Tần-vương-chánh.
« Tề,	«	— idem. —
« Trịnh,	«	Hàn-ai-hầu.
« Tào,	«	Tống-cảnh-tông.
« Dàng,	«	con nó xưng tước tử.
« Trần,	«	— idem. —
« Khỉ,	«	— idem. —
« Triệt,	«	— idem. —
« Cử,	«	Sở, Giản-vương lấy.
« Trâu,	«	tước-tử.
« Hứa,	«	tước-nam.
« Tiểu-trâu	«	tước-tử.
« Ngô,	«	Việt-vương Câu-tiễn.
« Việt,	«	Sở.
« Yên,	«	Tần-vương-chánh.
« Hàn,	«	— idem. —
« Triệu,	«	— idem. —
« Ngụy,	«	— idem. —
« Diễn-tê,	«	đấu Tần.

4º NHÀ TẦN.

4 đời vua trị 43 năm.

1º Trang-tương-vương. (249 — 3) còn làm chư-hầu nhơn lúc trong thiên-hạ xôn-xao, các nước cứ đánh nhau, loạn bậy, nỗ lực ra đánh thắng được cả hoàng-đế cả chư-hầu khác, lên cai trị 3 năm, tuy không có lấy hiệu thiên-tử (hoàng-đế) mà quờn cai-trị thì người đã làm hoàng-đế thật.

2º Vương-chánh. (Tần-thỉ-hoàng — 246) là con lên ngôi ra tay làm xong việc cả cha mình để lại. Trong thiên-hạ yên lại, các chư-hầu phục cả chắc-chắn rồi, người mới bỏ hiệu Vương-chánh mà đặt lại là Tần-thỉ-hoàng-đế, cai trị được 31 năm. Vua nầy lần lần phá các chư-hầu đi mà tóm thâu quyền vua về một mối. Người chia nước ra làm 36 xứ lớn. — Dắp lũy giăng Hung-nô. — Đúc tượng đồng các tướng hùng-tài trong nước. (Lý-ông-trọng là người Annam qua làm tướng bên ấy) — Người đốt sách vở, bắt học-trò mà chôn sống đi. Sai Nhâm-ngao, Triệu-đà tới chiêu-qui lập tại Quảng-đông có ý xâm đất Giao-chỉ (Annam). — Người đánh giặc qua tới bên Thiên-trước mà thủy bị bão hư đi mới thôi. Người chết khi đi tuần các nơi trong nước.

Triệu-võ-đế trị nước Annam (207).

3º Nhị-thế-hoàng-đế (209 — 3) tên (Hồ-hợi) là con thứ hai vua Tần-thỉ-hoàng bất kể chiếu-chỉ cha mà giành quờn của anh mình, (Phò-tô) lên làm vua vừa được 3 năm, kẻ lấy loạn nổi lên bắt mà giết đi, (Triệu-cao giết Phò-tô mà lập Nhị-thế Hồ-hợi, sau giết Hồ-hợi mà lập Tử-anh).

4º Tam-thế-tử-anh, là con ông hoàng-anh, cháu kêu Nhị-thế bằng chú, lên ngôi được 9 tháng mà-thôi, rồi Tử-anh giết Triệu-cao đi, năm ấy tháng 10 ông Bái-công đến đánh lấy nước. Tử-anh ra đầu. Tiệt đời nhà Tần, nhà Hán, (Tây-hán) nối lấy.

Hồi nhà Tần mạt thì có những nước nhỏ nầy : Sở, Tề, Nguy, Triệu, Hàn, Yên.

5º NHÀ HÁN 27 ĐỜI VUA, TRỊ 426 NĂM.

1 TÂY HÁN.

14 đời vua, trị 231 năm, đóng đô tại đất Trường-an.

1º Cao-tổ (Lưu-bang — 202 — 12). — Vua nầy là Bái-công Lưu-bang đánh với Sở thua 17 trận mà không ngã lòng, sau phá Tần đánh Sở lấy được nước, trị được 12 năm, đóng đô tại đất Trường-an.

2º Huệ-đế (194 — 7) là con Hán-cao-tổ lên trị-vị mới có 7 năm mà chết không con, bà Lữ-hậu là mẹ mới lập em ông Huệ là Thiếu-đế, cách 4 năm bà ấy bỏ đi, giết họ Lưu là họ chồng choán lấy quờn làm vua.

3º Cao-hậu (bà Lữ-hậu tên là Trĩ vợ Hán-cao-tổ — 188 — 8) giành quờn con lên cai-trị nước đem bà con dòng-họ mình mà cho làm quan lớn. Trị được 7 năm, kẻ lấy giặc nổi lên, qua năm thứ 8 bà ấy mất. Bà con thân-tộc bà ấy bị chúng trá mời ăn tiệc mà phải giết đi ráo.

4º THÁI-TÔNG hay-là HIẾU-VĂN-ĐẾ.

Niên — hiệu :

Nguyên niên, 179. | Hậu niên, 163.

Thái-tông *hay-là* Hiếu-văn-đế, tên Hằng là con vua Cao-tổ trị 23 năm, người dạy dân để tằm, theo gương bà hoàng-hậu, người đúc tiền hình tròn như tiền bây-giờ. Đời vua nầy ông Tê-luân bày đầu ra làm giấy mà viết.

Lấy Quảng-đông, Quảng-tây nhập vô nước nhà Hán. Vua nầy sai Lục-giả qua Annam hỏi việc đánh nước Trường-sa xưng đế.

5º HIẾU-CANH-ĐẾ.

Niên-hiệu :

Nguyên-niên, 156.   Hậu-niên, 143.
Trung-niên, 149.

5º Hiếu-cảnh-đế (156), tên Khải là con vua trước trị 16 năm. Người nhơn-từ hiền-lành, người chê những hình dữ đi cho nhẹ. Đánh giặc lần nào thắng lần nầy. Vua nầy gả công-chúa cho một người Mãn, con thứ 10 người ấy đến sau làm vua đầu dòng Đông-hán (Quang-võ-đế).

6º THẾ-TÔNG hay-là HIẾU-VÕ-ĐẾ.

Niên — hiệu :

Kiến-nguyên, 140.   Thái-sơ, 104.
Ngươn-quang, 134.   Thiên-hán, 100.
Nguyên-sóc, 128.   Thái-thỉ, 96.
Nguyên-thú, 122.   Chinh-hoà, 92.
Nguyên-đảnh, 116.   Hậu-nguyên, 88.
Nguyên-phong, 110.

6º Thế-tông *hay-là* Hiếu-võ-đế, (từ 140 tới 88 — 54) là vua có tiếng ; văn võ lưỡng toàn — Người đánh giặc Hung-nô, Mãn-châu... Thắng 4 trận. Rồi đánh tuốt qua Miến-điện, Thiên-trúc, Xiêm-la, Chơn-lạp, Cao-mên, Lào, Annam, Chiêm-thành.

Vua nầy dạy tìm-kiếm các sách-vở đã khỏi lửa Tần-thỉ-hoàng, mà chép lại, sắp đặt lại, cùng lập ra nhiều đều có ích trong nước. Ở ngôi 54 năm. Vua di chiếu lại lập ông hoàng nhỏ mới có 7 tuổi là con bà Phi, tên là Phất-lăng. Nước Annam bị Hán lấy lần đầu hết — 111 trước giáng sanh.

HIẾU-CHIÊU-ĐẾ.
Niên-hiệu :

Thí-niên, 86. | Nguyên-bình, 74.
Nguyên-phụng, 80. |

Hiếu-chiêu-đế (86 — 13) tức-vị thuở 7 tuổi, còn nhỏ mà hiền-hậu khôn-ngoan. Người giao-hoà với quân Mãn-châu, Mông-cổ cho yên trong nước. — Những năm mất mùa, đói khát thì người tha thuế cho dân — Người mất sớm lại không con nối, mà để tiếng tốt lại dân khen-ngợi.

Lập ông Xương-ấp-vương-hạ ở ngôi 1 tháng, mà ông ấy hoang dâm quá, bà thái-hậu bỏ đi mà lập ông :

TRUNG-TÔNG hay-là HIẾU-TUYÊN-ĐẾ.
Niên — hiệu :

Bổn-thí, 73. | Ngũ-phụng, 57.
Địa-tiết, 69. | Cam-lộ, 53.
Nguyên-khang, 65. | Huỳnh-long, 49.
Thần-tước, 61. |

8º Trung-tông *hay-là* Hiếu-tuyên-đế, (73 — 25) là chất ông Hiếu-võ-đế mới có 10 tuổi, tôn lên làm hoàng-đế — Các dân xa vua Võ-đế đã đánh đặng khi trước nó dậy nó phản lại — Triều-đình can không cho đánh giặc làm chi tốn kém hao binh tổn tướng — Người trị 25 năm, 34 tuổi chết.

9º HIẾU-NGUYÊN-ĐẾ.
Niên-hiệu :

Sơ-nguyên, 48. | Kiến-chiêu, 38.
Vĩnh-quang, 43. | Cảnh-ninh, 33.

9º Hiếu-nguyên-đế, (48 — 16) là con lớn vua trước — Người gần mắc phải đánh giặc với Mãn-châu, Mông-cổ vì các tướng người trái hoà-ước với nó. Mà may tính-toán giao hoà lại được, bằng-yên khỏi giặc-giã. Ở ngôi 16 năm.

10⁰ HIẾU-THÀNH-ĐẾ.

Niên-hiệu :

Kiên-thỉ, 32.
Hà-bình, 28.
Dương-sóc, 24.
Hồng-gia, 20.

Vĩnh-trị, 16.
Nguyên-diên, 12.
Tuy-hoà, 8.

10⁰ Hiếu-thành-đế, (32 — 26) lên ngôi trị 26 năm. Vua nầy mê-đắm tửu-sắc quá bội; đễ bà chính-hậu đi mà đi lấy một con đào. Mà không ai dám can-gián, vì vua dữ lắm, ai đút miệng vào mà gián về việc ấy, thì vua giết đi không đễ, nên ai nấy ngậm miệng làm-thinh — Kẻ trung thần chính-trực thì bỏ mà đem bà-con bên mẹ vô làm quan lớn, cho-nên sinh ra nhiều sự khốn-cực trong nước. Vua dữ nầy phải chết tươi thuở 45 tuổi, lại không con nối. Dồn đây nghiệp nhà Hán mới suy lần.

11⁰ HIẾU-AI-ĐẾ.

Niên-hiệu :

Kiên-bình, 6. | Nguyên-thọ, 2.

11⁰ Hiếu-ai-đế, (6 — 6) là cháu gạnh lên nối ngôi — Đời vua nầy có vua trên Mông-cổ tới thăm vua, thì vua rước đãi cách trọng-thể quá chừng. Người trị nước được 6 năm. Năm sau rốt đời vua Ai-đế nầy thì là năm Chúa-cứu-thế giáng sanh bên nước Judêu tại thành Bethlehem.

12⁰ Hiếu-bình-đế, (1. Sau giáng sanh — Nguyên-thỉ 5) lên ngôi thuở mới có 9 tuổi — Vua còn nhỏ dại, việc chánh-sự về một tay anh quyền-thần kia là lão Vương-mảng, nó được thế lộng quờn. Vua ở ngôi được 5 năm nó đem nó thuốc vua đi, rồi lập :

13⁰ Nhụ-tử-anh, (6 sơ-thỉ cư-tiếp — 8) mới được 2 tuổi lên nối ngôi. Cách 3 năm Vương-mảng phế vua đi cho làm An-định-công, mà nhảy lên soán ngôi, xưng là giả hoàng-đế, lập nên dòng nhà Tân mà không được bao lâu tan mất đi.

14⁰ VƯƠNG-MÃNG.

Niên-hiệu :

Thỉ-kiến-quốc, 9. | Địa-hoàng, 20.
Thiên-phụng, 14.

14⁰ Vương-mãng, soán ngôi 14 năm — Thường trong sử bỏ không đem tên va vô hàng đế vương — Ông vua Đế-huyền cũng vậy.

15⁰ Đế-huyền, (Canh-thỉ — 23) có tên là vua vì là dòng vua mà-thôi. Chớ từ Nhụ-tử-anh mất đi rồi thì trong nước loạn, đâu-đó nổi dậy, giặc-giã tứ phía, trộm-cướp khắp nơi, châu-châu, cào-cào, đói-khát. Sau bắt được Vương-mãng, chém phân thây, bêu đầu. Rồi mới tôn cháu thứ 10 vua Hiếu-cảnh-đế lên, mới ra dòng.

2⁰ ĐÔNG-HÁN, 14 ĐỜI VUA TRỊ 196 NĂM.

16⁰ QUANG-VÕ-ĐẾ tên là Lưu-tú.

Niên — hiệu :

Kiên-võ, 25. | Trung-nguyên, 56.

16⁰ Quang-võ-đế tên là Lưu-tú, (25 — 33) lên làm vua, 12 năm đầu mắc sửa-sang dẹp yên trong nước đang loạn-lạc vì lão Vương-mãng soán vị. Người hay yêu học-trò, chuộng chữ-nghĩa văn-chương lại hay thương dân-sự.

Năm thứ 7. Đời vua nầy trị-vì có nhựt-thực lạ thường, ngày 30 tháng 3 ; có khi là nhằm ngày Đức-chúa Giê-giu sanh-thì, mặt-trời u-ám tối-tăm, đất thì động-địa.

Năm 40 sau giáng sanh. Dời vua nầy bên Annam bà Trưng-trắc đánh giết quan nhà Hán đi, lên cai-trị được 3 năm, kế lấy vua nhà Hán sai Mã-viện qua đánh lấy nước Annam lại.

17° Hiếu-minh-đế, (58 Vĩnh-bình — 18) là con lên nối ngôi cha. Người lập nhà quốc-tử-giám, vẽ tượng những kẻ anh-danh tài-tử trong nước mà để trong đền, lại đắp bờ đê mà ngăn lụt hai bên bờ sông Huình-hà. Ông vua nầy nằm chiêm-bao thấy người cầm cung tên, bàn ra là chữ Phật ở Tây-phương, nên sai sứ qua Tiểu-tây (Thiên-trước) mà rước *thánh nhơn*. Từ ấy mới sùng đạo Phật.

18° HIẾU-CHƯƠNG-ĐẾ.

Niên-hiệu :

Kiên-sơ, 76.   Chương-hoà, 87.
Nguyên-hoà, 84.

18° Hiếu-chương-đế, cai-trị 13 năm, hay noi theo phép đời xưa, ăn ở tiết-kiệm, hay thương dân, tha thuế giảm thuế, lập nhà-thương nuôi-nứng kẻ mồ-côi cô-độc.

19° HIẾU-HOÀ-DẾ.

Niên-hiệu :

Vĩnh-nguyên, 89.   Nguyên-hưng, 105.

19° Hiếu-hoà-đế, vừa 10 tuổi vua cha mất, tức-vị làm vua trị được 17 năm. Nhờ bà quốc-mẫu giám quốc và ông tướng giỏi, nên hơn 50 nước nhỏ đều chịu phục triều-công, thông sứ đi lại. Ông tướng ấy đi đánh qua tới nước Judêu.

Từ vua nầy bày ra đầu hết dụng quan hoạn, thói ấy lưu-truyền lại cho tới bây-giờ.

20° Hiếu-dạn-đế, (Diên-bình 106 — 8 tháng) sinh ra mới được 3 tháng thì cha chết, cách 5 tháng nữa thì chết, cả thảy là có 8 tháng.

21° HIẾU-AN-ĐẾ.

Niên-hiệu :

Vĩnh-sơ, 107.
Nguyên-sơ, 114.
Vĩnh-ninh, 120.

Kiến-quang, 121.
Diên-quang, 122.

21° Hiếu-an-đế, (107 — 19) đình-thần tôn lên thuở 13 tuổi. Đặng là mẹ người giám-quốc — Các chư-hầu ở yên, đều tùng-phục. Mà đến sau vua đổ hoang ra mê tửu sắc quá độ thì các chư-hầu không phục nữa — Người chết đang khi đi tuần thuở 32 tuổi, trị được 19 năm. An-đế thăng-hà đi rồi, bà thái-hậu lập Dê-ý lên ở ngôi 7 tháng chết đi. Ông Hứa-thận làm sách Chú-văn đời vua nầy.

22° HIẾU-THUẬN-ĐẾ.

Niên-hiệu :

Vĩnh-kiến, 126.
Dương-gia, 132.
Vĩnh-hoà, 136.

Hán-an, 142.
Kiến-khương, 144.

22° Hiếu-thuận-đế, (126 — 19) khi trước bị bỏ vạ mà phải đày đi, nay rước về tôn lên làm vua. Vua nầy ra luật chẳng ai được lãnh nhậm chức quan khi chưa được 40 tuổi.

Đời ấy hay động đất nghiêng thành, đồ nhà, hại người vật nhiều lắm.

23° Hiếu-trọng-đế, (Vĩnh-gia 145 — 3 tháng) mới có 2 tuổi lên ngôi hoàng-đế, mà chẳng khỏi bao lâu bị chúng thuốc chết đi.

24° Hiếu-chất-đế, (Bổn-sơ — 146) 8 tuổi tôn lên vừa được 1 tháng 1/2 bị ông Lương-kí là quan lớn trong triều cho ăn bánh có bỏ thuốc mà chết đi.

25º HIÊU-HƯỜN-ĐÊ.

Niên-hiệu :

Kiền-hoà, 148.
Hoà-bình, 150.
Nguyên-gia, 151.
Vĩnh-hưng, 153.

Vĩnh-thọ, 155.
Diên-hi, 158.
Vĩnh-khương, 167.

25º Hiêu-hườn-đê, (148 — 22) là dòng Hiêu-hoà-đê nhờ có Lương-kí lập lên làm vua. Nên vua phong quờn cao tước trọng cho, con vợ va thì vua cho ăn thuê 2 thành (500,000 lượng bạc) — Mà chẳng khỏi bao lâu bị phùng mang cóc ra lộng quyền quá thể lăng-loàn mà phải án tử, của-cải tịch-biên nhập quan hết ráo, nhà-cửa lâu-các phá tan-hoang. Đời ấy đói cho đến đỗi người-ta ăn-thịt người. Vua hay binh-vực kẻ theo đạo Lão-tử quá, lại hay tin dùng quan hoạn quá đi, nên thiên-hạ quân-thần ghét. Vua có cung-phi mĩ nữ hơn 6000 mà chết chẳng có con nôi quờn. Trị nước 22 năm.

26º HIÊU-LINH-ĐÊ.

Niên-hiệu :

Kiền-minh, 168.
Hi-bình, 172.

Quang-hoà, 178.
Trung-bình, 184.

26º Hiêu-linh-đê, (168 — 22) con cháu huyền-tôn vua Chương-đê lên ngôi thuở 12 tuổi — Hay yêu dùng quan hoạn quá, lập chợ phiên trong thành nội cho các cung-nhơn đi chợ mà coi mà chơi — Dân quan ghét quan hoạn, nên toan làm loạn mà trừ nó đi. Chẳng ngờ lậu ra, vua bắt trong các quan lớn trong triều có can án chém đi hơn trót trăm, còn các quan nhỏ nhỏ hơn 700 nữa — Bọn giảng *hay-là* theo đạo Lão-tử càng ngày càng nhiều quá. Gần hết nửa nước theo đạo ấy, phải dùng binh mà dẹp mới bớt. Vua Sĩ-vương bên Annam trị 40 năm.

Vua phải đánh giặc với các dân mọi ở gần, nhờ có tướng giỏi đánh hơn 80 trận mới yên được. Vua chết, lập thái-tử còn nhỏ, bà thái-hậu làm triều. Người Tấn vời Đổng-trác vô kinh-sư mà giết quan hoạn, đuổi vua ra phế cho làm hoằng-đông-vương, nên vua Thiếu-đế ở ngôi có 3 tháng. Đổng-trác giết vua đi mà lập em vua :

27º HIẾU-HIẾN-ĐẾ.
Niên-hiệu :

Sơ-bình, 190. | Kiến-an, 196.
Hưng-bình, 194. | Diên-khương, 220.

27º Hiếu-hiến-đế, (190 — 31) tức hoàng-đế vị thuở 9 tuổi. Nhờ có Đổng-trác là tôi quyền-thần giúp. Đổng-trác được thể lộng-hành, tự-chuyên nhiều việc, làm đều bất nhơn, tội-lỗi, và nên giàu có muôn hộ. Mà ông Vương-doãn là quan tư-đồ dùng tay Lữ-bố mà hại mà giết Đổng-trác đi.

Khi ấy các chư-hầu nhiều người gấm-ghé muốn giành ngôi thiên-tử, mà đọng lại có 3 được mà-thôi, mỗi người choán một phần làm ra 3 nước là Tào-tháo, Tôn-quyền và Lưu-bị.

Tào-tháo chết đi, thì con va lên đánh được vua Hiếu-hiến-đế, phế xuống tước Sơn-dương-công mà ở vậy 14 năm mới mất. Nhà Hán mất nước, mà nước chia ra làm 3 gọi là Tam-quốc.

6º ĐỜI TAM-QUỐC.
1º NƯỚC THỤC-HÁN HAY-LÀ HẬU-HÁN.
2 đời vua trị 44 năm.

1º Chiêu-liệt-đế, (hiệu Chương-võ 221 — 3) là Lưu-bị là vua đầu lập ra nhà Thục-hán. Nhờ 2 tướng giỏi là Quan-võ với Trương-phi lại ông quân-sư tài là Gia-cáclượng (Khổng-miêng) mà mở-mang nước và đánh giặc lại với 2 nước kia. Dóng đô tại Thành-đô đất Tứ-xuyên. Làm vua được 3 năm.

2º HẬU-CHÚA.

Niên — hiệu :

Kiên-hưng, 223.
Diên-hi, 238.
Cảnh-diệu, 258.
Viêm-hưng, 263.

2º Hậu-chúa, (41 năm) con ông Lưu-bị lên nối ngôi cha 41 năm. Ban đầu người còn ăn-ở theo gương cha, và hay nghe lời quân-sư bao lâu, thì còn được tử-tế bây-lâu. Dến sau mất quân-sư đi rồi — Dánh giặc không lại thua Tư-mã-viêm mất nước đi, bị phế xuống làm An-lạc-công 7 năm rồi mới chết

---

2º NƯỚC NGỤY, 5 ĐỜI VUA, TRỊ 46 NĂM.

1º VĂN-DẾ.

Niên — hiệu :

Thái-hoà, 227.
Thanh-long, 232.
Kiểng-sơ, 237.

Văn-đế, (227), Tào-tháo (tặng là Võ-hoàng-đế) nguyên khi trước làm quan Diển-lại thành Lạc-dương, sau thăng lên làm đô-hộ. Dánh với Dồng-trác, lên chức thứ-sử, thừa-tướng sau được tước vương. Khi đã lấy được đất Trung-nguyên thì đã phải đánh nhiều trận với Lưu-bị với Tôn-quyền. Mà chẳng may chết sớm đi, Tào-phi là con mới lên mới nối lấy việc cha, đánh được vua Hiêu-hiến-đế, phế cho làm tước công, mình lập lên làm hoàng-đế thứ nhứt dòng nhà Ngụy đóng đô tại Lạc-dương, soán nhà Hán ở ngôi 7 năm.

2º MINH-ĐẾ.

Niên — hiệu :

Thái-hoà. | Cảnh-hoà.
Thanh-long. |

2º Minh-đế, (Tào-dệ) là con lên nối ngôi 13 năm.

3º PHẾ-ĐẾ.

Niên — hiệu :

Chánh-thỉ, 241. | Gia-bình, 249.

3º Phế-đế, là con nuôi ông Minh-đế, ở ngôi 14 năm.

4º THIỀU-ĐẾ.

Niên — hiệu :

Chánh-nguyên, 254. | Cam-lộ, 256.

4º Chiều-đế, là cháu lớn Tào-phi (Văn-đế), tên là Tào-mao ở ngôi 6 năm.

5º MẠT-ĐẾ.

Niên — hiệu :

Kiển-ngươn, 260. | Hàm-hi, 264.

5º Mạt-đế, là cháu Tào-tháo, Tư-mã Viêm rước về lập lên ở ngôi 6 năm, bị Tư-mã Viêm phế đi mà soán vị.

3º NƯỚC NGÔ, 4 ĐỜI VUA, TRỊ 59 NĂM.

1º ĐẠI-ĐẾ.

Niên — hiệu :

Huỳnh-long, 229. | Thái-nguyên.
Gia-hoà, 232. | Thần-phụng.
Xích-thỏ. | Kiển-nghiệp.

1º Đại-đế, Tôn-quyền nhờ có anh là Tôn-sách, trước dẹp yên được xứ Nam-kinh sau lần đánh lấy được xứ Giang-đông, tranh với Lưu-bị, Tào-tháo, tức-vị làm vua tại Ứng-thiên-phủ, lập đô nơi Nam-kinh — Ở ngôi được 31 năm.

2º PHẾ-ĐẾ.

Niên — hiệu :

Kiên-hưng, 252.
Ngũ-phụng, 254.

Thái-bình, 256.

2º Phế-đế, là con Tôn-quyền, làm vua 5 năm.

3º Cảnh-đế — Vĩnh-an — 258. — Con thứ ở ngôi 6 năm.

4º MẠT-ĐẾ.

Niên — hiệu :

Nguyên-hưng, 264.
Cam-lộ, 265.
Bửu-đảnh, 266.
Kiên-hoành, 269.

Phụng-hoàng, 269.
Thiên-sách, 275.
Thiên-nhĩ, 276.
Thiên-kỉ, 277.

4º Mạt-đế, là cháu nội ông Đại-đế, dữ-tợn quá hơn vua Kiệt vua Trụ. Ở ngôi 17 năm ; ông ấy mất thì nước Ngô cũng mất.

7º NHÀ TẤN, 15 ĐỜI VUA, TRỊ 156 NĂM.

1º TÂY-TẤN 4 ĐỜI VUA, TRỊ 52 NĂM.

1º THẾ-TỔ.

Niên — hiệu :

Tấn-thỉ, 265.
Hàm-ninh, 275.

Thới-khương, 280.
Thái-hi,

1º Thế-tổ — Võ-đế trị 26 năm. Tư-mã-chiêu đã đánh lấy được nước Thục-hán. Con người là Tư-mã-viêm đánh lấy thêm được nước Ngụy, lập nên dòng nhà Tấn, sau gồm được Nam-kinh là nước Ngô nữa, thì lấy hết cả Trung-quốc nhập lại làm một.

2° HUỆ-ĐẾ.

Niên — hiệu :

Vĩnh-hi, 290.
Nguyên-khương, 291.
Vĩnh-khương, 300.
Vĩnh-ninh, 301.

Thới-an, 302.
Vĩnh-hưng, 304.
Quang-hi, 306.

2° Huệ-đế, trị 16 năm. Vua nầy lỡ-giở lương-ương để cho bà phi đuổi bà chánh cung hoàng-hậu đi, và thuốc con mình đi nữa. Bà phi bị giết đi, vua trốn đi. Trong nước loạn. Vua dời qua Trường-an, ăn bánh nhằm thuốc độc chết, ở ngôi 16 năm.

3° Hoài-đế, (hiệu Vĩnh-gia — 307 — 313 = 6) là con thứ 25 ông vua Thế-tổ-võ-đế, đình-thần tôn lên làm vua được 6 năm, kế lấy Lưu-huyền là em lên soán vị. Con người giận viện binh ngoại-quốc giúp mà đánh. Đánh lấy kinh-đô, cướp phá tan-hoang, bắt vả cha vả con vua soán ấy làm sỉ-nhục bắt mặc đồ đầy-tớ đứng hầu cơm rót rượu, sau giết đi.

4° Mẫn-đế, (hiệu Kiến-hưng — 313) cháu vua Võ-đế, mới 14 tuổi triều-đình lập lên, lập đô tại đất An-trường. Làm được 4 năm rồi bị Lưu-diệu đánh, vua ra đầu nó phong cho làm quan hầu đất Hoài-an. Lưu-thông khi đi săn, nó bắt cầm lọng cho cho nó đi, sau nó lại giết đi.

2° NHÀ ĐÔNG TẤN.

5° NGUYÊN-ĐẾ.

Niên — hiệu :

Kiến-võ, 317.
Đại-hưng, 318.

Vĩnh-xương, 323.

5° Nguyên-đế, cháu ông Thế-tổ, vì các kinh-thành bị các vua chư-hầu choán đi nên dời về ở Nam-kinh. — Người làm vua được 6 năm.

6º Minh-đế, (hiệu Thái-ninh 323) con vua trước làm vua 3 năm 27 tuổi thăng-hà, trao quờn lại cho :

7º THÀNH-ĐẾ.

Niên — hiệu :

Hàm-hoà, 326. | Hàm-khương, 335.

mới nên 5 tuổi,. Mẹ người giám-quốc lo việc chánh. Người trị 17 năm, băng không có con nối.

8º Khương-đế, (Kiến-nguyên 343) là em lên nối quờn anh được 2 năm băng. Con người là :

9º MỤC-ĐẾ.

Niên — hiệu :

Vĩnh-hoà, 345. | Thăng-bình, 357.

9º Mục-đế, còn thơ-ấu. Bà mẹ lo việc nước thế cho, cho đến khi khôn-lớn. Người trị 17 năm bằng-yên, mà các chư-hầu ở ngoài đánh xó nhau ầm-ầm. Người chết không con.

AI-ĐẾ.

Niên — hiệu :

Long-hoà, 362. | Hưng-ninh, 363.

10º Ai-đế, hay tin dị-đoan, mê đạo tu tiên. Ăn thì ăn những đồ thuốc nó biểu ăn cho được trường-sanh bất-tử mà thành tiên. Ai ngờ ở ngôi chẳng khỏi 4 năm cũng chết lắt đi như chúng, chết vì uống thuốc cầu trường-sanh.

11º Dế-vịp, (Thái-hoà 366) em vua trước trị 6 năm, rồi bị Hườn-ôn là quan quyền-thần phế đi cho làm Đông-hải-vương.

12º Gián-văn-đế, (Hàm-an 371) là con út vua Nguyên-đế làm vua 2 năm.

13º HIẾU-VÕ-ĐẾ.

Niên — hiệu :

Ninh-khương, 373. | Thái-nguyên, 376.

13º Hiếu-võ-đế, là con vua trước trị 24 năm. Ban đầu nhờ có các quan lớn ngăn-ngừa can-gián nên tử-tế. Mà sau các ông ấy mất đi, thì vua đổ hoang ra, mê tửu sắc, riêng yêu Trương-qúi-nhơn là bà phi qúa chừng, sau bởi vì nói chơi nói bâm-nhẻ mụ ấy, nên bị mụ bóp họng chết đương giấc ngủ.

14º AN-DẾ.

Niên — hiệu :

Long-an, 397. | Ngãi-hi, 405.
Nguyên-hưng, 402. |

14º An-đế, là con Hiếu-võ-đế làm vua 20 năm. Mà vua luộc-lác yêu-đuối qúa đến-đổi anh tướng Hoàn-nguyên phê xuống tước Bình-quốc-vương cũng phải chịu. Anh tướng khác là Lưu-dũ nổi dậy đánh Hoàn-nguyên chạy xuống Tứ-xuyên ; rồi lộn về thí quách vua An-đế đi, đặt :

15º Cung-đế, (Nguyên-hi 419) là em vua An-đế. Vua nầy cũng chẳng có phước hơn gì anh mình : cách 2 năm cũng bị nó giết đi như vậy.

Nước Trung-quốc tách ra làm 16 nước nhỏ.

8º NHÀ-TỐNG (Nam-triều).
8 đời vua, trị 59 năm.

1º Cao-tổ Võ-đế, (Vĩnh-sơ — 420) ấy là ông thừa tướng Lưu-dũ đã giết vua An-đế là vua đã phong cho mình qườn cao lộc cả, rồi lại giết vua Cung-đế đi mà tiếm ngôi lên tức-vị làm vua, làm đầu dòng nhà Tống. Hưởng nước được 3 năm.

2º Thiếu-đế, (Kiểng-bình 423) là con lên nối nghiệp cha, mà mắc ham vui mê cờ-bạc tửu sắc qúa nên bỏ bê việc quốc chánh, lâu đến việc hiếu là tang cha ấy cũng không kể ; cho-nên thần-hạ giận chịu không được mà thí quách đi cũng nội trong năm đầu mới tức-vị, mà đặt ông hoàng em lên.

3º Văn-đế, (Nguyên-gia — 424) là em lên làm vua được 30 năm. Vua thì ngay-thẳng, nhơn-đức mà mê đạo Phật qúa đi. Dời người trị nước thì chia ra là 2 triều, Nam-triều với Bắc-triều. Hai triều đánh-xé giết-bỏ nhau hung lắm.

Tử-siêu là con lớn vua Văn-đế, lại giết cha đi mà thế lấy làm vua. Rồi lại bị em ruột mình giết mà giành quờn.

4º HIẾU-VÕ-DẾ.

Niên — hiệu :

Hiếu-kiến, 454. | Đại-minh, 457.

4º Hiếu-võ-đế, là em giết anh đi mà lên làm vua được 11 năm. Vua nầy việc văn việc võ cũng khá giỏi, mà cũng đám mê tửu sắc.

5º Phế-đế, (Vĩnh-quang 465) là con vua trước lại càng đắm-mê sắc-dục qúa hơn cha đi nữa. Dỏ cho đến đời vợ quan con quan mình cũng không chừa, nên các quan giận mà mượn tay Thọ-tịch-chi thí đi liền, không để qua khỏi một năm nữa.

6º MINH-DẾ.

Niên — hiệu :

Thái-thí, 465. | Thới-dự, 472.

6º Minh-đế, là con thứ 11 vua Văn-đế làm vua được 8 năm. Cũng không tốt gì hơn hai vua trước, mà lại mê sắc-dục và độc-dữ lại càng qúa hơn bội phần : có tính mê xem đờn-bà trần-truồng.

7º Thương-võ-vương *hay là* Hậu-phế-đế, (hiệu là Nguyên-huy 473) con nuôi vua trước, cũng chẳng thua gì cha nuôi cho nên đình-thần chịu không được bắt đem mà giết đi, khi làm vua đã được chừng 4 năm.

8º Thuận-đế, (Thăng-minh 477) con thứ 3 vua Minh-đế, 11 tuổi cũng nòi ấy, nên cách 2 năm thì mất nước đi.

ĐỜI TÂY-TẤN, ĐÔNG-TẤN, VÀ TỐNG CÓ 16 NƯỚC NGỤY:

1º Tiền-triệu — Hung-nô cháu ngoại nhà Hán, tên Lưu-huyên 3 đời chúa, 26 năm, bị Thạch-lặt.

2º Hậu-triệu — Thạch-lặt 6 đời 31 năm, bị Thạch-mân.

3º Tiền-lương — Trương-qủi 9 đời, 76 năm.

4º Hậu-lương — Lữ-quang 4 đời, 18 năm.

5º Tây-lương — Lý-tung, cứ đất Dón-hoàng.

6º Nam-lương — Khốc-phát-ô-cô, cứ Quảng-võ 3 đời, 18 năm.

7º Bắc-lương — Doãn-nghiệp cứ Trương-nịch, bị Ngụy.

8º Hạ — Hích-liên-bột-bột (Hung-nô) 3 đời, 22 năm.

9º Tây-tần — Khất-phục-quốc-nhơn (Tiên-ty-mọi) 4 đời, 46 năm.

10º Tiền-tần — Bồ-hồng 6 đời, 44 năm.

11º Hậu-tần — Giao-dực-trọng (mọi Xích-đình) 3 đời, 34 năm.

12º Tiền-yên — Mộ-dung-khôi (người Triều-tiền 4 đời chúa, 85 năm.

13º Hậu-yên — Mộ-dung con Thùy-hoàng 4 đời chúa, 25 năm.

14º Nam-yên — Mộ-dung con Đức-hoàng 2 đời chúa, 11 năm.

15º Tây-yên — Mộ-dung-hoàng —

16º Thành — Lý-đặc (người Ba-tây) 6 đời chúa, 46 năm.

9° NHÀ TỀ (Nam-triều).

7 đời vua, — trị 23 năm.

1° Cao-tổ, (Kiến-nguyên 479) là cháu 24 đời ông Tiêu-hà nguyên khi đã được tước vương, có thế-thần vây-cánh, nhơn lúc suy nhà Tống lên tiếm vị làm vua đầu dòng nhà Tề được 4 năm.

2° Võ-đế, (Vĩnh-minh — 483) làm vua 11 năm — Vua nầy dạy người-ta giữ nhặt cái luật xưa không cho hai người một họ lấy nhau ; lại đặt lệ hễ quan phụng chức 3 năm thì cải nhậm.

3° Phế-đế Chiêu-nghiệp, lên làm vua chưa đầy 1 năm, ông Tiêu-loan thí đi ; ở ngôi 6 tháng

4° Chiêu-văn, là em ông trước tôn lên đầu cũng được 4 tháng ông Tiêu-loan cũng giết đi.

5° Minh-đế, (Kiến-võ Vĩnh-thới — 494) là Tiêu-loan anh ông Cao-tổ, dữ-tợn qúa đến đỗi giết đến bà con thân-tộc mình không từ. Làm vua 5 năm.

6° Dê-bửu-quyện *hay-là* Đông-hôn-hầu, (Vĩnh-nguyên 497) dữ-tợn, dâm-dục, kiêu-ngạo, hay giết kẻ trung-trực. Xa-xí, đền-đài cũ thì phá đi làm cái mới — Ăn-ở qúa phép người-ta chịu không được, người-ta ghét mà giết đi, khi đã làm vua được 2 năm.

7° Hoà-đế, (Trung-hưng 501) lên làm vua được 1 năm bị Tiêu-diễn là quan đã lập mình lên thí đi, mà cướp quờn lên làm vua đầu dòng nhà Lương.

10° NHÀ LƯƠNG (NAM-TRIỀU) 4 DỜI VUA TRỊ 55 NĂM.

1° CAO-TỔ VÕ-DẾ.

Niên-hiệu :

Thiên-giám, 502.	Trung-đại-thông, 529.
Phổ-thông, 520.	Trung-đại-đồng, 535.
Dại-thông, 524.	Thái-thanh, 547.

1° Cao-tổ Võ-đế, là Tiêu-diễn giết hết 2 hoàng-đế với 6 vua chư-hầu mà lên làm vua 18 năm. Hay khâm-sùng đạo Phật qúa, lập hơn 130,000 cái chùa Phật, lại mê qúa đến đỗi vô chùa mà tu. Sau hết bị người Hầu-cảnh bắt giết đi. Ở ngôi 48 năm. Bên Annam nhà Lý lên làm vua 3 đời 62 năm.

2° Giản-văn-đế, (Dại-bửu 550) là con thứ 3 vua bị bắt ấy, nhờ có tướng-quân Hầu-cảnh tôn lên được 2 năm, rồi đuổi đi mà đặt Đông là anh mình lên, ít lâu lại bỏ, mà mình lên tức-vị làm vua. Các vua chư-hầu giận nổi dậy đánh bắt anh vua ngụy làm vua mới có 3 tháng chặt khúc phân thây đi.

3° Nguyên-đế, (Thừa-thánh — 552) con thứ 7 vua Cao-tổ Võ-đế theo phe đảng đạo Lão-tử. Làm vua 3 năm. Khi trước cũng không cứu cha cũng không cứu anh để cho giặc bắt giặc giết đi ; bây-giờ mình bị vua nước Ngụy vây, không ai cứu giúp, giận bẻ gươm báu đi, đốt kẻ sách cả hơn 140,000 cuốn mà nói rằng : học bây-nhiêu sách ấy mà nào có ích gì ? Sau bị giặc chém đi.

4° KÍNH-DẾ.

Niên — hiệu :

Thiệu-thới.	Thái-bình.

4° Kính-đế, 555, con thứ 9 vua Nguyên-đế mới 12 tuổi, nhờ Trần-bá-tiên lập lên mà ở ngôi không yên vì có quan lớn khác lại lo đem anh mình mà lập lên thế vô đó. Vua thấy mình yếu-đuối làm không nổi khi đã ở ngôi được 3 năm rồi, thì giao lại nhường ngôi cho Trần-bá-tiên, sau bị Trần-bá-tiên giết đi.

11° NHÀ TRẦN (Nam-triều).

5 đời vua, trị 33 năm.

1° Cao-tổ Võ-đế, (Vĩnh-định 557) là Trần-bá-tiên lên làm vua được 3 năm, rồi đã thèm muốn vô chùa đi tu, mà 2 con mình, thì đã chết tại trận thuở đánh giặc đi rồi, nên mới nhường ngôi lại cho cháu con anh mình là :

2° VĂN-DẾ.

Niên — hiệu :

Thiên-gia, 560. | Thiên-khương.

2° Văn-đế, tên Thanh lên nối ngôi 7 năm, vua nầy tiết-kiệm. Vua nầy bày đầu đánh trống canh, thanh-la, mõ, sanh, cho biết canh nào và chỉ là quân canh có thức mà canh.

3° Lâm-hải-vương, (Quang-đại 567) tên Bá-tông là con lên làm vua có 2 năm bị Húc là An-thành-vương là chú phế đi soán ngôi.

4° Tuyên-đế, (Đại-kiến 569 — 14) là Húc lên ở ngôi 14 năm — Khi đánh được một nước hầu, hứng chí kéo binh đánh vua nước Ngụy bị giặc bắt, chết vì rầu-rĩ phiền-muộn.

5° HẬU-CHÚA.

Niên — hiệu :

Chí-đức. | Trinh-minh.

5° Hậu-chúa, (587 — 7) tên là Thúc-bửu là con Tuyên-đế dâm-túng vô độ. Binh nước Tùy đã kéo qua khỏi sông, hãy còn đang đánh nhạc uống rượu, binh giặc vô cửa

Châu-nhai rồi, vua mới đem 2 người qúi phi ra trốn nơi giếng, giặc bắt đem ra, phế đi phong tước công đất Trường-thành, ở ngôi 7 năm.

Bắc-triều.

Nguyên-ngụy từ Tấn-võ-đế, sau phân ra làm (386 tới 532).
Đông-ngụy, sau bị Bắc-tề soán (534 — 543).
Tây-ngụy, sau bị Bắc-châu soán (535).
Bắc-tề, sau hàng-đầu nhà Tùy (550 — 577).
Bắc-châu, sau hàng-đầu nhà Tùy (558 — 581).

12° NHÀ TÙY, 3 ĐỜI VUA, TRỊ 28 NĂM.

1° VĂN-ĐẾ.

Niên — hiệu :

Khai-hoàng, 589 — 20. | Nhơn-thọ, 601 — 4.

1° Văn-đế, họ Dương tên Kiên, gả con cho vua Tuyên-đế nhà Châu (Bắc-triều hậu Châu) nhờ rể giúp đánh được Trần lên làm vua đầu dòng nhà Tùy, đóng đô tại An-trường. Vua sửa luật-lệ, giảm thuế, bớt hình, dạy dân trồng dâu để tằm. Vua phế thái-tử Dõng mà lập con thứ là Quảng, sau bị Quảng làm mưu giết đi. Ở ngôi 24 năm.

2° Đế, (Đại-nghiệp 605 — 12) là Quảng giết cha giết anh lên soán vị 12 năm. Người chí kiêu lòng độc, hay đánh giặc, sửa lũy Tần-thỉ-hoàng lại, lập bậc tấn-sĩ. Vua hay đi tuần-du, mà lại đem phi-tần theo, bị chúng giết nơi Giang-đô khi đi tuần.

3° Cung-đế, (Ngãi 617 — 1) cháu nội vua Văn-đế nhơn khi vua Đế mắc đi tuần, bốn phương binh dậy, Lý-huyên thấy vậy rước mà lập lên cho yên nhà Tùy, đến khi vua Đế bị giết đi rồi, thì truyền ngôi cho Lý-huyên làm vua Cao-tổ nhà Đường.

Đời nhà Tùy, có phụ 13 nước.

1 Sở là Lâm-sĩ-hoằng cứ Phiên-dương, Cửu-giang.
2 Ngụy là Lý-mật, xưng Ngụy-công, lấy các quận Hà-nam.
3 Định-dương là Lưu-võ-châu, cứ Tân-dương.
4 Lương là Lương-sư, cứ Sóc-phương.
5 Tấn là Triết-cử, cứ Sủng-tây, xưng Tây-tân-bá-vương.
6 Lương là Tiêu-tẩy, cứ Giang-lăng.
7 Hạ là Dậu-kiên-đức, cứ Hà-bắc, xưng Trường-lạc-vương.
8 Lương là Lý-châp, xưng đế, cứ đất Hà-tây.
9 Sở là Châu-xáng, xưng đế, cứ đất Nhương-dương.
10 Trịnh là Vương-thế-sung, soán cung-đế nhà Tùy, cứ Giang-đông.
11 Lương là Trần-pháp-hưng, cứ Dư-khán, 10 quận.
12 Ngô là Lý-tử-thông, xưng đế, cứ Giang-đô.
13 Hán-đông là Lưu-hắc-thát, cứ Sơn-đông.

13° NHÀ DƯỜNG.

23 đời vua, trị 289 năm, từ 614 tới 907.

1° Cao-tổ, (Võ-đức 618 — 9) là Đường-công Lý-huyên, lập Cung-đế lên rồi được truyền ngôi cho lên làm vua đóng đô tại An-trường. Vua định luật-lệ, lập quốc tử giám thái học, định phép thuế tô, thuế dung, thuế điệu đúc tiền có chữ *thông bửu*. Ở ngôi 9 năm.

2° Thái-tông, (Trinh-quang 627 — 23) tên là Thế-dân là con thứ Cao-tổ, vì có công giúp cha đánh giặc-giã mà khai-sáng nghiệp nước, nên được lập lên nối ngôi cha. Mà anh vua là Kiến-thành và em là Nguyên-kiết ganh lo mà hại đi, nên vua phải giết đi mà tức-vị mới được.

Vua cho cung-nữ ra, phong công thần, gần kẻ danh-nho. Mà gần sau rốt cũng có hơi suy trong việc chánh-trị, lấy Dương-thị là vợ em (Nguyên-kiết). Ở ngôi 23 năm.

Truyền đạo Thiên-chúa trong nước Tàu là từ đời vua nầy.

3º CAO-TÔNG.

Niên-hiệu

6 Vĩnh-vi, 650.
5 Hiển-khánh, 656.
3 Long-sóc, 661.
2 Lân-đức, 664.
2 Càn-phong, 666.
Hàm-hanh, 670.
2 Thượng-nguyên, 672.

3 Nghi-phụng, 675.
1 Diêu-lộ, 676.
1 Vĩnh-long, 677
2 Khai-diệu, 679.
1 Vĩnh-hanh, 680.
1 Hoằng-đạo, 681.

3º Cao-tông, tên Trị con thứ 9 vua Thái-tông, lên làm vua 34 năm, vua phế bà chánh-hậu mà lập Võ-tắc-thiên là cung-nữ của cha đã xuất ra lên ở chùa. Khi nó đã lên chánh-hậu thì nó ép vua lập Hoằng là con nó làm thái-tử mà phế thái-tử là con vua đã lập rồi đi. Mà sau nó thuốc con lớn nó đi, mà lập con thứ nó lên, rồi nó cũng bỏ đi mà lập con thứ 4 là Triết.

Nước Cao-ly nhập công. Đạo Thiên-chúa giảng khắp trong cả 10 đạo trong nước.

4º Trung-tông, (Tự-thánh 684) tên Triết bà Võ-hậu là Võ-tắc-thiên tôn lên vừa được 3 tháng, mà trị không vừa ý bà ấy, bà ấy phế đi cho làm Lư-lăng-vương tại Phòng-châu. Mụ Võ-hậu lập.

5º Duệ-tông, (Dán họ Lý) là em ông Trung-tông 7 năm ở biệt điện không cho dự chánh. Bà Võ-hậu đổi dòng nhà Đường làm nhà Châu, mà soán ngôi tiếm hiệu Võ-tắc-thiên, phế ông Duệ-tông (năm 9).

6º Võ-tắc-thiên, 685 làm quan vương đất Tướng 10 năm, làm hoàng-tự 9 năm. Bà ấy giết hơn cả ngàn người là những người không ưng theo ý bả. Bả bắt đạo Thiên-chúa 15 năm. Bà ấy trị được 21 năm.

7º TRUNG-TÔNG.

Niên-hiệu :

Thần-long. | Cảnh-long.

7º Trung-tông. Rồi triều-đình rước ông Trung-tông về lên ngôi. Mà ông Trung-tông lại bị vợ mình là bà Vi-hậu giết đi. Con ông Duệ-tông là Long-cơ lại giết bà Vi-hậu đi.

8º Duệ-tông, (Kiểng-vân 710, Thái-cực 712) khi trước bị phế đi, bây-giờ Long-cơ là con giết bà Vi-hậu vì bà ấy giết bác mình là Trung-tông, mới về mà làm vua 3 năm. Nhờ có ông Giao-sùng với Tống-cảnh giúp mà trị nước yên.

9º Huyền-tông, (713 — 43) nhờ có các quan giỏi trị nước yên, lập nhiều đều hay ; lập Hàn-lâm-viện. Ông vua nầy cũng yêu đạo Thiên-chúa. Cái thói đốt (phần-hóa) áo quần kẻ chết bày ra từ đời vua nầy.

Sau trong nước loạn (có khi vì mụ Dương-quới-phi chuyên lộng mà ra), vua mới bỏ mà trốn vô đất Tây-thục.

10º TÚC-TÔNG.

Niên-hiệu :

Chí-đức, 756. | Thượng-nguyên, 760.
Càn-nguyên, 758. | Bửu-ứng, 762.

10º Túc-tông, con ông vua trước ở ngôi 7 năm. Khi đầu nhờ vì nghe lời các quan lão-thần, khá yên trong nước. Sau bị bà Trương-hoàng-hậu đặt quan dữ lên làm lớn, hóa nên cường-thần, lộng quyền, sinh ra nhiều sự dữ trong nước

An-lạc-sơn, là con bà thứ phi ông Huyền-tông vô cướp phá kinh-thành, lấy của cải, bắt voi ngựa đi hết. Vua nầy có cho đi rước cha mình ở đất Tây-thục về

11º ĐẠI-TÔNG.

Niên-hiệu :

Quảng-đức, 765. | Đại-lịch, 766.
Vĩnh-thới, 765.

11º Đại-tông, (Dự 763 — 17 năm) lên trị nước còn đương loạn. Bị Mọi bên bắc đánh lấy của, làm vua phải chạy trốn, sau nhờ Quách-tử-nghi đem về kinh-sư.

12º ĐỨC-TÔNG.

Niên-hiệu :

Kiên-trung, 780. | Trinh-nguyên, 785.
Hưng-nguyên, 784.

12º Đức-tông, (Quác — 25 năm) là con lên nối quờn — Vua có tính hay ghen-ghét thâm-khác, không hay nghe lời chánh luận. Trước dùng Lục-chí, sau dùng Lư-khỉ và Triệu-toản mà hư, ở ngôi 25 năm.

Quách-tử-nghi 85 tuổi chết, vua quan dân-sự thương tiếc.

13º Thuận-tông, (Tụng, Vĩnh-trinh 786 — 1) con vua trước mắc tật phong nên để cho Thái-tử giám-quốc.

Hiến-tông, (Thuần — Nguyên-hoà 787 và 794 — 15) cha mang tật lên ngôi làm vua 15 năm. Nhờ tướng giỏi Lý-giáng, Bùi-độ oai-quờn lại dầy lại. Hay mê đạo Phật với đạo Lão-tử. Đem Phật cốt bên Tây-phiên về. Quan thị-long là Hàn-dũ làm sớ gián vua, chê Phật, vua giận đày ra xứ Triều-châu.

Sau Kiêu-xí-qúa bị quan hoạn là Trần-hoàng-chí giết đi.

14º MỤC-TÔNG.

Niên-hiệu :

Trường-khánh, 4 — 821.

14º Mục-tông, (tên Hằng 821 — 4). Vua hay hoang, các quan dụng những người giờ không tài-năng nên lại phải mất đất Hà-sóc, làm cho gần mất nhà Dường. Sau mê hay uống thuốc kim thạch là thuốc tiên cho được sống lâu, mà uống vô đau mà chết. Ở ngôi 4 năm.

16º Kính-tông, (tên Trạm, Bửu-lịch 2 — 825) con vua trước chơi-bời vô-độ, đi săn về ban đêm bị hoạn-thân là Lưu-khắc-minh giết đi. Ở ngôi 2 năm.

17º VĂN-TÔNG.

Niên-hiệu :

Thái-hoà, 827. | Khai-thành, 841.

17º Văn-tông, (tên Hàm, 827 — 14) con thứ vua Mục-tông Vương-thủ-đằng, là quan hoạn lập lên. Không hay phân được tà chánh, nên quan hoạn chuyên lấy quờn — Cái biến nơi xứ Cam-lộ chết hơn 2000 người, ở ngôi 14 năm.

18º Võ-tông, (tên Triền, Hội-xương 841 — 6) con thứ 5 vua Mục-tông, cũng nhờ hoạn-thân là Cừu-sĩ-lương lập. Ýt mê đạo Phật, nên phá chùa-chuyền, lấy tượng Phật đúc tiền — Thói bắc các quan 5 năm khai lý-lịch là tại vua nầy lập ra. Nhờ Lý-khắc-dũ đánh lấy được đất Thái-nguyên, nên oai-linh lại dầy lại. Đương phần-chí, công-nghiệp chưa thành, bèn thăng-hà đi, không con nối, ở ngôi 6 năm.

19º TUYÊN-TÔNG.

Niên-hiệu :

Đại-trung, — 847.

19º Tuyên-tông, (tên Di, 847 — 13) con thứ 13 ông Hiến-tông là ông chú vua Võ-tông, lo thể trừ bớt thân-thế các quan hoạn. Hay rõ xét mà dụng quan, rộng-rải, thương dân, gọi là tiểu-thái-tông. — Ở ngôi 13 năm.

20º Ý-tông, (tên Ôn và Thôi, Hàm-thông 860 — 14) là con vua trước, ở khác không giống cha, hay kiêu-tứ, buông-lung dâm-dự lắm. Sôt-sáng đạo Phật quá, đem cốt Phật vô đền mà thờ. Ở ngôi 14 năm.

21º HI-TÔNG.

Niên-hiệu :

Càn-phù, 874.
Quảng-minh, 880.
Trung-hoà, 881.

Quang-khải, 885.
Văn-đức, 888.

21º Hi-tông, (tên Nghiêm, 874 — 15) con lớn vua Y-tông, các quan hoạn lập lên, để cho thần-hạ chuyên chánh, không có oai-linh, phiên-trấn mạnh thế, ăn-cướp ăn-trộm nổi lên, loạn-lạc tứ-phía. Vua phải chạy qua đất Tây-thục và Phụng-tường, sau Lý-khắc-dụng dẹp yên loạn mới rước về triều. Ở ngôi 15 năm.

22º CHIEU-TÔNG.

Niên-hiệu :

Long-kỉ, 889.
Đại-thuận, 890.
Kiểng-phước, 892.
Càn-ninh, 894.

Quang-hóa, 898.
Thiên-phục, 901.
Thiên-hựu, 904.

22º Chiêu-tông, (tên Kiệt và Mẫn — 16) con thứ 7 vua Y-tông, hoạn-thần là Dương-phục-cung lập lên. Vua nầy có chí muốn khôi-phục sửa-sang việc nước lại, mà cả bệnh-hoạn làm không nổi. — Sau bị Châu-toàn-trung đem qua đất Lạc-dương giết đi, ở ngôi 16 năm.

23º Chiêu-tuyên-đế, (tên Tợ, Chúc, Thiên-hựu 904 — 2) con nhỏ vua Chiêu-tông Châu-ôn lập lên ở ngôi 2 năm, phế xuống tước vương, rồi giết đi. Châu-ôn soán vị lập nên dòng khác mà nhà Đường mất.

ĐỜI NGŨ-ĐẠI (Ngũ-quí).

1º NHÀ HẬU LƯƠNG, 2 ĐỜI VUA, TRỊ 16 NĂM.

1º THÁI-TỔ.

Niên-hiệu :

907 Khai-bình, 4. | 911 Càn-hóa, 2.

1º Thái-tổ, (Châu-ôn 907) là Châu-ôn người đất Dương-sơn, theo Huỳnh-sào ăn-cướp, sau ra đầu nhà Đường đặt lại là Châu-toàn-trung làm quan tiết-độ-sứ, phong tới tước vương, giết vua Đường-chiêu-tông, và phế vua Ai-đế mà soán vị, đóng đô tại Biện-lương, ở ngôi 6 năm, bị Hữu-khuê là con giết đi.

2º MẠT-ĐẾ.

Niên-hiệu :

911 Càn-hóa, 2. | 921 Long-đức, 2.
913 Trinh-minh, 6.

2º Mạt-đế, (Hữu-trinh — 10) con thứ 3 vua Thái-tổ ra trấn nhậm ngoài quận, nghe Thái-tổ bị giết thì kéo binh về đánh anh là Hữu-khuê mà lên tức-vị. Sau bị binh Lý-tồn-hóc vô Thái-nguyên vây, liền giết mình đi, ở ngôi 10 năm. Hết đời nhà Hậu-lương.

2º NHÀ HẬU ĐƯỜNG. 4 ĐỜI VUA, TRỊ 13 NĂM.

1º TRANG-TÔNG.

Niên-hiệu :

923 — Đồng-quang, 3.

1º Trang-tông, là Lý-tồn-hóc, người đất Sa-đà, cha người có công dẹp yên đảng Huỳnh-sào, được phong là

Tân-vương, Lý-tồn-hóc là con triệt nhà Lương đi mà xưng đế. Vua nầy cậy tài ỷ sức, hay tin dùng quan hoạn. Sau khi quân-sĩ loạn vua bị tên mà chết, ở ngôi có 3 năm.

2⁰ MINH-TÔNG.
Niên-hiệu :

926 — Thiên-thành, 4. | 930 — Trường-hưng 4.

2⁰ Minh-tông, (tên Mạo Kiệt-liệt) người Hồ là con nuôi vua Trang-tông. Vua Trang-tông bị giết đi, lập lên làm vua. Tuy người không biết chữ mà không hay nghe lầm quan hoạn, không hay mê-đắm thinh sắc ; hay thưởng quan lại liêm cần. Mùa-màn mỗi năm mỗi được. Vua đêm ngày thắp hương vái trời xin sớm sanh thánh-nhơn mà lên làm vua coi-sóc dân, ở ngôi 8 năm.

3⁰ Mẩn-đế, (hiệu Ứng-thuận 934) tên là Tùng-hậu là con vua Minh-tông mới lên ngôi chưa đầy 3 tháng bị Tùng-a là Lộ-vương cử binh vào Lạc-dương mà vây đánh, vua phải chạy trốn tại đất Hoành-châu, Lộ-vương phê vua làm Ngạc-vương, rồi sau giết đi.

4⁰ PHẾ-DẾ TÙNG-A.
Niên-hiệu :

934 — Thanh-thới, 2.

4⁰ Phê-đê Tùng-a, (là Lộ-vương) là con nuôi vua Minh-vương tước Lộ-vương đánh bắt Mẩn-đế phê đi mà lập mình lên ngôi thiên-tử. Chẳng mấy năm (2 năm) bị binh Thạch-kỉnh-đường vây Lạc-dương lên giàn thiêu mà chết đi.

3⁰ NHÀ HẬU TẤN.
2 đời vua, trị 11 năm.

1⁰ Cao-tổ, (hiệu Thiên-phước 936 — 7) ấy là Thạch-kỉnh-đường là rể vua Minh-tông nhà hậu đường. Phê-đế-tùng-a đặt

— 347 —

làm quan tiết-độ-sứ đất Thiên-bình, cự mạng lại, nên Phê-đế phát binh đánh. Thạch-kỉnh-đường mượn binh của Khê-đơn mà triệt Đường được lên làm vua. Nộp cho Khê-đơn 16 châu, lại hằng năm nộp 300,000 cây lụa, ở ngôi 7 năm. Bên Annam nhà Ngô (Ngô-quyền) trị 29 năm.

2º XUAT-ĐẾ.

Niên-hiệu :

945 — Thiên-phước, 2. | 947 — Khai-vận, 2.

2º Xuất-đế, nguyên là tước Tề-vương, tên là Trọng-qúi là con anh ông Cao-tổ, nhờ có Kiểng-diên-quảng lập lên. Mà phụng biểu Khê-đơn, thì xưng tôn không chịu xưng thần, nên Khê-đơn giận đem binh đánh lấy Đại-lương bắt quách vua đi đem về, phong làm phụ-ngãi-hầu, đem về phương bắc, ở ngôi 4 năm. Nhà hậu Tần hết.

4º NHÀ HẬU HÁN.

1º Cao-tổ, (hiệu Thiên-hựu 2 — 947) là Lưu-trí-viễn, xưng mình là dòng nhà Hán, làm quan nhà Tần có công phong tới bắc-bình-vương, khi Trọng-qúi bị bắt đi rồi, thì người khỉ binh nơi đất Thái-nguyên mà vào vây Đại-lương, đuổi lão Khê-đơn về nước lão mất, lên làm vua 2 năm.

2º Ẩn-đế, tên là Thừa-hựu con thứ 3 vua trước, quan cố mạng là Quách-oai lập lên. Vua độc dữ hay giết hại các quan, lại muốn giết Quách-oai đi nữa, Quách-oai biết được mới cử binh phản lại. Vua bị loạn binh giết đi. Làm vua có 2 năm, hiệu là Càn-hựu 949 — 951. Quách-oai giết Ẩn-đế đi rồi, thì em vua Cao-tổ là Sùng muốn khỉ binh đánh Quách-oai, Quách-oai bèn lập Mân là con Sùng lên, Sùng tin liền bãi binh đi, chẳng ngờ cách 33 ngày, Quách-oai giết Mân đi mà soán ngôi. Hết đời nhà hậu Hán.

5º NHA HẬU CHÂU, 3 DỜI VUA, TRỊ 9 NĂM.

1º Thái-tồ, (hiệu Quảng-thuận 3 — 951) là Quách-oai giết Ẩn-đế rồi, lên ngôi làm vua 3 năm. Vua nầy phụng tông miếu nhà Hán, thờ bà thái-hậu Hán như mẹ. Vua nầy không con.

2º Thế-tông, (hiệu Hiển-đức 5 — 954) tên là Vinh, họ Sài, là con người anh bà thái-hậu vua Thái-tồ, vua Thái-tồ không con nên nuôi lấy làm con. Dời vua nầy bình-yên thạnh-trị tử-tế, trong đời Ngũ-đại vua nầy là hiền hơn hết, ở ngôi 5 năm.

3º Cung-đế, (cũng hiệu Hiển-đức 959 — 1) tên là Tông-huân là con vua Thế-tông, mới 7 tuổi lên tức-vị — Việc quân chánh thì có ông Triệu-khuôn-dẫn. Thuở ấy có giặc Bắc-hán vào đánh ông Triệu-khuôn-dẫn đem binh ra cự giặc, giặc thua chạy đi, các tướng-sĩ đều tôn Triệu-khuôn-dẫn lên làm vua, đem về trào tức-vị. Phế vua Cung-đế làm vua mới được 1 năm làm Trịnh-vương; nhà hậu Châu mất sang ngôi qua nhà Tông.

DỜI NGŨ-ĐẠI CŨNG CÓ 10 NƯỚC NHỎ :

1 Ngô, là Dương-hành-mật, cứ Dương-châu truyền 3 đời con 46 năm.
2 Nam-đường là Lý-thăng, cứ Kim-lăng, 39 năm.
3 Tiền-thục: Vương-kiến, choán 35 năm, bị Hậu-đường.
4 Hậu-thục: Mạnh-tri-tường 40 năm, sau hàng Tông.
5 Mân : Vương-thẩm-tri 55 năm, sau bị Nam-đường.
6 Nam-bình : Cao-lý-hưng 49 năm, sau bị Tông.
7 Ngô-việt : Tiền-lục 84, sau nhập Tông.
8 Nam-hán Lưu-ẩn 67 năm, bị Tông lấy.
9 Bắc-hán Thế-tổ-lưu-sùng 32 năm, 4 đời bị Tông.
10 Sở Mã-ân truyền 5 đời, 57 năm bị Nam-đường.

19° NHÀ TÒNG.

18 đời vua, trị 323 năm, đô tại Biện-lương.

1° THÁI-TỔ.

Niên-hiệu :

960 — Kiền-long, 3.   968 — Khai-bửu, 9.
963 — Càn-đức, 5.

1° Thái-tổ, Triệu-khuôn-dẫn làm quan điện-tiền-đô-kiểm-điểm nhà hậu Châu, đời vua Cung-đế còn nhỏ dại, có giặc Khê-đơn vô đánh, đem binh ra cự giặc, binh tướng đều tôn lên làm vua, ở ngôi 17 năm, chết không con. Annam nhà Dinh (968) 2 đời vua, trị 13 năm.

2° THÁI-TÔNG.

Niên-hiệu :

976 Thái-bình-hưng-quốc, 8.   990 Thuần-hoa, 5.
983 Ung-hi, 4.   995 Chí-đạo, 1.
988 Đoan-cũng, 2.

2° Thái-tông, tên Khuôn-ngãi là em vua Thái-tổ bà Đỗ thái-hậu tôn lên. Vua là người mưu-trí, cần-kiệm nhân-ái, dẹp yên bốn biển, hay giảng võ, khuyến nông cũng hay yêu-chuộng chữ-nghĩa văn-chương ; người có lập một chổ trử sách hơn 800,000 cuốn. ở ngôi 22 năm.

Năm 981 bên Annam nhà tiền Lê, 3 đời vua trị 29 năm.

3° NHƠN-TÔNG.

Niên-hiệu :

998 Hàm-bình, 6.   1017 Thiên-hỉ, 5.
1004 Cảnh-đức, 4.   1022 Càn-hưng, 1.
1008 Đại-trung-tường-phù, 9.

3° Nhơn-tông, tên Hằng là con thứ vua Thái-tông làm vua 25 năm, cũng là vua giỏi — Nhờ Tư-mã-quang mà đánh được quân nghịch bắt nó phải nạp cống 100,000 lượng vàng, 20,000 cây lụa.

Bị lầm tin thằng cha Vương-khâm-nhược mà làm tôn kiêm công nhơn vật liệu hao phí của nước.

Năm 1010, bên Annam nhà Lý, 9 đời vua trị 181 năm.

4º NHÂN-TÔNG.

Niên-hiệu :

1023 Thiên-thánh, 9.
1032 Minh-đạo, 2.
1034 Kiểng-hựu, 4.
1038 Bửu-nguyên, 2.
1040 Khương-định, 1.

1041 Khánh-lịch, 8.
1049 Hoàng-hựu, 5.
1054 Chí-hoà, 2.
1056 Gia-hựu, 8.

4º Nhân-tông, tên Trinh khi nhỏ tên là Thọ-ích, con thứ 6 vua Chơn-tông còn nhỏ mới 13 tuổi, nên bà mẩu-hậu lâm-triều lo việc chánh giúp 11 năm.

Vua nầy khoan-nhơn cung-kiệm, đời người trị, kẻ hiền đầy triều, trong thiên-hạ an lạc, ở ngôi 44 năm, mới thăng-hà không có con nối. Người chết thiên-hạ, đến núi sông cũng đều thương tiếc vua rất tử-tế dường ấy.

Annam, Lý-thái-tông, 1028 — Lý-thánh-tông — 1054.

5º Anh-tông, (hiệu Trị-bình 1064 — 4) tên Thự thuở nhỏ thì kêu là Tông-thật là chất ông Thái-tông, ông Nhân-tông nuôi làm con mà lập lên. Bị bà Tào-thái-hậu choán lấy việc chánh, hai cung không hoà, nhờ có ông Hàn-du điều-hộ mới an, ở ngôi 4 năm.

6º THẦN-TÔNG.

Niên-hiệu :

1068 Hi-ninh, 10. | 1085 Nguyên-phong, 8.

6º Thần-tông, tên Húc thuở nhỏ tên Trọng-châm, con vua Anh-tông, tánh tốt hay thảo-thuận, kính tôi đại-thần, hay tìm lời ngay, hay tiếc-kiệm. Khi mới tức-vị tử-tế có lẽ làm nên lớn được, nhưng vậy sau bị nghe lời Vương-an-thạch mà lập phép mới, như phép Thanh-miêu ...cho nên dân cực-khổ lắm, ở ngôi 18 năm.

Annam, Lý-nhơn-tông, 1072.

7º TRIẾT-TÔNG.

Niên-hiệu :

1086 Ngươn-hựu, 8.   1098 Nguyên-phù, 3.
1094 Thiệu-thánh, 4.

7º Triết-tông, tên Hú thuở nhỏ kêu là Dung, con thứ 6 ông Thần-tông lên ngôi thuở 10 tuổi, bà Cao-thái-hậu thính chánh. Đời ấy có ông Tư-mã-quang, Lữ-công-trứ và những người hiền khác, bãi được cái phép thanh-miêu, việc trong nước khá yên lại. Mà sau có dùng ngươi Chương-thuần, quân quần-tiểu nó a-dua, nên những người hiền bị xua đuổi đi, ở ngôi 15 năm.

8º HUY-TÔNG.

Niên-hiệu :

1101 Kiến-trung-tịnh-quốc, 1.   1111 Chánh-hoà, 7.
1102 Sùng-ninh, 5.   1118 Trọng-hoà, 1.
1107 Đại-quan, 4.   1119 Tuyên-hoà, 7.

8º Huy-tông, tên Kiết con thứ 11 ông Thần-tông, có tính xảo-trá, hay nhiều nghề vặt vặt, duồng-bỏ người trung-chánh, hay nghe-tin đứa gian-tà, nên dấy việc thổ-mộc, xưng mình là đạo-quân. Sau bị bọn Đồng-quán nó sanh sự, binh Kim nó tới nó đánh nó bắt vua. Vua truyền ngôi cho thái-tử nó phong cho làm hôn-đức-hầu, rồi nó đem về bác, chết tại Ngũ-quốc-thành, ở ngôi 25 năm.

9º Khâm-tông, (hiệu Tịnh-khương 1126 — 1) tên Hườn là thái-tử ông Huy-tông, khi đã được truyền ngôi rồi, binh Kim nó vô nó hãm châu Biện, nó bắt và cha và con đem ví bắc bên nước nó, bà hoàng-thái-hậu, các vị vương, hậu phi công-chúa lục cung hết thảy đều theo. Tô ra ở ngôi được có 1 năm mà-thôi.

NAM-TÒNG.

TỨC-VỊ NAM-KINH, SAU DỜI QUA LÂM-AN.

10º CAO-TÒNG.

Niên-hiệu :

1127 Kiến-viêm, 4. | 1130 Thiệu-hưng, 22.

10º Cao-tông, tên Câu con thứ 9 vua Huy-tông, khi cha với anh đã bị nhà Kim bắt đi rồi, lên tức-vị tại Nam-kinh, dời đô qua đất Trường-an. Tuỳ tướng-văn là ông Lý-cang, ông Triệu-đãnh, còn tướng võ là ông Trương-tuần, Hàn-kì, Lưu–   , Nhạc-phi, mà vua không hay nghe lời, cứ nghe quân nịnh thần là Tần-côi, nó ra sức hoà-nghị với Kim mà-thôi, mà chịu xưng thần phụng công với Kim — Vua nầy ở ngôi 36 năm, sau vua truyền ngôi cho thái-tử.

1128 — Annam, Lý-thần-tông, 1138 ;

11º HIẾU-TÔNG.

Niên-hiệu :

1163 Long-hưng, 2. | 1174 Thuần-hi, 16.
1165 Cân-đạo 9.

11º Hiếu-tông, tên Hiệt con Vương-xứng là chắt ông Thái-tổ, ông Cao-tông lập làm con nối. Ông vua nầy có chí muốn khôi-phục, mà nó không để hở ra mà đánh nó. Vua mới cải tờ biểu làm thơ cải chữ *thần* ra *điệt*, giảm bớt phép mỗi năm mỗi đi công đi, định làm lân-hảo, ở ngôi 27 năm, rồi truyền ngôi lại cho :

1176, Annam Lý-cao-tông.

12⁰ QUANG-TÔNG.

Niên-hiệu :

1190 — Thiệu-hi — 5.

12⁰ Quang-tông, tên Thuần con thứ 3 vua Hiếu-tông khi đã được truyền ngôi rồi, thì bị bà Tào-hậu vợ dữ và hay ghen, muốn lập con là Gia-vương, bà Thọ-hoàng là mẹ không cho, cho-nên bị vợ hiếp không làm triều. Bà Thọ-hoàng giết quới-phi, vua kinh sợ sanh bệnh. Vua cha chết không để chế được, mới lập Gia-vương mà nhường ngôi, ở ngôi 5 năm.

13⁰ VINH-TÔNG.

Niên-hiệu :

1195 Khánh-nguyên, 6.	1205 Khai-hi, 3.
1201 Gia-thới, 4.	1208 Gia-định, 17.

13⁰ Vinh-tông, tên Quảng con thứ 3 vua Quang-tông, nhờ ông Triệu-nhữ-ngu xin bà thái-hậu lập lên, khi vua cha mắc bệnh. Khi đầu khá-khá, giữa bị lão Hàn-thác-trụ, sau bị nghe lời lão Sử-di-viễn, mà bỏ người trung-chính, gây mối giặc, ở ngôi 30 năm.

1211 Annam, Lý-huệ-tông.

14⁰ LÝ-TÔNG.

Niên-hiệu :

1225 Bửu-khánh, 3.	1241 Thuần-hựu, 12.
1228 Thiệu-định, 6.	1253 Bửu-hựu, 6.
1234 Thoại-bình, 3.	1259 Khai-khánh, 1.
1237 Gia-hi, 4.	1260 Kiểng-định, 5.

14⁰ Lý-tông, tên Đích là cháu thứ 10 đời ông Thái-tổ, con ông Hi-lư, vua Ninh-tông băng đi rồi, thì Sử-di-viễn mới giả tờ chiếu mà bỏ thái-tử là Qúi-hoà, mà rước lập ông nầy về làm vua. Vua hay mê chơi-bời luộc-lác, không hay phản tà chánh, cho-nên bọn Đinh-đại-toàn, Giả-tự-đạo nó mới lung-lăng Vua ở ngôi 40 năm.

1225 Lý-chiêu-hoàng, hết Lý qua Trần ; Trần-thái-tổ ; Trần-thánh-tông 1258.

15º ĐỘ-TÔNG.

Niên-hiệu :

1265 — Hàm-thuần, — 10.

15º Độ-tông, tên Ki, cháu thứ 10 đời ông Thái-tổ, con ông Dũ-nhuễ, vua Lý-tông nuôi làm con nôi. Vua nầy đắm-mê tửu-sắc, nên để việc triều-chánh thảy đều ra bởi tay Giả-tự-đạo, tán binh mất đất cũng giấu không cho vua hay, ở ngôi 10 năm.

16º CUNG-TÔNG.

Niên-hiệu :

1275 — Đức-hựu, — 2.

16º Cung-tông, tên Thập con vua Độ-tông. Năm đầu quân Nguyên nó vô nó đánh đất Lâm-an, nó bắt vua đem về bắc ; qua năm sau vua hàng-đầu nó, nó phong cho là Dinh-quốc-công, sau đi làm thầy sải hiệu là thầy Mộc-ba-giảng, chết tại đất Sa-mịch, ở ngôi 2 năm.

17º DOAN-TÔNG.

Niên-hiệu :

1276 — Viêm-kiểng, — 3.

17º Doan-tông, tên Chinh con lớn vua Độ-tông, anh ông Cung-tông được phong là Ých-vương, vua em bị Nguyên bắt, vua mới vượt biển qua Phước-châu tức-vị, khi-binh mà phục nghiệp. Sau bị binh Nguyên nó rược, chạy qua Lãnh-hải, ở ngôi 3 năm.

18º ĐẾ-BÍNH.

Niên-hiệu :

1278 — Tường-hưng, — 2.

18º Đế-bính, con nhỏ Độ-tông là em vua Cung-tông, Doan-tông. Khi vua Đoan-tông bị thua Nguyên mà chết tại Cang-châu, thì vua nầy mới có 8 tuổi. Lục-tú-phu với Trương-thế-kiệt lập lên và đem qua núi Nhai-môn đất Tân-hội. Nguyên theo đánh thua đi, Lục-tú-phu mới cõng vua chạy xuống biển mà chết, ở ngôi 2 năm.

Nhà Tông mất. — 1279 — Trần-nhơn-tông đánh lại binh nhà Nguyên qua xâm Annam.

Từ năm 916 đời Hậu-lương thì bên bắc có nhà Liêu (Khiết-đơn) được 9 đời vua trị 209 năm. (916 tới 1119). Sau nó bị nhà Kim lấy. Nhà Kim cũng 9 đời vua, trị 119 năm, (từ 1115 tới 1234).

Lại cũng có nhà Mông-cỗ 4 đời vua, trị 45 năm, tới ông Thế-tô nhà Nguyên mới xưng là nhà Nguyên ; Giả-tự-đạo xưng thần nạp tệ mới lấy cả Trung-quốc, thành dòng nhà Nguyên.

26° NHÀ NGUYÊN.
10 đời vua, trị 89 năm, đô tại Đại-đô.

1° THẾ-TO.

Niên-hiệu :

1280 — Chí-nguyên, — 15.

1° Thế-tô, tên Hốt-tất-liệt (Tây kêu là Koubilai), khi vua Đế-bính nhà Tông nhảy biển chết, thì vua nầy mới tóm thâu về một mối, lấy hết nước Trung-quốc mà lên tức-vị hoàng-đế, đóng đô tại đất Đại-đô. Ông ấy thông lễ, đốt sách đạo Lão-tử, ông đi cho tột sông Hà, ở ngôi 15 năm.

1293 Annam, Trần-anh-tông.

2° THÀNH-TÔNG.

Niên-hiệu.

1295 Nguyên-chơn, 2. | 1280 Đại-đức, 11

2° Thành-tông, tên Thiết-mộc-nhỉ, là cháu nội vua Thế-tô, ở ngôi 13 năm, chết không con nối.

3º VÕ-TÔNG.

Niên-hiệu :

1308 — Chí-đại, — 4.

3º Võ-tông, tên Hải-sơn, là anh con chú con bác với vua Thành-tông trước làm Hoài-ninh-vương, tổng binh phía biên bắc, lập chiến-công nhiều, các vì vương rước về tôn lên làm vua được 4 năm. Vua nầy phong ông Khổng-tử là Đại-thành-chí-thánh-văn-tuyên-vương. Người lại lập thứ tệ-chỉ gọi là Sao giá là một lượng bạc.

4º NHƠN-TÔNG.

Niên-hiệu :

1311 Hoàng-khánh, 2. | 1313 Diên-hựu, 7.

4º Nhơn-tông, tên Ái-dục-lê-bạt-lực-bát-thát, là con một mẹ với Võ-tông, ở ngôi 9 năm.

1314 Annam, Trần-minh-tông.

5º ANH-TÔNG.

Niên-hiệu :

1321 Chí-trị, 3.

5º Anh-tông, tên Thạc-đức-bát-thích, con vua Nhơn-tông, người có hiếu lắm, thẳng phép mà hay chém giết, quân gian-đảng sợ, sau bị lão Thiết-thiên nó giết đi, ở ngôi 3 năm.

6º THỚI-ĐỊNH-ĐẾ.

Niên-hiệu :

1324 — Thới-định, — 4.

6º Thới-định-đế, tên Dã-tôn-thiết-mộc-nhi, là chắt ông Thế-tổ trị 4 năm, nước nhà bình-yên, trong ngoài vô sự, 36 tuổi băng, không con nối.

7⁰ MINH-TÔNG.

Niên-hiệu :

1329 — Chí-huế, — 6 tháng.

7⁰ Minh-tông, tên Huế-thể-tùng, con lớn vua Võ-tông, tước Châu-vương, sai đi trận xứ Vân-nam, sau các quan đại-thần qua rước về, tức-vị tháng chín năm Chí-huế rồi cách 6 tháng bị em là Văn-tông giết đi mà giành ngôi.

8⁰ VĂN-TÒNG.

Niên-hiệu :

1330 — Thiên-lịch, — 4.

8° Văn-tòng, tên Dô-niêm-lục-nhĩ, em ông Minh-tông, giết anh đi mà tự-lập, ở ngôi được 4 năm.

1330 Annam, Trần-hiến-tông.

9° Ninh-tông, tên Ý-lân-chất-ban, con thứ ông Minh-tông, tước là Ly-vương, ông Văn-tông bỏ con ruột mình là Yên-niêm-cổ-tư đi, mà trối lại dạy lập ông Ninh-tông lên làm vua, ở ngôi có 1 năm, chưa cải nguyên.

10⁰ THUẬN-TÔNG.

Niên-hiệu :

1333 Nguyên-thống, 2.	1341 Chí-chánh, 27.
1335 Chí-nguyên, 6.	

10° Thuận-tông, tên Thoả-hoạn-niêm-mộc-nhi con lớn ông Minh-tông, lên làm vua 35 năm, hoang dâm vộ độ, cho-nên trong nước mắc nhiều tai-biến gở-lạ, trộm-cướp giặc-giã nổi lên khắp xứ khắp miền. Khi binh nhà Minh tới Yên-kinh, ban đêm vua mở cửa Kiến-đức trốn ra đi mất. Hết đời nhà Nguyên.

1342 Annam, Trần-dũ-tông.

27° NHÀ MINH.

17 đời vua, trị 276 năm, đô tại Giang-nam, đời vua Thành-tổ dời qua Bắc-bình.

1° THAI-TO.

Niên-hiệu :

1368 — Hồng-võ, — 31.

1° Thái-tổ, tên là Châu-nguyên-chương, con ông Thế-trân, theo ông Quách-tử-hưng, ông ấy thấy người có tướng lạ, thì trọng yêu. Sau đi với Trừ-đạt và Dương-hoà đi dẹp giặc xứ Định-viễn, ông Lý-thiện-trường để ông ấy làm chưởng-thơ-kí dẹp loạn rồi đánh Yên-kinh, vua nhà Nguyên chạy đi mất, vua nầy mới tức-vị tại Nam-kinh, đặt là nhà Minh, ở ngôi 31 năm, sống 71 tuổi.

Đời ấy có ông quân-sư là ông Lưu-bá-ôn (Cơ) coi số nhà Minh, nói tiên-tri đến việc nhà Thanh.

1370 Annam, Trần-nghệ-tông, 1373, Trần-duệ-tông...

2° HUỆ-DẾ.

Niên-hiệu :

1399 — Kiến-văn, — 4.

2° Huệ-đế, tên Doãn-trượng, con thái-tử Phiêu, cháu nội vua Thái-tổ. Thái-tử Phiêu mất sớm đi, nên Thái-tổ băng thì lên tức-vị, trị nước 4 năm. Bị Yên-vương vào vây đánh, vua lên giàn thiêu mà chết.

1390 Annam, Trần-thuận-tông, 1399, Trần-thiếu-đế, 1402, Lê-qúi-ly.

3° THÀNH-TỔ.

Niên-hiệu.

1403 — Vĩnh-lạc, — 22.

3° Thành-tổ, tên Đệ con thứ 4 ông Thái-tổ, là chú Huệ-đế, làm phản vô hãm kinh-sư. Cốc-vương-quệ, với

— 359 —

Lý-cảnh-long mở cửa nạp giặc, nên Thành-tổ soán vị, ở ngôi 22 năm.

Annam, Hồ-qúi-ly, Hồ-hán-thương, Gián-định-đế, Trùng-quang-đế.

4º NHƠN-TÔNG.

Niên-hiệu ;

1425 — Hồng-hi, — 1.

4º Nhơn-tông, tên Cao-xí, con vua Thành-tổ. Vua cha mắc đi đánh giặc bên bắc, để ông ấy ở nhà giám-quốc; vua cha chết đi, lên nôi, ở ngôi có 1 năm.

Annam, Lê-lợi (Lê-thái-tổ) đánh Minh.

5º TUYÊN-TÔNG.

Niên-hiệu :

1426 — Tuyên-đức, — 10.

5º Tuyên-tông, tên Chiêm-cơ, con ông Nhơn-tông, vừa lên ngôi thì tha Lý-thì-miễn ra, dùng Hạ-nguyên-kiết, Cô-tá, với Huông-chung hết thảy 9 người, nên trong ngoài yên thuận, ở ngôi 10 năm.

1428 Annam, Lê-thái-tổ.

6º ANH-TÔNG.

Niên-hiệu :

1436 — Chánh-thông, — 14.

6º Anh-tông, tên Khải-trần, con vua trước lên làm vua 14 năm, vua mắc đi đánh giặc phía bắc, mà bị giặc bắt, bà thái-hậu dạy em người là ông Thành-vương giữ-nước.

Annam, 1434 Lê-thái-tông.

7º KIỀNG-ĐẾ.

Niên-hiệu :

1450 — Kiềng-thới, — 7.

7º Kiềng-đế, tên Kì-ngọc, con ông Tuyên-tông, em ông

Anh-tông làm giám-quốc, khi anh bị Mã-tiên bắt đem về bắc đi, bà thái-hậu dạy tức-vị làm vua được 7 năm. Sau phải chuộc về mới được, về rồi không chịu làm vua.
Annam, 1443 — Lê-nhơn-tông.

8º ANH-TÔNG.

Niên-hiệu :
1457 — Thiên-thuận, — 8.

8º Anh-tông, từ khi về tị không chịu làm vua, sau vua Cảnh-đế bệnh đi thì Trừ-hữu-trinh, Thạch-hanh, Tào-kiết-tường, rước về tức-vị ở ngôi được 8 năm.
Annam, 1460 — Lê-thánh-tông.

9º HIẾN-TÔNG.

Niên-hiệu :
1465 — Thành-hoá, — 23.

9º Hiến-tông, tên Kiến-thâm, con vua Anh-ông lên làm vua 23 năm.

10º HIẾU-TÔNG.

Niên-hiệu,
1488 — Hoằng-trị, — 18.

10º Hiếu-tông, tên Hựu-đường con vua trước, lên ngôi nhờ dùng người Mã-văn-thăng, Lưu-đại-hạ, Trừ-bác, nên cũng khá bình-yên, ở ngôi 18 năm.
Annam, 1498 — Lê-hiến-tông. 1504 — Lê-túc-tông.

11º VÕ-TÔNG.

Niên-hiệu :
1506 — Chánh-đức, — 16.

11º Võ-tông, tên Hậu-chiếu con vua trước, hay mê chơi với những đứa yêu, tại yêu dùng người Giang-bân, Lưu-cần, gây ra cho lão Thần-hào làm giặc ; sau nhờ người

Vương-thủ-nhơn bắt được chém đi mới yên, ở ngôi 16 năm.

Annam, 1505 Lê-oai-mục-đế, 1510 Lê-tương-dực-đế, Lê-chiêu-tông.

12° THẾ-TÔNG.

Niên-hiệu :

1522 — Gia-tịnh, — 45.

12° Thế-tông, tên Hậu-thông, em con chú con bác ông Võ-tông, ông Võ-tông không con, nên trôi lại dạy lập lên làm vua. Vua hay mê đạo Phật, nên việc triều-chánh suy, người Nghiêm-tung giởn quyền, mà có Hải-thoại là người trung cự lại va.

Đời ấy là đời Túy-kiều ; ông thánh Fanxicô-xaviê chết tại cù-lao Tam-châu, ngày mồng 2 décembre 1552.

Annam, 1523 Lê-cung-hoàng, Mạc-đăng-dong, Mạc-đăng-dinh. 1533 Lê-trang-tông. 1549 Lê-trung-tông. 1557 Lê-anh-tông.

13° MỤC-TÔNG.

Niên-hiệu :

1567 — Long-khánh, — 6.

13° Mục-tông, tên Dái-hậu, con thứ 7 ông Thế-tông, trước hồi đầu khá, mà sau bị nịnh nọ a-dua, bỏ phế việc chánh-sự, ở ngôi 6 năm.

14° THẦN-TÔNG.

Niên-hiệu :

1573 — Vạn-lịch, — 48.

14° Thần-tông, tên Dực-quân, con lớn ông Mục-tông, lên ngôi thuở 10 tuổi, trước dùng Trương-cư-chánh, sau Diệp-hướng-cao nên sửa cứu chánh lại được. Sau ham chơi, háo thắng, háo nghi, háo-hoá, đến đỗi vua tôi cách nhau, rồi nên việc nước càng ngày càng hư, ở ngôi 48 năm.

Đời ấy Thái-tổ-cao-hoàng-đế nhà Thanh đánh lấy Yên-kinh lên ngôi, hiệu Thiên-mạng. Annam, Lê-thế-tông.

15° QUANG-TÔNG.

Niên-hiệu :

1620 — Thới-xương, — 1.

15° Quang-tông, tên Thường-lạc, con lớn ông Thần-tông lên ngôi được 1 tháng, rồi đau chết đi.
1600 Annam, Lê-kính-tông, Trịnh-tòng, Nguyễn-hoàng (Huê). (Tiên-vương, Sải-vương) — 1619 Lê-thần-tông.

16° HI-TÔNG.

Niên-hiệu :

1621 — Thiên-khải, — 7.

16° Hi-tông, tên Do-hiệu, con vua trước, lên ở ngôi 7 năm. Mà đánh thua nhà Thanh, Thanh bắt người Minh cạo đầu 1612.

17° HOÀI-TÔNG.

Niên-hiệu :

1628 — Sùng-trinh, — 16.

17° Hoài-tông, tên Do-kiểm, con thứ vua Quang-tông lên ngôi đã 7 năm, mới bị quan tướng Lý-nhựt-thành nạp giặc, đánh lấy kinh-sư. Sau chạy đi tị nạn, thấy làm chi nữa không đặng, vua mới tự-vận trên núi Vạn-tuế mà chết đi. Nhà Minh mất nước.

28° NHÀ THANH.

Thái-tổ-cao-hoàng-đế, hiệu Thiên-mạng, 1616.
Thái-tổ-văn-hoàng-đế, Thiêng-thông, 1627, Sùng-đức 1636. Annam, 1643 Lê-chơn-tông.
Thế-tổ-chương-hoàng-đế, Thuận-trị 1644 — 14 năm, Annam, 1649, Lê-thần-tông.

Thành-tổ-nhơn-hoàng-đế, Khang-hi 1662 — 61 năm.
Annam, 1663 Lê-huyền-tông, Lê-hi-tông, Lê-dũ-tông.
Thế-tông-hiến-hoàng-đế, Ung-chánh, 1723 — 13 năm.
Annam, Lê-vĩnh-khánh.
Cao-tông-thuần-hoàng-đế, Càn-long, 1736 — 60 năm.
Annam, Lê-thuận-tông, Lê-ý-tông, Lê-hiển-tông, Lê-chiêu-thống.
Nhơn-tông-duệ-hoàng-đế, Gia-khánh, 1796 — 25 năm.
Tuyên-tông-thành-hoàng-đế, Đạo-quang 1821 — 30 năm.
Văn-tông-hiển-hoàng-đế, hiệu Hàm-phong, 1851 — 11 năm. Đồng-trị 1862.

Con người ta ở đời phải thông kim cổ, gióng trước cân sau, mà so-sánh, cho biết cuộc đời lối đời mà ở mới gọi là người lịch-sự. Vì vậy ta nhơn học làm ra vắn tắt lược qua mà có thứ-lớp, để giúp kẻ mới học nương đó mà học lần-lần, sau thong-thả coi chánh sử lại thì mau thông, mau nhớ, tưởng cũng chẳng phải là đều vô ích.

Coi truyện thầy trị loạn thạnh suy đắp đổi nhau, mà kinh phép-tắc đứng tạo-hoá! Suy đi xét lại trong cuộc tang thương, những đều trông thầy nơi cuộc đời ví cũng chẳng khác gì cái cuộc cờ, cái trò chơi vậy. Làm người sao khá chẳng lo làm vai tuồng mình cho xong vậy vay?

Hết cuốn thứ nhứt, sách Sơ-học-dẫn.

ERRATA.

Pag.
9	Căn-nhăn, căn-chăn,	lisez :	Càng-nhàng, càng-nhàng.
10	Lơi,	»	lời.
36	Sôn,	»	sông.
37	thuơ,	»	thuở.
126	et...,, tĩnh,	»	tĩnh.
190	et après Nguyễn-hữu-(ch,	»	Nguyễn-hữu-dật.
	hàn đầu,	»	hàng đầu.
212 213 214	Túc-tông-hiếu-minh-hoàng-đế,	»	Túc-tông-hiếu-ninh-hoàng-đế.
207	Khương-vương,	»	Định-nam-vương.

www.ingramcontent.com/pod-product-compliance
Lightning Source LLC
Chambersburg PA
CBHW050300170426
43202CB00011B/1756